முறிந்த ஏப்ரல்

# முறிந்த ஏப்ரல்

**பா. வெங்கடேசன்**

மொழிபெயர்ப்பாளர்

எண்பதுகளின் பிற்பகுதி தொடங்கித் தமிழ் இலக்கியச் சூழலில் செயல்பட்டுவரும் பா. வெங்கடேசன், மதுரையில் பிறந்து கல்லூரிக் காலம் வரையில் அங்கேயே வளர்ந்தவர். தொண்ணூறுகளின் மத்தியில் பணி நிமித்தமாக ஓசூருக்குக் குடிபெயர்ந்து பிறகு அங்கேயே தங்கிவிட்டிருக்கிறார். புதினங்கள், சிறுகதைகள், குறும்புதினங்கள், கவிதைகள், கட்டுரைகள், மொழிபெயர்ப்புகள் என்று இலக்கியத்தின் சாத்தியப்பட்ட தளங்களில் தன் பங்களிப்பைச் செய்துவருகிறார். புனைவிலக்கியத்தில் இவருடைய சீரிய பங்களிப்பிற்காக ‘ஸ்பாரோ’, ‘தமிழ்திரு’, ‘விளக்கு’ ஆகிய விருதுகளைப் பெற்றிருக்கிறார்.

## நன்றி

ஆர். சிவகுமார் – செம்மையாக்கம்
ஷஹிதா – செம்மையாக்கம்
அரவிந்தன் – ஒருங்கிணைப்பு
செந்தூரன் – செம்மையாக்கம்
அகன் குழந்தையப்பன் – அட்டை வடிவமைப்பு
இரா. ஹெமிலா – நூலாக்கம்
கௌதம சித்தார்த்தன் இணையதளம் – நாவல் பகுதி வெளியீடு
காலச்சுவடு – நூல் வெளியீடு

இஸ்மாயில் கதாரே

## முறிந்த ஏப்ரல்

தமிழில்
பா. வெங்கடேசன்

காலச்சுவடு பதிப்பகம்

அன்பார்ந்த வாசகருக்கு,

வணக்கம்.

காலச்சுவடு நூலை வாங்கியமைக்கு நன்றி.

நூலின் உள்ளடக்கம், உருவாக்கம், அட்டைப்படம் இன்ன பிற அம்சங்கள் பற்றிய உங்கள் கருத்துகளையும் ஆலோசனைகளையும் காலச்சுவடு வரவேற்கிறது. தகவல், எழுத்து, வாக்கியப் பிழைகள் தென்பட்டால் அவசியம் தெரிவித்து உதவுங்கள். நூல் தயாரிப்பில் கடும் குறைபாடு இருப்பின் மாற்றுப் பிரதி உங்களுக்குக் கிடைக்கக் காலச்சுவடு ஏற்பாடு செய்யும்.

மின்னஞ்சல்: **publisher@kalachuvadu.com**

காலச்சுவடு நாகர்கோவில் அலுவலகத்திற்குக் கடிதம் அனுப்பலாம்.

தங்கள்
எஸ்.ஆர். சுந்தரம் (கண்ணன்)
பதிப்பாளர் — நிர்வாக இயக்குநர்

*AVRIL BRISE by Ismail Kadare*

*Copyright © 1989, Artheme Fayard*
*All rights reserved*

முறிந்த ஏப்ரல் ✤ நாவல் ✤ ஆசிரியர்: இஸ்மாயில் கதாரே ✤ ஆங்கிலத்திலிருந்து தமிழில்: பா. வெங்கடேசன் ✤ மொழிபெயர்ப்புரிமை: பா. வெங்கடேசன் ✤ முதல் பதிப்பு: ஜூலை 2023, மூன்றாம் பதிப்பு: செப்டம்பர் 2024 ✤ வெளியீடு: காலச்சுவடு, 669, கே.பி. சாலை, நாகர்கோவில் 629001

**muRinta eepral** ✤ Novel ✤ Author: Ismail Kadare ✤ Translated by: Ba. Venkatesan ✤ Translation © Ba. Venkatesan ✤ Language: Tamil ✤ First Edition: July 2023, Third Edition: September 2024 ✤ Size: Demy 1 x 8 ✤ Paper: 18.6 kg maplitho ✤ Pages: 240

Published by Kalachuvadu, 669, K.P. Road, Nagercoil 629001, India ✤ Phone: 91-4652-278525 ✤ e-mail: publications@kalachuvadu.com ✤ Printed at Real Impact Solutions, No. 12, 3rd Street, East Abiramapuram, Mylapore, Chennai 600 004

ISBN: 978-93-5523-120-8

# மொழிபெயர்ப்பாளரின் குறிப்பு

வடக்கு அல்பேனியாவில் இன்றும் புழக்கத்திலிருப்பதாகச் சொல்லப்படும், நூற்றாண்டுகள் பழமை வாய்ந்த இரத்தப் பழி மரபைப் பின்னணியாகக் கொண்ட, 1930களில் நடக்கும் (கதாரேயின் சிறுபிராய தசாப்தம்) காதல் கதைதானென்றாலும், 'முறிந்த ஏப்ரல்' உலகின் பல தொன்மையான பண்பாடுகளுக்கு மிகப் பிந்தைய காலகட்டத்தில் துவங்கி அவ்வனைத்தையும் தன்னுள் இழுத்துக்கொண்ட ஆங்கில மொழிச் சிந்தனை முறையால் கட்டமைக்கப்பட்ட நவீன மனம் தொன்மங்களில் உயிர்த்துக்கொண்டிருக்கும் நிலம் ஒன்றிற்குள் புக யத்தனிக்கையில் எதிர்கொள்ளும் கேள்விகளையும் அதிர்ச்சிகளையும் மயக்கங்களையும் ஈர்ப்புகளையும் மையமாகக் கொண்டே, தன்னுடைய தொன்மை குறித்த பிரக்ஞையை மீட்டுக்கொண்டுவிட்ட மொழியில், கதையாடலை நிகழ்த்துகிறது. உலகின் மிகத் தொன்மையான பண்பாடுகளில் ஒன்றான இந்தியாவில் காலனியச் சிந்தனைமுறையை அடிப்படையாகக் கொண்ட அறிவியக்கங்கள் இன்றுவரை உண்டாக்கியிருக்கும் சாதக பாதகமான பாதிப்புகளையும் அவற்றின் செயல்பாடுகளில் இருக்கும் குழப்பங்களையும் (சொந்த நிலத்தின் நேர்மறைப் பண்பாட்டுக் கூறுகளுக்குச் சொந்த மொழிச் சிந்தனைகளிலிருந்தும் எதிர்மறைக் கூறுகளை விமரிசிக்க மேற்கத்தியச் சிந்தனைகளிலிருந்தும் அளவுகோல்களைப் பெற்றுக்கொள்ளும் இரட்டை நிலைப்பாடு) இந்தப் புதினத்தின் உள்ளார்ந்த நோக்கத்தைப் பொருத்திப் புதிய பார்வையைப் பெற முடியும் என்று தோன்றியதால் இது ஆங்கிலத்திலிருந்து தமிழில் மொழிபெயர்க்கப்பட்டு முன்வைக்கப்படுகிறது

(நிறைய ஐயப்பாடுகளுடன்தான். "ஆங்கிலத்தின் வார்ப்பச்சில் (அயல்நிலக்) கதையை வைத்து அழுத்தினால் அது அழன்றுபோன, காலாவதியான ஒன்றாகவே வெளிவரும்" ('மானக்கேடு' ஜே.எம். கூட்ஸி (தமிழில்: ஷஹிதா)). 'முறிந்த ஏப்ரல்' 2001இல் 'Behind the Sun' என்ற பெயரில் பிரேசிலில் திரைப்படமாக்கப்பட்டுச் சில விருதுகளையும் பெற்றிருக்கிறது. இதை ஆங்கிலத்தில் மொழிபெயர்த்தவர் பெயர் குறிப்பிடப்படவில்லை. பதிப்பகத்தாரே (New Amsterdam Books and Saqui Books) 1990இல் அதைச் செய்ததாக அறியப்படுகிறது. இரத்தப் பழி மரபும் அது சார்ந்த கேள்விகளும் கதாரே அடிக்கடி தன் புதினங்களில் பயன்படுத்தும் கருப்பொருளும்கூட.

பா. வெங்கடேசன்

# 1

அவன் பாதங்கள் சில்லிட்டிருந்தன. மரத்துப் போன கால்களை ஒவ்வொரு முறை அசைக்கும்போதும் காலணியின் கீழ் கூழாங்கற்கள் அனாதரவாக உராய்வதைச் செவியுற்றான். ஆனால் உண்மையில் கைவிடப்பட்ட உணர்வு அவனுக்குள்தான் இருந்தது. நெடுஞ்சாலையைப் பார்த்திருந்த மேட்டின் பின்னால் காத்திருந்த அவன் இதற்குமுன் ஒருபோதும் இப்படி நெடுநேரம் அசையாமல் இருந்ததில்லை.

பகல் வெளிச்சம் மங்கிக்கொண்டிருந்தது. அச்சமுற்றவனாய் அல்லது வெறுமே மனக் கலக்கமுற்றவனாய், துப்பாக்கியின் அடிக்கட்டையைத் தன் கன்னத்தில் வைத்துக்கொண்டிருந்தான். விரைவில் இரவாகிவிடும். பிறகு மங்கிக்கொண்டிருக்கும் வெளிச்சத்தில் அவன் தன் ஆயுதத்தின் இலக்கைப் பார்க்கவியலாதவனாக ஆகிவிடுவான். "குறி வைக்க இயலாத அளவிற்கு மிக இருட்டிவிடுவதற்கு முன்னால் அவன் கண்டிப்பாக வந்துதான் ஆக வேண்டும்." அவன் தந்தை சொல்லியிருந்தார். "சற்றுப் பொறுமையாகக் காத்திரு".

சாலையின் இரு மருங்கிலும் புதர் மண்டிய வெளியெங்கும் சிதறிக் கிடந்த காட்டு மாதுளைகளின் பக்கமாகப் பாதி உருகிய பனித்திப்பிகளைத் துப்பாக்கிக் குழல் மெதுவாக ஒதுக்கித் தள்ளியது. கிட்டத்தட்ட நூறாவது தடவையாக அவன் அது தன் வாழ்வில் விதிவசப்பட்ட நாள் என்று நினைத்துக்கொண்டான். பிறகு துப்பாக்கிக் குழல் ஊசலாடி முன்னர் இருந்த இடத்திற்கே மீண்டும் திரும்பியது. விதிவசப்பட்ட நாள் என்று அவன் நினைத்தபோது பனித்திப்பி களையும் தான் செய்யவிருப்பது என்ன என்பதைப் பார்ப்பதற்காக நண்பகலிலிருந்தே காத்துக்கொண் டிருப்பவைபோலத் தோற்றமளித்த காட்டு மாதுளை களையும் தவிர வேறெதுவும் அவன் மனதில் இருக்கவில்லை.

முறிந்த ஏப்ரல்

விரைவிலேயே இரவு இறங்கிவிடும், சுட இயலாத வகையில் இருள் கவிந்துவிடும் என்று நினைத்துக்கொண்டான். அந்தி விரைவாக வந்துவிடுவதை விரும்பினான். எனில் இரவும் அதன் பின்னாலேயே சாடி வந்துவிடும். பிறகு அவனும் இந்த இழவெடுத்த பதுங்கித் தாக்கும் வேலையிலிருந்து தொலைவாக ஓடிவிட முடியும். பழிவாங்குவதற்காக அவன் தன் வாழ்வில் இரண்டாவது முறையாக இப்படிக் காத்துக் கிடக்கிறான், ஆனால் அவன் கொல்ல வேண்டியவனும் அதே மனிதன்தானென்பதால் இந்தப் பதுங்கித் தாக்கும் வேலை உண்மையில் முன்னதன் நீட்சியாகத்தான் இருந்தது.

சில்லிட்ட பாதங்களின்மேல் மீண்டும் அவன் கவனம் திரும்பியது. குளிர் உடலுக்குள் ஏறாவண்ணம் தடுக்கிறவனைப் போலக் கால்களை அசைத்துக்கொண்டான். ஆனால் நெடுநேரத்திற்கு முன்பே குளிர் அவன் வயிற்றை, அவன் நெஞ்சை, அவன் தலையை அடைந்துவிட்டிருந்தது. சாலை மருங்கின் பனித்திப்பிகளைப்போலத் தன் மூளையின் துணுக்குகளும் உறைந்துவிட்ட உணர்வை அடைந்திருந்தான்.

தெளிவான சிந்தனையை வடிவமைத்துக்கொள்ளத் தன்னால் முடியவில்லையென்பதாக உணர்ந்தான். காட்டு மாதுளைகள், பனித்திப்பிகள் ஆகியவற்றின்மேலான வெற்று எரிச்சல் மாத்திரமே இருந்தது. அவை மட்டும் இல்லையென்றால் தான் இந்தக் குறிபார்த்துக்கொண்டிருக்கும் வேலையை எப்போதோ கைவிட்டிருக்கக்கூடும் என்றும் சில சமயங்களில் தனக்குள் சொல்லிக்கொண்டான். ஆனால் அவை அங்கே இருந்தன, விலகிச் செல்வதிலிருந்து அவனைத் தடுத்து நிறுத்தும் அசையாச் சாட்சிகளாய்.

அவன் யாருக்காகக் காத்துக்கொண்டிருந்தானோ அந்த மனிதனைச் சாலைவளைவில் பார்ப்பதாய், ஒருவேளை அந்த நாளில் இருபதாவது தடவையாக, அவனுக்குத் தோன்றியது. அந்த மனிதன் சிறிய அடிகளாக எடுத்துவைத்து வந்தான். இவனுடைய துப்பாக்கியின் கருப்புக் குழல் வலது தோளுக்குமேல் உயர்ந்தது. கவனித்துக்கொண்டிருந்தவன் தயாரானான். இந்த முறை அது மாயத்தோற்றமில்லை. உண்மையாகவே அவன் எதிர்பார்த்துக்கொண்டிருந்த மனிதன்தான்.

முன்பு பல தடவைகள் செய்திருந்ததைப்போலவே இப்போதும் ஜார்க் துப்பாக்கிக் குழலைத் தோளுக்குக் கொண்டு வந்து அந்த மனிதனுடைய தலைக்குக் குறி வைத்தான். ஒருகணம் அந்தத் தலை அவனுடைய பார்வையிலிருந்து தப்ப முயன்று அவனுக்கு எதிர்ப்புத் தெரிவிப்பதைப்போலத் தோன்றியது.

கடைசி நொடியில் அந்த மனிதனின் முகத்தில் கேலிச் சிரிப்பைப் பார்த்ததாகக்கூட அவன் எண்ணிக்கொண்டான். ஆறு மாதங்களுக்கு முன்னால் இதேதான் நடந்திருந்தது. முகத்தைச் சிதைக்க வேண்டாமென்று (இறுதி நொடியில் அந்த இரக்க உணர்வு எங்கிருந்துதான் வந்ததோ?) ஆயுதத்தின் குறிமுனையைக் கீழிறக்கி எதிரியின் கழுத்தைக் காயப்படுத்திவிட்டிருந்தான்.

அந்த மனிதன் நெருங்கி வந்தான். தயவுசெய்து இந்த முறை காயமெதுவும் கூடாது, ஜார்க் வேண்டிக்கொள்ளும் விதத்தில் தனக்குத்தானே சொல்லிக்கொண்டான். முதல் காயத்திற்கான அபராதத்தைச் செலுத்துவதற்கே அவன் குடும்பம் படாதபாடு பட்டுவிட்டிருந்தது. இரண்டாவது அபராதம் உறுதியாக அவர்களை அழித்தேவிடும். ஆனால் சாவுக்கு அபராதம் எதுவும் கிடையாது.

அந்த மனிதன் நெருங்கி வந்தான். காயப்படுத்துவதைக் காட்டிலும் சுத்தமாகக் குறி தவறிப்போவது நல்லது என்று ஜார்க் நினைத்துக்கொண்டான். அந்த மனிதன் வருவதைப் பார்ப்பதாகக் கற்பனை செய்துகொண்டிருந்த ஒவ்வொரு தடவையும் செய்ததைப்போலவே வழமையை அனுசரித்து இப்போதும் சுடுவதற்குமுன் அவனுக்கு எச்சரிக்கை விடுத்தான். அப்போதும் சரி, அதற்குப் பிறகும் சரி, தான் அவனை உரக்க அழைத்தோமா அல்லது வார்த்தைகள் தொண்டையிலேயே சிக்கி விட்டனவா என்பதை அவன் தெரிந்துகொள்ளவேயில்லை. உண்மையில் மற்றவன் சட்டென்று தன் தலையைத் திருப்பினான்தான். அவன் தன் தோளிலிருந்து துப்பாக்கியை விடுவிப்பவனைப்போல புஜங்களை அசைப்பதையும் ஜார்க் பார்த்தான். சுட்டான். பிறகு தலையை நிமிர்த்தி அந்தச் செத்துப்போன மனிதன் – அவன் இன்னும் நின்றுகொண்டிருந்தான், என்றாலும் தான் அவனைக் கொன்றுவிட்டோமென்பதில் ஜார்க் உறுதியாயிருந்தான்– ஒரு அடி முன்னுக்கு வருவதை, தன் துப்பாக்கியை வலதுபுறம் நழுவவிடுவதை, உடனே இடதுபுறம் விழுவதை, திகைத்துப் போனவனைப்போலக் கவனித்தான்.

ஜார்க் மறைவிடத்திலிருந்து வெளிப்பட்டு உடலை நோக்கி நடந்தான். சாலை வெறிச்சிட்டிருந்தது. அவனுடைய காலடிகள் எழுப்பிய ஒலி மட்டுமே ஒரே ஒலியாக இருந்தது. இறந்த மனிதன் குவியலாக விழுந்து கிடந்தான். ஜார்க் குனிந்து அவனை எழுப்புபவனைப்போலத் தன் கையை அவன் தோளில் வைத்தான். "என்ன செய்துகொண்டிருக்கிறேன்!" என்று தனக்குத்தானே சொல்லிக்கொண்டான். இறந்த மனிதனைத் திரும்பவும் உயிர்ப்படைய வைக்க விரும்புகிறவனைப்போல மீண்டும் அவன் தோளைப் பற்றினான். "ஏன் இதைச் செய்துகொண்டிருக்கிறேன்?"

என்று நினைத்தான். தான் அந்த மற்ற மனிதன்மேல் குனிந்தது அவனை முடிவிலியான உறக்கத்திலிருந்து எழுப்புவதற்காக அல்ல, மாறாக அவனை மல்லாக்கப் புரட்டிப்போடுவதற்காகவே என்று தெளிந்துவிட்டான். அவன் வெறுமே மரபைப் பின்பற்றுவதிலேயே குறியாய் இருந்தான். அவனைச் சுற்றிப் பனித்திப்பிகள் இன்னும் கிடந்தன, சிதறலான சாட்சிகளாக.

எழுந்து நின்றான். புறப்படவிருந்த சமயத்தில்தான் இறந்த மனிதனின் தலைக்கருகில் அவனுடைய துப்பாக்கியை வைத்தாக வேண்டுமென்கிற நினைவு வந்தது.

இவை அனைத்தையுமே அவன் கனவில் செய்வதைப் போலத்தான் செய்தான். வாந்தி வரும்போலிருந்தது. ரத்தத்தைப் பார்த்ததுதான் காரணம் என்று பலமுறை தனக்குத்தானே சொல்லிக்கொண்டான். சில நிமிடங்களுக்குப்பின் வெறிச்சிட்டிருந்த சாலையில் விரைந்து இறங்கிக்கொண்டிருந்தான், ஏறக்குறைய ஓட்டமாக.

அந்தி இறங்கிக்கொண்டிருந்தது. ஏனென்று தெரியாமலேயே அவன் இரண்டு மூன்று தடவைகள் பின்னால் திரும்பிப் பார்த்தான். சாலை இன்னும் முற்றிலும் காலியாகத்தான் இருந்தது. தளர்ந்துகொண்டிருந்த அந்த நாளில் அசைவற்று வெறிச்சோடிய சாலை புதர்க் குவியலுக்கும் புதர்க் காட்டிற்குமிடையே தொலைவாக நீண்டது.

தனக்கு முன் எங்கோ சற்றுத் தொலைவில் பொதிக் கழுதைகளின் மணியோசையைக் கேட்டான். பிறகு மனிதக் குரல்களை. பிறகு ஒரு மக்கள் குழுவைப் பார்த்தான். அந்தி மயக்கத்தில் அவர்கள் வெளியூர்க்காரர்களா அல்லது சந்தையிலிருந்து திரும்பிக்கொண்டிருக்கும் மலைக்குடிகளா என்பதைச் சொல்வது கடினமாக இருந்தது. அவர்கள் அவன் எதிர்பார்த்திருந்ததைவிட விரைவாகவே அவனை வந்தடைந்துவிட்டார்கள். ஆண்கள், இளம்பெண்கள், குழந்தைகள்.

அவர்கள் முகமன் கூறினார்கள். அவன் நின்றான். பேசுவதற்கு முன்பாகவே தான் வந்த திசையைச் சுட்டிக்காட்டினான். பிறகு உடைந்த குரலில் சொன்னான், "அங்கே, சாலை வளைவில், ஒரு மனிதனைக் கொன்றுவிட்டேன். அவனைப் புரட்டி நிமிர்த்திப் போட்டுவிடுங்கள் நல்லவர்களே, அவன் தலைக்கு அருகில் அவனுடைய துப்பாக்கியையும் வைத்துவிடுங்கள்."

அந்தச் சிறிய கூட்டம் அசைவற்று நின்றது. பிறகு குரல் கேட்டது, "நீ ஒன்றும் இரத்த நோய் பிடித்தவன் இல்லையே?" அவன் பதிலளிக்கவில்லை. அந்தக் குரல் பரிகாரமொன்றைப்

இஸ்மாயில் கதாரே

பரிந்துரைத்தது. ஆனால் அவன் அதைக் கேட்டுக்கொள்ளவில்லை. மீண்டும் நடையைத் துவக்கினான். இறந்த மனிதனுடைய உடல் எப்படி இருக்க வேண்டுமோ அப்படிப் புரட்டிப்போடும்படி அவர்களிடம் சொல்லிவிட்டதில் ஆசுவாசமாக உணர்ந்தான். அதைத் தானே செய்துவிட்டிருந்தோமா என்பதை அவனால் நினைவுகூர முடியவில்லை. *கானூன்** கொலையாளியினுடைய அதிர்ச்சி மனநிலைக்கான ஏற்பாடுகளையும் செய்துதானிருந்தது, கொலையாளி செய்யத் தவறியிருந்தது எதுவானாலும் அவற்றைச் செய்து முடிக்க வழிப்போக்கர்களுக்கு அது அனுமதியளித்தது. எந்த வகையிலும், இறந்த மனிதனை முகம் குப்புறவும் அவனுடைய ஆயுதம் தொலைவாகவும் இருக்கும்படி விட்டுவைப்பது மன்னிக்க முடியாத இழிசெயல்.

அவன் கிராமத்தை அடைந்தபோது இரவு இன்னும் இறங்கியிருக்கவில்லை. அது இன்னும் அவனுடைய விதிவசப்பட்ட நாளாகவேதான் இருந்தது. *குல்லாவின்*** கதவு பாதி திறந்து கிடந்தது. அதை அவன் தன் தோளால் தள்ளித் திறந்துகொண்டு உள்ளே சென்றான்.

“என்ன ஆயிற்று?” உள்ளேயிருந்து யாரோ வினவினார்கள்.

அவன் தலையை அசைத்தான்.

“எப்போது?”

“இப்போதுதான்.”

மரப்படிகளில் கால்கள் இறங்கிவருவதைச் செவியுற்றான்.

“உன் கைகளில் ரத்தம்” அவன் அப்பா சொன்னார். “போய்க் கழுவிக்கொள்.”

“நான் அவனைப் புரட்டும்போது பட்டிருக்க வேண்டும்.”

அவர் தன்னை வருத்திக்கொள்ளத் தேவையே இல்லை. அவன் கைகளை ஒருமுறை பார்த்திருந்தாலே அது அவருக்குச் சொல்லிவிட்டிருக்கும் அவன் ஒவ்வொன்றையும் விதிகளின்படிதான் செய்திருந்தான் என்று.

*குல்லாவில்* வறுத்த காபியின் மணம் இருந்தது. ஆச்சரியப் படும் விதத்தில் அவனுக்குத் தூக்கக் கலக்கமாக இருந்தது. இரண்டு தடவை கொட்டாவி விட்டான். அவனுடைய இடது தோளில் சாய்ந்துகொண்ட சிறிய தங்கையின் ஒளிரும் கண்கள் மலையின் பின்புறத்தில் இரண்டு நட்சத்திரங்களைப்போல வெகு தொலைவில் தெரிந்தன.

---

* புனிதச் சட்டம்.

** அல்பேனியாவின் மலைப் பிரதேசங்களுக்கே உரித்தான கோபுர வடிவக் கல் வசிப்பிடம்.

"இனி என்ன?" அவன் யாரிடமும் குறிப்பாக இல்லாமல் திடீரெனப் பேசினான்.

"சாவைப்பற்றிக் கிராமத்துக்குச் சொல்ல வேண்டும் நாம்" அவன் தந்தை பதிலளித்தார். பிறகுதான் ஜார்க் தன் தந்தை காலணிகள் மாட்டிக்கொண்டிருப்பதைக் கவனித்தான்.

அவன் தாய் அவனுக்காகக் தயாரித்திருந்த காபியைக் குடித்துக்கொண்டிருந்தபோது வெளியே அந்த முதல் கத்தலைக் கேட்டான்:

"பெரிஷா ஜார்க் ஜெரியஃப் க்ரியேச்சூச்சேவைச் சுட்டாயிற்று."

அந்தக் குரல், அதன் தனித்துவமிக்க தொனியுடன், ஒரே சமயத்தில் தண்டோராக்காரரின் அழைப்பாகவும் புராதனத் தோத்திரக்காரரின் பாடலாகவும் ஒலித்தது.

ஒரு நொடி அந்த மனிதாபிமானமற்ற குரல் தூக்கக் கலக்கத்திலிருந்து அவனை உசுப்பிவிட்டது. தன்னுடைய பெயர் தன்னைத்தானே குரூரமாக வெளியேற்றிக் கொள்ளும் பொருட்டு தன் உடலையும் மார்பையும் தோலையும் துறந்து செல்வதாக உணர்ந்தான். இப்படி அவன் உணர்வது இதுதான் முதல்முறை. இரக்கமற்ற தண்டோராக்காரரின் ஓலத்தை அவன் தனக்குள் திரும்பச் சொல்லிக்கொண்டான், பெரிஷாவின் ஜார்க். அவன் இருபத்தியாறு வயதினன், அவன் பெயர் வாழ்வில் முதன்முறையாக அதன் முழு அர்த்தத்தைப் பெறுகிறது.

வெளியே சாவுச் செய்தி சொல்பவர்களோ அந்தப் பெயரைப் பறந்து பறந்து எல்லா இடங்களிலும் பரப்பினார்கள்.

அரை மணிநேரம் கழித்து அவர்கள் அந்த மனிதனுடைய உடலை எடுத்து வந்தார்கள். வழமைப்படி அவனை நான்கு புங்கைமரக் கழிகளாலான சேக்கையில் கிடத்தியிருந்தார்கள். இன்னும்கூட அவன் சாகவில்லையென்றும் சிலர் நம்பினார்கள்.

பலியானவனின் தந்தை தன் வீட்டு வாயிற்கதவின் முன் காத்திருந்தார். மகனைச் சுமந்துவந்த ஆள் நாற்பதடி தொலைவில் இருந்தபோது அவர் உரக்கக் கேட்டார்:

"எதைக் கொண்டுவருகிறாய் என்னிடம் நீ? காயமா, சாவா?"

பதில் சுருக்கமானதாக, உலர்ந்ததாக இருந்தது.

"சாவு."

அவர் நாக்கு அவருடைய வாயின் ஆழத்தில், மிக ஆழத்தில் ஈரத்தை நாடியது. பிறகு அவர் மிகுந்த வலியுடன் பேசினார்:

“அவனை உள்ளே தூக்கிக்கொண்டு போ. கிராமத்திற்கும் நம் உறவுமுறைகளுக்கும் துக்கச் செய்தியைத் தெரிவி.”

ப்ரெஷ்வ்டோட் கிராமத்திற்குத் திரும்பிக்கொண்டிருக்கும் கால்நடைகளின் மணியோசைகளும், மாலை வழிபாடுகளின் மணியோசையும் இரவு கவிழ்வதன் அத்தனை ஒலிகளும் சாவுச் செய்தியின் பளுவைச் சுமந்தவையாகத் தோன்றின.

தெருக்களும் சந்துகளும் அந்த மாலைப்பொழுதில் வழக்கத்திற்கு மாறான பரபரப்பில் இருந்தன. தேய்ந்துகொண்டிருந்த ஒளியில் குளிர்ந்துவிட்டவைபோலத் தீப்பந்தங்கள் கிராமத்தின் முனையிலெங்கோ மினுங்கின. இறந்த மனிதனின் வீட்டிற்கும் கொன்றவனின் வீட்டிற்குமாக வந்துபோய்க் கொண்டிருந்த ஆட்கள் உள்ளே போவதும் வெளியே வருவதுமாக இருந்தார்கள். மற்றவர்கள் இரண்டு மூன்றுபேராகப் போய்விட்டுத் திரும்பினார்கள்.

கிராமத்தின் வெளிப் பகுதி வீடுகளின் சன்னல்களில் மக்கள் இந்த அண்மைச் செய்தியைப் பரிமாறிக்கொண்டார்கள்:

“கேள்விப்பட்டாயா? ஜார்க் பெரிஷா ஜெரியஃப் க்ரியேச்கூச்சேவைக் கொன்றுவிட்டான்.”

“ஜார்க் பெரிஷா தன் அண்ணனுடைய ரத்தத்தைத் திரும்ப எடுத்துவிட்டான்.”

“பெரிஷாக்கள் இருபத்து நான்கு மணிநேர பெஸ்ஸா* கேட்கப்போகிறார்களாயென்ன?”

“ஆமாம், பின்னே?”

உயர்ந்த கல்வீடுகளின் சன்னல்கள் கிராமத் தெருக்களில் வருகிறவர்களையும் போகிறவர்களையும் பார்த்தபடியிருந்தன. இப்போது இரவு விழுந்துவிட்டது. தீப்பந்தம் தழல் நிலையடைந்ததைப்போலத் திண்மை கூடித் தெரிந்தது. சிறிது சிறிதாக அது ஆழ்ந்த செந்நிறத்திற்கு மாறியது. அதன் எரிப்பிழம்பு மர்மமான ஆழத்திலிருந்து மேலெழுந்துகொண்டிருந்தது. வரவிருக்கிற இரத்தக் களரியை அறிவிப்பவைபோலத் தீப்பொறிகள் உயரவாக்கில் பறந்தன.

நான்கு மனிதர்கள், அவர்களிலொருவர் மூத்தவராய்த் தோன்றினார், இறந்தவனின் வீட்டை நோக்கிச் சென்றுகொண்டிருந்தார்கள்.

---

* வாக்குறுதி, நம்பிக்கை, சண்டை நிறுத்தம்.

“தூது செல்கிறவர்கள் பெரிஷாக்களுக்கு இருபத்துநான்கு மணிநேர *பெஸ்ஸா* கேட்கப் போகிறார்கள்” சன்னலிலிருந்து யாரோ சொன்னார்கள்.

“அவர்கள் ஒத்துக்கொள்வார்களா?”

“ஆமாம், பின்னே?”

இருப்பினும் மொத்த பெரிஷா குலமுமே வருமுன் காப்பதற்குத் தங்களைத் தயாராக்கிக்கொண்டுதானிருந்தது. இங்குமங்குமாகக் குரல்களைக் கேட்க முடிந்தது: “முர்ராஷ், உடனே வீட்டுக்குப் போ! கென், கதவைச் சாத்து. ப்ரேங்கா எங்கே?”

பலியானவனின் குடும்பத்தவர் கால அளவைப் பொறுத்து, இரண்டுவிதமான சண்டை நிறுத்தங்களில் ஏதேனும் ஒன்றை அவர்கள் ஒத்துக்கொள்ளாத வரையில் இது ஆபத்தான தருணமாகவே இருக்குமாதலால், பெரிஷா குலத்தினர், அருகிலோ தொலைவிலோ இருக்கும் அவர்களுடைய உறவினர்கள் என அத்தனைபேருடைய வீடுகளின் கதவுகளும் மூடப்பட்டிருந்தன. புதிதாகச் சிந்திய இரத்தத்தால் குருட்டுக்கோபத்திலிருக்கும் க்ரியேச்சூச்சேவ்கள் புனிதச் சட்டப்படி பெரிஷா குடும்பத்தின் எந்த உறுப்பினர் மேலும் பழி தீர்த்துக்கொள்ள உரிமையுள்ளவர்கள்.

அதிகாரம் பெற்ற பேராளர் குழு மீண்டும் வெளியே வருவதற்காக அனைவரும் சன்னல்களிலிருந்து கவனித்துக் கொண்டிருந்தார்கள். “அவர்கள் சண்டை நிறுத்தம் கொடுத்து விடுவார்களா?” எனப் பெண்கள் கேட்டுக்கொண்டார்கள்.

கடைசியில், பேசப்போன நால்வரும் வெளியே வந்தார்கள். பேச்சு வார்த்தை சுருக்கமாகவேதான் இருந்தது. அவர்களுடைய உடல்மொழி எதையும் அறியத் தந்துவிடவில்லையென்றாலும் சீக்கிரமே ஒரு குரல் விஷயத்தை வெளிப்படுத்திவிட்டது.

“க்ரியேச்சூச்சே குடும்பம் *பெஸ்ஸா* கொடுத்துவிட்டது.”

அது குறுகிய காலச் சண்டை நிறுத்தமே என்பதை எல்லோரும் அறிந்தார்கள். இருபத்து நான்கு மணிநேர *பெஸ்ஸா*. முப்பது நாள் சண்டை நிறுத்தமான நீண்டகால *பெஸ்ஸா*வைக் கிராமம்தான் கோர முடியுமென்பதால், அதைப்பற்றி இன்னும் யாரும் பேசவில்லை; எப்படியிருந்தாலும் கடைசியாகப் பலியானவனை அடக்கம் செய்யும் வரையிலும் அதைக் கோரவும் முடியாது.

குரல்கள் வீட்டுக்கு வீடு பறந்தன:

“க்ரியேச்சூச்சே குடும்பம் *பெஸ்ஸா* கொடுத்துவிட்டது.”

“க்ரியேச்கூச்சேக்களிடமிருந்து பெஸ்ஸா கிடைத்துவிட்டது.”

“சிறப்பு. குறைந்தபட்சம் ரத்தம் சிந்தாத இருபத்து நான்கு மணிநேரம் நமக்குக் கிடைக்கும்.” தணிந்த குரல் இறக்கியேற்றும் கதவின் பின்புறமிருந்து மூச்சுவிட்டுக்கொண்டது.

இறுதிச் சடங்கு மறுநாள் நண்பகல்வாக்கில் நடந்தேறியது. தொழில்முறை ஒப்பாரிக்காரர்கள் தொலைவிலிருந்து வந்து மரபுப்படி தங்கள் முகங்களைப் பிறாண்டிக்கொண்டும் முடியைப் பிய்த்துக்கொண்டுமிருந்தார்கள். பழைய தேவாலய முற்றம், அடக்கம் செய்ய வந்திருந்த மனிதர்களின் கருப்பு அங்கிகளால் நிரம்பியிருந்தது. சடங்கிற்குப் பிறகு சவ ஊர்வலம் க்ரியேச்கூச்சேக்களின் இல்லத்திற்குத் திரும்பியது. ஊர்வலத்தில் ஜார்க்கும் நடந்தான். முதலில் அவன் சடங்கில் பங்கு கொள்வதற்கு மறுத்திருந்தான். ஆனால் கடைசியில் அவனுடைய தந்தையின் வற்புறுத்தலுக்காக விட்டுக்கொடுத்திருந்தான். அவர் சொல்லியிருந்தார், “அடக்கத்திற்கு நீ கண்டிப்பாகப் போக வேண்டும். இறந்தவனுடைய ஆன்மாவைக் கௌரவப்படுத்த இரவு இழவு விருந்துக்கும் நீ போக வேண்டும்.”

“ஆனால் நான்தான் ஜாக்ஸ்* ஆயிற்றே” ஜார்க் முரண்டுபிடித்தான். “அவனைக் கொன்றவனே நான்தான். நான் ஏன் போக வேண்டும்?”

“அந்தக் காரணத்திற்காகவேதான் நீ கண்டிப்பாகப் போக வேண்டும்” அவன் தந்தை உறுதியாகச் சொல்லிவிட்டார். “இன்றைக்குச் சவ அடக்கத்திலிருந்தோ இழவு விருந்திலிருந்தோ விலக்கி வைக்க முடியாத நபர் என்று யாராவது உண்டென்றால் அது நீதான்.” “ஆனால் ஏன்?” ஜார்க் கடைசித் தடவையாக வினவினான். “ஏன் நான் போயாக வேண்டும்?” ஆனால் அவன் தந்தை அவனை முறைத்துப் பார்த்ததும் மேற்கொண்டு எதுவும் பேசவில்லை.

இப்போது அவன் துக்கம் விசாரிக்க வந்தவர்களில் ஒருவனாக, வெளிறிப்போய், தள்ளாடும் தப்படிகளுடன், மக்களின் பார்வைகள் தன்மேல் இழைவதையும் உடனே வேறுபக்கம் திரும்பிக்கொண்டு மூடுபனியின் விளிம்புகளில் தங்களைத் தொலைத்துக்கொள்வதையும் உணர்ந்தபடி நடந்தான். அவர்களில் பெரும்பாலானோர் இறந்த மனிதனின்

---

* ரத்தம் என்கிற அல்பேனியன் வேர்ச் சொல்லிலிருந்து ‘கொலைகாரன்.’ ஆனால் இழிவான பொருளில் சொல்லப்படுவதல்ல. *கானூன்* விதிகளின்படி *ஜாக்ஸ்* தன்னுடைய கடமையை நிறைவுசெய்தவன்.

சொந்தக்காரர்கள். கிட்டத்தட்ட நூறாவது தடவையாக அவன் உள்ளுக்குள் பொருமிக்கொண்டான்: “நான் எதற்காக இங்கே இருக்க வேண்டும்?”

அவர்கள் கண்கள் வெறுப்பைக் காட்டவில்லை. அந்த மார்ச் நாளைப்போலவே அவை மரத்துக் கிடந்தன, நேற்று மாலை தன்னுடைய வேட்டைக்காகப் பதுங்கிக் காத்திருந்தபோது வெறுப்பெதுவுமில்லாமல் உணர்ச்சிகளற்றுப் போனவனாய் இருந்ததைப்போலவே. இப்போது புதிதாகத் தோண்டப்பட்ட அந்தப் புதைகுழி, கல்லாலும் மரத்தாலும் ஆன சிலுவைகள் – அவற்றில் பெரும்பாலானவை ஒருக்களிற்று கிடந்தன –மெதுவாக அடித்துக்கொண்டிருந்த சடங்கு மணியின் துயரார்ந்த ஒலி இவையனைத்தும் அவனை மோசமாகப் பாதித்தன. விரல் நகங்கள் அருவருப்பை ஏற்படுத்தும்படி உண்டாக்கியிருந்த கீறல்களைக் கொண்ட ஒப்பாரிக்காரர்களின் முகங்கள் (கடவுளே, இருபத்துநான்கு மணி நேரத்திற்குள் அவ்வளவு நீளமாக நகம் வளர்க்க அவர்களால் எப்படி முடிந்தது என்று அவன் நினைத்துக் கொண்டான்), காட்டுமிராண்டித்தனமாகக் குதறப்பட்டிருந்த அவர்களுடைய தலைமயிர், பிறகு அவர்களுடைய புடைத்த கண்கள், அவனைச் சுற்றிலும் அடங்கி நடக்கும் காலடிகள் எனச் சாவிற்கான இந்த அத்தனை சமாச்சாரங்களையும் இழுத்து விட்டது அவனேதான். இது போதாதென்று அந்தப் புனிதச் சவ ஊர்வலத்தில் மெதுவாக, இழவு காத்தபடி, அவர்களைப்போலவே நடக்கவும் கட்டாயப்படுத்தப்பட்டுவிட்டான்.

அவர்களுடைய இறுக்கமான கஞ்சியிட்ட, ஒட்டுக் கம்பளக் கால்சட்டைகளின் விளிம்பிலிருந்த குஞ்சலங்கள் கொத்துவதற்குத் தயாராய் இருக்கும் கருநாகங்களைப்போல அவனுடையதைத் தொடும் நெருக்கத்தில் இருந்தன. ஆனால் அவன் அமைதியாய்த்தான் இருந்தான். எந்தவொரு குல்லா அல்லது கோட்டையால் பாதுகாக்கப்படுவதைக் காட்டிலும் அதிகமாகவே அவன் இருபத்துநான்கு மணிநேரச் சண்டை நிறுத்தத்தால் பாதுகாக்கப்பட்டிருந்தான். அவர்களுடைய துப்பாக்கிகளின் குழல்கள் அவர்களுடைய குட்டையான கருப்பு அங்கிகளின்மேல் செங்குத்தாக மேல்நோக்கியிருக்குமாறு நிலைப்படுத்தப்பட்டிருந்தன, ஆனால் அப்போதைக்கு அவை அவனைச் சுடுவதற்குச் சுதந்திரம் உள்ளவையாய் இல்லை. ஒருவேளை நாளையோ அல்லது நாளை மறுநாளோ அவை அதைப் பெறலாம். கிராமம் அவன் சார்பாக முப்பது நாள் *பெஸ்ஸா* கேட்டுவிட்டால் மேலும் நான்கு வாரங்களுக்கு அவன் நிம்மதியாக இருக்கலாம். பிறகு…

துப்பாக்கிக் குழல் அவனுக்கு முன்னால் சில அடிகள் தொலைவில் மற்றவற்றிலிருந்து விலகித் தனித்து நிற்பதைப்போல ஊசலாடியது. இன்னுமொன்று, குட்டையானது, அவனுடைய இடப்பக்கம் இருந்தது. மற்றவை அவனை எல்லாப் பக்கங்களிலும் சூழ்ந்திருந்தன. அவனுடைய மனதில், அவற்றில் எது "என்னைக் கொல்லும்" என்று எழுந்த வார்த்தைகள் கடைசிக் கணத்தில் – அவற்றை மென்மைப்படுத்துவதைப்போல – "என்னைச் சுடும்" என்று மாறின.

கல்லறைத் தோட்டத்திலிருந்து இறந்த மனிதனுடைய வீட்டிற்குச் செல்லும் சாலை முடிவில்லாததைப்போலத் தோன்றியது. மேலும் அவன் தனக்கு இன்னும் கடினமான பரீட்சையையும் வைத்திருப்பான், இழவு விருந்து. அவன் இறந்த மனிதனுடைய உறவினருடனேயே மேசையில் உட்காருவானாம், அவர்கள் அவனுக்கு ரொட்டியைக் கடத்துவார்களாம், அவன்முன் ஊட்டுக் கரண்டி, முள்கரண்டி சகிதமாகச் சாப்பாடு பரிமாறுவார்களாம், அவன் அவற்றைச் சாப்பிட்டாக வேண்டுமாம்.

இரண்டு மூன்று முறை அவன் அந்த அபத்தச் சூழலைவிட்டு வெளியேறிவிடுவதற்கான, சவ ஊர்வலத்திலிருந்து திடீரெனக் கிளம்பிப் போய்விடுவதற்கான உந்துதலை உணர்ந்தான். அவர்கள் அவனை அசிங்கப்படுத்தட்டும், முறைத்துக்கொள்ளட்டும், பழமையான மரபை மீறிவிட்டான் என்று குற்றம்சாட்டிக்கொள்ளட்டும், விரும்பினால் அவனுடைய திரும்பியோடும் முதுகைப் பார்த்துச் சுட்டுக்கொள்ளட்டும், அங்கிருந்து அவன் விலகிச் செல்கையில் எது நடந்தாலும் சரிதான். ஆனால் அவனுக்கு நன்றாகத் தெரியும், ஐநூறு, ஆயிரம் ஆண்டுகளுக்குமுன் அதற்கு ஆற்றலுள்ளவர்களா யிருந்த தன்னுடைய பாட்டனாரோ, முப்பாட்டனாரோ, முதிர்முப்பாட்டனாரோ அப்படித் தப்பி ஓடியிராதபோது தன்னாலும் ஒருபோதும் ஓடித் தப்பித்துவிட முடியாது என்று.

அவர்கள் இறந்த மனிதனுடைய வீட்டை நெருங்கிக் கொண்டிருந்தார்கள். வீட்டுக் கதவின் மேல்வளைவிற்கு மேலே குறுகிய சன்னல்களில் கருப்புத் துணிகள் தொங்கிக்கொண் டிருந்தன. "ஓ, எங்கே சென்றுகொண்டிருக்கிறேன் நான்," என்று அவன் தனக்குள் முனகிக்கொண்டான், குல்லாவின் தாழ்ந்த கதவு இன்னும் நூறு அடி தொலைவில் இருந்தபோதும் கல் நிலைப்படியில் இடித்துவிடாமலிருக்கத் தன் தலையைத் தாழ்த்திக்கொண்டான்.

முறிந்த ஏப்ரல்

இழவு விருந்து விதிகளில் இடம்பெற்றிருந்தபடி நடைபெற்றது. அது நடந்துகொண்டிருந்த நேரம் முழுவதும் ஜார்க் தன்னுடைய சொந்த இழவு விருந்தைப்பற்றி நினைத்தான். இவர்களில் யார் அதன்பொருட்டு அங்கே போவார்கள், அவன் அன்று அங்கே வந்திருந்ததைப்போல, அவனுடைய தந்தையும் அவனுடைய பாட்டனாரும் அவனுடைய முப்பாட்டனாரும் அவனுடைய மற்றெல்லா மூதாதையர்களுமே அதைப்போன்ற விருந்துகளுக்கு நூற்றாண்டுகளாகப் போயிருந்ததைப்போல?

ஒப்பாரிக்காரர்களின் முகங்கள் இன்னும் துளைபட்டும் ரத்தக் களரியாகவும்தான் இருந்தன. அவர்கள் தங்கள் முகங்களைக் கொலை நடைபெற்ற கிராமத்திலோ அல்லது திரும்பிச் செல்லும் வழியிலோ கழுவிக்கொள்வதை மரபு தடை செய்தது. அவர்கள் தங்கள் வீடுகளை அடைந்த பிறகே முகங்கழுவிக்கொள்ள முடியும்.

அவர்களின் முகங்கள், முன்மண்டைகள் ஆகியவற்றின் மேலிருந்த பிறாண்டல்கள் அவர்கள் முகமூடிகளைத் தரித்துக் கொண்டிருந்ததைப்போல ஆக்கிவைத்திருந்தன. ஜார்க் தனக்கான ஒப்பாரிக்காரர்கள் எப்படித் தங்கள் முகங்களைத் கோரப்படுத்திக்கொள்வார்கள் என்று கற்பனைசெய்தான். இப்போதிலிருந்து இந்த இரண்டு குடும்பங்களில் இனி வரவிருக்கும் தலைமுறைகளின் வாழ்க்கை, ஒவ்வொரு பக்கத்திலிருந்தும் மாறிமாறி ஒருவர் விருந்து வைப்பவராக நடித்துக்கொண்டிருக்க, முடிவில்லாத இழவு விருந்தாகவேதான் இருக்கப்போகிறது என்பதை உணர்ந்தான். மேலும் ஒவ்வொரு பக்கமும் விருந்துக்குக் கிளம்பும்முன் அந்த இரத்தக் கறை படிந்த முகமூடியை அணிந்துகொள்ளும்.

அன்று பிற்பகல், இழவுச் சாப்பாட்டிற்குப் பிறகு, மறுபடியும் கிராமத்தில் வழக்கத்திற்கு மாறான வருதல்களும் போதல்களும் இருந்தன. இன்னும் சில மணி நேரங்களில் ஜார்க் பெரிஷாவின் ஒருநாள் சண்டை நிறுத்தம் முடிவிற்கு வந்துவிடும். இப்போது கிராமத்துப் பெரியவர்கள், விதிகள் ஆணையிடுகிறபடி, கிராமத்தின் பெயரால், க்ரியேச்சூச்சேக்களிடம் முப்பது நாள் சண்டை நிறுத்தம், நீண்ட *பெஸ்ஸா* கேட்கச் செல்வதற்குத் தயாராகிக்கொண்டிருந்தார்கள்.

*குல்லா*க்களின் நிலைப்படிகளில், பெண்கள் வசிக்கும் முதல் தளங்களில், கிராமச் சதுக்கங்களில் மக்கள் இதைத் தவிர வேறு எதைப்பற்றியும் பேசிக்கொள்ளவில்லை. இது அந்த இளவேனிற் பருவத்தின் முதல் இரத்தப் பழியாக இருந்தது. மேலும் சந்தேகமில்லாமல் அது தொடர்பான ஒவ்வொரு விஷயத்தை

யும்பற்றி நிறைய விவாதங்களும் இருந்தன. விதிகளின்படியே கொலை நிகழ்த்தப்பட்டிருந்தது. மேலும், சவ அடக்கம், இழவு விருந்து, ஒருநாள் *பெஸ்ஸா* ஆகியவற்றைப் பொறுத்தவரை இவை யாவுமே பழைமையான புனிதச் சட்டத்தின் படியே அடிபிறழாமல் நடந்தேறியிருந்தன. எனவே பெரியவர்கள் கேட்கத் தயாராகிக்கொண்டிருந்த க்ரியேச்சூச்சேக்களின் முப்பது நாள் சண்டை நிறுத்தம் கண்டிப்பாகக் கொடுக்கப்பட்டுவிடும்.

மக்கள் பேசியபடியே நீண்ட *பெஸ்ஸாவைப்* பற்றிய புதிய செய்திக்காகக் காத்துக்கொண்டிருந்த வேளையில் அவர்களுடைய கிராமத்திலும் சுற்றியிருக்கும் பகுதிகளிலும், முடிவில்லாத அந்த மேட்டுநிலத்தின் தொலைவான இடங்களிலும்கூட அண்மை யிலோ அல்லது வெகு முன்னாலோ புனிதச் சட்டத்தின் விதிகள் மீறப்பட்டிருந்த காலங்களை நினைவுபடுத்திக்கொண்டார்கள். புனிதச் சட்டத்தை மீறியவர்களையும் அதோடு கூடவே கடுமை யான அபராதம் விதிக்கப்பட்டதையும் நினைவுகூர்ந்தார்கள். தங்கள் சொந்தக் குடும்பத்தால் தண்டிக்கப்பட்ட மனிதர்களை, கிராமத்தால் தண்டிக்கப்பட்ட குடும்பங்களை, அல்லது கிராமத் தொகுதியாலோ கொடிக்கட்டாலோ* தண்டிக்கப்பட்ட மொத்தக் கிராமங்களையேகூட நினைவுகூர்ந்தார்கள். ஆனால், நல்லவேளையாக, அப்படி ஏதும் இழிவு நெடுங்காலமாகவே தங்கள் கிராமத்தின்மேல் விழவில்லை என்று ஒரு சுமை தணிந்த பெருமூச்சுடன் சொல்லிக்கொண்டார்கள். இங்கே ஒவ்வொரு விஷயமுமே பழைமையான விதிகளைப் பின்பற்றியே தான் செய்யப்பட்டுவந்திருந்தது. ஆண்டாண்டுக் காலமாகவே அவற்றை உடைக்கும் பைத்தியக்காரத்தனமான எண்ணம் யாருக்கும் இருந்ததுமில்லை. இந்த அண்மை ரத்தப் பழிகூடப் புனிதச் சட்டப்படிதான் செய்யப்பட்டிருந்தது. மேலும் ஜாக்ஸ் ஜார்க் பெரிஷா, அவன் இளைஞனாகவே இருந்தாலும்கூடப், பகையாளியின் சவ அடக்கத்திலும் இழவு விருந்திலும் நல்லபடியாகவேதான் நடந்துகொண்டான். க்ரியேச்சூச்சேக்கள் கண்டிப்பாக அவனுக்கு முப்பது நாள் சண்டை நிறுத்தத்தைக் கொடுத்துவிடுவார்கள். முக்கியமாக, இந்த வகையான சண்டை நிறுத்தத்தைக் கிராமமே வேண்டி நின்றிருக்கிறதென்றாலும்கூட, ஜாக்ஸ் தன்னுடைய இடைக்கால ஓய்வைத் தவறாகப் பயன்படுத்திக்கொண்டும் தன்னுடைய துணிகரமான செயல் குறித்த மமதையுடன் நாட்டுப்புறங்களில் தலைக்கனம் பிடித்துச் சுற்றித் திரிந்துகொண்டுமிருந்தானென்றால் அந்த உறுதிமொழி திரும்பப் பெற்றுக்கொள்ளப்படும் என்பதால்.

---

* Banner. நேரடிப் பொருள்: கொடி. விரித்தால், கொடியைத் தாங்கி நிற்கும் உள்ளூர்த் தலைக்கட்டின் அதிகாரத்தின் கீழ் வரக்கூடிய பல கிராமங்களின் சேகரம்.

ஆனால் இல்லை, ஜார்க் பெரிஷா அந்த மாதிரிக் கிடையாது. மாறாக அவன் எப்போதுமே அமைதியானவனும் கூருணர்வு கொண்டவனாகவுமே அறியப்பட்டிருந்தான், முட்டாள்த்தனமாக நடந்துகொள்வார்கள் என்று எதிர்பார்க்கக் கூடிய இளைஞர்களில் ஒருவன் அல்ல அவன்.

பிற்பகல் இறுதியில், குறுகிய காலச் சண்டை நிறுத்தத்திற்கான கெடு முடிவடைவதற்குச் சிலமணி நேரங்களுக்குமுன், க்ரியேச்கூச்சேக்கள் நீண்டகாலச் சண்டை நிறுத்தத்தைக் கொடுத்துவிட்டார்கள். கிராமப் பெரியவர்களில் ஒருவர் ஜார்க் அதைக் கண்டிப்பாகத் தவறாகப் பயன்படுத்தக் கூடாது போன்ற இன்னபிற புதுப்பிக்கப்பட்ட அறிவுரைகளுடன் வாக்குறுதியைப்பற்றிச் சொல்வதற்காக பெரிஷாக்களிடம் வந்தார்.

தூதுவர் சென்ற பிறகு ஜார்க் உணர்வுகள் மரத்துப் போனவனாகக் கல்வீட்டின் மூலையில் அமர்ந்தான். முப்பது நாள் பாதுகாப்பைத் தாண்டி முன்னே அவனால் பார்க்க முடிந்தது. அதன்பின், சாவு அவனைச் சுற்றி எங்கும் வெளிப்படாமல் மறைந்திருக்கும். அவன் வெயிலிலிருந்து, நிலவொளியிலிருந்து, தீப்பந்தங்களின் மினுக்கல்களிலிருந்து தன்னை ஒளித்துக் கொண்டபடி, ஒரு வௌவாலைப்போல, இருளில்தான் நடமாட முடியும்.

முப்பது நாட்கள் என்று அவன் தனக்குள் சொல்லிக் கொண்டான். நெடுஞ்சாலை மேட்டிலிருந்து சுடப்பட்ட குண்டு அவன் வாழ்க்கையை இரண்டாகப் பிளந்துவிட்டிருந்தது: அதுவரை அவன் வாழ்ந்த இருபத்தியாறு ஆண்டுகள், பிறகு அன்றே துவங்கிவிட்ட முப்பது நாட்கள், மார்ச் பதினேழில் இருந்து ஏப்ரல் பதினேழில் முடியும். பிறகு அவனது வாழ்க்கை வௌவாலின் வாழ்க்கை. ஆனால் அவன் மேற்கொண்டு அதைக் கணக்கிட்டுக் கொண்டிருக்கவில்லை.

ஜார்க் குறுகலான சன்னலின்வழியே புலப்பட்ட துண்டு நிலப்பரப்பை ஓரக்கண்ணால் பார்த்தான். வெளியே மார்ச் மாதம் பாதிச் சிரிப்பும் பாதி உறைவுமாக மார்ச்சுக்கே உரிய ஆபத்தான மலையொளியுடன் இருந்தது. பிறகு ஏப்ரல் வரும், அல்லது, இன்னும் சரியாகச் சொன்னால், அதனுடைய முன்பாதி மட்டும். ஜார்க் தன் மார்பின் இடப்புறத்தில் வெறுமையை உணர்ந்தான். இனிமேல் ஏப்ரல் நீலநிறமான வலியின் சாயம் தடவப்பட்டதாகவே இருக்கும். ஆம், ஏப்ரல் எப்போதுமே அவனுக்கு அப்படித்தான் தோன்றியிருக்கிறது – இன்னும் நிறைவுறாத ஏதோவொன்றைக் கொண்டிருக்கும் ஒரு மாதமாக. பாடல்கள் சொன்னதைப்போல, ஏப்ரல் காதல். அவனுக்கே சொந்தமான நிறைவுறா ஏப்ரல்.

மற்றதெல்லாம் எப்படியிருந்தாலும் இது இப்படியிருப்பது நல்லதற்குத்தான் என்று அவன் நினைத்துக்கொண்டான், தன் சகோதரனுக்காகத் தான் பழிவாங்கியிருந்ததா அல்லது இதே பருவத்தில் அவன் இரத்தம் சிந்தியிருந்ததா, எது நல்லதாக இருந்தது என்று அவனுக்குச் சொல்லத் தெரியாவிட்டாலும். அவனுக்கு முப்பது நாள் சண்டை நிறுத்தம் வழங்கப்பட்டு அரை மணிநேரம்தான் ஆகியிருந்தது. அதற்குள்ளாகவே தன் வாழ்க்கை இரண்டாகப் பிளந்துவிட்டது என்கிற சிந்தனைக்குப் அவன் பழகிப்போய்விட்டான். இப்போதோ அது எப்போதுமே அப்படிப் பிளந்தேதான் இருந்ததைப்போல அவனுக்குத் தோன்றியது: சலிப்புணர்வின் விளிம்பிற்குப் பைய நகர்ந்த இருபத்தாறு நீண்ட ஆண்டுகள் ஒரு பகுதி, இருபத்தாறு மார்ச் மாதங்கள், இருபத்தாறு ஏப்ரல் மாதங்கள், அதேயளவு குளிர்ப் பருவங்கள், கோடைப் பருவங்கள். பிறகு மற்றொரு பகுதி, குறுகியது, நான்கு வாரங்கள், துடிப்பு நிறைந்தது, பனிச்சரிவைப்போல முரட்டுப் பாய்ச்சலாகப் பாய்வது. பாதி மார்ச், பாதி ஏப்ரல், பனியில் மின்னிக்கொண்டிருக்கும் இரண்டு முறிந்த கிளைகளைப்போல.

விடப்பட்டிருக்கும் முப்பது நாட்களில் அவன் என்ன செய்வான்? நீண்ட பெஸ்ஸாக்களின்போது மக்கள் அதுவரை தங்கள் வாழ்க்கையில் செய்ய இயலாமல் போனவற்றைச் செய்து முடிக்க அவசரப்பட்டார்கள். முடிக்கப்படாத முக்கியமான விஷயங்கள் எதுவும் இல்லாவிட்டால் தினப்படி வாழ்க்கைக் கடமைகளோடு தங்களைச் சுறுசுறுப்பாக்கிகொண்டார்கள். அது விதைப்புக்காலமானால் விதைப்பதற்கு விரைந்தார்கள். அறுவடைக் காலமானால் வயல்களில் குழுமினார்கள். விதைப்புக் காலமாகவோ அறுவடைக் காலமாகவோ அது இல்லாவிட்டால் கூரையைச் சரி செய்வது போன்ற வழக்கமான வேலைகளைக்கூடச் செய்தார்கள். அதற்கு அவசியமில்லாவிட்டால் பறந்துகொண்டிருக்கும் கொக்கு களையோ அல்லது அக்டோபரின் முதல் பனித்துளிகளையோ பார்ப்பதற்காக வெறுமனே வயல்புறங்களில் அலைந்தார்கள். பொதுவாக மணவுறுதி செய்விக்கப்பட்ட ஆண்கள் இந்தக் காலகட்டத்தில் திருமணம் செய்துகொண்டார்கள், ஆனால் ஜார்க் மணம் செய்துகொள்ளப் போவதில்லை. அவனுக்கு மணவுறுதி செய்து வைக்கப்பட்ட இளம்பெண், தொலைவிலிருந்த கொடிக்கட்டில் வசித்தவள். அவளை அவன் பார்த்ததே கிடையாது. ஓராண்டிற்கு முன்னால் நீண்ட உடல்நலக் குறைவிற்குப் பிறகு இறந்து போய்விட்டாள். அதிலிருந்து அவன் வாழ்க்கையில் பெண் என்பதே இல்லாமலாகிவிட்டிருந்தது.

பனித்த நிலவெளித் துண்டிலிருந்து கண்களை அகற்றாமலேயே தனக்கு விடப்பட்ட முப்பது நாட்களில் தான்

என்ன செய்வேனென்று அவன் யோசித்தான். முதலில் அது குறைந்த நேரமாய்த் தெரிந்தது, மிகக் குறைந்த நேரம். ஒரு கை கொள்ளும் நாட்கள், எதையும் செய்வதற்குப் போதாதவை. ஆனால் சில நிமிடங்களுக்குப் பிறகு அதே ஓய்வுக் காலம் பயங்கர நீளம் கொண்டதாயும் முற்றிலும் பயனற்றதாயும் அவனுக்குத் தெரிந்தது.

"மார்ச் பதினேழு" அவன் முணுமுணுத்தான். "மார்ச் இருபத்தொன்று. ஏப்ரல் நான்கு. ஏப்ரல் பதினொன்று. ஏப்ரல் பதினேழு. பதினெட்டு. ஏப்ரல் சாவு. அப்புறம் எப்போதும் அதேதான் திரும்பத் திரும்ப, ஏப்ரல் சாவு, ஏப்ரல் சாவு, மே கிடையாது. மறுபடி ஒருபோதும் கிடையாது."

மார்ச், ஏப்ரல் மாதங்களின் தேதிகளை அவன் திரும்பத் திரும்ப முணுமுணுத்துக்கொண்டிருந்தபோது மேல் தளத்திலிருந்து கீழே இறங்கிக்கொண்டிருக்கும் தன் தந்தையின் காலடி ஓசையைச் செவியுற்றான். அவர் மெழுகுத்துணிப் பணப்பை ஒன்றைப் பிடித்துக்கொண்டிருந்தார்.

"இந்தா, ஜார்க், இது ரத்தத்திற்கான ஐநூறு க்ரோஷென்" அவனிடம் பணப்பையை நீட்டியபடியே அவர் சொன்னார்.

ஜார்க்கின் கண்கள் அகல விரிந்தன. கைகளை அந்த அருவருக்கத்தக்க பணப்பையை வாங்குவதிலிருந்து முடிந்த அளவு தடுப்பதைப்போல முதுகுக்குப் பின்னே மறைத்துக் கொண்டான்.

"என்ன?" மெலிந்த குரலில் கேட்டான். "ஏன்?"

அவன் தந்தை அவனைப் பார்த்து வியப்படைந்தார்.

"என்ன? ஏனா? ரத்த வரி கட்ட வேண்டுமென்பதை மறந்துவிட்டாயா?"

"ஓ, ஆமாம்" என்றான் ஜார்க். சுதாரித்துக்கொண்டான்.

பணப்பை இன்னும் அவன்முன் நீட்டப்பட்டிருந்தது. அவன் தன் கைகளை நீட்டினான்.

"நாளை மறுநாள் ஓரோஷ் குல்லாவிற்கு நீ கிளம்பியாக வேண்டும்." அவன் தந்தை தொடர்ந்தார்: "கால்நடையாக ஒருநாள் பயணம்."

ஜார்க் எங்கேயும் போக விரும்பவில்லை.

"அதைத் தள்ளிப்போட முடியாதா அப்பா? உடனே பணம் கொடுத்தாக வேண்டுமா என்ன?"

"ஆம் மகனே, உடனே. எவ்வளவு விரைவாக முடியுமோ அவ்வளவு விரைவாக அது தீர்க்கப்பட வேண்டும். கொன்றவுடனேயே கண்டிப்பாக ரத்த வரி செலுத்தப்பட வேண்டும்."

பணப்பை இப்போது ஜார்க்கின் வலது கையில் இருந்தது. அது கனமாகத் தெரிந்தது. அதில் இருந்ததெல்லாம் இந்த நாளை எதிர்பார்த்து அந்தக் குடும்பம் வாராவாரம் மாதாமாதம் என்று மிச்சம் பிடித்துச் சேமித்திருந்த பணம்.

"நாளை மறுநாள்" அவன் தந்தை மறுபடியும் சொன்னார், "ஓரோஷின் குல்லாவிற்கு."

அவன் சன்னலுக்குச் சென்று வெளியே எதையோ வெறிக்கப் பார்த்துக்கொண்டிருந்தான். திருப்தியின் மினுமினுப்பொன்று அவன் கண்ணில் இருந்தது.

"இங்கே வா" என்று அவர் தன் மகனிடம் அமைதியாகச் சொன்னார்.

ஜார்க் தன் தந்தையிடம் சென்றான்.

முற்றத்தில் கம்பித் துணிக்கொடியில் சட்டை ஒன்று தொங்கியபடியிருந்தது.

"உன் அண்ணனுடைய சட்டை" ஏறக்குறைய கிசுகிசுக்கும் குரலில் அவர் சொன்னார், "மெஹிலுடைய சட்டை."

ஜார்க்கால் அதிலிருந்து தன் கண்களை எடுக்க முடியவில்லை. அது வெள்ளையாகக் காற்றில் படபடத்தது, அசைந்தது, குதூகலமாக அலைபாய்ந்தது.

அவனது சகோதரன் கொலையுண்ட நாளன்று உடுத்தியிருந்த சட்டையை ஒன்றரை ஆண்டுகளுக்குப் பிறகு ஒருவழியாக அவன் தாயார் அன்று துவைத்தார். ஒன்றரை ஆண்டுகளாக வீட்டின் மேல்தள அறையில், கானூன் ஆணைப்படி, ரத்தப்பழி தீர்க்கப்பட்ட நாள்வரை, ரத்தம் தோய்ந்ததாகவேதான் அது தொங்கிக்கொண்டிருந்தது. ரத்தக்கறை மஞ்சள் நிறமாக மாறத் தொடங்கியபோது, மக்கள் சொன்னார்கள், கண்டிப்பாக இறந்த மனிதன் அமைதியுறாமல் தவிப்பதன் அடையாளம்தான் இது, அவன் பழிதீர்க்கத் தவிக்கிறான். அந்தச் சட்டை, தவறே செய்யாத காற்றழுத்தமானி, பழி தீர்த்தலுக்கான தருணத்தைக் குறிப்புணர்த்திக்கொண்டிருந்தது. சட்டை வழியாகவே இறந்த மனிதன் தான் படுத்திருந்த நிலத்தின் ஆழத்திலிருந்து சமிக்ஞைகளை அனுப்பினான்.

தனியே இருக்கும்போது எத்தனை முறை ஜார்க் அந்தச் சட்டையைப் பார்ப்பதற்கென்று ஊழ்பீடித்த அந்த மேல் தளவறைக்கு ஏறியிருப்பான்! ரத்தம் மேலும் மேலும் மஞ்சளாக மாறியது. இறந்த மனிதன் அமைதி காணவில்லையென்பதையே அது குறித்தது. எத்தனை முறை ஜார்க் அந்தச் சட்டையைத் தன்

கனவுகளில் கண்டிருந்தான், தண்ணீரிலும் சவர்க்கார நுரையிலும் துவைக்கப்பட்டதாக, இளவேனிற் பருவத்தின் வானத்தைப்போல அதன் வெண்மை பளிச்சிட. ஆனால் காலையில் அவன் எழுந்திருக்கும்போது அது இன்னும் அங்கேயே இருக்கும், உலர்ந்த ரத்தத்தின் பழுப்புக் கறைச் சிதறலுடன்.

ஒருவழியாக இப்போது அந்தச் சட்டை துணிக்கொடியில் தொங்கிக்கொண்டிருக்கிறது. ஆனால் அது ஜார்க்குக்கு ஆறுதலை அளிக்கவில்லை என்பதுதான் வினோதம்.

இதற்கிடையில், பழைய கொடி கீழிறக்கப்பட்டுப் புதிய கொடி மேலேற்றப்படுவதைப்போல, க்ரியேச்சூச்சேவின் குல்லாவில் புதிதாகப் பலியானவனின் ரத்தச் சட்டையைத் அவர்கள் தொங்கவிட்டிருந்தார்கள்.

குளிர், கோடை என எந்தப் பருவமும் உலர்ந்த குருதியின் நிறத்தைப் பாதிக்கும். அந்தச் சட்டை நெய்யப்பட்டிருந்த துணியின் தன்மையையும் அது பாதிக்கும். ஆனால் யாருமே அவற்றையெல்லாம் கணக்கிலெடுத்துக்கொள்ள விரும்பவில்லை. அந்த மாற்றங்கள் அனைத்தும், யாரால் அனுப்பப்படுவது என்று யாரும் வினவத் துணிந்திராத, மர்மக் குறிப்புகள்.

# 2

உயர்ந்த மேட்டுநிலத்தின் வழியே ஜார்க் பலமணி நேரங்களாகப் பயணித்துக்கொண்டிருந்தான். ஓரோஷ் கிராமத்தின் குல்லா அருகிலிருக்கும் அறிகுறியே இல்லை.

சலித்துக்கொண்டிருந்த மழையினடியில் பெயரற்ற தரிசு நிலங்களும், அவன் அறிந்திராத பெயர்களைக் கொண்ட பொட்டல் வெளிகளும் வெறிச்சிட்டவையாயும் துயரார்ந்தவையாயும் ஒன்றன்பின் ஒன்றாகப் பார்வைக்கு வந்தன. அவற்றுக்கப்பால் மூடுபனி முக்காடிட்ட மலைத் தொடர்களை அனுமானிக்க மட்டுமே முடிந்தது. அந்த மூடுதிரையினூடே வேறுபட்ட உயரங்களைக்கொண்ட உண்மையான சிகரத் தொடர்களுக்குப் பதிலாக, கானல்நீரால் பலவாகத் தோற்றம் பெற்ற, பெரும் ஒற்றை மலையினுடைய மங்கிய பிரதிபலிப்பையே தான் பார்ப்பதாக நினைத்துக்கொண்டான். மூடுபனி அவற்றைத் தெளிவற்றவையாக ஆக்கிவைத்திருந்ததுதான், ஆனால், அவற்றின் பாறைகளும் செங்குத்துச் சரிவுகளும் ஒரு நல்ல காலநிலையில் தெரிவதைக் காட்டிலும் கூடுதலான நெருக்கத்தில் தோன்றியமை வினோதமாக இருந்தது.

பாதங்களின்கீழ் கூழாங்கற்களின் மந்தமான உராய்வொலியை ஜார்க் கேட்டான். சாலையோரக் கிராமங்கள் வெகு தொலைவு தள்ளியிருந்தன. ஆட்சிப் பணிகளுக்கான இடங்களோ அல்லது விடுதிகளிருக்கும் இடங்களோ இன்னும் அரிதாகவே தென்பட்டன. ஆனால் அவை நிறையவே காணப்பட்டிருந்தாலும் ஜார்க் அவற்றிலெதிலும் தாமதித்திருக்க மாட்டான். இரவு தொடங்கும் நேரத்திற்குள் அவன் ஓரோஷ் குல்லாவில் இருந்தாக வேண்டும், குறைந்தது மாலைக்குள்ளாகவாவது, அப்போதுதான் மறுநாள் அவனால் சொந்த ஊருக்குத் திரும்ப முடியும்.

பெரும்பாலான பகுதிகளில் சாலை வெறிச்சோடித்தான் கிடந்தது. எப்போதாவது துணையற்ற மலைவாசிகள், அவனைப் போலவே, மூடுபனியினூடே புலப்பட்டு எங்கோ போய்க்கொண்டிருந்தார்கள். தொலைவிலிருந்து பார்க்கும்போது அந்த மூடுபனி நாளின் ஒவ்வொன்றையும்போல அவர்களும் பெயரற்றவர்களாயும் உருவழிந்தவர்களாயும் தெரிந்தார்கள்.

சாலையைப்போன்றே குடியிருப்புகளும் அரவமற்றிருந்தன. சரிந்த கூரையின்மேல் அசைந்தெழும் புகையிறகுகளுடன் சில வீடுகள் அங்குமிங்குமாகச் சிதறிக் கிடந்தன. "வீடெனப்படுவது கணப்படுப்புக் கல்லைக் கொண்ட, புகை உமிழ்கிற கற்கட்டிடம் அல்லது குடிசை அல்லது அவைபோன்ற ஓர் அமைப்பு." *கானூ*னில் காணப்படுகிற, அவன் சிறுவயது முதலே அறிந்திருந்த, வசிப்பிடம் பற்றிய இந்த வரையறை தனக்கு ஏன் இப்போது நினைவிற்கு வருகிறது என்று அவனுக்குத் தெரியவில்லை. "முற்றத்தில் நின்று குரல் கொடுக்காமல் யாரும் வீட்டினுள் பிரவேசிப்பதில்லை". "ஆனால் எனக்கோ எங்கும் கதவைத் தட்டும் அல்லது உள்ளே நுழையும் எண்ணமில்லை" என்று துயரத்துடன் தனக்குச் சொல்லிக்கொண்டான்.

மழை இன்னும் பெய்துகொண்டிருந்தது. வழியில் சோள மூட்டைகளைச் சுமந்தபடி ஒற்றை வரிசையில் நடந்து கொண்டிருந்த இன்னொரு மலைவாசிக் குழுவையும் அவன் கடந்தான். பளுவினடியில் அவர்களுடைய முதுகுகள் ஒருவர் எதிர்பார்ப்பதைவிட அதிகமாவே கூனிட்டிருந்ததாகத் தோன்றியது. ஈரத்தானியம் அதிகம் கனக்கும் என்று நினைத்துக் கொண்டான். தான் ஒருமுறை துணைப்படை ஆட்சியாளர் அலுவலகச் சேமிப்புக் கிடங்கிலிருந்து ஒரு மூட்டைச் சோளத்தைச் சுமந்தபடி கிராமத்திற்குச் செல்லும் வழி முழுவதும் மழையில் நனைந்துகொண்டே சென்றது நினைவிற்கு வந்தது.

பளுச் சுமந்த மலைவாசிகள் பின்தங்கிய பிறகு மீண்டும் நெடுஞ்சாலையில் அவன் தனித்து விடப்பட்டான். மருங்குகள் சில சமயம் பளிச்சென்று துலக்கமாகவும் சிலசமயம் பிரித்தறிய வியலாமலும் இருந்தன. சில சரிவுகளில் வெள்ளங்களும் நிலச்சரிவுகளும் சாலைவழியைக் குறுகலாக்கிவிட்டிருந்தன. "சாலை என்பது கொடிக்கம்பத்தின் நீளத்திற்கு அகலம் கொண்டதாய் இருக்கும்" மீண்டும் அவன் தனக்குத் தானே சொல்லிக்கொண்டான். சில சமயங்களில் சாலைகள்பற்றிக் *கானூ*னில் சொல்லப்பட்டிருப்பவை தன்னிச்சையாகவே மண்டைக்குள் ஓடிக்கொண்டிருப்பதையும் உணர்ந்தான். "சாலை என்பது மனிதர்கள், கால்நடைகள் ஆகியோரின் பயன்பாட்டிற்கானது, உயிரோடிருப்பவர்களின்

இடப்பெயர்ச்சிக்காயும் மரித்தவர்களின் செல்வழியாயும் இருக்கிறது.”

அவன் சிரித்துக்கொண்டான். எதைச் செய்தாலும் அதன் வரையறைகளிலிருந்து அவனால் தப்பிக்க இயலவில்லை. கானூன் மேலோட்டமாகத் தெரிவதைக் காட்டிலும் அதிக வலிமை கொண்டதாக இருந்தது. நிலங்களை, நில எல்லைகளை அதன் ஆற்றல் வளைத்து ஒவ்வோர் இடத்தையும் எட்டியிருந்தது. கட்டிடங்களின் அடித்தளங்களுக்குள், கல்லறைகளுக்குள், தேவாலயங்களுக்குள், சாலைகளுக்குள், சந்தைகளுக்குள், திருமணங்களுக்குள் தன்னை ஊடுருவியிருந்தது. மலைகளின் மேய்ச்சல் நிலங்களின்மேல் ஏறியிருந்தது. இன்னும் உயரே, எல்லாக் கொலைகளுக்கும் பெருமளவு காரணமாய் இருந்த நீரோடைகளை நிரப்பும் மழையின் உருவில் கீழிறங்கும் வானம் வரைகூட.

தான் ஒரு மனிதனைக் கொன்றேயாக வேண்டும் என்று தன்னைத்தானே சமாதானப்படுத்திக்கொண்ட முதல் தருணத்தின்போது ரத்தப் பழியைப்பற்றிப் பேசும் விதியின் அத்தனை பிரிவுகளையும் ஜார்க் நினைவில் இருத்தியிருந்தான். சுடும்போது சரியான வார்த்தைகளைச் சொல்வதற்குமட்டும் நான் மறந்துவிடாமலிருந்தால் போதும் என்று நினைத்துக்கொண்டான். அதுதான் முக்கியமான விஷயம். அப்புறம் அவனைச் சரியான நிலையில் புரட்டிப்போட்டு அவனுடைய ஆயுதத்தை அவனுடைய தலைமாட்டில் வைப்பதற்கும் மறந்துவிடாதிருக்க வேண்டும். அது இன்னொரு முக்கியமான விஷயம். மற்றதெல்லாம் எளிதுதான், பிள்ளை விளையாட்டைப்போல.

எப்படியிருந்தாலும் ரத்தப் பழிக்கான பிரிவுகள் விதியின் ஒரு சிறு பகுதிதான். ஒரேயொரு அத்தியாயம்தான். வாரங்களும் மாதங்களும் கடந்தபோது குருதியில் தோயாத அன்றாட வாழ்வு குறித்த அதன் மற்றொரு பகுதியும், எங்கே ஒரு பகுதி முடிகிறது எங்கிருந்து அடுத்த பகுதி துவங்குகிறது என்று நிஜமாகவே யாராலும் சொல்ல முடியாத அளவிற்கு, ரத்தப்பழிப் பகுதியுடனேயே பிரிக்க முடியாத வகையில் பிணைந்திருப்பதை ஜார்க் புரிந்துகொண்டான். ஒன்றை மற்றொன்று உருவாக்கும் வகையில் அதன் முழுமை நன்கு அமைவு கொண்டிருந்தது. கறையற்றது இரத்தக் கறையைப் பிறப்பிக்கிறது. பிறகு பின்னது முன்னதை. பிறகு தலைமுறையிலிருந்து தலைமுறைக்கு என்று என்றென்றைக்குமாக.

தொலைவில் ஜார்க் குதிரைகளின்மேல் அமர்ந்துவரும் மக்கள் குழுவைப் பார்த்தான். அவர்கள் அவனை நெருங்கியபோது அவர்களின் நடுவே மணப்பெண்ணை அவனால் கண்டுகொள்ள

முடிந்தது. அந்த ஊர்வலத்தினர் மணப்பெண்ணை அவளுடைய கணவனிடம் கொண்டுவிடச் சென்றுகொண்டிருக்கும் அவளுடைய உறவுக்காரர்கள் என்பதையும் அவன் அறிந்தான். மழையில் முழுக்க நனைந்து சோர்வுற்றவர்களாய் அவர்கள் காணப்பட்டார்கள், குதிரைகளின் மணிச்சத்தம் மட்டுமே சிறிது உயிர்ப்பை அந்தச் சிறு ஊர்வலத்திற்கு வழங்கிக்கொண்டிருந்தது.

ஜார்க் அவர்கள் கடந்துசெல்ல வழிவிட்டு ஒதுங்கினான். குதிரைக்காரர்கள் அவனைப்போலவே தங்கள் ஆயுதங்களை மழையிலிருந்து பாதுகாப்பதற்காக அவற்றின் முகப்பகுதியைத் தாழ்த்திப் பிடித்திருந்தார்கள். சந்தேகத்திற்கிடமின்றி மணப்பெண்ணின் ஆடையணிமணிகளை உள்ளடக்கியதாயிருக்கும் பலநிறப் பொதிகளைப் பார்த்துக் கொண்டிருந்த ஜார்க் அவற்றின் எந்த மூலையில், எந்தப் பெட்டியில், எந்தப் பொட்டலத்தில், பூவேலை செய்யப்பட்ட எந்த இடையாடையில் மணப்பெண்ணின் பெற்றோர்கள், விதியின்படி, மணப்பெண் மணமகனை விட்டுச்செல்வதற்கு முயலக்கூடுமானால் அவளைக் கொல்வதற்கு உரிமையுள்ள அவனுக்கான 'சீதனத் தோட்டாவை' வைத்திருக்கக்கூடும் என்று யோசித்தான். அந்தச் சிந்தனை, நாள்பட்ட வியாதியால் அவன் மணந்துகொள்ள முடியாமல்போன, இறந்துவிட்ட, மணவுறுதி செய்விக்கப்பட்ட பெண்ணின் நினைவுடன் கலந்தது. தாண்டிச்செல்லும் திருமண விழாவொன்றை எப்போது கண்ணுற்றாலும் அவள் நினைப்பை அவனால் தவிர்க்கவியலாதிருந்தது, என்றாலும் அன்று, மிக வினோதமாக, அவனுடைய வலி ஓர் ஆறுதல் தரும் நினைப்பால் குறைந்தது: ஒரு விதவையாக நீண்ட வாழ்நாளைப் பெறுவதைக் காட்டிலும், அவன் அவளை எங்கே திரும்பச் சந்திக்கவிருக்கிறானோ அங்கே அவனுக்குமுன் விரைவிலேயே போய்ச் சேர்ந்தது அவளுக்கு நல்லதுதான். அவனும், கணவனை விட்டு நீங்கும் மனைவியைக் கொல்வதற்காகப் பெண்ணின் பெற்றோர் இளம்கணவனுக்குக் கொடுத்தனுப்பியாக வேண்டிய சீதனத் தோட்டாவைக் கண்டிப்பாக ஆற்றுப் பள்ளத்தாக்கிற்குள் விட்டெறிந்திருப்பான். அல்லது இப்போது அவள் அவனை விட்டுச்சென்றுவிட்ட நிலையில், உயிருடன் இல்லாத ஒருத்தியைக் கொலைசெய்வது என்கிற கருத்து ஒரு மாயாவியுடன் சண்டையிடுவதைப்போல நிஜமற்றதாய்த் தோன்றுவதாக அவன் உணர்ந்திருக்கக்கூடும்.

மணப்பெண்ணின் உறவினர்கள் அவன் மனதிலிருந்து அழிவதற்கு முன்பே பார்வையிலிருந்து மறைந்துவிட்டிருந்தார்கள். அனைத்து விதிகளையும் பின்பற்றிச் சாலையின்மேல் பயணித்துக்கொண்டிருந்த அவர்களையும், ஊர்வலத்தின்

இஸ்மாயில் கதாரே

இறுதியில் சென்றுகொண்டிருந்த உறவினர்களின் தலைக்கட்டான க்ரூஷ்கப்பரையும் அவன் நினைத்துப்பார்த்தான். ஒரேயொரு வேறுபாடு என்னவென்றால், முகத்திரையினடியில் அந்த மணமகளுக்குப் பதிலாகத் தனக்கு மணவுறுதி செய்விக்கப் பட்டவளை அவன் கற்பனை செய்துகொண்டான். "திருமண நாள் ஒருபோதும் ஒத்திவைக்கப்பட மாட்டாது" என்றது விதி. "மணமகள் செத்துக்கொண்டிருந்தாலும் சரி, கல்யாண வீட்டார்கள் புறப்படவே செய்கிறார்கள், அவசியமானால் மணமகன் வீடுவரை அவளை இழுத்துக்கொண்டேயாகிலும்." ஜார்க் அவனுக்கு மணவுறுதி செய்யப்பட்டவளின் நோய்க் காலத்தில், அண்மித்துக்கொண்டிருந்த திருமண நாளைப்பற்றி அவனுடைய வீட்டார் பேசியபோதெல்லாம், இந்த வார்த்தைகள் திரும்பத் திரும்பச் சொல்லப்படுவதை அடிக்கடி கேட்டிருந்தான். "வீட்டில் சாவு நடந்தாலும் கல்யாணக் கூட்டம் விழாவுக்குத் தயாராகவே இருக்கிறது. வீட்டினுள் மணப்பெண் நுழையும்போது இறந்த நபர் வெளியேறுகிறார். கண்ணீர் ஒருபுறம், பாடல் மறுபுறம்."

அவனே வலிந்து வரவழைத்துக்கொண்ட இந்த நினைவுகள் அவனைச் சோர்வடையச் செய்தன. அவன் எதையும் நினையாதிருக்க முயற்சி செய்தான். சாலையின் இருபுறமும் நீண்ட துண்டுகளாகத் தரிசு நிலங்கள் இழுபட்டன. பிறகு மறுபடியும் பெயரற்ற பாழ்நிலங்கள். வலப்பக்கம் எங்கோ நீராலையைப் பார்த்தான். பிறகு இன்னும் தொலைவில் ஒரு ஆட்டு மந்தைக் கூட்டத்தையும் ஒரு தேவாலயத்தையும் அதன் கல்லறைத் தோட்டத்தையும் பார்த்தான். அவன் அவற்றை நோக்கித் தலையைத் திருப்பாமலேயே கடந்துகொண்டிருந்தான். ஆனாலும் ஆலைகள், மந்தைகள், தேவாலயங்கள், கல்லறைகள் ஆகியவை தொடர்பான விதிகளின் பகுதிகளை நினைவுகூர்வதிலிருந்து அவனைத் தடுத்துவிடவில்லை. "பாதிரியார்களுக்கு ரத்தப் பழியில் பங்கில்லை." "ஒரு குடும்பம் அல்லது ஒரு குலத்தின் கல்லறைகள் நடுவே வெளியாட்களின் கல்லறை இருப்பதில்லை."

"போதும்" என்று கத்த வேண்டும்போல இருந்தது. ஆனால் அதைச் சொல்வதற்கான துணிச்சலை அவனால் பெற முடிய வில்லை. தலையைத் தாழ்த்தியபடி அதே கதியில் போய்க்கொண் டிருந்தான். தொலைவில் விடுதியொன்றின் கூரையைப் பார்க்க முடிந்தது. இன்னும் தொலைவில் ஒரு கன்னிமாடம், பிறகு மற்றொரு ஆட்டு மந்தை, அதற்கப்பால் கூரைப் புகை, ஒருவேளை ஏதேனும் ஒரு குடியிருப்பு. இதெல்லாவற்றிற்கும் நூற்றாண்டுப் பழமையான புனிதச் சட்டங்கள் இருந்தன. அவற்றிலிருந்து தப்ப முடிந்ததில்லை. தப்ப முயன்று வெற்றி பெற்றவர் யாரும் இல்லை. என்றாலும்... "பாதிரியார்களுக்கு ரத்தப் பழியில் பங்கில்லை"

அவன் திரும்ப ஒருமுறை விதியின் நன்கு அறியப்பட்ட அந்த உட்பிரிவைச் சொல்லிக்கொண்டான். கன்னிமாடத்தைத் தெளிவாகப் புலப்படுத்திய சாலைச் சரிவில் சென்றபடி அதை யோசித்துக்கொண்டிருந்தான். தான் மட்டும் பாதிரியாக இருந்திருந்தால் *கானூனி*லிருந்து விலக்களிக்கப்பட்டிருப்போம் என்று எண்ணிக்கொண்டான். பிறகு அந்த எண்ணம் பெண் துறவிகள், அவர்கள் இளம் பாதிரிமார்களோடு வைத்துக்கொண்டிருந்த காதலுறவுகள் ஆகியவை குறித்து மக்கள் பேசிக்கொண்டது பற்றிய நினைவுகளோடும், மேலும் தானே ஒரு பெண் துறவியுடன் காதலுறவு கொள்வதற்கான வாய்ப்புகள்பற்றிய கற்பனையோடும் கலந்தது. ஆனால் பெண் துறவிகள் தங்கள் தலைகளைச் சிரைத்துக்கொள்வார்கள் என்பதை எண்ணி அந்தக் கற்பனையை ஒதுக்கித் தள்ளினான். ஆனாலுமே நான் பாதிரியாராக இருந்திருக்கலாம்தான் என்று நினைத்தான், *கானூனு*க்கு உட்படாத குடிமகனாக இருந்திருப்பதற்காகவாவது. ஆனால் சந்தேகமில்லாமல் விதியின் மற்றப் பிரிவுகள் பாதிரியார்களுக்குச் செல்லுபடியாகக் கூடியதுதான். அவர்கள் ரத்தப் பழியை ஒழுங்குபடுத்தும் ஏற்பாடுகளிலிருந்து மட்டும்தான் விலக்குப் பெற்றிருந்தார்கள்.

ஒருகணம், பசைப்பொறியில் சிக்குண்ட பறவையாய் *கானூனி*ன் குருதிக்கறை படிந்த பகுதிகளில் தான் சிக்குண்டிருப்பதாய் அவன் உணர்ந்தான். உண்மையாகவே அந்தப் பகுதி இன்றியமையாத கூறாகத்தான் இருந்தது, ஆனாலும் அதன் கண்ணிகளில் எல்லாரும்தானே கோர்க்கப்பட்டிருந்தார்கள் என்று உன்னை நீயே தேற்றிக்கொள்வதில் பொருள் ஒன்றுமில்லை. பாதிரியார்களைத் தவிரவும் ரத்தச் சட்டத்திற்குத் தப்பிய ஏராளமான மற்ற மக்களும் இருக்கத்தான் செய்தார்கள். அவன் ஏற்கெனவேவேறொருதறுவாயில் அதைநினைத்துப்பார்த்ததுண்டு. உலகமானது இரண்டு பகுதிகளாகப் பிரிக்கப்பட்டது: ரத்தச் சட்டத்திற்குள் விழுந்தவர்கள் ஒரு பகுதி, மற்றொரு பகுதி அந்தச் சட்டத்திற்கு வெளியே இருப்பவர்கள்.

ரத்தச் சட்டத்திற்கு வெளியே. அவன் கிட்டத்தட்ட ஏக்கப் பெருமூச்சொன்றை வெளியிட்டான். அப்படியான குடும்பங்களில் வாழ்க்கை எதைப்போல இருந்திருக்கும்? அவர்கள் காலைகளில் எப்படி எழுந்தார்கள்? இரவில் எப்படிப் படுக்கைகளுக்குச் சென்றார்கள்? அதெல்லாம் நம்ப முடியாததாகத் தோன்றியது, பறவைகளின் வாழ்க்கையைப்போல அத்தனை வேறுபட்ட இயல்புடையதாக. இன்னும் அத்தகைய இல்லங்கள் இருக்கத்தான் செய்தன. சொல்லப்போனால் எழுபது ஆண்டுகளுக்கு முன்பு, ஒரு மனிதன் அவர்கள் வீட்டுக் கதவைத் தட்டிய ஊழ் பீடித்த

ஓர் இலையுதிர்கால இரவுவரை, அவனுடைய சொந்த வீடே அவ்வகைப்பட்டதாகத்தான் இருந்தது.

ஜார்க்கினுடைய தந்தை, அவருடைய தந்தையிடமிருந்து அவர் அறியப்பெற்றிருந்த, க்ரியேச்சூச்சே குடும்பத்தவருடனான பகையின் கதையை அவனுக்குச் சொல்லியிருந்தார். இருபுறமும் பக்கத்திற்கு இருபத்தியிரண்டென்று மொத்தம் நாற்பத்து நான்கு கல்லறைகளால் குறியிடப்பட்ட, கொலைகளுக்குமுன் சொல்லப்பட வேண்டிய ஒரே அமைப்புடைய சொற்றொடர் களைக் கொண்ட, ஆனால் பேச்சைவிட அதிகமான மௌனத்துடன், தேம்பல்களுடன், இறுதி விருப்பத்தை வெளிப்படுத்தவியலாமல் உள்ளழுத்தும் தொண்டையின் சாக்குழறலுடன், மூன்று புகழ்ப் பாடல்களுடன், அவற்றிலொன்று மறக்கப்பட்டுவிட்டது, தவறுதலாகக் கொல்லப்பட்டுப் பின் விதிகளின்படி நட்டயீடு வழங்கப்பட்டுவிட்ட ஒரு பெண்ணின் கல்லறையுடன், அடைக்கலக் கோபுரத்தினுள்* இருக்கும் இரண்டு குடும்பங்களையும் சேர்ந்த அடைபட்ட மனிதர்களுடன், கடைசி நேரத்தில் தோற்றுப்போன சமரச முயற்சிகளுடன், குறுகிய கால, நீண்ட காலச் சண்டை நிறுத்த ஒப்பந்தத்துடன் மணமேடையில் நிகழ்த்தப்பட்ட கொலையுடன், இழவு விருந்தும் அழுகையுமாக "பெரிஷா குடும்பத்தின் இன்னார் க்ரியேச்சூச்சே குடும்பத்தின் இன்னாரைச் சுட்டாயிற்று" அல்லது இதன் மறுதலையான அறிவிப்புடன், தீப்பந்தங்களுடனும் கிராமத்தினுள் வருவதும் போவதுமான, அந்தக் குரூர நடனத்தில் இணைந்துகொள்ள ஜார்க்கின் முறை வந்த அந்த மார்ச் 17இன் பிற்பகல் வேளை வரையிலான கதை அது.

இதெல்லாம் எழுபது ஆண்டுகளுக்கு முன், குளிரான அக்டோபர் இரவில் ஒரு மனிதன் அவர்கள் வீட்டுக் கதவைத் தட்டியதிலிருந்து தொடங்கியது. முதல் தடவையாக அந்த, கதவு தட்டப்பட்ட கதையைக் கேட்டபோது சிறுவனான ஜார்க் வினவினான், "யாராம் அந்த மனிதன்?" அந்தக் கேள்வி அந்த வீட்டில் பல தடவைகள் திரும்பத் திரும்பக் கேட்கப்படும். அப்போதும் பிறகும், யாரும் ஒருபோதும் அதற்குப் பதில் சொல்லப்போவதில்லை, யாரும் ஒருபோதும் அந்த மனிதன் யார் என்பதை அறிந்திராததால். இப்போதும்கூட மெய்யாகவே யாரோ தங்கள் வீட்டுக் கதவைத் தட்டினார்கள் என்பதை ஜார்க்கால் நம்பத்தான் முடியவில்லை. அறிமுகமற்ற பயணி என்பதைவிட அன்று கதவைத் தட்டியது பேயென்றோ அல்லது ஊழென்றோ கற்பனை செய்துகொள்வது அவனுக்கு எளிதாக இருந்தது.

* கொலை செய்த மனிதர்கள் நிரந்தரப் புகலிடம் தேடி அடையும் சன்னல்களற்ற கோபுரம். அங்கே அவர்கள் கதவின் மறுபுறம் முடிவில்லாதபடி இருத்தப்பட்டு உணவும் நீரும் அளித்துப் பராமரிக்கப்படுவார்கள்.

கதவைத் தட்டியபின் அந்த மனிதன் மதிற் கதவிலிருந்தே அழைத்து அங்கே இரவுத் தங்கலுக்கு அனுமதி கேட்டான். குடும்பத் தலைவர், ஜார்க்கின் தாத்தா, அவனுக்குக் கதவைத் திறந்து விட்டார். அவர்கள் அவனை மரபுப்படி வரவேற்று, உணவளித்துப் படுக்கையும் தயார் செய்தார்கள். பிறகு மறுநாள் அதிகாலை, மரபுப்படியே, குடும்ப உறுப்பினர் ஒருவர், அவன் தாத்தாவின் தம்பி, கிராமத்தின் வெளி எல்லைவரை அந்த அறிமுகமற்ற விருந்தினனுக்குப் பாதுகாப்பாகச் சென்றார். அந்த மனிதனை அங்கே கொண்டுபோய் விட்ட அதே கணத்தில் அவர் ஒரு வெடிச் சத்தத்தைக் கேட்டார். அந்த வேற்றாள் விழுந்து கிடந்தான், பிணமாக. மிகச் சரியாக அந்தக் கிராம நிலத்தின் எல்லையின்மேல். இப்போது, *கானூனின்*படி, நீங்கள் உடனழைத்துச் சென்ற விருந்தினன் உங்கள் கண்முன்பே கொல்லப்படும்போது நீங்கள் அவனுக்காகப் பழி வாங்க வேண்டியவர் ஆகிவிடுகிறீர்கள். ஆனால் உங்கள் முதுகைக் காட்டித் திரும்பிய பிறகு அவன் தாக்கப்பட்டு விழுந்திருந்தால் அந்தப் பொறுப்பிலிருந்து நீங்கள் விடுவிக்கப்பட்டுவிடுவீர்கள். உண்மையில் அந்த விருந்தினனுக்குப் பாதுகாப்பளித்த மனிதர் அவன் தாக்கப்படுவதற்கு முன்பே தன் முதுகைக் காட்டித் திரும்பிவிட்டார்தான். எனவே அவனுக்காகப் பழிவாங்கும் பொறுப்பும் அவருக்கில்லைதான். ஆனால் நடந்ததை யாரும் பார்த்திருக்கவில்லை. அது விடியற்காலை நேரமாக இருந்துவிட்டதால் அக்கம்பக்கத்தில் இருந்தவர்களாலும் அந்த விஷயத்தைச் சரிபார்க்க முடியவில்லை. அப்படியும்கூட, இறந்தவனின் பாதுகாவலருடைய வார்த்தைகள் ஏற்றுக்கொள்ளப் பட்டிருக்கும், ஒரு மனிதனின் வார்த்தைகளை *கானூன்* நம்புவதால். விருந்தினனுடன் சென்ற மனிதர் கொலை நிகழ்ந்த சமயத்தில் அவனிடம் விடைபெற்றுக்கொண்டு தன் முதுகுப்புறமாகத் திரும்பிவிட்டாரென்பது உறுதி செய்யப்பட்டுவிட்டதாகவே எடுத்துக்கொள்ளப்பட்டிருக்கும், இன்னொரு பிரச்சினை முளைத்திருக்காவிட்டால். அது பலியானவனின் உடல் கிடந்த நிலை. முன்பின் தெரியாத விருந்தினனுக்காகப் பழி தீர்க்கும் கடமை பெரிஷாக்களின்மேல் விழுந்ததா இல்லையா என்பதைத் தீர்மானிப்பதற்காக உடனே ஏற்படுத்தப்பட்ட குழு ஒவ்வொரு விஷயத்தையும் நுணுக்கமாகப் பரிசீலனை செய்தபின் இறுதியில் பெரிஷாக்கள்தான் உறுதியாக அவனுக்காகப் பழி தீர்க்க வேண்டியவர்கள் என்ற முடிவிற்கு வந்தது. அந்த வேற்றாள் தன் தலை கிராமத்தைப் பார்த்து இருக்கும்படிக் குப்புற விழுந்திருந்தான். அந்தக் காரணத்தால், விதியின்படி, வேற்றாளுக்குத் தங்க இடமும் கொடுத்து உணவும் அளித்த பெரிஷா, அவன் கிராமத்து நிலங்களைவிட்டுச் செல்லும்வரை

அவனைப் பாதுகாக்க வேண்டிய கடமை உள்ளவனாதலால், இப்போது அவனுக்காகப் பழி தீர்த்தேயாக வேண்டும்.

பிணத்தைச் சுற்றி மணிக்கணக்காகக் குழுவினர் விவாதித்துக் கொண்டிருந்த மரத்தடியிலிருந்து பெரிஷா குடும்பத்து மனிதர்கள் மௌனமாகத் திரும்பினார்கள்; குல்லா சன்னல்களிலிருந்து பெண்களுக்குப் புரிந்துவிட்டிருந்தது. மெழுகைப்போல வெளுத்துப் போயிருந்த அந்தப் பெண்கள் ஆண்களின் வார்த்தைகளை அரைகுறையாகக் கேட்டுவிட்டு மேலும் வெளிறிப் போனவர்களாய் மாறிவிட்டிருந்தார்கள். இருந்தும், விருந்தாளி என்பவன் புனிதமானவனென்பதால், தங்கள் வீட்டிற்குச் சாவைக் கொண்டுவந்த அந்த முன்பின் தெரியாத விருந்தினனுக்கெதிராக எந்த வசவும் அவர்களால் முணுமுணுக்கப்படவில்லை, மேலும் ஒரு மலைவாசியின் வீடு என்பது, அவனுக்கும் அவனுடைய குடும்பத்தவர்க்குமான இல்லம் என்பதற்கும் முன்னால், கடவுளின், விருந்தாளிகளின் இல்லம்.

அதே அக்டோபர் நாளிலேயே அந்த முன்பின் தெரியாத பயணியைச் சுட்டது யார் என்பதும் தெரியவந்தது. அது க்ரியேச்சூச்சே குடும்பத்தைச் சேர்ந்த ஓர் இளைஞன். அவனை ஒரு காபிக் கடையில் வைத்துப் பெண்ணொருத்தியின் எதிரில், அவளும் அறிமுகமற்றவள், இந்த மனிதன் புண்படுத்தி யிருந்தானாம். அதற்காக அவன் இவனை நெடுநாட்களாகவே கண்காணித்துக்கொண்டிருந்திருக்கிறான். இவ்வாறாக, அந்த அக்டோபர் நாளின் இறுதியில் பெரிஷாக்கள் க்ரியேச்சூச்சேக் களின் பகையாளிகளாகத் தங்களை ஆக்கிக்கொண்டார்கள். அதுவரையில் அமைதியாக வாழ்ந்துகொண்டிருந்த ஜார்க்கின் குலம் இறுதியில் ரத்தப் பழியென்னும் பெரும் பொறி இயந்திரத்திற்குள் சிக்கிக்கொண்டுவிட்டது. அப்போது தொடங்கி நாற்பத்து நான்கு கல்லறைக் குழிகள் தோண்டப்பட்டாயிற்று. இன்னும் எத்தனை வரவிருக்கிறதோ யார் கண்டது? அத்தனையும் அந்த இலையுதிர் காலத்து இரவில் கதவு தட்டப்பட்டதால் வந்த வினை.

பல சமயம், தனியாக இருக்கும்போது, மனதை அலையவிடும்போது, இறந்துபோன விருந்தாளி தங்களுடைய குல்லாவின் கதவைத் தட்டியதற்குப் பதிலாக வேறொரு கதவைத் தட்டியிருந்தால் தன் குலத்தின் வாழ்க்கை எப்படி ஓடியிருக்கும் என்று ஜார்க் கற்பனை செய்ய முயன்றிருக்கிறான். ஏதோ மாயம் நடந்து அந்தத் தட்டல் யதார்த்தத்திலிருந்து மறைந்துபோய்விட முடிந்தால் (இந்த விஷயத்தில் ஜார்க் பழங்கதைகளின் கருப்பொருள்கள் மிக நிஜமானவையாகவே

இருக்க வேண்டும் என்று எண்ணிக்கொண்டான்.) பிறகு, ஓ, பிறகு நாற்பத்து நான்கு கல்லறைகளிலிருந்தும் தடித்த கற்பலகைகள் தூக்கப்படுவதையும், நாற்பத்து நான்கு இறந்த மனிதர்கள் பிழைத்தெழுவதையும், அவர்கள் தங்கள் முகங்களிலிருந்து மண்ணை உதறிக்கொள்வதையும், வாழ்க்கைக்குத் திரும்புவதையும், கூடவே, பிறக்க முடியாமல் போன அவர்களின் குழந்தைகளையும், அந்தக் குழந்தைகள் இந்த உலகிற்குக் கொண்டுவர முடியாமல் போன பிஞ்சுகளையும் ஒருவரால் பார்க்க முடியும். அப்போது எல்லாமே வேறு மாதிரி இருக்கும்; வேறு மாதிரி. மந்திரத்தால் நிகழ்ந்தவற்றின் போக்கை யாராவது ஒருவர் சரிசெய்துவிட முடியுமானால் இதெல்லாமே நடக்கும்தான். ஓ, அவர் மட்டும் சற்றுத் தொலைவில் நின்றிருந்தால் . . . சற்றுத் தொலைவில்தான் . . . ஆனால் அவர் எங்கே நின்றிருக்க வேண்டுமோ மிகச் சரியாக அங்கேதான் நின்றிருந்தார். அதை இனிமேல் யாராலும் மாற்ற முடியாது, பலியான மனிதன் விழுந்திருந்த திக்கை யாராலும் மாற்ற முடியாததுபோல, பழமையான கானூனின் பிரிவுகளை யாராலும் ஒருபோதும் மாற்ற முடியாததைப்போல . . . கதவு மட்டும் தட்டப்பட்டிருக்காவிட்டால் எல்லாமே வேறு மாதிரியிருந்திருக்கும் என்பதை எண்ணிப் பார்க்கச் சில சமயம் அவன் அஞ்சினான். ஒருவேளை இது இந்த வழியில்தான் நடக்க வேண்டியிருந்திருக்கும் என்கிற எண்ணத்தில் தன்னைத் தானே தேற்றிக்கொண்டான். ஒருவேளை குருதிச் சுழலுக்கு வெளியே வாழ்க்கை கூடுதல் நிறைவோடு இருக்குமென்றால், அதே வாதத்தின்படி, அது கூடுதல் மந்தமானதாயும் பொருளற்றதாயும் இருக்கவும்கூடும். ரத்தப் பழியில் ஈடுபடாத குடும்பங்களை அவன் தன் நினைவிற்குக் கொண்டுவர முயன்றான். அவற்றில் மகிழ்ச்சிக்கான சிறப்பான அறிகுறிகளெதையும் அவனால் கண்டுபிடிக்க முடியவில்லை. அந்த ஆபத்திலிருந்து அவர்கள் தங்களைப் பாதுகாத்துக்கொண்டதாலேயே வாழ்க்கையின் மதிப்பை அறியாதவர்களாயும் அதன்பொருட்டு அவர்கள்தான் கூடுதலாக மகிழ்ச்சியற்றவர்களாயும் இருந்தார்கள் என்று அவனுக்குப் பட்டது. ரத்தப் பழியிலிருந்த குலங்களோ உள்ளார்ந்த அதிர்வொன்றால் பின்தொடரப்பட்ட, வேறுபட்ட ஒழுங்கிலமைந்த நாட்களிலும் பருவங்களிலும் வாழ்ந்தார்கள்; அந்த மக்கள் கூடுதல் அழகாயும், இளைஞர்கள் பெண்களின் ஆதரவுடனும் இருந்தார்கள். அவன் முதலில் கடந்திருந்த இரண்டு பெண் துறவிகளேகூட, அவன் சாவைத் தேடிக்கொண்டிருந்தானென்பதையோ அல்லது சாவு அவனைத் தேடிக்கொண்டிருந்தது என்பதையோ குறிக்கும், வகையில் சட்டைக் கையில் தைக்கப்பட்டிருந்த கருப்புப் பட்டையைக் கண்ணுற்றபோது, அவனை

வினோதமாகத்தான் பார்த்தார்கள். ஆனால் அது முக்கியமான விஷயம் இல்லை; அவனுக்குள் என்ன நிகழ்ந்துகொண்டிருந்தது என்பதுதான் முக்கியமான விஷயம். திகிலூட்டுகிற, அதே சமயத்தில் பெருமித மிக்க ஏதோ ஒன்று. அதை அவனால் விளக்க முடிந்திருக்காதுதான். இதயம் மார்பைத் திறந்து கொண்டு வெளியே துடித்துக்கொண்டிருந்ததாயும், மேலும் அது அம்மாதிரித் திறந்துகொண்டதால், எதுவொன்றிலும் எளிதில் களிப்பெய்தும்படி, சிறியதாலோ பெரியதாலோ, ஒரு வண்ணத்துப்பூச்சியாலோ, ஓர் இலையாலோ, எல்லையற்ற பனியாலோ, அல்லது அதே நாளில் விழுந்துகொண்டிருந்த, மனச்சோர்வூட்டும் மழையாலோ, ஏதொன்றினாலும் தாக்கி வீழ்த்தப்படும் விதத்தில் சட்டென்று காயம்படத்தக்கவனாயும் எல்லாவற்றுக்கும் உணர்ச்சிவசப்படுகிறவனாயும் தான் இருப்பதாக உணர்ந்தான். ஆனால் அதெல்லாவற்றையுமே அவன் இதயம்—வானமே அவன்மேல் இடிந்து விழக்கூடுமென்றாலும் — தாங்கும் சக்தியைக் கொண்டிருந்தது; இன்னும் அதனால் தாங்கவும் முடியும்.

அவன் மணிக்கணக்காக நடந்துகொண்டிருந்தான். ஆனாலும் முழங்காலில் மெல்லிய மரத்துப்போன உணர்வைத் தவிர மற்றப்படி அவன் களைப்படையவில்லை. மழை இன்னும் பெய்துகொண்டிருந்தது. ஆனால் நீர்த்துளிகள் சிதறல்களாகத்தான் இருந்தன, மேகங்களின் வேர்களை யாரோ செதுக்கியெறிந்துகொண்டிருந்ததைப்போல. சொந்த மாவட்டத்தின் எல்லைகளைக் கடந்து பிறிதொரு நிலப்பகுதியின் வழியே பயணிக்கிறோமென்பதில் ஜார்க் உறுதியாய் இருந்தான். நாட்டுப்புறம் பெரும்பாலும் ஒரே போலத்தான் தெரிந்தது; மலைகள் பிற மலைகளினுடைய தோள்களின் பின்புறமிருந்து ஆர்வத்தில் உறைந்திருந்தவைபோலத் தங்கள் தலைகளை எக்கிக்கொண்டிருந்தன. அவன் மலைவாசிகளின் சிறு குழுவொன்றைச் சந்தித்துத் தான் ஓரோஷ் கோட்டைக்கான சரியான சாலையில்தான் சென்றுகொண்டிருக்கிறோமா என்றும் இன்னும் எவ்வளவு தொலைவு இருக்குமென்றும் விசாரித்தான். அவர்கள் அவன் சரியான வழியில்தான் சென்றுகொண்டிருக்கிறானென்றும் ஆனால் இரவின் தொடக்கத்திற்குள் அங்கே போய்ச்சேர விரும்பினால் இன்னும் துரிதமாகப் போக வேண்டுமென்றும் சொன்னார்கள். பேசிக்கொண்டிருக்கும்போதே அவர்கள் பார்வை அவன் கரத்தின்மேலிருந்த கருப்புப் பட்டையை நோக்கிச் சரிந்தது. அதனால்தானோ என்னவோ, நடையை எட்டிப்போடும்படித் திரும்பவும் பரிந்துரைத்தார்கள்.

போகலாம், போகலாம் என்று ஜார்க் தனக்குத்தானே சொல்லிக்கொண்டதில் கசப்புணர்வு இல்லாமலில்லை. கவலை வேண்டாம், இரவு தொடங்குவதற்குள் வரியைச் செலுத்திவிட அங்கே நேரத்திற்கு நான் போய்ச்சேர்ந்துவிடுவேன். திடீரென்று உண்டான கோபத்தின் காரணமாவோ அல்லது தன்னிச்சையாகவே அந்த வெளியாட்களின் அறிவுரையைப் பின்பற்றும் விதத்திலோ, உண்மையில் யோசிக்காமலேயே தன் நடையில் விரைவைக் கூட்டினான்.

பழைய நீரோடைகளால் தடமிடப்பட்ட குறுகிய மேட்டுச் சமவெளியைக் குறுக்காகக் கடந்த சாலையில் இப்போது அவன் மட்டுமே தனித்திருந்தான். சுற்றிலுமிருந்த வயல்வெளிகள் கைவிடப்பட்டவையாயும் உழப்படாமலும் கிடந்தன. தொலைவில் இடிமுழக்கத்தைச் செவியுறுவதாக நினைத்துக்கொண்டு அண்ணாந்து பார்த்தான். மேகங்களுக்கிடையில் விமானம் மெதுவாகப் பறந்துகொண்டிருந்தது. கண்கள் வியப்புடன் அதன் பறத்தலைக் கொஞ்ச நேரம் பின்தொடர்ந்தன. பக்கத்து மாவட்டத்தில் பயணிகள் விமானமொன்று வாரத்திற்கு ஒருமுறை டிரானாவிலிருந்து ஐரோப்பாவிலிருக்கும் தொலைவான வெளிநாடொன்றிற்குப் பறக்கிறதென்று அவன் கேள்விப்பட்டிருந்தான், ஆனால் இதற்குமுன் ஒருபோதும் அதைப் பார்த்ததில்லை.

விமானம் மேகங்களினிடையே மறைந்துபோனதும் அவன் தன் கழுத்தில் வலியை உணர்ந்தான். பிறகுதான் அதை நெடுநேரமாக வெறிக்கப் பார்த்துக்கொண்டிருந்திருக்கிறோம் என்பதையும் உணர்ந்துகொண்டான். விமானம் தன் பின்னே பெரும் வெறுமையொன்றை விட்டுச்சென்றிருந்தது. ஜார்க் தன்னையறியாமல் நெட்டுயிர்த்துக்கொண்டான். திடீரென்று அவனுக்குப் பசித்தது. கையோடு கொண்டுவந்திருந்த ரொட்டியை யும் ஆட்டு வெண்ணெயையும் உட்கார்ந்து சாப்பிடுவதற்கு ஏதுவாக முறிந்து விழுந்த மரக்கிளையையோ அல்லது கல்லையோ தேடிச் சுற்றுமுற்றும் பார்த்தான். ஆனால் சாலையின் இருபுறங்களிலும் அங்கே கட்டாந்தரையையும் காய்ந்த நீரோடைகளையும் தவிர வேறெதுவும் இல்லை. இன்னும் கொஞ்ச தூரம் போவோம் என்று தனக்குள் சொல்லிக்கொண்டான்.

அடுத்த அரை மணிநேர நடையில் தொலைவில் விடுதியொன்றின் மேற்கூரையைக் கண்டான். அதை நோக்கி நீண்ட சாலையை ஓட்டமும் நடையுமாகக் குறுக்கே கடந்து வாயிலில் ஒருகணம் தயங்கிப் பின் உள்ளே நுழைந்தான். மலைப்பிரதேசங்களிலிருக்கும் மற்றெல்லாவற்றையும் போலவே அதுவும், பெயர்ப் பலகை இன்றி, செங்குத்தாக வேயப்பட்ட

கூரையோடு, வைக்கோல் வாடையுடனும் பொதுக்கூடம் ஒன்றுடனும் கூடிய வழக்கமான ஒரு விடுதிதான். நிறைய கரிந்த வடுக்களுள்ள, ஒரு நீண்ட கருவாலி மர உணவு மேசையின் இருபுறமும் அதே மரத்தால் செய்யப்பட்ட நாற்காலிகளின்மேல் சில வாடிக்கையாளர்கள் உட்கார்ந்திருந்தார்கள். அவர்களில் இருவர் பீன்ஸ் கிண்ணங்களை நோக்கிக் குனிந்தமர்ந்து அவதியவதியாகத் தின்றுகொண்டிருந்தார்கள். இன்னொருவன் மேசையின் பலகையிணைப்புகளை வெறித்துப் பார்த்துக் கொண்டிருந்தான், அவன் தலை அவனது கைகளால் தாங்கப்பட்டிருந்தது.

நாற்காலியொன்றில் அமர்ந்த ஜார்க் தன் துப்பாக்கியின் வாய்ப் பக்கம் தரையில் இடிப்பதை உணர்ந்தான். தோளிலிருந்து அந்த ஆயுதத்தை நெகிழ்த்தித் தொடைகளின் குறுக்காக வைத்துக்கொண்டபின் தலையை உதறி மேலாடை முக்காடைப் பின்புறமாகச் சரித்துக்கொண்டான். தனக்குப் பின்புறம் மற்ற மனிதர்களின் இருப்பை உணர்ந்தான். அதற்குப் பிறகே மேல்த்தளத்திற்கு இட்டுச்செல்லும் மாடிப்படிகளின் இருபுறமும் மலைவாசிகள் கருப்பு ஆட்டுத்தோல்களின் மீதும் கம்பளிப் பொதிகளின் மீதும் அமர்ந்துகொண்டிருப்பதைக் கவனித்தான். அவர்களில் சிலர் சுவர்மேல் சாய்ந்தபடி சோள ரொட்டிகளைத் தயிரில் தோய்த்துத் தின்றுகொண்டிருந்தார்கள். மேசையிலிருந்து தானும் எழுந்துகொள்ளலாமா என்று ஜார்க் யோசித்தான். எழுந்து அவர்களைப்போலவே தன்னுடைய பையிலிருந்து ரொட்டியையும் வெண்ணெயையும் எடுத்துக்கொள்ளலாம். ஆனால் அந்தக் கணத்தில் பீன்ஸின் மணம் அவன் நாசித் துளைகளை எட்டியது. உடனே ஒரு தட்டு சூடான பீன்ஸை அவன் விரும்பினான். அவன் தந்தை அவனுக்கு ஒரு நாணயம் தந்திருந்தார். ஆனால் உண்மையில் அதைத் தன்னால் செலவழிக்க முடியுமா அல்லது செலவழிக்காமல் திரும்பக் கொண்டுபோக வேண்டுமா என்பது ஜார்க்குக்குத் தெளிவில்லாமலிருந்தது. இதற்கிடையில், ஜார்க் அதுவரையில் கவனியாமலேயிருந்துவிட்ட, விடுதிக்காரர் அவன்முன் தோன்றினார்.

“ஓரோஷ் குல்லாவிற்கா போய்க்கொண்டிருக்கிறாய்?” அவர் கேட்டார். “எங்கிருந்து வருகிறாய்?”

“ப்ரெஷ்வ்டோட்டிலிருந்து.”

“அப்படியானால் நிச்சயமாகப் பசியுடன்தான் இருப்பாய். ஏதாவது வேண்டுமா?”

விடுதிக்காரர் எலும்பும் தோலுமாய், அவலட்சணமாக இருந்தார். அவர் காரியப் புலி என்று ஜார்க்குக்குத் தோன்றியது,

ஏனென்றால் "ஏதாவது வேண்டுமா" என்று கேட்டபோது அவனைக் கண்களில் பார்ப்பதற்குப் பதிலாக அவர் ஜார்க்கின் கரத்தின்மேலிருந்த கருப்புப் பட்டையையே முறைத்துப் பார்த்துக்கொண்டிருந்தார், "கொலையைச் செய்துவிட்டு அதற்கு ஐநூறு க்ரோஷென்னும் நீ கொடுக்கப் போகிறாயென்றால், அதில் கொஞ்சத்தை என் விடுதிக்குக் கொடுத்தால் ஒன்றும் குடி முழுகிப் போய்விடாது" என்று சொல்பவரைப்போல.

பிறகு ஒருவழியாய்க் கண்களை ஜார்க்கின் கரத்திலிருந்து திருப்பிக்கொண்டபடி, ஆனால் பின்னும் அவன் முகத்தை யல்லாமல் பக்கவாட்டிலெங்கோ பார்த்தபடி விடுதிக்காரர் திரும்பவும் கேட்டார், "ஏதாவது வேண்டுமா?"

"ஒரு தட்டு பீன்ஸ்" என்றான் ஜார்க். "எவ்வளவு? ரொட்டி என்னிடமே இருக்கிறது."

அவனுக்கு வெட்கமாய்த்தான் இருந்தது. ஆனால் அந்தக் கேள்வியைக் கேட்கத்தான் வேண்டும். இரத்த வரிக்கென்று ஒதுக்கப்பட்டிருக்கும் பணத்திலிருந்து எந்தப் பங்கையும் எதற்காகவும் அவன் செலவழிக்கலாகாது.

"கால் க்ரோஷென்" என்றார் விடுதிக்காரர்.

ஜார்க் நிம்மதிப் பெருமூச்சு விட்டான். விடுதிக்காரர் அப்பால் சென்றார். மரக்கிண்ணம் நிறைய பீன்ஸோடு அவர் திரும்பி வந்தபோது அவருக்கு மாறுகண் இருப்பதை ஜார்க் பார்த்தான். பிறகு அதை மறக்க வேண்டும்போல பீன்ஸ் கிண்ணத்தின்மேல் தலையைக் கவிழ்த்துக்கொண்டு வேகமாகச் சாப்பிடத் துவங்கினான்.

காலிக் கிண்ணத்தை எடுக்க வரும்போது விடுதிக்காரர் அவனிடம் "காபி வேண்டுமா?" என்று கேட்டார்.

ஜார்க் அவரைப் பார்த்து விழித்தான். அவன் கண்கள், என்னைத் தூண்டாதே என்று சொல்வதைப்போலப் பார்த்தன. என் பணப்பையில் நான் ஐநூறு க்ரோஷென் வைத்திருக்கலாம், ஆனால் ஓரோஷ் குல்லாவிற்குக் கொடுப்பதற்காக வைத்திருப்பதி லிருந்து ஒரு க்ரோஷனயேனும் எடுத்து உனக்குக் கொடுப்பதற்குப் பதிலாக நான் என் தலையைக் கொடுத்துவிடலாம். (கடவுளே – அவன் நினைத்துக்கொண்டான் – அதுவேதான் எனக்கான விலையும்கூட, இன்றிலிருந்து முப்பதாம் நாள் என் தலைக்கான விலை, முப்பது நாட்களுக்கும் முன்னாலேயே, இருபத்தெட்டு நாட்கள்). ஆனால் விடுதிக்காரர் ஜார்க்கின் மனதில் என்ன இருந்தது என்பதை ஊகித்துவிட்டவரைப்போலத் தொடர்ந்தார்:

“வாங்கக்கூடிய விலைதான். பத்து சென்ட்.”

ஜார்க் பொறுமையிழந்தவனாகச் சரியென்று தலையாட்டினான். விடுதிக்காரர் நாற்காலிகள், மேசைகளுக்கு நடுவே தடபுடலாக நகர்ந்து கலங்களைச் சேகரித்துக்கொண்டு புதியவற்றைக் கொண்டுவந்தபடியே மீண்டும் காணாமல்போய்க் கடைசியில் கையில் ஒரு கோப்பைக் காபியுடன் வந்துசேர்ந்தார்.

ஜார்க் காபியை உறிஞ்சிக்கொண்டிருந்தபோது சிறிய குழு விடுதியினுள் நுழைந்தது. அவர்கள் வருகையின் சலசலப்பிலிருந்து, தலை திருப்பல்களிலிருந்து, அவர்கள் முன்னிலையில் கையாலாகாத விடுதிக்காரர் நடந்துகொண்ட விதத்திலிருந்து, அந்தப் புதியவர்கள் அந்த மாவட்டத்தில் நன்கு அறியப்பட்டவர்களாயிருக்க வேண்டும் என்பதை அவன் புரிந்துகொண்டான். அவர்களில் ஒருவர் –சடுதியில் அறையின் மத்திக்கு வந்து நின்றவர் –குள்ளமாக, வெளுத்துச் சில்லிட்ட முகத்துடன் இருந்தார். அவர் பின்னே நகரவாசியைப்போல உடையணிந்த, ஆனால் வினோதமாகக் கட்டம் போட்ட ஜாக்கெட்டுடன் ஒரு மனிதரும் வந்தார். அவருடைய துப்பாக்கியின் பின்பகுதி காலணிகளுக்குள் சொருகப்பட்டிருந்தது. மூன்றாவது மனிதர் ஒருவகையில் மழுங்கிப்போனதைப்போலத் தோற்றமளிக்கும் முகத்தைக் கொண்டிருந்தார். அவர் கண்கள் வெறுப்பை உமிழ்ந்துகொண்டிருந்தன. ஆனால் எல்லோருடைய கவனமும் குள்ள மனிதர் மீதே மையம் கொண்டிருப்பது தெளிவாகத் தெரிந்தது.

ஜார்க்கைச் சுற்றியிருந்தவர்கள் “அலி பினாக், அலி பினாக்” என்று கிசுகிசுக்க ஆரம்பித்தார்கள். அவன் கண்கள் அகல விரிந்தன. அவனைப்போல ஒருவராக அங்கே, அந்தச் விடுதியில் நின்றுகொண்டிருந்தவர் சிறு வயதிலிருந்தே அவன் கேள்விப்பட்டிருந்த, பிரசித்திபெற்ற கானூன் விற்பன்னர். அவனால் நம்பவே முடியவில்லை.

விடுதிக்காரர் வினோதமான பம்மிய நடையுடன் சிறு குழுவை மரியாதைக்குரிய விருந்தினர்களுக்கென்று ஒதுக்கப்பட்டிருந்த ஓர் இணைப்பறைக்குள் அழைத்தார்.

குள்ள மனிதர் குறிப்பாக யாருக்குமின்றிச் சிறிய முகமனை முனகிவிட்டுத் தலையை வலப்புறமாகவோ அல்லது இடப்புறமாகவோ திருப்பாமல் விடுதிக்காரரைப் பின்தொடர்ந்தார். தன்னுடைய புகழை அறிந்திருந்தவரைப்போலத் தோன்றிய அதே நேரத்தில் ஆச்சரியப்படும் விதத்தில், தங்களுடைய முக்கியத்துவத்தை முன்னிலைப்படுத்திக்கொண்டே இருக்கும் சிறிய தகுதியிலிருப்பவர்களிடம் பொதுவாகவே காணப்படும்

ஆணவம் இல்லாதவராய், அமைதியான மனிதராய் அவர் இருந்தார். மாறாக அவருடைய அசைவுகள், அவருடைய முகம், சிறப்பாக அவருடைய கண்கள் மயக்கங்களற்ற ஒரு மனிதரின் அமைதியை எடுத்துக்காட்டின.

புதிதாக வந்தவர்கள் மற்றொரு அறைக்குள் மறைந்து போனார்கள், ஆனால் அவர்கள் குறித்து எழுந்த கிசுகிசுப்புகள் நிற்கவில்லை. ஜார்க் தன் காபியை முடித்திருந்தான், ஆனால் அந்தக் கணம் முக்கியமான ஒன்று என்பதை இப்போது அறிந்திருந்ததால் நாலாப் பக்கங்களிலுமிருந்து வந்த அபிப்பிராயங்களைக் கேட்டுக்கொண்டே அங்கே அமர்ந்திருப்பதில் உற்சாகமடைந்தான். அலி பினாக் ஏன் வந்திருந்தார் என்று கேட்டுக்கொண்டான். சந்தேகமில்லாமல் ஏதாவது சிக்கலான வழக்கைத் தீர்த்து வைப்பதற்காகத்தான் இருக்கும். வாழ்க்கை முழுவதும் அவ்வாறான வழக்குகளைக் கையாண்டவர் அவர். மாகாணத்திலிருந்து மாகாணம் வரை, கொடிக்கட்டிலிருந்து கொடிக்கட்டுவரை, கஷ்டமான வழக்குகளில் *கானூனைப்* பொருள் கொள்வதில் தலைக்கட்டுகள் தங்களுக்குள் மாறுபாடு கொள்ளும் போதெல்லாம் அவரை அழைத்து அவருடைய கருத்தைக் கேட்டார்கள். வடக்கு *ராஃவ்ஷின்** எல்லையற்ற வெளியின் நூற்றுக்கணக்கான விற்பன்னர்களில் அலி பினாக்கைப்போல அறியப்பட்டவர்கள் பத்துக்குமேல் கிடையாது. எனவே அவர் சும்மா ஓர் இடத்திலிருந்து இன்னோர் இடத்திற்குப் போனதுமில்லை. இப்போதுகூட – சிலர் சொல்லிக்கொண் டார்கள் – மறுநாள் பக்கத்துக் கொடிக்கட்டில் சுமுகமாகத் தீர்க்கப்பட வேண்டிய சிக்கலான எல்லைத் தகராறின் பொருட்டாகவே அவர் வந்திருக்கிறார். ஆனால் யார் அந்த இன்னொருவர்? அந்த மங்கல் நிறக் கண்களைக் கொண்ட மனிதர்? அதுதானே, யார் அவர்? அவர் ஒரு மருத்துவர் என்றார்கள் அவர்கள். ஏடாகூடமான வழக்குகளின்போது அடிக்கடி அவரை அலி பினாக் தன்னுடன் கூட்டிக்கொண்டு வருவார். முக்கியமாக காயங்களுக்கு ஈடான அபராதத்தைக் கணக்கிடும்படியான விவகாரங்களின்போது. நல்லது, அப்படியானால் அலி பினாக் எல்லைத் தகராறுக்காகவல்லாமல் வேறு ஏதோ காரணத்திற்காகத்தான் வந்திருக்கிறார். பின்னே, நிலயெல்லைகளுடன் மருத்துவருக்கு என்ன வேலை. ஒருவேளை அவர்கள் இது எல்லாவற்றையுமே தவறாகவும் புரிந்துகொண்டிருக்கலாம். சிலர் சொன்னார்கள், அவர் இங்கே வந்திருப்பது சமவெளிக்கு அப்பால் ஒரு கிராமத்தில் சில நாட்களுக்கு முன்னால் மேலெழும்பிய, மிகச் சிக்கலான,

---

* அல்பேனிய மொழியில், மேட்டுநிலம்.

வேறொரு விஷயத்திற்காக. தகராறு காரணமாகப் பரஸ்பரம் தோட்டாக்கள் பரிமாறிக்கொள்ளப்பட்டபோது எதிரிகளுக்கு நடுவே வர நேர்ந்துவிட்ட பெண்மணி ஒருவர் துப்பாக்கிச் சூட்டில் கொல்லப்பட்டிருந்தார். பிள்ளைத்தாய்ச்சி. மகவை வெளியே எடுத்துப் பார்த்த பிறகு உறுதி செய்யப்பட்டபடி அது ஓர் ஆண் குழந்தை. இறந்துபோன குழந்தைக்காகப் பழி வாங்கும் கடமை யாரைச் சேர்ந்தது என்பதை முடிவு செய்வதில் கிராமத் தலைக்கட்டுகள் குழம்பிவிட்டாற்போலத் தெரிகிறது. அந்த வழக்கைத் தீர்த்துவைக்கத்தான் அலி பினாக் வந்திருக்கக் கூடுமோ?

ஆனால் வினோதமான ஒப்பனையில் இருந்த இன்னொருவர் –அவர் யாராம்? எல்லாக் கேள்விகளுக்கும் இருந்ததுபோலவே அதற்கும் பதில் அங்கே இருந்தது. அவர் அரசு ஊழியர் மாதிரி, நிலங்களை அளப்பது அவர் தொழில், ஆனால் அவர் ஒரு பெயரைப் பெற்றிருந்தார், பிசாசுக்குத்தான் தெரியும் அது என்ன மாதிரியான பெயர் என்று, "மீட்டர்" என்று முடியும். நாக்குப் பிறழாமல் உங்களால் அதை உச்சரிக்கவே முடியாது, ஜியோ, ஜியோ... அதுதான், ஜியோமீட்டர்.

ஓ, அப்படியானால் அது எல்லைப் பிரச்சினைதான், இந்த ஜியோமீட்டர், அல்லது நீங்கள் அவரை எப்படி அழைத்தாலும் சரி, அவர் இங்கே இருக்கிறாரென்றால்...

ஜார்க்குக்குக்கூடக் கொஞ்சநேரம் இருந்து இவற்றையெல்லாம் கேட்டுக்கொண்டிருக்க வேண்டுமென்றுதான் ஆசை. ஏனென்றால், மக்கள் வேறு மாதிரியான கதைகளையும் சொல்லக் கூடும் என்று எண்ணுவதற்கு அந்த விடுதியில் எல்லாக் காரணங்களும் இருந்தன. ஆனால் அவன் தாமதித்தால் குறித்த நேரத்திற்குள் கோட்டைக்குப் போய்ச்சேர முடியாத ஆபத்து இருக்கிறது. மறுபடியும் ஆசைக்கு ஆளாகாமலிருக்க வேண்டுமென்பதற்காக அவன் விருட்டென்று எழுந்தான். பீன்ஸுக்கும் காபிக்குமானதைச் செலுத்திவிட்டுப் புறப்படத் தயாரானான். இன்னொரு தடவை வழி கேட்டுக்கொள்ள வேண்டுமென்பது கடைசி நேரத்தில் நினைவிற்கு வந்தது.

"பெருஞ்சாலையைப் பிடி" என்றார் விடுதிக்காரர். "திருமண விருந்தினர் கல்லறைகள்வரை போனாயென்றால் அங்கே சாலை பிரிகிறது, நீ வலது பக்கமாகப் போ, இடது பக்கம் இல்லை, கேட்டுக்கொண்டாயா, வலது வளைவு."

ஜார்க் வெளியே வந்தபோது மழை இன்னும் பெய்து கொண்டிருந்தது, ஆனால் காற்று புழுங்கியது. காலையைப்

போலவே பகலும் மேகமூட்டமாக இருந்தது, மேலும் அங்கிருந்த சில வயது கணிக்க முடியாத பெண்மணிகளைப் போலவே காலமும் அது என்ன நேரம் என்று சொல்ல முடியாததாக இருந்தது.

ஜார்க் எதைப்பற்றியும் சிந்திக்காமலிருக்க முயன்றபடியே மேலே சென்றான். சாலை இரு கைப்புறமும் சாம்பல் பூத்த தரிசு நிலங்களுடன் முடிவில்லாமல் நீண்டது. ஒரு முறை அவன் கண் பார்வை சாலையோரத்தில் சிதறிக் கிடந்த, பாதி புதைந்த கல்லறைகள் சிலவற்றின்மேல் விழுந்தது. இவைதான் திருமண விருந்தினர் கல்லறைகளாக இருக்க வேண்டும் என்று எண்ணிக்கொண்டான். பிறகு, அங்கே சாலை பிரியாததால் அந்தக் கல்லறைகள் இன்னும் தள்ளி இருக்க வேண்டும் என்று முடிவு செய்தான். அது அப்படித்தான் இருந்தது. அவை கால்மணி நேரத்திற்குப் பிறகு புலப்பட்டன. அவையும் மற்றவை போலவே புதைந்து கிடந்தன; ஆனால் இன்னும் அதிகமாகச் சிதிலமுற்று, பாசியால் மூடப்பட்டவையாக. அவன் அவற்றைக் கடந்தபோது, காலையில் அவன் சந்தித்த திருமண விருந்தினர்களின் குழு அப்படியே வட்டமடித்துத் திரும்பிவந்து இந்த இடுகாட்டில் தங்களைத் தாங்களே புதைத்துக்கொண்டு இதையே தங்களுடைய நிரந்தர வசிப்பிடமாக ஆக்கிக்கொள்வதாகக் கற்பனை செய்தான்.

விடுதிக்காரர் அறிவுறுத்தியபடி அவன் சாலையின் வலது வளைவைத் தேர்ந்தெடுத்துத் தொடர்ந்து முன்னேறினான். பழைய கல்லறைகளை நோக்கித் தலையைத் திருப்பாமலிருக்கவும் அவற்றைப் பார்க்காமலிருக்கவும் தன்னைக் கட்டுப்படுத்திக் கொள்ள வேண்டியிருந்தது. சிறிதுநேரம் மண்டையைக் குழப்பிக்கொள்ளாமல் நடந்து சமாளித்தான். என்றாலும் திமில் வடிவ மலைகளோடும் மேகங்களோடும் ஒருவனாகத் தான் இருப்பதான கிளர்ச்சியூட்டும் உணர்வொன்றும் கூடவே இருந்தது. எவ்வளவு நேரமாக அந்த வழியில் சோம்பேறித்தனமாகப் போய்க்கொண்டேயிருக்கிறோமென்கிற கவனமே அவனுக்கு இல்லை. அப்படியே என்றென்றும் போய்க்கொண்டேயிருக்க வேண்டுமென்றுகூட விரும்பியிருந்திருக்கலாம். ஆனால் திடீரென்று அவன்முன் எழுந்துநின்ற ஒரு காட்சி அவனுடைய கவனத்தைப் பாறைகளிலிருந்தும் பனியிலிருந்தும் விலக்கியது. வீடு ஒன்றின் இடிபாடுகள்.

அந்தப் பக்கமாகப் போனபோது ஜார்க் அந்தப் பெரிய கற்குவியலை ஓரக்கண்ணால் பார்த்தான். மழையும் காற்றும் நெடுங்காலத்திற்கு முன்பே நெருப்பின் தடங்களை அவற்றிலிருந்து அழித்து, ஒருவர் அதைப் பார்ப்பதே அவர் தொண்டைக்குள் நீண்ட

காலமாகச் சிறைப்பட்டிருக்கும் கேவலை விடுவித்துக்கொள்ள உதவும் என்கிற மாதிரித் தோற்றம் கொண்ட –நோய்க்கூறான, மங்கிய சாம்பல் நிறத்தால் அதைப் பதிலி செய்திருந்தன.

இடிபாடுகளைப் பக்கவாட்டில் பார்த்துக்கொண்டே ஜார்க் மேலும் நடத்தான். பிறகு ஒரு திடீர்த் தாவலில் ஆழமற்ற சாலையோரச் சாக்கடையைத் தாண்டி இரண்டு மூன்று நீண்ட தப்படிகள் வைத்து எரிந்த கற்குவியலை அடைந்தான். ஒருகணம் அசையாமல் நின்றான் இறந்துகொண்டிருக்கும் மனிதனின் உடலை எதிர்கொள்ளும் ஒருவன் காயத்தைக் கண்டுபிடித்து எந்த ஆயுதம் சாவை அவனருகில் கொண்டுவந்திருக்கிறது என்பதை ஊகிக்க முயல்வதைப்போல வீட்டின் மூலைகளில் ஒன்றை நோக்கிச் சென்றான், கீழே குனிந்தான், சில கற்களை நகர்த்தினான், அதையே மற்ற மூன்று மூலைகளிலும் திரும்பச் செய்தான். பிறகு மூலைக்கற்கள் அவற்றின் தளத்திலிருந்து பிடுங்கப்பட்டிருந்ததைப் பார்த்து அந்த வீடு விருந்தோம்பல் விதியிலிருந்து பிறழ்ந்திருக்கிறது என்பதை அறிந்தான். *கானூன்* சட்டப்படி, எரித்தழிப்பதையும் தாண்டி இம்மாதிரியான கூடுதல் தண்டனைக்காய் ஒதுக்கப்பட்டிருந்த வீடுகள் மிகத் தீவிரமான குற்றமிழைத்தவை: *பெஸ்ஸாவின்* கீழ் பாதுகாப்பளிக்கப்பட்ட விருந்தினரைக் காட்டிக்கொடுத்தல்.

சில ஆண்டுகளுக்குமுன் ஜார்க்கின் கிராமத்தில் *பெஸ்ஸா* மீறப்பட்டபோது அளிக்கப்பட்ட தண்டனையை அவன் நினைத்துப் பார்த்தான். அந்த மனிதன் ஒன்றுதிரட்டப்பட்ட கிராமத்தவர்களால் சுட்டுக் கொல்லப்பட்டான். அவன் பொருட்டுப் பழிவாங்குவதற்கும் தகுதியில்லாதவன் என்று அறிவிக்கப்பட்டுவிட்டான். பிறகு, வீட்டில் வசித்தவர்கள் கொலைக்குத் தொடர்பற்றவர்கள் என்பதையெல்லாம் கணக்கில் எடுத்துக்கொள்ளாமல், *பெஸ்ஸா* விதிமீறலின் வழியே விருந்தினரொருவர் கொல்லப்பட்டிருந்த அந்த வீடும் எரிக்கப்பட்டுவிட்டது. குடும்பத் தலைவர்தான் உரக்கக் கத்திக்கொண்டே கொள்ளியைச் சிதறவிடவும் கோடரியை எடுக்கவுமான முதல் ஆளாய் இருந்தார்: “கிராமத்துக்கும் கொடிக்கட்டுக்கும் எதிராக நான் செய்த பாவத்தைக் கழுவிச் சுத்தப்படுத்திவிடுகிறேன்.” அவர் பின்னால் தீப்பந்தத்துடனும் கோடரியுடனும் கிராமத்தின் அத்தனை மனிதர்களும் வந்தார்கள். பிறகு விருந்தினரின் இரத்தத்திற்கு வீட்டுக்காரர் பழிவாங்க வேண்டும் என்பதை நினைவுறுத்துவதற்காகக் காலின்கீழ் இடது கையை நுழைத்துக் கொடுப்பவற்றைத் தவிர வேறு எதையுமே அவருக்கு அவர்களால் கொடுக்க முடியவில்லை. ஒருவர்

தன்னுடைய தகப்பனின், சகோதரனின், ஏன், தன் குழந்தையின் குருதியைக்கூட, ஈடு செய்துவிடலாம், விருந்தாளியின் குருதிக்கு ஒருபோதும் கழுவாய் கிடையாது.

இந்த வீட்டில் என்ன துரோகம் இழைக்கப்பட்டதோ யார் கண்டது என்று தனக்குத்தானே சொல்லிக்கொண்டே அவன் ஓரிரு கற்களைத் தன் காலடிகளால் பெயர்த்தான். அவை மழுங்கலான ஓசையுடன் அப்பால் உருண்டன. அங்கே வேறு வீடுகள் இருக்கின்றனவா என்று சுற்றும்முற்றும் பார்த்தான், ஆனால் இருபதடி தொலைவில் மற்றொரு இடிபாட்டைத் தவிர வேறெதையும் காணவில்லை. இதற்கு என்ன பொருள் என்று வியப்படைந்தான். இயந்திர கதியில் அந்த இன்னொரு இடிபாட்டை நோக்கி விரைந்தான்; அதைச் சுற்றி வந்தான்; நான்கு மூலைகளிலும் அதே விஷயத்தைத்தான் பார்த்தான். அனைத்து மூலைக் கற்களுமே பிடுங்கப்பட்டிருந்தன. மொத்தக் கிராமமுமே தண்டிக்கப்பட்டிருக்க முடியுமா? ஆனால் இன்னும் சற்றுத் தொலைவில் மற்றொரு இடிபாட்டையும் கண்டபோது அது அப்படித்தான் இருந்திருக்க வேண்டும் என்று உறுதிசெய்துகொண்டான். சில ஆண்டுகளுக்கு முன் வெகு தொலைவில் ஒரு கிராமம் பெஸ்ஸாவை மீறிவிட்டதென்றும் அதற்காகக் கொடிக்கட்டால் தண்டிக்கப்பட்டதென்றும் அவன் கேள்விப்பட்டிருந்தான். இரண்டு கிராமங்களுக்கு இடையிலான எல்லைப் பிரச்சினையின்போது இரு தரப்பிற்கிடையிலும் தூதாகச் சென்றுவந்துகொண்டிருந்த ஒருவர் கொல்லப்பட்டிருந்தார். எந்தக் கிராமத்தில் அவர் கொல்லப்பட்டிருந்தாரோ அந்தக் கிராமம் அவருக்காகப் பழி வாங்கும் கடமையை அடைந்ததென்று கொடிக்கட்டு விதித்தது. பிறகு, அந்தக் கிராமம் அவருக்காகப் பழிவாங்க வேண்டாமென்று அலட்சியமாக இருந்துவிட்டதால் அது அழிக்கப்பட வேண்டுமென்று முடிவு செய்யப்பட்டது.

ஜார்க் ஓர் இடிபாட்டிலிருந்து அடுத்ததற்கு நிழலைப் போலத் தவழ்ந்து நடந்தான். யார் அந்த மனிதன், மொத்தக் கிராமத்தையே தன் சாவுக்குள் இழுத்துவிட்டவன்? மௌனித்திருந்த இடிபாடுகள் நடுக்கம் தருவதாக இருந்தன. இரவில் மட்டுமே செவியுறக்கூடியதென்று ஜார்க் அறிந்திருந்த ஒரு பறவையின் சத்தம் "ஓர், ஓர்" என்றது. குல்லாவை அடைவதற்கு இன்னும் சொற்ப நேரமே இருக்கிறதென்பதை நினைவுபடுத்திக்கொண்ட ஜார்க் மீண்டும் நெடுஞ்சாலையை நோக்கித் திரும்பினான். பறவையின் கூவல் மீண்டும் நிசப்தத்தைக் கீறியது, இப்போது வெகு தொலைவில். இந்தத் துரதிர்ஷ்டம் பிடித்த கிராமத்தில் எந்த மனிதன் கைவிடப்பட்டவனாய் இருந்திருப்பான் என்று

ஜார்க் மீண்டும் கேட்டுக்கொண்டான். “ஓர், ஓர்” என்று பதில் வந்தது. அது ஒருவிதத்தில் அவனுடைய பெயரைப்போல அவன் காதுக்குப் பட்டது, “ஜார்க், ஜார்க்” அவன் சிரித்துக்கொண்டான், தனக்குள் சொல்லிக்கொண்டான், “இப்போது நீ குரல்களைச் செவியுற்றுக்கொண்டிருக்கிறாய்” பிறகு சாலையை நோக்கித் திரும்பினான்.

சிறிது நேரம் கழித்து, பயணத்தைத் தொடர்ந்தபடியே, பாழடைந்த கிராமம் தன்னில் விட்டுச்சென்ற துயரார்ந்த உணர்வைக் களைவதற்காகவேபோல் புனிதச் சட்டத்தால் விதிக்கப்பட்டவற்றுள் மிக எளிதான அபராதங்களை அவன் நினைவுகூர முயன்றான். ஒருவர் தன்னுடைய விருந்தினரைக் கைவிடுவது என்பது மிகவும் அபூர்வம். எனவே, வீடுகளை எரிப்பதும், இன்னும் மேலே சென்று முழுக் கிராமத்தையே தரைமட்டமாக்குவதும் இன்னும் அபூர்வம். தீவிரம் குறைந்த குற்றங்கள் என்றால் குற்றவாளியையும் அவருடைய எல்லாச் சொந்தங்களையும் கொடிக்கட்டிலிருந்து விலக்கிவைப்பது என்பதாகவே அவனுக்கு நினைவிருந்தது.

அபராதங்கள் திரளாகத் தன் கற்பனைக்கு வரும்போதெல்லாம், அவற்றிலிருந்து தப்ப விரும்பியவனைப்போல, தான் வேகமாக நடப்பதை ஜார்க் கவனித்தான். தண்டனைகள் பலதரப்பட்டவை: புறக்கணிக்கப்படுதல் – இதில் குற்றம் செய்த மனிதர் என்றென்றைக்குமாகத் தனிமைப்படுத்தப்பட்டார் (இறுதிச் சடங்குகள், திருமணங்கள், மாவு கடன் கேட்கும் உரிமை போன்றவற்றிலிருந்து தடுத்து நிறுத்தப்படுவது); நிலத்தை உழும் உரிமையை விட்டுக்கொடுத்தல், கூடவே அவருடைய பழ மரங்கள் வெட்டிச் சாய்க்கப்படுதல்; குடும்பத்திற்குள் வலிந்து சுமத்தப்படும் உண்ணா நோன்பு; ஓரிரு வாரங்களுக்குத் தோளிலோ அல்லது இடுப்புப் பட்டையிலோ ஆயுதங்கள் தரிப்பதுமீதான தடை; சங்கிலியால் பிணைக்கப்படுதல் அல்லது வீட்டுக் காவலில் இருத்தல்; வீட்டுத் தலைவர் அல்லது தலைவியிடமிருந்து அவருடைய குடும்ப அதிகாரத்தைப் பறித்தல்.

அவனுடைய சொந்தக் குடும்பத்திற்குள் அவன் நிறைவேற்ற வேண்டிய தண்டனைக்கான சாத்தியம் அவனை நீண்ட காலமாகவே அலைக்கழித்துக்கொண்டிருந்தது. சகோதரனுடைய சாவிற்கான பழிவாங்கலில் அவனுடைய முறை வந்த கணத்தில்தான் அந்த வேதனை தொடங்கியது.

அவனுடைய தந்தை அவனை வீட்டின் மேல்தளத்திலிருந்த பெரிய அறைக்கு, அங்கேதான் அவர்கள் தனியாகப் பேசிக்கொள்ள முடியுமென்று அழைத்த அந்த ஜனவரி மாதத்தின் சில்லிட்ட

காலை வேளையை அவனால் நினைவிலிருந்து அகற்ற முடியவில்லை. அந்தப் பகல் குறிப்பிடத்தக்க பிரகாசத்துடன் இருந்தது, வானமும் புதிதாக விழுந்திருந்த பனியும் மினுமினுத்துக் கொண்டிருந்தன. எந்தக் கணத்திலும் நழுவத் தொடங்கி ஆயிரம் துண்டுகளாகச் சிதறிவிடக்கூடுமென்று எண்ணும்படி ஒருவிதமான பளிங்குப் பாங்கான பித்து நிலையில் உலகம் கண்ணாடியைப்போல ஒளிர்ந்துகொண்டிருந்தது. அவனுடைய தந்தை அவனுடைய கடமையை அவனுக்கு நினைவுறுத்திய காலை அவ்விதமானதாகத்தான் இருந்தது. ஜார்க் சன்னலினருகே அமர்ந்துகொண்டிருந்தான். இரத்தத்தைபற்றிப் பேசிக்கொண்டிருந்த தந்தையைச் செவிமடுத்துக்கொண் டிருந்தான். முழு உலகமும் இரத்தத்தால் கறைபட்டிருந்தது. பனியின்மேல் அது சிவப்பாக ஒளிர்ந்துகொண்டிருந்தது. அதன் தேக்கம் எல்லா இடங்களிலும் பரவி விறைத்துக் கிடந்தது. பிறகு அந்த அத்தனை சிவப்பும் இருந்தது தன்னுடைய கண்ணுக்குள்ளேயேதான் என்பது ஜார்க்குக்குப் புரிந்தது. அவன் தன் தந்தை சொல்வதைக் கேட்டுக்கொண்டிருந்தான், தலை குனிந்திருந்தது. பிறகு தொடர்ந்துவந்த நாட்களில், முதல் தடவையாக, ஏனென்று தெரியாமலேயே, ஒரு கீழ்ப்படிதலற்ற குடும்ப உறுப்பினர் நிறைவேற்ற வேண்டிய எல்லாத் தண்டனை களைப்பற்றியும் தன் தலைக்குள் சொல்லிக்கொள்ளத் துவங்கினான். மனிதனைக் கொல்வதை வெறுப்பவனாகத் தன்னை ஒத்துக்கொள்ள அவன் விரும்பவில்லை. அந்த ஜனவரி மாதக் காலையில் தந்தையார் அவனது இதயத்தில் கிளர்த்திவிட முயன்ற க்ரியேச்சூச்சே குடும்பத்தின்மீதான வெறுப்பால் அந்தப் பளீரிடும் ஒளியை மேவ முடியவில்லை. அப்படி அவனுக்குள்ளிருந்த நெருப்பை வெறுப்பின் நெருப்பால் வெல்ல முடியவில்லையென்றால் அதற்கு ஒரு காரணம் அந்த நெருப்பைக் கிளர்த்திவிட்டுக்கொண்டிருந்தவர், அவன் தந்தை. அவரே பனியாகக் குளிர்ந்துபோய்த்தான் இருந்தார் என்பதை ஜார்க் புரிந்துகொள்ளவில்லை. முடிவில்லாத பழிவாங்கல்களின் போக்கில் நெடுங்காலத்திற்கு முன்பே எல்லா வெறுப்பும் மெதுவே குளிர்ந்துவிட்டது, அல்லது ஒருவேளை அது ஒருபோதுமே இருந்ததில்லையாகக்கூட இருக்கும். அவனது தந்தை வீணாகப் பேசிக்கொண்டிருந்தார். ஜார்க் அச்சத்துடன், கிட்டத்தட்ட ஆழ்ந்த கிலியுடன், தான் கொல்ல வேண்டிய மனிதனைத் தன்னால் வெறுக்க முடியவில்லை என்பதைப் புரிந்துகொண்டான். பிறகு, நாட்கள் தொடர்ந்தபோது, தன் மனம் அலைபாய்வதெல்லாம் கீழ்ப்படிதலற்ற குடும்ப உறுப்பினருக்காக இருப்பில் வைக்கப்பட்டிருக்கும் தண்டனைகளின் பட்டியலுக்குத் திரும்புவதற்காகவே என்றானபோது, இரத்தம் சிந்தாமலிருக்கவே

தான் தன்னை மனதளவில் தயார்ப்படுத்திக்கொண்டிருப்பதை அவன் புரிந்துகொண்டான். ஆனால் அதே சமயம், தன் குடும்பம் விதிக்கும் தண்டனைகளின்மேல் தன் எண்ணங்கள் ஓட அனுமதிப்பது பயனற்றது என்பதையும் அறிந்திருந்தான். ரத்தப் பழிக்கான எந்த விதிமீறலுக்கும் வேறு அபராதங்களும் இருந்தன என்பது – மற்ற ஒவ்வொருவரையும் போலவே – அவனுக்குத் தெரியும்; அவை மிக அதிகக் கடுமையுள்ளவை.

இறந்தவருக்காகப் பழிவாங்குதல் பற்றி அவர்கள் பேசிக்கொண்ட இரண்டாம் தடவை அவன் தந்தையினுடைய தொனி கூடுதல் கடுமையைக் கொண்டிருந்தது; நாளும் முற்றிலும் வேறுபட்டதாய் இருந்தது. சோகை பீடித்த, துயரார்ந்த மழையோ மூடுபனியோகூட இல்லாததாய் இருந்தது அது. மின்னலைப் பற்றிச் சொல்ல வேண்டியதில்லை, துடைத்துவிடப்பட்ட வானத்தில் அதை எதிர்பார்ப்பது மிக அதிகம். ஜார்க் தன் தந்தையின் கண்களைத் தவிர்க்க விரும்பினான். ஆனால் கடைசியில் அவனுடைய கண்கள் அந்தக் கூர்மையில் – பொறியில்போல மாட்டிக்கொண்டுவிட்டன.

"பார்" என்றார் தந்தை, சுவரில் தொங்கிக்கொண்டிருந்த சட்டையை நோக்கித் தலையசைத்து.

ஜார்க் அந்தத் திக்கில் தலையைத் திருப்பினான். கழுத்தின் நரம்புகள் துருப்பிடித்திருப்பதைப்போல அரைபடுவதை உணர்ந்தான்.

"ரத்தம் மஞ்சள் நிறமாகிக்கொண்டிருக்கிறது" என்றார் அவர். "இறந்துபோனவன் பழிவாங்கச் சொல்லி அழுகிறான்."

துணியில் ரத்தம் மஞ்சளித்துத்தான் கிடந்தது. அல்லது அதிக காலம் பயன்படுத்தாத குழாயிலிருந்து ஒழுகும் முதல் தண்ணீரைப்போலத் துரு நிறத்திற்கு மாறியிருந்தது.

"ஜார்க், நீ அதைத் தள்ளிப்போட்டுக்கொண்டே இருக்கிறாய்" அவன் தந்தை தொடர்ந்தார்: "நம் கௌரவம், குறிப்பாக உன்னுடையது."

"இரண்டு விரல்கட்டை அகலக் கௌரவம் நம் நெற்றியில் எல்லாம் வல்ல ஆண்டவனால் பொறிக்கப்பட்டிருக்கிறது." தொடர்ந்துவந்த வாரங்களில் ஜார்க் அவன் தந்தை அன்று அவனுக்கு எடுத்துக் கூறிய புனிதச் சட்டத்தின் வார்த்தைகளை நூறு முறை தனக்குள் திரும்பத் திரும்பச் சொல்லிக்கொண் டிருந்தான். "வெளுப்பாக்கிக்கொள்வாயோ அல்லது உன் அழுக்கு முகத்தில் இன்னும் கரியைப் பூசிக்கொள்வாயோ, அது உன் பாடு. மனிதனாக இருப்பதும் இல்லாமல் போவதும் உன்னைப் பொறுத்தது."

முறிந்த ஏப்ரல்     49

இதைப்பற்றித் தனியே யோசிப்பதற்காக குல்லாவின் இரண்டாம் தளத்திற்கு ஏறிச் சென்றபோது அவன் தன்னைக் கேட்டுக்கொண்டான், 'எனக்குச் சுதந்திரமிருக்கிறதா? இந்த அல்லது அந்தச் சட்டமீறல்களுக்காக அவன் தந்தை அவன்மீது சுமத்தக்கூடிய தண்டனைகளெல்லாம் கௌரவத்தை இழக்கும் ஆபத்தோடு ஒப்பிட்டால் ஒன்றுமே இல்லைதான். நம்முடைய நெற்றியின்மேல் பொறிக்கப்பட்ட இரண்டு விரற்கடை அகலமுள்ள கௌரவம். அவன் தன் நெற்றியைத் தொட்டுப் பார்த்துக்கொண்டான், தன்னுடைய கௌரவம் இருக்கக்கூடிய சரியான இடத்தைக் கண்டுபிடிப்பதைப்போல. பின், அது ஏன் அங்கே இருக்க வேண்டும் என்றும் வியந்துகொண்டான். அது ஒரு பேச்சுவழக்கு அவ்வளவுதான். வாயிலிருந்து வாய்க்கு, ஒருபோதும் அர்த்தம் உள்வாங்கப்படாததாக, சென்றுகொண்டேயிருக்கும் பேச்சுவழக்கு. இப்போது கடைசியாக அதன் பொருளை அவன் ஆழ்ந்தறிந்துவிட்டான். கௌரவம் தன் இருக்கையை உன் நெற்றியின் மத்தியில் இட்டிருந்தது, காரணம் அதுதான் உனக்கான மனிதனில் தோட்டா துளைக்க வேண்டிய மிகச் சரியான இடம். "சரியான அடி". யாராவது ஒருவர் அவருக்கான மனிதரை நேருக்கு நேராக எதிர்கொண்டு அவர் நெற்றியில் சுட்டாரென்றால் முதிய மனிதர்கள் இப்படிச் சொன்னார்கள். அல்லது குண்டு வயிற்றைத் துளைத்திருந்தாலோ அல்லது மூட்டுகளைத் தாக்கியிருந்தாலோ, "தப்பான அடி". பின்புறத்திலென்றால் சொல்லவே வேண்டாம்.

மெஹலினுடைய சட்டையைப் பார்ப்பதற்காக மேல்தளத்திற்கு ஏறும்போதெல்லாம் ஜார்க் தன் நெற்றி அனலடிப்பதை உணர்வான். துணியின்மேல் ரத்தக் கறைகள் மேலும் மேலும் மங்கிக்கொண்டேயிருந்தன. வெதுவெதுப்பான வானிலை வந்தால் அவை மஞ்சளாக மாறிவிடும். பிறகு மக்கள் காபிக் கோப்பைகளை அவனுக்கும் அவன் உறவுகளுக்கும் காலுக்குக் கீழே கையைவிட்டுக் கொடுக்கத் தொடங்கிவிடுவார்கள். கானூனின் கண்களில் அவன் ஓர் இறந்த மனிதனாகிவிடுவான்.

வெளியேற வழியில்லை. தண்டனைகளை ஏற்றுக்கொள்வதோ அல்லது வேறு எந்தத் தியாகமோ அவனைக் காப்பாற்றிவிடாது. முழங்காலுக்குக் கீழே காபி–வேறெதையும்விட அதுவே அவனை அதிகம் நடுங்கச் செய்தது – வழியிலெங்கோ அவனுக்காகக் காத்துக்கொண்டிருந்தது. ஒவ்வொரு கதவும் அவனுக்குச் சாத்தப்பட்டிருந்தது, ஒன்று நீங்கலாக. "குற்றம், புனிதச் சட்டத்தின் வழியாக மட்டுமே கழுவாய் தேடிக்கொள்ள முடியும்" புனிதச் சட்டமே அப்படித்தான் சொல்கிறது. க்ரியேச்சூச்சே குல உறுப்பினர் ஒருவருடைய கொலையால் மட்டுமே அவனுக்கு ஒரு கதவைத் திறந்துவிட முடியும். எனவேதான் போன இளவேனிலில்

ஒரு நாள், தனக்கான மனிதனுக்காகப் பதுங்குமிடத்தில் படுத்துக் கிடக்க முடிவெடுத்தான்.

அந்தக் கணத்திலிருந்து மொத்த வீடும் உயிர்கொண்டு மலர்ந்துவிட்டது. மூச்சுத் திணறச் செய்துகொண்டிருந்த நிசப்தம் திடீரென்று இசையால் நிரம்பிவிட்டது. இறுக்கமான சுவர்கள் மென்மையாகிவிட்டதைப்போலத் தோன்றின.

அவன் ஏற்கெனவே தன் கடமையைச் செய்திருப்பான், இந்நேரம் அடைக்கலக் கோபுரத்தில் அடைபட்டு அமைதியடைந் திருப்பான் அல்லது மண்ணுக்கடியில் கூடுதல் அமைதியைப் பெற்றிருப்பான், ஒரு விஷயம் மட்டும் நடந்திருக்காவிட்டால். தூரத்துக் கொடிக்கட்டு ஒன்றிலிருந்து, அங்கே வாழ்க்கைப் பட்டுப்போன அவர்களுடைய அத்தை ஒருவர் எதிர்பாராத விதமாக வந்துசேர்ந்தார். இரத்தம் சிந்துதலைத் தடுத்து நிறுத்தும் ஆர்வத்திலும் கலக்கத்திலும் ஏழெட்டு மலைத் தொடர்களையும் அதே அளவு பள்ளத்தாக்குகளையும் குறுக்கே கடந்திருந்தார். அவனது தந்தையாருக்குப் பிறகு ஜார்க்தான் அந்தக் குடும்பத்தின் கடைசி ஆண்பிள்ளை என்றார் அவர். "பாருங்கள், அவர்கள் ஜார்க்கைக் கொல்வார்கள், பிறகு இவர்கள் க்ரியேச்சூச்சேக்களில் ஒருவனைக் கொல்வார்கள், பிறகு ஜார்க்கின் தந்தைக்கான முறை வரும், அத்துடன் பெரிஷா வம்சமே முடிவிற்கு வந்துவிடும். செய்யாதீர்கள். கருவாலி மரம் பட்டுப்போக விட்டுவிடாதீர்கள். அதற்குப் பதிலாக ரத்தப் பணத்தைச் செலுத்துகிற உரிமையைக் கோருங்கள்."

அவர் பரிந்துரைத்ததை முதலில் அவர்கள் யாரும் காதில் போட்டுக்கொள்ளவில்லை. பிறகு மௌனத்தில் ஆழ்ந்தார்கள். அவருக்குப் பேச அனுமதியளித்தார்கள். இறுதியில் ஏற்போ மறுப்போ அற்ற மௌனம் அங்கே நிலவியது. அவர்கள் களைத்துவிட்டார்கள், ஆனால் ஜார்க்கின் அத்தை களைப்படைந்த அறிகுறியே காட்டவில்லை. இரவு பகலாகப் போராடிக்கொண்டேயிருந்தார். சில சமயம் அவருடைய ஒன்றுவிட்ட சகோதரர்களோடு, சில சமயம் அவருடைய உடன்பிறந்தவர்களோடு என்று இந்த வீட்டிலும் அந்த வீட்டிலுமாகப் படுத்துக்கிடந்து, கடைசியில் தன்னுடைய வாதத்தை நிறுவியேவிட்டார்: எழுபது ஆண்டுச் சாவுகள், துக்க அனுஷ்டிப்புகள் ஆகியவற்றுக்குப் பிறகு பெரிஷாக்கள் க்ரியேச்சூச்சேக்களுடனான இரத்த உடன்படிக்கையைக் கோருவதென்று முடிவு செய்தார்கள்.

இரத்த உடன்படிக்கைக்கான கோரிக்கை—மலைப்பகுதிகளில் மிக அரிதான ஒன்று அது – கிராமத்திலும் கொடிக்கட்டு

முறிந்த ஏப்ரல்     51

முழுவதிலும் சலசலப்பைத் தோற்றுவித்தது. விதியின் பரிந்துரைகள் கவனமாகப் பின்பற்றப்பட்டனவா என்று உறுதிசெய்துகொள்ள அனைத்து முயற்சிகளும் மேற்கொள்ளப்பட்டன. நடுவர்கள், "இரத்தத்திற்கு உரிமையாளர்கள்" என்றழைக்கப்பட்ட, பெரிஷாக்களின் நண்பர்கள், உறவுக்காரர்கள் ஆகியோரோடு கொலைகாரரின் –அதாவது க்ரியேச்சூச்சேக்களின் –வீட்டிற்கு இரத்த இழப்பீட்டு விருந்தாடச் சென்றார்கள். அப்படி அவர்கள் கொலைகாரரோடு மரபுப்படி மதிய உணவை உண்டுவிட்டு க்ரியேச்சூச்சேக்கள் கொடுக்க வேண்டிய இரத்த விலையையும் பேசி முடிவு செய்தார்கள். இனி மிச்சமிருப்பதெல்லாம் ஜார்க்கின் தந்தை –இரத்தத்திற்கு உரிமையாளர் –சுத்தியாலும் உளியாலும் கொலைகாரர் வீட்டுக் கதவில் சிலுவையைச் செதுக்குவதும், அவர்கள் பரஸ்பரம் ஒரு சொட்டு இரத்தத்தைப் பரிமாற்றிக்கொள்வதும்தான். இந்தப் புள்ளியில் சமரசம் என்றென்றைக்குமாக நிலைநாட்டப்பட்டுவிட்டதாக எடுத்துக்கொள்ளப்படும். ஆனால், விஷயம் அந்த விதத்தில் தீர்க்கப்படுவதை வயதான மாமா ஒருவர் தடுத்து நிறுத்தியதால் அந்தப் பணம் வந்துசேரவேயில்லை. சாப்பாட்டிற்குப் பிறகு, அந்த மனிதர்கள், மரபை அனுசரித்து, வீட்டின் ஒவ்வொரு அறைக்கும் சென்று தங்கள் காலடிகளைப் பதித்துக்கொண்டிருந்தபோது – அது ஒரு சடங்கு, வீட்டின் ஒவ்வொரு மூலையிலிருந்தும் பகையின் கடைசி நிழல்வரை வெளியே துரத்தப்பட வேண்டும் என்பதைக் குறிப்பது – திடீரென்று ஜார்க்கின் வயதான மாமா கத்தினார், "கூடாது!" அவர் மிகவும் வயது முதிர்ந்தவர், குலத்தில் ஒருபோதும் தனக்கான கவனத்தைப் பெற்றிராதவர், அங்கிருந்தவர்களில் அப்படிச் செய்யக்கூடியவர் என்று எதிர்பார்க்கவே முடியாதவர். ஒவ்வொருவரும் வாயடைத்துப் போனார்கள். மீண்டும் தரையில் பதிப்பதற்காகப் பாதங்கள் உயர்ந்த அதே நேரத்தில் கூடவே உயர்ந்த ஒவ்வொரு கண்ணும், ஒவ்வொரு கழுத்தும் பஞ்சுப் பொதியின்மேல்போல மென்மையாக விழுந்தன. "முடியாது" வயதான மாமா மீண்டும் சொன்னார். பிறகு, தலைமை நடுவராக அங்கேயிருந்த பாதிரியார் கையை அசைத்துவிட்டார். "இன்னும் இரத்தம் சிந்தியேயாக வேண்டும்."

ஜார்க், ஒரு சமயம் கண்டுகொள்ளாமலேயே விடப்பட்டிருந்தவன், இப்போது மீண்டும் எல்லாக் கண்களும் தன்மேல் இருப்பதைக் கண்டான். இருந்தும், எதிலிருந்து தற்காலிகமாகத் தப்பியிருந்தானோ அந்தப் பழைய தொல்லைக்குத் திரும்பியதில் ஒருவிதமான நிறைவையும் உணர்ந்தான். ஒவ்வொருவரும் தன்மேல் ஆர்வமாயிருக்கிறார்கள் என்கிற உணர்விலிருந்து வந்த நிறைவு அது என்று பட்டது. இப்போது எந்த வாழ்க்கை சிறந்தது என்று தன்னால் சொல்ல

முடியாதென்பதையும் உணர்ந்தான். மறதியின் தூசி படிந்த, இரத்தப் பகை இயந்திர கதியிலிருந்து விலக்கிவிடப்பட்டுவிட்ட, அமைதியான வாழ்க்கை, அல்லது அந்த மற்றொரு வாழ்க்கை, ஆபத்தான வாழ்க்கை. ஆனால் நடுங்கும் தையல் கோடுபோல அதனூடே ஓடும் துக்கத்தின் மின்னற் பாய்ச்சலுடன். அவன் இரண்டையுமே ருசித்திருந்தான், இப்போது யாராவது அவனிடம் "இதை அல்லது அதை, தேர்ந்தெடு" என்று சொன்னால் அவன் கண்டிப்பாகத் தயங்கக் கூடும். ஒருவேளை, அமைதிக்குப் பழக்கப்பட ஆண்டுகள் பிடிக்கலாம், அதன் இன்மைக்குப் பழக்கப்பட நிறைய ஆண்டுகளை எடுத்துக்கொண்டது போலவே. இரத்தப் பகையின் இயந்திரவியல் அப்படிப்பட்டது. அது உங்களை விடுவித்துவிட்டாலும் உயிர்நாடியில் உங்களைத் தன்னுடன் நெடுங்காலத்திற்குப் பிணைத்தேயிருக்கும்.

சமரச முயற்சியின் தோல்வியைத் தொடர்ந்து வந்த நாட்களில், ஒரு சில காலம் வெறுமையாய் இருந்த வானத்தில் மீண்டும் அபாய மேகங்கள் திரண்டபோது, ஜார்க் தனக்குள் கேட்டுக்கொண்டான்: பேசி முடிப்பதற்கான அந்த முயற்சி நடந்தது நல்லதற்கா, கெட்டதற்கா? அவனிடம் அதற்குப் பதிலில்லை. ஒரு நன்மை என்னவென்றால் அது இன்னொரு ஆண்டு சுதந்திர வாழ்க்கையை அவனுக்குக் கொடுத்திருந்தது. ஆனால் பிற கூறுகளில் அது பேரழிவாயும் இருந்தது. அதில், எந்த வாழ்க்கையிலிருந்து தன்னைத் துண்டித்துக்கொண்டிருந்தானோ அந்த – யாரையாவது கொன்றாக வேண்டுமென்கிற நினைப்புடனேயே வாழும் –வாழ்க்கைக்கு இப்போது அவன் தன்னை மீண்டும் பழக்கப்படுத்திக்கொள்ள வேண்டியிருந்தது. விரைவிலேயே, புனிதச் சட்டம் இறந்தவருக்கான பழிவாங்கலாகக் கொலை செய்கிறவர்களை அழைக்கிறபடி, அவன் நீதிமான் ஆகிவிடுவான். நீதிமான்கள் ஒரு குலத்தின் முன்னணிக் காவல் படையினர்போல இருந்தார்கள். அவர்கள்தான் கொலைகளை முன்னெடுத்துச் செல்பவர்கள். ஆனால் அவர்களேதான் இரத்தப் பகையில் முதலில் கொல்லப்படுகிறவர்களுமாய் இருந்தார்கள். பழி முறை எதிரிக் குலத்திற்கு வந்தபோதெல்லாம் அவர்கள் பிற குலத்தின் நீதிமானைக் கொல்வதற்கே முயன்றார்கள். அது இயலாதபோது மட்டுமே அவர் இடத்தில் இன்னொரு மனிதரை குறித்துக்கொள்வார்கள். க்ரியேச்கூச்சேக்களுடனான எழுபது ஆண்டுப் பகையில் இருபத்தியிரண்டு நீதிமான்களை பெரிஷாக்கள் உற்பத்தி செய்திருந்தார்கள். அவர்களில் பெரும்பாலானவர்கள் பின்னாளில் தோட்டாக்களால் கொலை செய்யப்பட்டிருந்தார்கள். நீதிமான்கள் ஒரு குலத்தின் தனிச்சிறப்பு, அதன் பலம், அதன் சிறப்பான நினைவுச் சின்னம். ஒரு குலத்தின் வாழ்க்கையில் எத்தனையோ விஷயங்கள் மறக்கப்பட்டுவிட்டன, மனிதர்களும்

நிகழ்வுகளும் ஒன்றுபோலவே தூசு படிந்துபோனார்கள்; நீதிமான்கள் மட்டுமே, குலத்தின் கல்லறைகள்மேல் சின்னஞ்சிறிய அழியாச்சுடராக, அதன் நினைவிலிருந்து ஒருபோதும் அழியாதவர்களாய் இருந்தார்கள்.

கோடை வந்தது, போனது, வேறெந்த ஆண்டிலும்விடவும் அதிக விரைவுடன். பெரிஷாக்கள் வயற்புறத்தில் வேலைகளை முடிக்க அவசரப்பட்டார்கள். அப்போதுதான் கொலைக்குப் பிறகு அவர்கள் தங்களுடைய குல்லாக்களில் தங்களை அடைத்து வைத்துக்கொள்ள முடியும். ஜார்க் மிகவும் திகட்டிப்போன உணர்வை அனுபவித்தான், திருமண நாள் மாலையில் ஓர் இளைஞன் உணரக்கூடிய எதையோபோல.

கடைசியில், அக்டோபர் இறுதியில், அவன் ஜெரியஃப் க்ரியேச்கூச்சேயைக் கொல்லும் யோசனை இல்லாமலேதான் சுட்டான். அவனைத் தாடையெலும்பில் மட்டுமே காயப்படுத்தினான். பிறகு புனிதச் சட்ட வல்லுநர்கள் வந்தார்கள்; அவர்களுடைய வேலை காயம் உண்டாக்கிய மனிதன் செலுத்த வேண்டிய அபராதத்தை மதிப்பீடு செய்வது. அது தலைக் காயமாக இருந்ததால் மூன்று பணப்பை க்ரோஷென் என்று மதிப்பிட்டார்கள்; அது கொல்லுவதற்கானதில் அரைப் பங்குத் தொகையாக இருந்தது. இதன் பொருள் பெரிஷாக்கள் அபராதம் செலுத்துவதைத் தேர்வு செய்யலாம், அல்லது அந்தக் காயத்தை அவர்களுடைய பழிவாங்கலில் பாதியைப் பிரதிநிதித்துவப்படுத்துவதாக எடுத்துக்கொள்ளலாம். பிந்தையதில், அவர்கள் அபராதத்தைச் செலுத்தாமல் கடன்பட்டிருந்த இரத்தத்தில் பாதியைத் திருப்பியதாகக் காயத்தைப் பாவித்தால், பிறகு, பாதி இரத்தம் ஏற்கெனவே எடுக்கப்பட்டுவிட்டதால், அவர்களுக்கு ஒரு க்ரியேச்கூச்சேயைக் கொல்லும் உரிமை கிடையாது. காயமொன்றை ஏற்படுத்தும் உரிமை மட்டுமே இனி அவர்களுக்கு உண்டு.

பெரிஷாக்கள் காயத்தைப் பாதிக் கடனடைப்பாகக் கணக்கிலெடுக்க ஒத்துக்கொள்ளவில்லை. அபராதம் மிகுதிதானென்றாலும் தங்கள் சேமிப்புகளிலிருந்து கடைசி வரை தோண்டியெடுத்து இரத்தக் கணக்கு முழுமையாகவே இருக்கும்படி அதைச் செலுத்திவிட்டார்கள்.

காயத்திற்கான அபராதம் செலுத்த வேண்டிய நடைமுறை நடப்பில் இருந்தபோதெல்லாம் ஜார்க் தன் தந்தையின் கண்கள் இகழ்ச்சியின், கசப்புணர்வின் திரையால் இருண்டு போயிருந்ததைக் கண்டான். பழிவாங்கும் கடமையை நீண்ட காலத்திற்கு இழுத்தடித்துக்கொண்டிருக்கும் வேலை மட்டுமில்லை

நீ செய்தது, இப்போது எங்களை மனவேதனைக்கும் அழிவிற்கும் வேறு ஆளாக்கியிருக்கிறாய் என்று அவை சொல்வதுபோல இருந்தது.

இதெல்லாமே தன்னுடைய தயக்கத்தினால் வந்தவை என்றுதான் ஜார்க்குக்கே தோன்றியது; அதுதான் கடைசி நொடியில் அவன் கையை நடுங்கச் செய்துவிட்டது. உண்மையைச் சொல்வதென்றால், குறி பார்க்கும்போது தன் கை மெய்யாகவே நடுங்கியதா அல்லது வேண்டுமென்றே ஆயுதத்தின் முன்பக்கத்தை எதிரியின் நெற்றிப்பொட்டிலிருந்து முகத்தின் கீழ்பகுதிக்குத் தாழ்த்தினோமா என்று அவனாலேயே சொல்ல முடியவில்லை.

இதெல்லாவற்றையும் தொடர்ந்து எதிலும் ஆர்வமின்மை நிலவியது. காலம் வீணே கழிந்து கொண்டிருக்கிறாற்போல் தோன்றியது. புண்பட்ட மனிதன் நீண்ட காலம் வீட்டில் வேதனைப்பட்டுக்கொண்டிருந்தான். தோட்டா அவனுடைய தாடையெலும்பை உடைத்திருந்ததாகச் சொன்னார்கள், அதில் தொற்றுக் கிருமிகள் உண்டாகியிருந்தன. குளிர்ப் பருவம் நீண்டதாயும் முன்னெப்போதும் இருந்திராத வகையில் கடுமையானதாயும் இருந்தது. மௌனப் பனியின்மேல் (பனி, பனிச்சரிவேகூட, இத்தனை மௌனமாக இருந்ததாக யாருக்கும் நினைவில்லை என்று முதியவர்கள் சொன்னார்கள்) காற்று பனியைப்போலவே மாற்றமற்ற தொனியில் மெலிதாகச் சீழ்க்கையொலியை எழுப்பிக்கொண்டிருந்தது. க்ரியேச்சூச்சே குடும்பத்து ஸெஃப், ஜார்க் வாழ்வின் ஒரே குறிக்கோள்; படுக்கையிலேயே சோம்பிக் கிடக்க, ஜார்க் வேலைவெட்டி இல்லாமல் விருதாவாகச் சுற்றிக்கொண்டிருக்கும் மனிதனாகத் தன்னை உணர்ந்தான்.

மெய்யாகவே அந்தக் குளிர்காலம் முடியவே முடியாததாகத்தான் உணரப்பட்டது. மேலும், காயம்பட்ட மனிதன் தேறி வருகிறான் என்று தெரியவந்த அதே கணத்தில் ஜார்க் நோயில் விழுந்தான். சோர்வுற்ற மனதுடையவனாய், தனக்கிடப்பட்ட பணியைச் செய்து முடிக்கும்வரை படுக்கையில் விழாதிருக்க அவன் உயிர்த் தியாகத்தைக்கூட ஏற்றிருப்பான், ஆனால் அது மிக அசாத்தியமானதாக இருந்தது. அவன் மெழுகைப்போல வெளுத்துப்போனான். முடிந்தவரை காலடிகளைக் கட்டுக்குள் வைத்துப் பார்த்துப் பிறகு மடங்கி விழுந்தான். இரண்டு மாதங்கள் அவன் படுத்த படுக்கையாகக் கிடக்க, ஜெரியஃப் க்ரியேச்சூச்சே ஜார்க்கினுடைய நோய்மையைத் தனக்குச் சாதகமாக ஆக்கிக்கொண்டு கிராமத்தில் காற்றைப்போலக் கட்டற்றவனாக நடமாடத் துவங்கினான். ஜார்க் குல்லாவின் இரண்டாம் தளத்தில் தான் படுத்துக் கிடந்த மூலையிலிருந்து –

சிந்தனைகள் அற்றுப்போனவனாய் –சன்னலால் சட்டமிடப்பட்ட துண்டு நிலக்காட்சியைப் பார்த்துக்கொண்டிருந்தான். அதற்கப்பால் பனியால் வெண்மையாக்கப்பட்டிருந்த உலகம் பரந்துகிடந்தது. இனி எதுவும் ஒருபோதும் அவனை அந்த உலகத்துடன் பிணைக்காது. நெடுநேரம் அந்த உலகத்தில் தன்னை அந்நியனாக அவன் உணர்ந்தான். முற்றிலும் தேவையற்றவனாக, அப்படி ஒருவேளை சன்னலுக்கு வெளியே மக்கள் அவனிடமிருந்து எதையேனும் எதிர்பார்த்தார்களென்றால் அது அவன் செய்ய வேண்டிய கொலைக்கான விதிமுறைகள் தொடர்பானதாக மட்டுமே இருந்தது.

முடிவில்லாமல் மணிக்கணக்காக அவன் பனி மூடிய தரையை வெறுப்புடன் பார்த்துக்கொண்டிருந்தான்; ஆம், நான் வெளியேறுவேன், அந்த மிச்ச இரத்தத்தைச் சிந்தவைக்க விரைவிலேயே வெளியேறுவேன் என்று சொல்வதைப்போல. அந்த எண்ணம் அவனை வெகுவாக அலைக்கழித்தது, சில சமயங்களில் அந்த முடிவற்ற வெண்மையின் மத்திய பாகத்தில் சிறிய குருதிக்கறை வடிவம் கொள்வதை மெய்யாகவே தான் பார்த்ததாக அவன் எண்ணிக்கொள்ளுமளவிற்கு.

மார்ச் மாதத்தின் துவக்க நாட்களில் தான் சற்றுத் தேறியதாக உணர்ந்தான்; மாதத்தின் இரண்டாம் வாரத்தில் படுக்கையை விட்டுவிட்டான். வெளியே அடியெடுத்துவைத்தபோது கால்கள் நடுங்கின. நோய்மையிலிருந்து உண்டான கிறக்கம் இன்னுமிருக்க, முகம் காகிதம்போல் வெளுத்துக் கிடக்க, அவன் இருந்த நிலையில், அவன் தனக்கான மனிதனுக்காகப் புதரில் பதுங்கியிருக்கப் போவானென்று யாரும் கற்பனையே செய்யவில்லை. ஒருவேளை, தன் எதிரி இன்னும் நோயில்தான் இருக்கிறானென்று எண்ணிக்கொண்டிருந்த க்ரியேச்கூச்சே குடும்பத்து ஜெரியஃப் திகைத்துப்போனதும்கூட அதனால்தானிருக்கும்.

சில நேரங்களில் மழை, நின்றுவிடத்தான் வேண்டும் என்று நினைத்துக்கொள்ளும்படி, சிறு தூறலாகப் பெய்தது. ஆனால் திடீரென்று திரும்பவும் முன்பைவிடப் பலமாகப் பிடித்துக் கொண்டது. பொழுது பிற்பகலாகியிருந்தபோது ஜார்க் தன் கால்கள் மரத்துக்கொண்டு வருவதாக உணர்ந்தான். மப்பும் மந்தாரமுமான நாள் அப்படியே இருக்க, மாவட்டம் மட்டுமே வேறாக இருந்தது. ஜார்க் சந்தித்த மலைவாசிகள் வேறு வகை ஆடைகளை அணிந்திருந்ததைக்கொண்டு அவனால் அது சொல்லக்கூடியதாக இருந்தது. சிறிய கிராமங்கள் நெடுஞ்சாலையிலிருந்து இன்னும் இன்னும் விலகியிருந்தன.

சில இடங்களில் தேவாலய மணியொன்றின் வெண்கலம் தொலைவிலிருந்து மெலிதாக மின்னியது. பிறகு மைல் கணக்காக நிலவெளி வெறுமையாய்க் கிடந்தது.

ஜார்க் மிக மிகக் குறைவான பயணிகளையே சந்தித்தான். மீண்டும் ஒரோஷின் குல்லாவைப்பற்றி வினவினான். மக்கள் முதலில் அது மிக அண்மையில்தான் இருக்கிறது என்றார்கள். பிறகு, தொடர்ந்து செல்கையில், மெய்யாகவே அதை நெருங்கி வந்துவிட்டதாக நினைத்தபோது, அவர்கள் அது இன்னும் நீண்ட தொலைவில் இருப்பதாய்ச் சொன்னார்கள். மேலும் ஒவ்வொரு முறையும் வழிப்போக்கர்கள், பனியில் பார்வை மறையும் தொலைவில், ஒரே திக்கை நோக்கியே கைகாட்டினார்கள்.

இரண்டு மூன்று முறை ஜார்க் இரவு கவிந்துகொண் டிருப்பதாகக் கற்பனை செய்தான், ஆனால் அது தவறானதாக இருந்தது. அது இன்னமும் சாலையிலிருந்தும் உலகத்தி லிருந்தும் ஒளிந்துகொள்ள விரும்புபவனைப்போல் கிராமங்கள் நெடுஞ்சாலையிலிருந்து தொடர்ந்து தொலைவாகத் தங்களைச் சுருட்டிக்கொண்டிருந்த முடிவற்ற பிற்பகலாகவேதான் இருந்தது. கோட்டை இன்னும் தொலைவா என்று அவன் மீண்டும் ஒரு தடவை கேட்டபோது அது இப்போது மிக அருகில் என்று சொல்லப்பட்டது. கடைசியாகச் சந்தித்த பயணி அது இருக்கக்கூடிய திசையை நோக்கியேகூடத் தன் கையை நீட்டிவிட்டார்.

“இரவுப் பொழுதிற்குள் நான் அங்கே போய்விடுவேனா?” ஜார்க் அவரைக் கேட்டான்.

“அப்படித்தான் நினைக்கிறேன்” என்றார் அவர். “இரவு ஆகிவிடும்.”

ஜார்க் மீண்டும் முன்னேறினான். சோர்வில் ஆழ்ந்து கொண்டிருந்தான். சில நேரம் அந்த மாலைப் பொழுதுதான் இரவு ஆவதற்குத் தாமதித்து குல்லாவைத் தொலைவாகவே இருக்கும்படி செய்கிறது என்று நம்பக்கூடத் தயாராக இருந்தான், பிறகு சில நேரம் –அதன் மறுதலையாக –குல்லாவின் சேய்மைதான் மாலைப் பொழுதை நகராததாக ஆக்கி அது நிலத்திற்குள் செல்வதைத் தடுத்துவைத்திருந்தது என்றும்.

ஒரு சமயம் மூடுபனியினூடே குல்லாவின் நிழலுருவைக் காண முடிந்துவிட்டதாக அவன் நினைத்தான், ஆனால் இறுதி விருந்து விழா*வின் இசை அதை –அவன் அந்த நீண்ட நாளின் காலையில் பார்த்திருந்ததைப்போன்ற –ஒரு கன்னிமாடமாகத்

* இயேசுவின் இறுதி இரவு உணவு (The last Supper).

தெரியக் காட்டியது. இன்னும் சற்றுத் தொலைவிற்குப்பிறகு, குல்லாவிற்கு அருகிலிருப்பதாக மீண்டும் ஒருமுறை எண்ணினான். செங்குத்தான மலையின் உச்சியில் கடைசியாக அதைத் தெளிவாகவே தன்னால் காண முடிந்துவிட்டதாகக்கூட நினைத்துவிட்டான். ஆனால் தொடர்ந்து முன்னேறியபோது அது ஓரோஷின் குல்லா இல்லை, சொல்லப்போனால் அது கட்டிடமே இல்லை என்பதைக் கண்டான். பிறவற்றைக் காட்டிலும் அதிகமாக இருண்டிருந்த மூடுபனிப் பீற்றல்தான் அது.

மீண்டும் நெடுஞ்சாலையின்மேல் தான் தனியாக இருப்பதைக் கண்டபோது எப்போதேனும் கோட்டையை அடைந்துவிடுவோமென்கிற நம்பிக்கை தனக்குள் தோற்றுக் கொண்டிருப்பதை உணர்ந்தான். தீய நோக்கத்துடன் வளர்ந்திருந்தவைபோலத் தோன்றிய புதர்களின் பரவலால் இருபுறங்களிலும் சாலை மேலும் வெறுமை கொண்டதாகத் தோன்றியது. என்னதான் நடக்கிறது என்று நினைத்துக் கொண்டான். இப்போது அவனால் கிராமங்களைதையும் பார்க்க முடியவில்லை. பின் சாலையிலிருந்து அவை எவ்வளவு தள்ளி இருந்தாலென்ன. அதைவிட மோசம், அவை மீண்டும் புலப்படப்போவதில்லை என்பதே அவனுடைய முடிந்த முடிபாக ஆகிவிட்டது.

நடையின் போக்கில் அடிக்கடி அவன் தன் தலையை உயர்த்தினான் – அடிவானத்தில் குல்லாவைத் தேடினான் – அதைப் பார்த்துவிட்டதாக மீண்டும் நினைத்தான். ஆனால் அதை நம்புவது கடினமாக இருந்தது. சிறுவயதுக் காலத்திலிருந்தே அவன் அந்த மதிப்பிற்குரிய கோட்டையைப்பற்றி, மனிதர்கள் புனிதச் சட்ட விதிகளைப் பின்பற்றி நடப்பதை நூற்றாண்டுகளாக அது கண்காணித்தபடியிருக்கிறதென்று கேள்விப்பட்டிருக்கிறான். ஆனால் அதைத் தாண்டி, அது எப்படி இருக்கும் என்றெல்லாம் தெரியாது. சமவெளி மக்கள் அதை எளிமையாக ஓரோக் என்று அழைத்தார்கள். அவர்களுடைய கதைகளிலிருந்து அதன் தோற்றத்தைக் கற்பனை செய்துகொள்வது இயலாத ஒன்றாய் இருந்தது. இப்போது தொலைவில் ஜார்க் அதைக் கண்டபோது – மெய்யாகவே அது ஒரு கோட்டை என்பதை நம்பாததனால் – அதன் வடிவத்தை உள்வாங்கிக்கொள்ள அவனால் முடியவில்லை. மூடுபனியில் அதன் நிழலுரு உயரமாயும் தெரியவில்லை, குட்டையாயும் தெரியவில்லை. ஒரு நேரம் அது மிகப் பரந்து விரிந்ததாய் இருக்க வேண்டும் என்று நினைத்தான்; இன்னொரு நேரம் அது சுருக்கமான கட்டிடத் தொகுப்பு போன்றும் தோன்றியது. சாலை வளைந்து நெளிந்து மேலேறுகிற தோற்றத்தைக் கொடுக்கிறது என்பதையும், எனவே தன்னுடைய –

மாறிக்கொண்டேயிருக்கும் –பார்வைக் கோணம் கட்டிடத்தையும் தொடர்ந்து மாற்றிக் காட்டுகிறது என்பதையும் ஜார்க் பிறகு கண்டுபிடித்தான். ஆனால் மிக அருகில் வந்தபோதும்கூடப் பெரிதாக எதையும் அவனால் வேறுபடுத்திப் பார்க்க முடியவில்லை. இது கோட்டைதான் என்பது அவனுக்கு உறுதியாகத் தெரிந்தது, அது இல்லை என்பதிலும் உறுதியாய் இருந்தான். ஒருகணம் ஒற்றைக் கூரை பல கட்டிடங்களைப் போர்த்தியிருப்பதைத் தான் காண்பதாகவும், மறுகணம் பல கூரைகள் ஒற்றைக் கட்டிடத்தைக் கவிந்திருப்பதாகவும் எண்ணினான். நெருங்கும்போக்கில் அதன் தோற்றம் மாறிக்கொண்டேயிருந்தது. இப்போது, வெளிப்புறக் கட்டிடங்களைப்போலத் தோற்றமளித்த பல கட்டுமானங்களுக்கு நடுவே உயர்ந்து நிற்கும் கோட்டைக் காவல் கோபுரத்தைத் தான் பார்ப்பதாக நினைத்தான். ஆனால் இன்னும் சற்றுத் தள்ளி நடந்தபோது மையக் கோபுரம் மறைந்துவிட அந்த வெளிப்புறக் கட்டிடங்களை மட்டுமே கண்டான். பிறகு அவையும் விலகிக்கொள்ளத் தொடங்கின; அவன் இன்னும் நெருங்கி வந்தபோது, அவை காவல் கோபுரங்கள் அல்ல, மாறாக ஒருவகையான வசிப்பிடங்கள், ஒரு விதத்தில் அதுவும்கூட இல்லை; ஏறக்குறையப் புழக்கமற்றுப்போன காட்சிக்கூடங்கள் என்பதைக் கண்டான். அங்கே யாரும் இல்லை. தவறான சாலையைப் பிடித்துவிட்டோமோ என்று யோசித்தான். ஆனால் அதே வேளையில் ஒரு மனிதர் அவன்முன் தோன்றினார்.

"சாவு வரி?" என்று கேட்டார் அந்த மனிதர் ஜார்க்கின் வலது கரத்தைக் கள்ளப் பார்வை பார்த்துக்கொண்டே. பிறகு பதிலுக்குக் காத்திராமல் காட்சிக்கூடங்களில் ஒன்றை நோக்கித் தன் கையை நீட்டினார்.

ஜார்க் அந்தத் திக்கில் திரும்பினான். தன் கால்கள் தன்னைத் தாங்கிக்கொள்ளவில்லைபோல உணர்ந்தான். அவன் எதிரில் மரக் கதவு, மிகப் பழையது. மீண்டும் இந்தப் பக்கமாகத் திரும்பினான், தன்னிடம் பேசிக்கொண்டிருந்த மனிதரிடம் தான் உள்ளே செல்ல வேண்டுமா என்று கேட்பதைப்போல. ஆனால் அந்த மனிதர் சென்றுவிட்டிருந்தார். கதவைத் தட்டுவதற்குத் தன் மனதைத் தயார்ப்படுத்திக்கொள்ளும் முன் அவன் ஒரு நிமிடம் அதைக் கவனித்தான். மரம் முழுக்க உளுத்துப்போயிருந்தது, அனைத்து வகையான ஆணிக்கொண்டைகளாலும், கவனக்குறைவாக அடிக்கப்பட்ட இரும்புத் துணுக்குகளாலும் நிரம்பி வழிந்திருந்தது. கிட்டத்தட்ட முழுவதுமாகவே நிலை பெயர்ந்துபோய் ஒன்றுக்கும் உதவாததாகக் கிடந்தது. அத்தனை உலோகங்களும் அந்தப் புராதனக் கதவாகவே மாறியிருந்தன, வயதான மனிதரின் விரல் நகங்களைப்போல.

அவன் கதவைத் தட்டத் தயாரானான். ஆனால், ஏராளமான இரும்புத் துண்டுகளால் குத்தப்பட்டும் சிக்குப்பட்டும் கிடந்தபோதிலும் அந்தக் கதவு தட்டும் பிடியெதையும் கொண்டிருக்கவில்லையென்பதையும், தாழ்ப்பாளின் சுவடுகூட அதில் இல்லை என்பதையும் கவனித்தான். பிறகே அது பாதி திறந்தேயிருப்பதையும் பார்த்தான். பின் தன் வாழ்வில் முன்னெப்போதும் செய்திராத காரியத்தைச் செய்தான்: "ஓ, வீட்டுக்காரரே" என்று குரல் கொடுக்காமலேயே கதவைத் தள்ளித் திறந்தான்.

நீண்ட அறை அரையிருட்டில் இருந்தது. முதலில் அது காலியாக இருக்கிறதென்று அவன் நினைத்தான். பிறகு ஒரு மூலையில் கணப்பொன்றைக் கண்டுகொண்டான். அது நிறைய நெருப்புடையதாய் இல்லை, மேலும் ஈர விறகால் எரியூட்டப்பட்டதில் பிழம்பைவிட அதிகமாகப் புகையை வெளிவிட்டுக்கொண்டிருந்தது. சில மனிதர்கள் அந்த அறையில் காத்துக்கொண்டிருந்தார்கள். கால்மணைமேல் அமர்ந்தபடியும் அல்லது மூலைகளில் குந்தியபடியுமிருந்த அவர்களுடைய உருவங்களைப் பார்க்கும் முன்பே அவர்களுடைய மேற்போர்வையின் கனத்த கம்பளி வாடையை அவன் நுகர்ந்தான்.

ஜார்க் தானும் மூலையில், துப்பாக்கியை முழங்கால்களினிடையில் வைத்தபடி அடைந்துகொண்டான். சிறிது சிறிதாகக் கண்கள் மங்கிய வெளிச்சத்திற்குப் பழகத் தொடங்கின. கமறல் புகை தொண்டையில் கசப்புச் சுவையை ஏற்றியது. அவன் அவர்கள் கரங்களில் கருப்புப் பட்டைகளைப் பார்க்க ஆரம்பித்தான். அவர்களும் அவனைப் போலவே சாவு வரி கொடுப்பதற்காக அங்கே வந்திருக்கிறார்கள் என்பதைப் புரிந்துகொண்டான். அவர்கள் நான்குபேர். சிறிது கழித்து ஐந்து பேரைப் பார்த்ததாக நினைத்தான். பிறகு, கால்மணிக்கும் குறைவான நேரத்தில், திரும்பவும் நான்கு என்று எண்ணிக்கொண்டான். ஐந்தாவது ஆள் என்று அவன் எடுத்துக்கொண்டது அதிகம் இருண்டிருந்த மூலையில் –எதற்கென்று சொல்ல முடியாதபடி –கடைசியாகக் கிடந்த வெறும் ஒரு மரத் துண்டு.

"எங்கிருந்து வருகிறாய்?" அவனுக்குப் பக்கத்திலிருந்த மனிதர் கேட்டார்.

ஜார்க் அவனுடைய கிராமத்தின் பெயரைச் சொன்னான்.

வெளியே, இரவு விழுந்திருந்தது. ஜார்க்குக்கு அது உடனே கீழிறங்கிவிட்டிருப்பதாகப் பட்டது. நீண்ட அறையின் வாயிற்படியை அவன் கடந்தவுடனேயே, ஒரு குட்டிச்சுவரின்

நிழல் ஒருவர் அங்கிருந்து நீங்கிய கணத்தில் அது இடிந்து விழுவதைப்போல.

"அப்படியானால் வெகு தொலைவு இல்லை" அந்த மனிதர் சொன்னார். "நானெல்லாம் நிற்காமல் இரண்டரை நாட்கள் பயணப்பட வேண்டியதாயிருந்தது."

ஜார்க்குக்கு என்ன சொல்வதென்று தெரியவில்லை.

யாரோ ஒருவர் கதவைத் தள்ளித் திறந்துகொண்டு வந்தார், அது கிறீச்சிட்டது. அவர் கை நிறையச் சுமந்து கொண்டுவந்த விறகை நெருப்பில் வீசினார். விறகு ஈரமானதாக இருக்க, நடுங்கிக்கொண்டிருந்த வெளிச்சம் அணைந்து போய்விட்டது. ஆனால் ஒருகணத்திற்குப்பின், கால் ஊனமுற்றவரைப்போலத் தெரிந்த அந்த மனிதர் எண்ணெய் விளக்கை ஏற்றி அதைச் சுவரில் அடிக்கப்பட்டிருந்த ஏராளமான ஆணிகளில் ஒன்றில் தொங்கவிட்டார். புகைபோக்கியின் மேலிருந்த கரிப்புகையால் மங்கிப்போயிருந்த அந்த மஞ்சள் விளக்கு அறையின் தொலைவான மூலைகளைச் சென்றடைய வீணே முயன்றுகொண்டிருந்தது.

யாரும்பேசவில்லை. அந்தமனிதர் அறையைவிட்டு அகன்றார். ஒரு நிமிடத்திற்குப் பிறகு இன்னொரு மனிதர் உள்ளே வந்தார். அவர் முதலாமவரையே தோற்றத்தில் ஒத்திருந்தாரென்றாலும் தன் கைகளில் எதையும் சுமந்துகொண்டிருக்கவில்லை. அவர்களையெல்லாம் எண்ணுகிறவரைப்போலப் பார்த்துவிட்டு (இரண்டு அல்லது மூன்று தடவை அந்த மரத்துண்டை – அது மனிதன் இல்லை என்பதை உறுதி செய்துகொள்கிறவரைப்போல – பார்த்துக்கொண்டார்) வெளியேறினார். சிறிது சென்று மண் பானையுடன் திரும்பி வந்தார். அவர் பின்னே கிண்ணங்களையும் இரண்டு சோள ரொட்டிப் பாளங்களையும் ஏந்தியபடி இன்னொரு மனிதர் வந்தார். அவர் ஒவ்வொரு ஆளுக்கும் முன்னால் ஒரு கிண்ணத்தையும் சில ரொட்டிகளையும் கீழே வைக்க இவர் பானையிலிருந்து பீன்ஸ் சூப்பை ஊற்றினார்.

"நீ கொடுத்து வைத்தவன்" ஜார்க்குக்குப் பக்கத்திலிருந்தவர் சொன்னார். "சரியாக அவர்கள் உணவு பரிமாறும் நேரத்திற்கு வந்திருக்கிறாய், இல்லையானால் நாளை இரவுணவுப் பொழுதுவரை வயிற்றை இறுகக் கட்டிக்கொண்டு இருந்திருக்க வேண்டும் நீ."

"நான் வரும்போதே சிறிது ரொட்டியும் வெண்ணெயும் கையோடு கொண்டு வந்துவிட்டேன்" என்றான் ஜார்க்.

"எதற்கு? கோட்டையில்தான் சாவு வரி கொடுக்க வருகிறவர்களுக்கு நாளைக்கு இரண்டு வேளை உணவு பரிமாறுகிறார்களே."

முறிந்த ஏப்ரல்

"எனக்குத் தெரியாது" என்றான் ஜார்க் பெரிய முழு வாய் ரொட்டியை அதக்கியபடி. சோள ரொட்டி கடினமாய் இருந்தது, ஆனால் அவனோ மிகவும் பசியோடிருந்தான்.

ஜார்க் தன் முழங்கால்களின் குறுக்கே ஏதோ உலோகச் சாமான் விழுவதை உணர்ந்தான். அது பக்கத்திலிருந்தவரின் புகையிலை டப்பி.

"ஒரு இழுப்பு இழுத்துக்கொள்" என்றார் அவர்.

"நீங்கள் எப்போதிலிருந்து இங்கே இருக்கீறீர்கள்?"

"நண்பகலிலிருந்து."

ஜார்க் ஒன்றும் சொல்லவில்லையென்றாலும் மற்றவர் அவன் வியப்படைந்துபோனதாக ஊகித்துக்கொண்டார்.

"நீ ஏன் ஆச்சரியப்பட்டுக்கொள்கிறாய்? இங்கே நேற்றையிலிருந்தே காத்துக்கொண்டிருக்கிற ஆட்களெல்லாம் இருக்கிறார்கள்."

"உண்மையாகவா?" ஜார்க் கூவினான். "இன்றிரவே பணத்தைச் செலுத்திவிட்டு நாளைக்கு எங்கள் கிராமத்திற்குக் கிளம்பிவிடலமென்றல்லவா நான் நினைத்தேன்."

"ம்ஹூம், நாளை மாலைக்குள் உன்னால் செலுத்த முடிந்துவிட்டால் நீ கொடுத்துவைத்தவன். இரண்டு நாட்கள் நீ காத்துக்கொண்டிருக்க வேண்டியிருக்கும், அது மூன்று நாட்களாக இல்லையென்றால்."

"மூன்று நாட்கள்? அதெப்படி முடியும்?"

"ரத்த வரி வாங்குவதற்குக் குல்லாவிற்கு ஒரு அவசரமுமில்லை."

கதவு கிறீச்சிட, பீன்ஸ் சூப் பானையைக் கொணர்ந்த மனிதர் மீண்டும் உள்ளே வந்தார். காலிக் கிண்ணங்களைச் சேகரித்துக்கொண்டு போகிறபோக்கில் நெருப்பைக் கிளறி விட்டுவிட்டு மறுபடியும் வெளியே சென்றுவிட்டார். ஜார்க்கின் கண்கள் அவரைப் பின்தொடர்ந்தன.

"இந்த ஆட்களெல்லாம் இளவரசருடைய பணியாட்களா?" அவன் பக்கத்திலிருந்தவரிடம் தணிந்த குரலில் கேட்டான்.

மற்றவர் தோள்களைக் குலுக்கினார்.

"அப்படித்தான் என்று என்னால் சொல்ல முடியாது, பணியாட்களாக இருக்கிறவர்களுடைய குடும்பத்தினருடைய தூரத்துச் சொந்தக்காரர்களாய் இருப்பார்கள்போலத் தெரிகிறது."

“உண்மையாகவா?”

“சுற்றிலுமிருக்கிற கட்டிடங்களையெல்லாம் பார்த்தாயா? நிறையக் குடும்பங்கள் அவற்றில் வசிக்கின்றன, அவர்களெல்லாம் தலைவருடன் குருதித் தொடர்பு உள்ளவர்கள்; காவல்காரர்களும் அவர்கள்தான், அதிகாரிகளும் அவர்கள்தான். அவர்கள் எப்படி உடுத்தியிருந்தார்களென்று பார்த்தாயா? மலைவாசிகள் போலவும் இல்லாமல், பட்டணவாசிகள் போலவும் இல்லாமல்.”

“ஆம், உண்மைதான்” என்றான் ஜார்க்.

“இன்னொரு இழுப்புக்கு நீயே சுருட்டிக்கொள்” என்றபடியே மற்றவர் அவனிடம் புகையிலை டப்பியை நகர்த்தினார்.

“வேண்டாம், நன்றி” என்றான் ஜார்க். “நான் நிறைய புகைபிடிப்பதில்லை.”

“உன் மனிதனை நீ எப்போது கொன்றாய்?”

“நேற்றைக்கு முன்தினம்.”

வெளியே மழை விழும் ஓசையைக் கேட்க முடிந்தது.

“இந்தக் குளிர்காலம் இழுத்துக்கொண்டே போகிறதே.”

“ஆம், உண்மைதான், நீண்ட ஒன்றாகத்தான் இருக்கிறது.”

தொலைவில், கட்டிடத் தொகுப்பின் ஆழத்திலிருந்து, ஒருவேளை பிரதானக் கோபுரத்திலிருந்தும் இருக்கலாம் – முன்வாயில் கதவொன்றின் கூர்மையான உராய்வொலி வந்தது. கனத்த இரட்டைக் கதவுகளின் ஒரு பக்கம் திறப்பதாலோ அல்லது மூடுவதாலோ எழுந்த அந்த உராய்வொலி சிறிது நேரம் நீண்டுகொண்டிருந்தது. உடனே, பறவையின் ஓலத்தையொத்த அழுகைச் சத்தம் அதைத் தொடர்ந்தது, அது காவலாளியின் கூக்குரலாயும் இருக்கலாம், அல்லது நண்பனுக்கான பிரியாவிடையாயுமிருக்கலாம். ஜார்க் தன்னுடைய மூலையில் இன்னும் ஆழச் சுருண்டுகொண்டான். ஓரோஷில்தான் இருக்கிறோமென்று அவனை அவனாலேயே நம்பவைக்க முடியவில்லை.

கதவின் கிறீச்சிடல் ஜார்க்கின் தூக்கக் கலக்கத்தை இடைவெட்டியது. மூன்றாம் முறையாக அவன் கண் விழித்து ஊனக்கால் மனிதர் கை நிறைய விறகுகளுடன் நுழைவதைப் பார்த்தான். விறகுகளை நெருப்பில் வீசிய பிறகு அவர் விளக்குத் திரியைத் தூண்டிவிட்டார். மரத்துண்டுகள் நீரை ஒழுக்கிக்கொண்டிருக்கின்றன. இன்னும் மழை பெய்துகொண்டிருக்க வேண்டும் என்று நினைத்துக்கொண்டான்.

அறையிலிருந்த எவருமே தூங்கிக்கொண்டிருக்கவில்லை என்பதை விளக்கு வெளிச்சத்தில் ஜார்க்கால் பார்க்க முடிந்தது. அவனுடைய முதுகு குளிர்ந்து கிடந்தது, ஆனால் நெருப்பினருகே செல்வதிலிருந்து ஏதோவொன்று அவனைத் தடுத்துக்கொண்டிருந்தது. அதுவுமில்லாமல், அது கதகதப்பை அளிக்கவில்லையென்கிற நினைப்பும் அவனுக்கு இருந்தது. தடுமாறிக்கொண்டிருந்த ஒளி கருப்புக் கறைகளுடன் இங்குமங்கு மாகச் சிதறி, காத்திருந்த மனிதர்களைத் தொற்றிக்கொண்டிருந்த நிசப்தத்தை இன்னும் ஆழப்படுத்திக்கொண்டிருந்தது.

இந்த அத்தனை பேருமே கொலை செய்திருந்தார்கள் என்றும் ஒவ்வொருவரும் தமக்கென்று ஒரு கதை வைத்திருந்தார்க ளென்றும் ஓரிரெண்டு முறை ஜார்க்குக்குத் தோன்றியது. ஆனால் அந்தக் கதைகள் அவர்களுடைய ஆழங்களில் தாழிடப்பட்டுக் கிடந்தன. தழலொளியில் அவர்களுடைய வாய்கள், கூடுதலாக, அவர்களுடைய தாடைகளுமேகூட, ஒருவிதமான பழமையான பூட்டுகளின் வடிவத்தைப் பெற்றிருப்பதாகத் தோன்றுவது தற்செயலானதல்ல. குல்லாவை நோக்கிய அவனுடைய பயணம் முழுவதிலுமே யாராவது தன்னுடைய சொந்தக் கதையைக் கேட்டுவிடக்கூடுமென்கிற நினைப்பில் ஜார்க் நடுங்கிக்கொண்டேயிருந்தான். இந்த நீண்ட அறையில் நுழைந்தபோதோ அவனுடைய அச்சம் இன்னும் மோசமான நிலையை அடைந்தது, உள்ளே வந்ததும் ஏதோவொன்று அபாயத்திலிருந்து தப்பிவிட்டதாக அவனை நம்பச் செய்ததுதானென்றாலும். ஒருவேளை, ஏற்கெனவே அங்கிருந்தவர் களின் விறைத்த நிலையிலிருந்து –அல்லது அந்த மரத்துண்டி லிருந்தேகூட அவன் அந்த – மறுவுறுதிசெய்யப்பட்ட நம்பிக்கையைக் கண்டுபிடித்திருக்கக்கூடும். ஒரு புதியவர், தன் தவறை உணர்வதற்கு முன்பே, அந்த மரத்துண்டை மனிதனென்று எடுத்துக்கொண்டு விடுகிறார், அல்லது, அதன் மறுதலையாக, அதை மரத்துண்டாகவே பார்த்துவிட்டு, பிறகு தன் தவறை எண்ணிச் சிரித்துக்கொண்டே அதற்கு ஒரு மனிதரைப்போல முகமன் கூறிவிட்டு, பிறகே உண்மையைக் கண்டுபிடிக்கிறார். மேலும் இந்தப் புள்ளியில் ஜார்க், அந்த நோக்கத்துடனேயேதான் மரத்துண்டு அங்கே வைக்கப்பட்டிருப்பதாக நினைத்துக் கொள்வதற்கே நாட்டம் கொண்டான்.

ஊனக்கால் மனிதர் ஈர விறகுகளை நெருப்பின்மேல் எறிந்தவுடனேயே அவை சடசடவென்று வெடித்தன. ஜார்க் ஆழ்ந்து மூச்சுவிட்டான். வெளியே இரவு நிச்சயமாகவே அடர்ந்துவிட்டிருந்தது. தொலைவில், நிலத்தை மேவிச் செல்லும் போக்கில் வடதிசைக் காற்று கீழொலியில் சீழ்க்கையடித்தது.

எதையாவது பேசியாக வேண்டியதன் தேவையைத் தான் உணர்வதை அறிந்து அவன் வியப்புற்றான். ஆனால் உண்மையில் அவன் வியப்படைந்தது அதைத் தாண்டிய மிக வினோதமான உணர்வால். தன்னைச் சுற்றிலுமிருந்த மனிதர்களின் தாடைகள் மெல்ல வடிவ மாற்றம் கொள்வதாக அவனுக்குப் பட்டது. அவர்களுடைய கதைகள் அவர்களுடைய தொண்டைகளில் எழுந்தன. அவர்கள் அவற்றை, குளிர்ந்த பனிக்கால இரவுகளில் கால்நடைகள் உணவை அசைபோடுவதைப்போல அசைபோடத் தொடங்கினார்கள். இப்போது கதைகள் அவர்களின் வாய்களிலிருந்து சொட்டத் தொடங்கின. "கொலை செய்ததிலிருந்து எத்தனையாவது நாள் இப்போது?" "நான்கு. அப்புறம், நீ?"

கொஞ்சம் கொஞ்சமாகக் கதைகள் அவர்களுடைய மேலங்கிகளின் முரட்டுத் துணிகளுக்குள்ளிருந்து வெளிப்பட்டன; கரப்பான் பூச்சிகளைப்போல; அமைதியாகத் திரிந்தன, ஒன்றைப் பிறிதொன்றாய்க் கடந்தன. "உன்னுடைய முப்பது நாள் சண்டை நிறுத்தத்தில் என்ன செய்வாய்?"

என்ன செய்வேன்? ஜார்க் யோசித்தான். "ஒன்றுமில்லை."

சில சமயங்களில் அந்த ஈரடித்துப்போன அறையிலேயே என்றென்றைக்குமாகத் தான் சிக்கிக்கொண்டுவிடுவோம் என்று அவன் நினைத்தான்; கதகதப்பாக்குவதற்குப் பதில் நடுக்கத்தை உண்டுபண்ணும், ஒருபோதும் கொழுந்துவிட்டு எரியாத நெருப்பினருகில், தரையில் மினுமினுக்கும் அந்தக் கருப்பு வண்டுகளுடன்.

எப்போதுதான் அவர்கள் அவனை வரி செலுத்த அழைப்பார்கள்? அவன் அங்கே வந்ததிலிருந்து ஒரே ஒரு ஆள்தான் அழைக்கப்பட்டிருந்தார். நாள் கணக்காக அவன் காத்திருக்க வேண்டி வருமோ? ஒரு வாரம் கழிந்தும் யாரும் அவனை அழைக்காவிட்டால் என்ன செய்வது? அட, அவர்கள் அவனை அழைக்காமலே விட்டுவிட்டால்தான் என்ன செய்வது?

கதவு திறந்து புதியவர் ஒருவர் உள்ளே வந்தார். தொலைவிலிருந்து வருகிறாரென்பதை யாராலும் பார்த்துத் தெரிந்துகொள்ள முடியும். அவர் உடல் முழுக்கச் சேறாயும் தொப்பலாக நனைந்தும் இருந்ததைக் காட்டுமளவிற்கு மட்டும் நெருப்பு வேண்டாவெறுப்பாக ஓரிரு மினுக்கத்தை வெளியிட்டது, பிறகு அவரையும் மற்றவர்களைப் போலவே அரையிருட்டிற்குள் விட்டது.

அந்த மனிதர் – குழப்பத்துடனும் தடுமாற்றத்துடனும் பார்த்துவிட்டு – மரத்துண்டுப் பக்கமாகத் தன்னுடைய

இருக்கையைத் தேர்ந்துகொண்டார். ஜார்க் ஓரக்கண்ணால் அவரைக் கவனித்துக்கொண்டிருந்தான், தான் சிலமணி நேரங்களுக்குமுன் உள்ளே வந்தபோது எப்படி இருந்தோம் என்பதைக் காண்பதற்காக. அந்த மனிதர் தன்னுடைய முக்காடைப் பின்னுக்குத் தள்ளிவிட்டுவிட்டு உயர்த்திய முழங்கால்களின்மேல் முகவாயை அமிழ்த்திக்கொண்டார். சந்தேகமில்லாமல் – அவர் கதை இன்னும் அவருடைய ஆழத்திலேயேதான் புதைந்திருந்தது – தொண்டையிலிருந்து மிகத் தொலைவில். அல்லது அது அவருடைய உடலில் நுழைந்திருக்கவேயில்லை. இன்னும் வெளியிலேயே, எந்தக் கரங்களால் கொலை செய்தாரோ அந்தச் சில்லிடும் கரங்களின்மேலேயே இருக்கிறது, பிறகு அது இப்போது கூச்சத்துடன் அவருடைய முழங்கால்களைக் கிளர்த்துகிறது.

# 3

அந்தக் குதிரை வண்டி மலைவழியில் துடிப்பான வேகத்தில் ஏறிக்கொண்டிருந்தது. தலைநகரத்தில் இன்பச் சுற்றுலாக்களுக்கும் வாடகை வண்டியாகவும் பயன்படுத்தப்படும், ரப்பர் சக்கர ஊர்தி வகையைச் சேர்ந்தது அது. அதன் இருக்கைகள் கருப்பு வெல்வெட்டால் உறையிடப்பட்டிருந்தன — ஆனால் அதோடு கூடவே —வண்டியின் அமைப்பி லேயே, ஏதோவொரு வெல்வெட் பண்பு இருந்தது. அதனால்தானோ என்னவோ அது அந்த மோசமான மலைவழியில் ஒருவர் எதிர்பார்ப்பதற்கும் அதிகமான இலகுவுடன் உருண்டுகொண்டிருந்தது. ஒருவேளை அதை அது இன்னும் சத்தமில்லாமல்கூடச் செய்திருக்கும், உறைகளால் பதுக்கிவிட முடியாத குதிரைகளின் மூச்சொலியும் அவற்றின் குளம்படி யோசையும் இல்லாதிருந்திருந்தால்.

மனைவியின் கரத்தைப் பற்றியபடி, பெஸ்ஸியன் வோர்ப்ஸி, அரைமணி நேரத்திற்குமுன் தாங்கள் விட்டு வந்த, வடதிசையின் உயர்ந்த மேட்டு நிலமான *ராஃவ்ஷ்* மலையடிவாரத்தின் கடைசிச் சிறிய நகரம் — பார்வையிலிருந்து மறைந்துவிட்டதை உறுதி செய்துகொள்வதற்காகத் தன் தலையைச் சன்னலுக்கு நெருக்கமாக நகர்த்தினான். இப்போது அவர்கள் முன்பும் பக்கவாட்டிலும் தொலைவாக நீண்டு கிடப்பது மெல்லிய சரிவின்மேலான கரம்பை நிலம். சற்றே வினோதமான —சமவெளியாயும் இல்லாத — மலைப்பகுதியாயும் இல்லாத, மேட்டுநிலமாயும் இல்லாத, நாட்டுப்புறம். மலைகள் —சரியாகச் சொல்ல வேண்டுமானால் — இன்னும் துவங்கவேயில்லை. ஆனால் அவற்றின் தெளிவற்ற நிழலை உணர முடிகிறது. மேலும் அந்த நிழலேதான், மேட்டுநிலத்திற்கும் மலை உலகத்திற்குமான எந்தத் தொடர்பையும் மறுதலிக்கும்போதே அதைச் சமவெளியாக வகைப்படுத்துவதையும் முடியாமல் ஆக்கிவிடுகிறது.

ஆக, அது ஓர் எல்லைப் பகுதி, பொட்டல். ஏறக்குறைய மனிதப் புழக்கம் அற்றுப்போனது.

இப்போதும் அப்போதுமாக மழைநீர்த் துளிகள் வண்டியின் சன்னலில் முத்துக்களாகப் பனித்தன.

"சபிக்கப்பட்ட மலைகள்" என்றான் மென்மையாக – நெடுங்காலமாக எதிர்பார்த்துக்கொண்டிருந்த காட்சிக்கு முகமன் சொல்வதைப்போல, குரலில் லேசான நடுக்கத்துடன். அந்தப் பெயர், அதன் நிறைவமைதியுடன், மனைவியின்மேல் தாக்கத்தை ஏற்படுத்தியிருந்ததாக உணர்ந்தான். அதில் ஒரு விதமான நிறைவையும் அடைந்தான்.

அவள் முகம் நெருங்கி வந்தது, அவள் கழுத்தின் நறுமணத்தை அவன் சுவாசித்தான்.

"எங்கே?"

அவன் முன்னோக்கித் தலையை அசைத்தான், பிறகு விரல்களால் சுட்டிக்காட்டினான். ஆனால் அந்தத் திக்கில் மூடுபனியின் அடர்ந்த படலத்தைத் தவிர வேறெதையும் அவளால் பார்க்க முடியவில்லை.

"இப்போது உன்னால் எதையும் பார்க்க முடியாது" அவன் விளக்கினான். "நாம் அவற்றிடமிருந்து வெகு தொலைவில் இருக்கிறோம்."

அவள் தன் கையைக் கணவனிடமிருந்து விடுவித்துக் கொண்டு பின்புறமாக இருக்கையின் வெல்வெட் துணிக்குள் சாய்ந்துகொண்டாள். வண்டியின் குலுக்கல், எதில் அவர்கள் குறிப்பிடப்பட்டிருந்தார்களோ, எதை அவர்கள் புறப்படுவதற்குச் சற்றுமுன் ஒரு சிறிய நகரத்தில் விலைக்கு வாங்கினார்களோ, அந்தச் செய்தித்தாளைத் தரைக்குச் சரித்திருந்தது, ஆனால் இருவரில் ஒருவரும் அதை எடுப்பதற்காக நகரவில்லை. அவள் தெளிவில்லாமல் சிரித்தாள், அவர்களுடைய பயணத்தைப்பற்றிய சிறிய அளவிலான அறிவிப்பின் தலைப்பை நினைவுகூர்ந்தாள்: "பரபரப்புச் செய்தி: எழுத்தாளர் பெஸ்ஸியன் வோர்ப்ஸியும் அவருடைய புது மனைவியும் தங்கள் தேனிலவை வடதிசை மேட்டுநிலத்தில் செலவழிக்கிறார்கள்!"

செய்தியே தெளிவற்றுத்தான் இருந்தது. அதை எழுதிய யாரோ ஒரு அ.கு (அவர்களுக்குப் பரிச்சயமானவராய் இருக்க முடியாது, அட்ரியன் குமா?) அந்தப் பயணத்திற்குச் சார்பாக இருந்தாரா அல்லது அதன்மேல் ஒரு மெல்லிய ஏளனம் கொண்டவராய் இருந்தாரா என்று சொல்ல முடியவில்லை.

அவளேகூட, அவளுடைய வருங்காலக் கணவன் திருமணத்திற்கு இரண்டு வாரங்களுக்கு முன் அதை அவளிடம் சொன்ன போது, அந்த யோசனை கொஞ்சம் பித்துக்குளித்தனமானது என்கிற எண்ணத்தையேதான் அடைந்தாள். எந்த விஷயத்துக்கும் வியப்படையாதே என்று சொல்லியிருந்தார்கள் அவளுடைய நண்பர்கள். கொஞ்சம் வேறு மாதிரியான மனிதனை நீ திருமணம் செய்துகொண்டால் வியப்புகளை எதிர்பார்க்கத்தான் வேண்டும். ஆனால் அடியாழத்திலிருந்து சொல்வதென்றால், நீ கொடுத்து வைத்தவள்.

உண்மையில் அவளும் மகிழ்ச்சியாகத்தான் இருந்தாள். திருமணத்திற்கு முந்தின கடைசி சில நாட்களில் டிரானாவின் – அரைகுறைப் புதுமை விரும்பிகள், அரைகுறைக் கலையார்வலர்கள் வட்டத்தில் – மக்கள் அவர்களுடைய தேனிலவுப் பயணத்தைத் தவிர வேறெதையும் பேசிக்கொள்ளவில்லை. அவளுடைய நண்பர்கள் அவளிடம் பொறாமையுடன் சொன்னார்கள்: "தொன்மக் கதைகளின் உலகத்தை நோக்கி நிஜங்களின் உலகிலிருந்து தப்பிச் சென்றுகொண்டிருப்பாய் நீ, இனிமேல் இருப்பதற்கு வாய்ப்பேயற்ற, அச்சுஅசலான காவிய உலகம்." பிறகு அவர்கள் தேவதைகளைப்பற்றி, கொல்லிப்பாவைகளைப்பற்றி, பாணர்களைப்பற்றி, உலகில் நிலவிய கடைசி வீரகாவியச் செய்யுள்களைப்பற்றி, கிலியூட்டும், ஆனால் கம்பீரமான குல்லாக்களைப்பற்றிப் பேசிக்கொண்டே இருந்தார்கள். மற்றவர்கள் இந்த உற்சாகப் பேச்சுகளுக்கெல்லாம் தங்கள் தோள்களை உயர்த்திக்கொண்டிருந்தார்கள். குறிப்பாக வசதிகள் குறித்த கேள்வியைச் சுற்றியெழுந்த தங்கள் திகைப்பை, அதிலும் சில தனிப்பட்ட வசதிகளை வேண்டுகிற தேனிலவுப் பயணம் இது என்பதால் உண்டான மேலதிகத் திகைப்பைப் பக்குவமான முறையில் குறிப்பால் உணர்த்திக்கொண்டிருந்தார்கள். மலைப் பகுதிகளில் காலநிலை இன்னும் கடுங்குளிராக இருக்க, அந்தக் காவியக் குல்லாக்களோ கற்களால் ஆனவையாக இருந்தனவே. இன்னொருபுறம், வேறு சிலர் இருந்தார்கள் எண்ணிக்கையில் குறைவானவர்கள் – அந்த எல்லாக் கருத்துக்களையும் வேடிக்கை மனநிலையோடு கேட்டுக்கொண்டிருந்தார்கள், "அட சரிதான், கொல்லிப்பாவைகளுக்கு நடுவே வடக்குப் பக்கமாகப் போய்க்கொண்டேயிருங்கள், அவை உங்களிருவருக்கும் நல்லதே செய்யும், குறிப்பாக பெஸ்ஸியனுக்கு" என்று சொல்வதைப்போல.

ஆக, இப்போது அவர்கள் வடதிசையின் கடுமையான மேட்டு நிலத்தை நோக்கி முன்னேறிக்கொண்டிருந்தார்கள். ராஃவேஷ் பற்றி "ராஜ மாதா" மகளிர் கல்வி நிறுவனத்தில் தன்னுடைய படிப்புக்

காலத்திலேயே, குறிப்பாக பெஸ்ஸியனுடனான மணவுறுதி விழாவிற்குப் பிறகு, அவள் நிறையக் கேள்விப்பட்டிருந்தாள். அது அவளை ஈர்த்தது. அதே வேளையில் அச்சுறுத்தவும் செய்தது. உண்மையில், அவள் படித்தவையும் கேள்விப்பட்டவையும் – பெஸ்ஸியனுடைய எழுத்துக்களுமேகூட – அங்கே, மேலே, முடிவற்ற மூடுபனியின் நடுவிலிருந்த மேட்டுநிலங்களில் மெய்யாகவே வாழ்க்கை எதைப்போல இருக்குமென்கிற சித்திரத்தை அவளுக்குத் தரவில்லை. உயர்ந்த மேட்டு நிலத்தைப் பற்றி மக்கள் சொன்ன ஒவ்வொன்றும் சொல்லப்பட்டவுடனேயே சந்தேகத்திற்கிடமான, குழம்பிய தன்மையைக் கொண்டு விடுவதாகத் தோன்றியது. பாதி துயரார்ந்ததாயும், பாதி தத்துவார்த்தமாயும் வடக்குப்பற்றி பெஸ்ஸியன் வோர்ப்ஸி எழுதியிருந்த சொற்சித்திரங்களுக்கு அச்சு ஊடகமும் பட்டும் படாமலுமேதான் எதிர்வினை அளித்திருந்தது: சில விமர்சகர்கள் அந்தப் படைப்புகள் ஆகச் சிறந்த வைரங்கள் என்று போற்றிப் புகழ்ந்தார்கள்; மற்றவர்கள் அவை நடைமுறைக்கு ஒவ்வாதவை என்று சாடினார்கள். பல சமயங்களில் டயானாவுக்கு தன் கணவன் சற்றே வினோதமான இந்தப் பயணத்தை மேற்கொள்வதென்று முடிவு செய்திருந்தால், வடக்கில் வியப்பிற்குரியதாக அப்படி என்ன இருந்தது என்பதைத் தனக்குக் காட்டுவதைவிட அதிகமாக, அவன் தனக்குள் உணர்ந்துகொண்டிருந்த ஏதோவொன்றைத் தெளிவுபடுத்திக்கொள்வதற்காகவேதான் இருக்கும் என்றுத் தோன்றிக்கொண்டிருந்தது. ஆனால் அதுதான் அவனுடைய நோக்கமென்றால் அந்தப் பயணத்தை எப்போதோ மேற்கொண்டிருக்கலாமே, தனியாளாகவே, என்கிற சிந்தனையில், ஒவ்வொரு முறையும் அந்த நினைப்பைக் கைவிட்டாள்.

அவள் இப்போது அவனைக் கவனித்துக்கொண்டிருந்தாள், அவனுடைய கன்ன எலும்புகளை இறுகிய முகவாய் அதிகமாகப் புடைக்கச் செய்த விதத்திலிருந்து, வண்டிச் சன்னல்களின் வழியே அவன் வெறித்துப் பார்த்துக்கொண்டிருந்த விதத்திலிருந்து, அவன் தன்னுடைய படபடப்பைக் கட்டுப்படுத்துகிறானென்பதை உணர்ந்தாள்; அது நன்கு புரிந்துகொள்ளக்கூடியதென்றும் கண்டுகொண்டாள். நாள்கணக்காகத் தான் பேசிக்கொண்டிருந்த, இந்தப் பாதி கற்பனையான, பாதி காவியத்தனமான உலகம் தன்னை வெளிப்படுத்த நேரம் எடுத்துக்கொள்கிறது என்று – தனக்குத்தானே அவன் சந்தேகமின்றி சொல்லிக்கொண்டிருந்தான். வெளியே, வண்டியின் இரு புறங்களிலும், மனித இருப்பின் தடமெதுவுமின்றி முடிவற்ற பாழ்நிலம் விரிந்து கிடந்தது. அதன் எண்ணத் தொலையாத சாம்பல்நிறப் பாறைகள் உலகின் மிக மந்தமான மழைப்பொழிவால் நீரூற்றப்பட்டுக்கொண்டிருந்தன. நான் மனங்கசந்துவிடுவேனென்று அவன் அஞ்சுகிறான் என அவள்

நினைத்துக்கொண்டாள். மேலும், பலமுறை, "கவலைப்படாதே பெஸ்ஸியன், நாம் ஒருமணி நேரமாகத்தானே பயணப்பட்டுக்கொண்டிருக்கிறோம், வடக்குத் திசையின் எல்லா அதிசயங்களும் உடனே நம் கண்முன் தோன்றவிருக்கின்றன என்று நினைத்துக் கொள்ளுமளவிற்கு நான் அத்தனை பொறுமையில்லாதவளு மில்லை, அத்தனை விபரம் தெரியாதவளுமில்லை" என்று சொல்லும் புள்ளியிலும் இருந்தாள். ஆனால் அந்த வார்த்தைகளைச் சொல்லவில்லை. தன்னுணர்வற்றுத் தலையை அவனுடைய தோள்மீது சாய்த்தாள். அந்த அசைவு வார்த்தைகளை விடவும் அதிகமான ஆறுதலை அளிக்க வல்லது என்பது அவளுக்குத் தெரியும். பிறகு அந்த நிலையிலேயே அவள் வண்டியின் ஆட்டத்துடன் அவனுடைய தோள்மேல் தன்னுடைய செக்கர் நிறத் தலைமுடி புரள்வதை விழியோரமாகப் பார்த்தபடி வெகுநேரம் தாமதித்திருந்தாள்.

அவனுடைய தோள்கள் நகர்வதாக உணர்ந்தபோது அவள் கிட்டத்தட்டத் தூங்கிவிட்டிருந்தாள்.

"டயானா, பார்" அவள் கைகளை எடுத்துக்கொண்டே அவன் மென்மையாகச் சொன்னான்.

தொலைவில், சாலைக்குப் பக்கலில், அங்கே இருந்தவை சில கரிய உருவங்கள்.

"மலைவாசிகளா?" அவள் கேட்டாள்.

"ஆம்."

அவர்களுடைய வண்டி மேலும் நெருங்கியபோது இருண்ட வடிவங்கள் உயரமாக வளர்வதைப்போலத் தோன்றியது. பயணிகள் இருவருடைய முகங்களும் சன்னலோடு ஒட்டின. மூச்சுக் காற்றால் கண்ணாடியில் உருவான ஆவிப் படலத்தை டயானா பலமுறை தன் கைகளினால் துடைத்துவிட்டுக்கொண்டாள்.

மலைவாசிகளிடமிருந்து ஐம்பதடிக்கு மிகாத தொலைவில் இருந்தபோது, "கைகளில் என்ன வைத்திருக்கிறார்கள்? குடைகளா?" என்று மிக மென்மையாகக் கேட்டாள்.

"ஆமாம், அப்படித்தான் தெரிகிறது" அவன் முணுமுணுத்தான். "குடைகள் எங்கிருந்து கிடைத்தன இவர்களுக்கு?"

இறுதியில் வண்டி மலைவாசிகளைக் கடந்தது. அவர்கள் அதன் பின் புறத்தை வெறிக்கப் பார்த்தபடியிருந்தார்கள். அவர்கள் தங்கள் கைகளில் பிடித்திருப்பவை, உடைந்த ஆரக்கம்பிகளுடனும் கிழிந்த துணியுடனும்கூடிய பழைய குடைகள்தான் என்பதை

உறுதிப்படுத்துகிறவனைப்போல பெஸ்ஸியன் தன் தலையைத் திருப்பினான்.

"மலைவாசிகள் குடை எடுத்துக்கொண்டு போவதை நான் பார்த்ததேயில்லை" அவன் முணுமுணுத்தான். டயானாவும் வியப்புற்றாள்தான். ஆனால் அவனைக் கோபப்படுத்துவானே னென்று அதைச் சொல்வதைக் கவனமாய் தவிர்த்துவிட்டாள்.

தொடர்ந்து சென்றபோது மற்றொரு மலைவாசிக் குழுவை அவர்கள் கண்டார்கள். அவர்களில் இருவர் கோணிப்பைகளால் சுமையேற்றப்பட்டிருந்தார்கள். டயானா அவர்களைப் பார்க்காதவளைப்போலப் பாசாங்கு செய்தாள். பெஸ்ஸியன் சிறிது நேரம் பார்த்தான்.

"சோளம்" என்றான் கடைசியில். ஆனால் டயானா பதில் பேசவில்லை. மீண்டும் தன் தலையை அவன் தோள்மேல் சாய்த்துக்கொண்டாள். மீண்டும் அவள் தலைமுடி வண்டியின் அசைவோடு மெல்லென முன்னும் பின்னுமாய் அலைவுறத் தொடங்கியது.

இப்போது அவன்தான் சாலையைக் கருத்தூன்றிக் கவனிப்பவனாக இருந்தான். அவள் தன் எண்ணங்களை மகிழ்ச்சியான விஷயங்களை நோக்கித் திருப்ப முயன்றாள். பழங்கதைகளில் மலைவாசி ஒருவன் தன் முதுகில் கனத்த சோள மூட்டையைச் சுமந்து செல்வதோ அல்லது மழைக்காகக் கிழிந்த குடையொன்றைப் பிடித்திருப்பதோ பெரிய துரதிர்ஷ்டமொன்றும் இல்லை. இலையுதிர்கால இறுதியில், நகரத் தெருக்களில், தோளில் கோடரியைச் சுமந்துகொண்டு, "வெட்டுவதற்கு மரமேதும் இருக்கிறதா?" என்று சோகத்துடன் கூவிக்கொண்டே செல்லும், மலைகளிலிருந்து வரும் ஒன்றுக்கு மேற்பட்ட மனிதர்களை அவள் பார்த்ததில்லையா என்ன. ஏறக்குறைய ஓர் இரவுப் பறவையினுடையதைப்போல இருக்கும் அந்தக் கூவல். ஆனால் அந்த மக்கள் மலைப்புறங்களினுடைய வகைமாதிரிகள் அல்லர் என்று பெஸ்ஸியன் அவளிடம் கூறியிருந்தான். ஏதேதோ காரணங்களுக்காகக் காவியங்களின் தாய்நிலத்தைப் பிரிந்துபோனதில் –வீழ்த்தப்பட்ட மரங்களைப்போல வேரோடு பிடுங்கப்பட்டவர்கள் அவர்கள் – தங்கள் வீரப்பண்பையும் உள்ளார்ந்த ஒழுக்கத்தையும் தொலைத்துவிட்டவர்கள். ஓர் இரவில் அவன் அவளிடம் சொன்னான், *ராஃவ்ஷ்* என்பது பூமியின்மேலல்லாமல் வானத்திலெங்கோ இருந்ததைப்போல, தொடுவானத்திற்கு அப்பாலிருந்த விண்ணுலக உயரத்தை நோக்கித் தன் கைகளை உயர்த்தியபடி; உண்மையான மலைவாசிகள் அங்கே, மேலே இருக்கிறார்கள், *ராஃவ்ஷின்மேல்*.

இப்போது, சன்னலோடு அழுந்தியிருந்த அவன், மனைவி தன்னை ஏதாவது கேட்டுவிடக் கூடுமென்கிற அச்சத்தில், அந்த மனித வாடையற்ற நிலவெளியிலிருந்து கண்களைத் திருப்பவேயில்லை: இந்த ஏழை வழிப்போக்கர்கள், கைகளில் எலும்புக்கூடான குடைகளுடன், அல்லது சோள மூட்டைக்கடியில் வளைந்துபோன முதுகுகளுடன், இந்தக் கதைகளில் வாழும் மலைநாட்டு வீரத் திருமகன்களைப் பற்றித்தானா நீ என்னிடம் அவ்வளவு பேசிக்கொண்டிருந்தாய்? டயானா, தன்னுடைய கற்பனை மயக்கங்களையெல்லாம் துறக்கவேயிருந்தா ளென்றாலும், ஒருபோதும் அந்தக் கேள்வியை அவனிடம் கேட்கப்போவதில்லை.

அவன்மேல் சாய்ந்தபடியே அவள் கண்கள் வண்டியின் குலுக்கலோடு அவ்வப்போது மூடிக்கொண்டன, வறண்ட காட்சி எழுப்பிய துயரவுணர்வை விரட்டுவதைப்போல. துண்டு துண்டான விதத்தில், அவர்களிருவரும் முதலில் அறிமுகமான நாட்களைப்பற்றியும் அவர்களுடைய மணவுறுதி விழாவை ஒட்டிய வாரங்களைப்பற்றியும் நினைத்துக்கொண்டாள். அகன்ற சாலை மருங்குகளில் வரிசைகட்டி நிற்கும் செஸ்ட்நட் மரங்கள், அருந்தகங்களின் இருபுறத் தள்ளுக் கதவுகள், தழுவிக்கொள்கையில் மின்னிடும் மோதிரங்கள், உதிர்பருவ இலைகள் பரவிய பூங்கா இருக்கைகள், இன்னும் டஜன் கணக்கான அதுபோன்ற வேறு நினைவுகள் — அவை யாவற்றையும் முடிவற்ற பாழின்மேல் கொட்டினாள், பிம்பங்கள் ஏதாவதொரு விதத்தில் அந்தப் பாழை நிரப்பக் கூடுமென்கிற நம்பிக்கையில். ஆனால் அந்தப் பாழ்நிலம் மாறவில்லை. அதன் ஈர வெறுமை — அவளுடைய தனிப்பட்ட மகிழ்ச்சிகளின் சேகரத்தை மட்டுமல்ல — மொத்தத் தலைமுறைகளின் மகிழ்ச்சிக் குவியலையுமே ஒருகணத்தில் விழுங்கிவிடத் தயாராக இருந்தது. அவளே அப்படியொரு நாட்டுப்புறத்தை ஒருபோதும் பார்த்திருந்ததில்லை. தலைக்குமேல் அச்சுறுத்திக்கொண்டிருந்த மலைகள் சரியாகத்தான் பெயரிடப்பட்டிருந்தன, "சபிக்கப்பட்ட மலைகள்" என்று.

அவனுடைய தோள்களின் அசைவாலும் இளகிய தொனியைக் கொண்டிருந்த அவனுடைய குரலாலும் உறக்கச் சடவிலிருந்து வெளியே இழுக்கப்பட்டாள்.

"டயானா, பாரேன். ஒரு தேவாலயம்."

அவள் சன்னல் கண்ணாடியினருகே நகர்ந்து கல் மணிக்கூண்டின் உச்சியில் ஊன்றப்பட்டிருந்த சிலுவையைப் பார்வையில் பற்றினாள். தேவாலயம் பாறை உயரத்தில் எழும்பியிருந்தது. மேலும் சாலை மிகச் செங்குத்தாக இறங்கிக்

முறிந்த ஏப்ரல்

கொண்டிருந்ததால் –அல்லது ஒருவேளை வானத்தின் சாம்பல் நிறப் பின்னணியின் காரணத்தால் –கருப்புச் சிலுவை அச்சமூட்டும் விதத்தில் மேகங்களினிடையே எழுந்து ஊசலாடுவதைப்போலத் தோன்றியது. தேவாலயம் இன்னும் தொலைவில்தான் இருந்தது. ஆனால் அவர்கள் அதை மேலும் அண்மித்தபோது, மணியையும் கருப்புச் சிலுவை வடிவ அச்சுறுத்தலின் அடியில் ஒரு புன்சிரிப்பைப்போலத் தொலைவாகப் பரவிக்கொண்டிருந்த அதன் வெண்கல மினுமினுப்பையும் கண்டுகொள்ள முடிந்தது.

"எவ்வளவு அழகாய் இருக்கிறது" டயானா வியந்துபோனாள்.

பெஸ்ஸியன் தலையசைத்தான், ஆனால் பேசவில்லை. சிலுவையின் இருண்ட நிழலும் மணியின் உற்சாகம் தரும் மென்னொளியும் சுற்றிலும் பல மைல்களுக்கு – எல்லாத் திக்குகளிலும் உயரே எழும்பி, ஒன்றேயானவையாய், பிரிக்க முடியாதவையாய்த் தென்பட்டுக்கொண்டிருந்திருக்க வேண்டும்.

"ஓ, பார், அவைதான் மலைப்பகுதிகளினுடைய குல்லாக்கள்" அவன் சொன்னான்.

உயர்ந்த குடியிருப்புகளைப் பார்க்கத் தேவாலயத்திலிருந்து அவள் தன் கண்களை மனமில்லாமல் திருப்பினாள்.

"எங்கே?"

"அங்கே, அந்தச் சரிவின்மேல் பார்" சுட்டிக்காட்டிக்கொண்டே அவன் சொன்னான். "பிறகு அங்கே, அங்கே தொலைவில் இன்னுமொன்று, அந்த இன்னொரு மலையின்மேல்."

"ஆ, ஆமாம்!"

சட்டென்று அவன் விழிப்படைந்துவிட்டான், அவன் கண்கள் தொடுவானத்தை ஆர்வத்துடன் துழாவத் தொடங்கின.

"மலைவாசிகள்" என்றான் அவன். முன்னாலிருந்த குட்டிச் சன்னலை நோக்கி நீண்டது அவனது கை.

மலைவாசிகள் அவர்களை நோக்கி வந்துகொண்டிருந்தார்கள், ஆனால் பார்க்கச் சிரமப்படுமளவிற்கு இன்னும் வெகு தொலைவு தள்ளித்தான் இருந்தார்கள்.

"அருகிலெங்கோ பெரிய கிராமம் ஒன்று நிச்சயமாக இருக்கிறது."

வண்டி அவர்களை நெருங்கியது, கணவனின் படபடப்பு உணர்வை டயானா ஊகித்தாள்.

"தோள்களில் துப்பாக்கிகளைத் தொங்கவிட்டிருக்கிறார்கள்" என்றாள்.

“ஆமாம்” என்றான் அவன், சுமை குறைந்த உணர்வுடன். சன்னலிலிருந்து கண்களை எடுக்கவில்லை. வேறு எதையோ எதிர்பார்த்துக்கொண்டிருந்தான். மலைவாசிகள் இப்போது இருபதடிக்கு மேற்பட்ட தொலைவில் இல்லை.

“அங்கே” கடைசியில் அவன் அழைத்துவிட்டான், டயானாவின் தோளைப் பற்றியிழுத்தான். “அவனுடைய வலது கைமேல் இருக்கிற கருப்புப் பட்டையைப் பார். பார்க்கிறாயல்லவா?”

“ஆமாம், ஆமாம்” என்றாள் அவள்.

“அங்கே பார் இன்னொன்று, சாவின் அடையாளம். அப்புறம், அங்கே இன்னுமொன்று.”

பரவசம் அவன் மூச்சோட்டத்தைத் தாறுமாறாக ஆக்கியது.

“எவ்வளவு பயங்கரம்!” வார்த்தைகள் அவளிடமிருந்து தப்பின.

“என்ன?”

“இது அழகாய் இருக்கிறது, அதேநேரம் அச்சமூட்டுவதாயும் இருக்கிறதென்று சொல்லவந்தேன்.”

“ஆம், உண்மைதான், இது துயரார்ந்த அழகு, அல்லது, அழகான துயரம் என்று வேண்டுமானாலும் நீ சொல்லிக்கொள்ளலாம்.”

திடீரென்று அவன் அவள் பக்கம் திரும்பினான், கண்ணில் புதிரான ஒளியுடன், இப்படிச் சொல்வதைப்போல: ஒத்துக்கொள், நீ ஒருபோதும் இதையெல்லாம் நம்பவில்லைதானே. வாஸ்தவத்தில், அவள் அப்படியான சந்தேகம் எதையும் ஒருபோதும் குறிப்பிட்டதில்லை.

வண்டி மலைவாசிகளைப் பின்னுக்குத் தள்ளியிருந்தது. பெஸ்ஸியனின் முகம் புன்னகையுடன் ஒளி பெற, மீண்டும் தன்னை இருக்கையில் சரித்துக்கொண்டான்.

“நிழல் – நிலத்திற்குள் நாம் நுழைந்துகொண்டிருக்கிறோம்” தனக்குத்தானே சொல்லிக் கொள்கிறவனைப்போல, அவன் சொன்னான், “சாவிற்கான புனிதச் சட்டங்கள் வாழ்விற்கான சட்டங்களைவிடச் செல்வாக்குச் செலுத்துகின்ற இடம்.”

“ஆனால் கொலைக்குப் பழிவாங்கும் கடமை உள்ளவருக்கும் யாரிடமிருந்து பழி கேட்கப்படுகிறதோ அவருக்கும் இடையில் இருக்கும் வேறுபாட்டை ஒருவர் எப்படிக் கண்டுபிடித்துச் சொல்கிறார்?” அவள் கேட்டாள். “கருப்புப் பட்டை எல்லோருக்கும் ஒரேபோலத்தானே இருக்கிறது, இல்லையா?”

“ஆமாம், ஒன்றேதான். கொல்ல இருக்கிறவருக்கும் வேட்டையாடப்படுபவருக்கும் சாவின் அடையாளம் அணுப் பிசகாமல் ஒன்றேதான்.”

“எவ்வளவு பயங்கரம்” என்றாள் அவள்.

“சாவின் அடையாளத்தைச் சுமந்துகொண்டே அலைகின்ற மக்களை உலகத்தின் வேறெந்த நாட்டிலுமே சாலைகளில் காண முடியாது, வெட்டுவதற்குக் குறிஇடப்பட்ட மரங்களைப்போல.”

அவள் அவனைப் பரிவோடு பார்த்தாள். பெஸ்ஸியனின் கண்கள், பொறுக்கவியலாக் காத்திருப்பிற்குப் பிறகு வெடித்து வெளிப்பட்ட ஆழ்ந்த ஒளியுடன் துலங்கின. கேலிக்குரிய விதத்தில் இற்றுப்போன குடைகள், முதுகின்மேல் பழைய சோளச் சாக்கு மூட்டைகள் ஆகியவற்றுடன் இருந்த அந்தப் பிற மலைவாசிகள் ஒருபோதும் அங்கே இருக்கவேயில்லை என்பதுபோல இப்போது இருந்தது.

“பார், அங்கே இன்னும் கொஞ்சம்பேர்” அவன் சொன்னான்.

இந்தத் தடவை அவர்களில் ஒருவருடைய கரங்களில் கருப்புப் பட்டையை முதலில் பார்த்தவள் அவளாக இருந்தாள்.

“ஆம், இப்போது நாம் மிகச் சரியாகச் சாவினுடைய ஆட்சிப் பகுதிக்குள்ளே இருக்கிறோமென்று என்னால் சொல்ல முடியும்” பெஸ்ஸியன் கூறினான், சன்னலிலிருந்து கண்களை ஒருபோதும் விலக்காமல். வெளியே இன்னும் மழை விழுந்துகொண்டிருந்தது – சாரல் மழை –மூடுபனியால் செறிவு குன்றியதைப்போல.

டயானா புன்னகைக்கத் தொடங்கினாள்.

“ஆமாம்” என்றான் அவன், “நாம் சாவினுடைய ஆட்சிப் பகுதிக்குள்தான் நுழைகிறோம், யுலீசஸ்போல; ஒரு வேறுபாடு, யுலீசஸ் அதை அடையக் கீழே இறங்க வேண்டியிருந்ததது, ஆனால் நாம் மேல ஏற வேண்டும்.”

அவள் இன்னும் அவனைப் பார்த்தபடியே கேட்டுக்கொண்டிருந்தாள். அவன் தன் முன்மண்டையை – அவர்களுடைய மூச்சால் புகை படர்ந்திருந்த –சன்னலின்மேல் சாய்த்துக்கொண்டிருந்தான். அதற்கப்பால் உலகம் உருமாற்றமடைந்ததைப்போலத் தோன்றிற்று.

“ஆவிகளைப்போலக் கரங்களில் கருப்புப் பட்டையோடு சாலைகளில் பனியில் அலைந்துகொண்டிருக்கிறார்கள்” என்றான் அவன்.

அவள் கேட்டுக்கொண்டிருந்தாள், ஆனால் பேசவில்லை. கிளம்புவதற்கு முன்னால் எத்தனை தடவைகள் இந்த

விஷயங்களைப்பற்றிப் பேசியிருந்திருப்பான், ஆனால் இப்போது அவன் வார்த்தைகள் வேறொரு தொனியைக் கொண்டிருந்தன. அவற்றின் பின்னே –துணைத் தலைப்புகளின் பின்னே திரைப்படக் காட்சியைப்போல –நிலவெளிகூடச் சற்றுத் துயரார்ந்ததாகத் தென்பட்டது. அவன் ஒருமுறை குறிப்பிட்டிருந்த, தலைகள் முக்காடுகளால் போர்த்தப்பட்டிருக்கும் மனிதர்களையும் சாலைகளில் பார்ப்போமா என்று அவள் கேட்க விரும்பினாள். ஆனால் ஏதோவொன்று அவளை அதைக் கேட்பதிலிருந்து தடுத்தது. ஒருவேளை வெறுமனே அந்தக் கேள்வியைக் கேட்பது கூட ஆவியுருக்களைக் கிளர்த்திவிடக்கூடுமென்கிற எளிய அச்சமாக இருக்கலாம்.

வண்டி இப்போது கணிசமான தொலைவிற்குப் போய்விட்டிருந்தது, கிராமமும் பார்வைக்கு அப்பால் சென்றுவிட்டிருந்தது. கல்லறைத் தோட்டத்து மண்ணைப் போலிசெய்த வானமும் சிறிது சரிந்திருந்ததைப்போல, புதைகுழிகளின் மேலிருக்கும் சிலுவைகளையொத்த விதத்தில் –ஒரு பக்கமாகச் சாய்ந்தபடி –தேவாலயத்தின் உயரத்திலிருந்த சிலுவை மாத்திரம் தொடுவானத்தின்மேல் மெதுவாக ஊசலாடியது.

"அங்கே ஒரு கல்லறை" சாலை மருங்கைச் சுட்டிக்காட்டிய படியே அவன் சொன்னான்.

நன்றாகப் பார்ப்பதற்காக அவள் முன்னே சாய்ந்தாள். அது ஒரு கற்குவியல். ஒருவகையில் அந்த இடத்தைச் சுற்றியிருந்த பிறவற்றைவிட மங்கலான நிறத்தில் –தெளிவான அமைப்பு இல்லாமல். அசட்டையாகக் குவிக்கப்பட்டிருந்தது. அன்று மழை பெய்திருக்காவிட்டால் அந்தக் கற்கள் அத்தனை துயரம் தருபவையாய்த் தோன்றியிராது என்று அவள் நினைத்துக்கொண்டாள். அதை அவனிடமும் சொன்னாள். ஆனால் அவன் சிரித்துக்கொண்டே தலையை அசைத்தான்.

"முரானீ, அப்படித்தான் அதை அவர்கள் அழைக்கிறார்கள், எப்போதுமே அவலமாகத்தான் தெரியும்" அவன் சொன்னான். "அதற்குமேல், நாட்டுப்புறத்தில் கூடுதல் மகிழ்ச்சி இருந்தால் அவை கூடுதல் அவலமாகத் தெரியும்."

"அப்படித்தான் இருக்கும்போல" என்று அவள் பதிலிறுத்தாள்.

"நான் அனைத்துவிதமான குறிகளோடும் அடையாளங்க ளோடும் அனைத்து விதமான நடுகற்களையும் கல்லறைத் தோட்டங்களையும் பார்த்திருக்கிறேன்." அவன் பேசிக்கொண்டே போனான், "ஆனால் நம் மலைவாசிகள் ஒரு மனிதன் கொல்லப் பட்ட அதே இடத்தில் கட்டுகிற எளிமையான கற்குவியலைக்

காட்டிலும் அதிக உண்மைத் தன்மையுள்ள கல்லறையென்று எதுவும் இருப்பதாக நான் நினைக்கவில்லை."

"அது உண்மைதான்" அவள் சொன்னாள். "ஒரு அவலப் பண்பு அதில் இருக்கத்தான் செய்கிறது."

"பிறகு அந்த வார்த்தையேகூட, முரானீ, வெறுமை, குரூரம், அதுவே எதனாலும் தணிக்கவியலாத வலியை மனதில் எழுப்புகிறது, இல்லையா?"

அவள் தலையசைத்துவிட்டு மீண்டும் நெட்டுயிர்த்துக் கொண்டாள். தன்னுடைய வார்த்தைகளில் தானே தூண்டப்பட்டவனாய் அவன் மேலே பேசினான். வாழ்க்கையின் பொருளின்மைபற்றியும் வடபகுதி நாட்டுப்புறங்களில் சாவின் யதார்த்தம்பற்றியும். அந்தப் பகுதி மக்கள் சாவோடு உருவாக்கிக் கொண்டிருக்கும் உறவுகளை முன்வைத்தே முதன்மையாக மதிக்கப்படுவது அல்லது இகழப்படுவதுபற்றியும் பேசினான்; பிறகு குழந்தை பிறப்பின்போது மலைவாசிகள் வெளிப்படுத்தும் பயங்கரமான விருப்பத்தையும் வெளிப்படுத்தினான். "இவன் நீடூழி வாழட்டும், துப்பாக்கியால் சாகட்டும்!" இயற்கைக் காரணங்களாலோ, நோயாலோ அல்லது மூப்பினாலோ சாவதென்பது மலைப்பகுதி மனிதர் ஒருவருக்கு வெட்கக் கேடானது. மலைவாசியின் வாழ்நாள் குறிக்கோள் என்பது – தன் சாவின்மேல் ஓர் எளிய நினைவுச் சின்னத்தை எதிர்பார்க்க அவருக்கு அனுமதியளிக்கும் –புகழ் என்னும் சேமக்குவையை உயரமாக அடுக்கிக்கொண்டே இருப்பதுதான்.

"கொல்லப்படும் மனிதர்களைப்பற்றிய பாடல்கள் கொஞ்சம் நான் கேட்டிருக்கிறேன்" அவள் சொன்னாள். "அவையும் அவர்களுடைய கல்லறைகளைப்போல, அவர்களுடைய முரானீ போலவே இருக்கும்."

"அது உண்மைதான். அதெல்லாம் கற்குவியலைப்போல மனதை அழுத்தும். சொல்லப்போனால், முரானீயின் கட்டமைப்பைச் செயல்படுத்துகிற அதே உட்கருத்துத்தான் பாடல்களின் கட்டமைப்பையும் செயல்படுத்துகிறது."

டயானா மீண்டும் பெருமூச்சை வெளிப்படையாகவே அடக்கிக்கொண்டாள். நிமிடத்திற்கு நிமிடம், தன்னுள் ஏதோவொன்று தகர்ந்துகொண்டிருந்ததைப்போல உணர்ந்தாள். அவள் உணர்ந்ததைக் கண்டுகொண்டவனைப்போல அவன், 'இதெல்லாம் அவலமயமானவையென்றால், அதே சமயத்தில் பேராற்றல் கொண்டவையும்கூட' என்று சொல்லத் தவித்தான். 'எல்லாவற்றையும் கருத்தில் கொண்டுபார்க்கும்போது மரணத்தின்

பண்புக்கூறு இந்த மனிதர்களின் வாழ்வின்மேல் முடிவிலித் தன்மையதான உரையாடலைக் கொண்டிருக்கிறது; ஏனென்றால் அதன் பேராற்றல் இவர்களை அற்பமான விஷயங்களுக்கும் வாழ்வின் கீழ்த்தரமான கஞ்சப் புத்திக்கும் மேலே எழுப்புகிறது' என்றும் விளக்குவதற்குத் தன்னைத் தயார்படுத்திக்கொண்டான்.

"ஒருவருடைய நாட்களை மரணத்தின் அளவுகோலால் அளப்பது என்பது அது தனிச்சிறப்பு வாய்ந்த பரிசுதான், இல்லையா?"

அவள் புன்னகைத்தாள், தோள்களைக் குலுக்கிக்கொண்டாள்.

"அதைத்தான் புனிதச் சட்டம் செய்கிறது" பெஸ்ஸியன் மேலே பேசினான், "குறிப்பாக இரத்தப் பழிக்கென்று ஒதுக்கப்பட்டிருக்கிற அத்தியாயத்தில். உனக்கு நினைவிருக்கிறதா?"

"இருக்கிறது" என்றாள் அவள், "நன்றாகவே நினைவு வைத்திருக்கிறேன்."

"அது ஒரு உண்மையான சா விதித் தொகுப்பு" என்றான் அவன் திடீரென்று அவளை நோக்கித் திரும்பி. "மக்கள் அதைப்பற்றி நிறையக் கதைகள் சொல்கிறார்கள், அத்தோடு, அது எவ்வளவுதான் காட்டுத்தனமாகவும் இரக்கமில்லாததாகவும் இருக்கட்டுமே, நான் ஒரு விஷயத்தில் உறுதியாய் இருக்கிறேன், இந்த உலகத்தில் நடப்புக்கு வந்த, என்றென்றைக்கும் நிலைத்து நிற்கிற பண்புள்ள விதித்தொகுப்புகளில் அதுவும் ஒன்று, அதை நாம் – அல்பேனியர்கள் – உருவாக்கினோமென்பதில் நாம் பெருமைப் பட்டுக்கொள்ள வேண்டும்."

அவன் அவளுடைய ஆமோதிக்கிற வார்த்தைக்காகக் காத்திருப்பதைப்போலத் தோன்றினான், ஆனால் அவள் அமைதியாய் இருந்தாள்; என்றாலும் அவளின் கண்கள் அவனுடைய கண்களைப் பரிவோடு நோக்கின.

"ஆம், அது மாசற்றது, நாம் அதற்காகப் பெருமைப்படத்தான் வேண்டும்" அவன் மேலே தொடர்ந்தான்: "ஐரோப்பிய நிலப் பகுதிகளிலேயே ராஃவ்ஷ் மட்டும்தான், நவீன அரசினுடைய முழுமையின் பகுதியாக இருக்கும் அதே வேளையில் – திரும்பச் சொல்கிறேன் – ஆதிக் குடிகளின் வாழ்நிலத்தினுடையதாக இல்லை; நவீன ஐரோப்பிய அரசினுடைய முழுமையின் பகுதியாக இருக்கிற அதே வேளையில், அதனுடைய சட்டங்களை மறுக்கவும் செய்திருக்கிறது; சட்ட நிறுவனங்களை, காவல்துறையை, நீதிமன்றங்களை – சுருக்கமாகச் சொல்ல வேண்டுமானால் – அரசின் அத்தனை அமைப்புகளையும் மறுத்திருக்கிறது. அவையும் இதையெல்லாம் ஒத்துக்கொள்வதில்லை. புரிகிறதா, ஏனென்றால்

ஒரு சமயத்தில் இது அவற்றுக்கு அடங்கித்தான் இருந்தது. பிறகு அதையெல்லாம் ஒத்துக்கொள்ள மறுத்துவிட்டது. அதே அளவு தகுதியான, வேறு ஒழுக்க விதிகளால் அவற்றினுடைய இடத்தை நிரப்பிவிட்டது. வேற்று ஆக்கிரமிப்புச் சக்திகளால் அமைக்கப்பட்ட நிர்வாகங்களையெல்லாம் ஓர் எல்லையிலேயே நிறுத்திவைக்கிற அளவிற்கு நிறைய விதிகள். பிறகு, பின்னால், விடுதலையான அல்பேனிய அரசின் ஆட்சிமுறை அவற்றை அந்த விதிகளை ஏற்றுக்கொள்ளச் சொல்லியும், அப்படியாக உயர்ந்த மேட்டுநிலத்தை –கிட்டத்தட்ட அரை ஆட்சிப் பகுதியென்று வைத்துக்கொள் –அரசின் கட்டுப்பாட்டுக்கு மிக அப்பால் கொண்டுவைக்கவும் வற்புறுத்திக்கொண்டிருக்கிறது."

டயானாவின் கண்கள் சில சமயம் கணவனுடைய உதட்டசைவுகளைப் பின்தொடர்ந்தன, சிலசமயம் அவனுடைய கண்களை.

"அந்த வரலாறு மிகவும் பழையது" அவன் தொடர்ந்தான். "நாட்டுப்பாடல் ஒன்றின் நாயகனான கான்ஸ்டன்டைன் தன்னுடைய வாக்கைக் காப்பாற்றுவதற்காகக் கல்லறையிலிருந்து எழுந்தபோதுதான் அது வடிவம் பெறத் தொடங்கியது. அந்த நாட்டார் பாடலை நாம் பள்ளியில் படித்துக்கொண்டிருந்தபோது, எத்தனை அச்சமூட்டுவதாக இருக்கிறதோ அத்தனை கம்பீரமாக வும் விளங்குகின்ற ஒரு அமைப்பினுடைய அடித்தளக் கற்களில் ஒன்று தான் *பெஸ்ஸா* என்பதாக அதில் குறிப்பிடப்பட்டிருந்தது என்று நீ எப்போதாவது நினைத்திருப்பாயா? ஏனென்றால் *கானூன்* வெறும் விதிகளினுடைய தொகுதி மட்டுமில்லை" அவன் ஆர்வத்துடன் தொடர்ந்தபடியிருந்தான், "அது விதித்தொகுதி வடிவத்தை எடுத்திருக்கின்ற பிரம்மாண்டமான தொன்மமும்கூட. உலகச் சிறப்பு வாய்ந்த சட்ட அமைப்புகளலெல்லாம் இந்தப் பகுதிகளினுடைய ஹமுராபிச் சட்டத்தோடும், மற்றச் சட்ட அமைப்புகளோடும் ஒப்பிட்டால் சிறுகுழந்தைகளுடைய பொம்மைகளைப் போலத்தான். நான் சொல்வதை உன்னால் உள்வாங்கிக்கொள்ள முடிகிறதா? அதனால்தான், இது நல்லதா கெட்டதா என்று கேட்பதெல்லாம் சிறுபிள்ளைத்தனம். எல்லாப் பெரிய விஷயங்களையும்போலவே கானூனும் நல்லவை கெட்டவைக்கு அப்பாற்பட்டது. அதாவது..."

அந்த வார்த்தைகளில் அவள் புண்பட்டுவிட்டாள், அவள் கன்னங்கள் அனல் வீசின. ஒரு மாதத்திற்கு முன் அவளே அவனிடம் அதே கேள்வியைக் கேட்டிருந்தாள்: "அந்தச் புனிதச் சட்டம் நல்லதா, கெட்டதா?" அப்போது அவன் பதில் சொல்லாமல் சிரித்துக்கொண்டிருந்தான், ஆனால் இப்போது...

“நீ ஒன்றும் குத்திக்காட்ட வேண்டிய தேவையில்லை” அவள் இருக்கையின் கடைக்கோடிக்குப் பின்வாங்கினாள்.

“என்ன ?”

அவர்கள் ஒரு புரிதலுக்கு வருவதற்குச் சில நிமிடங்கள் பிடித்தன. அவன் உரக்கச் சிரித்தபடியே அவளை ‘புண்படுத்த வேண்டுமென்று ஒருபோதும் தான் முனைந்ததில்லை’ என்றும், அவள் ‘ஒருமுறை தன்னிடம் அந்தக் கேள்வியை முன்வைத்தாள் என்கிற ஞாபகம்கூடத் தனக்கு இல்லை’ என்றும் உறுதிகூறி, தன்னை ‘மன்னிக்க’ச் சொல்லி அவளைக் கேட்டுக்கொண்டதோடு அதை முடித்துவைத்தான்.

அந்தச் சின்ன நிகழ்ச்சி வண்டிக்குள் சிறிது உயிர்ப்பைக் கொண்டுவந்தாற்போல் இருந்தது. அவர்கள் தழுவிக்கொண் டார்கள், ஒருவரையொருவர் முத்தமிட்டுக்கொண்டார்கள், பிறகு அவள் தன் உதட்டுச் சாயம் அழிந்திருக்கிறதா என்று பார்ப்பதற்காகக் கைப்பையைத் திறந்து கைக்கண்ணாடியை வெளியே எடுத்தாள். அந்தச் சிறிய செயலோடு அவர்களுடைய நண்பர்கள் பற்றிய, டிரானா பற்றிய கலகலப்பான பேச்சும் சேர்ந்துகொண்டது. திடீரென்று அவளுக்குப் புறப்பட்டு நெடுங்காலமாகிவிட்டதுபோலத் தோன்றியது. மேலும் அவர்கள் மறுபடியும் புனிதச் சட்டத்தைப்பற்றிப் பேசியபோது அந்த உரையாடல் –ஒரு பழைய வாளின் விளிம்பைப்போல விறைத்துக்கொண்டதாயும் குளிர்ந்து போனதாயும் இல்லாமல், ஒருவேளை அவர்கள் குறிப்பாக நாளார்ந்த வாழ்வைக் கையாளும் புனிதச் சட்டத்தின் பகுதிகளைப்பற்றிக் குறிப்பிட்டுப் பேசிக்கொண்டிருந்ததாலோ என்னவோ –மிக இயற்கையாக இருந்தது. மணவுறுதி விழாவிற்குச் சற்று முன்னால் அவன் அவளுக்குக் கானூனின் சிறப்புப் பதிப்பொன்றைப் பரிசாக அளித்தபோது, அவள் அதே பக்கங்களைப் பெரிய அக்கறையெதுவுமின்றிப் படித்திருந்தாள், இப்போது அவன் எடுத்துரைத்துக்கொண்டிருந்த அதன் விதியமைப்புகளில் பெரும்பாலானவற்றை மறந்துவிட்டிருந்தாள்.

அப்போதைக்கு அப்போது அவர்கள் தலைநகரத்தின் தெருக்களுக்கும் அவர்களுக்குத் தெரிந்த நண்பர்களைப்பற்றிய பேச்சுக்களுக்கும் ஆர்வத்துடன் திரும்பினார்கள். ஆனால் ஒரு காற்றாலை, ஓர் ஆட்டு மந்தை அல்லது தொடுவானத்தில் புலப்படும் ஒரு தனித்த பயணி, அந்த விஷயங்களைக் கையாளும் சட்டப் பிரிவுகளை மேலே கொண்டுவர பெஸ்ஸியனுக்குப் போதுமானதாய் இருந்தது.

"கானூன் உலகப் பொதுவானது" என்றான் அவன் ஒரு கட்டத்தில். "அது பொருளியல் அல்லது அறவியலின் ஒரு பண்புக்கூறைக்கூட மறந்திருப்பதில்லை."

நண்பகலுக்குச் சற்று முன்னதாக அவர்கள் ஒரு திருமணக் குழுவின் அருகில் வந்தார்கள், *க்ரூஷ்க்குகளினுடைய* குதிரைப் படை. விருந்தினர்களுடைய அணிவகுப்பு மிகக் கண்டிப்பான விதிகளை அடியொற்றியிருக்க வேண்டும். எந்தப் பிறழ்வும் திருமணத்தை இழவாக மாற்றிவிட்டுவிட முடியும் என்பதை அவன் அவளுக்கு விளக்கிக் கூறினான். "ஓ, பார், அங்கே, குதிரைப் படையினுடைய முடிவில், *க்ரூஷ்க்குகளினுடைய* தலைவர், *க்ரூஷ்கப்பார்*, பெண்ணின் தந்தையோ அல்லது சகோதரனோ, குதிரையின் கடிவாளத்தைப் பிடித்து அழைத்துக்கொண்டு வருகிறார்."

முகம் சன்னலோடு அழுந்தியிருக்க, உற்சாகமாகிவிட்டிருந்த டயானாவால் அந்தப் பெண்களின் ஆடையணிகளிலிருந்து கண்களை எடுக்க முடியவில்லை. 'எவ்வளவு அழகு, கடவுளே, எவ்வளவு அழகு' என்று திரும்பத் திரும்பச் சொல்லிக்கொண்டாள். அவள்மேல் சாய்ந்தபடியே அவன் *க்ரூஷ்க்குகள்* தொடர்பான சட்டப் பிரிவுகளை அவளிடம் ஒப்பித்தான்: "திருமண நாள் ஒருபோதும் பிறிதொரு நேரத்திற்குத் தள்ளிப்போடப்படக் கூடாது. குடும்பத்தில் சாவே நடந்திருந்தாலும், அப்போதும்கூட மணப்பெண்ணைப் பார்க்க *க்ரூஷ்க்குகள்* போவார்கள். மணப்பெண் ஒரு பக்கமாக உள்ளே நுழைகிறாள், இறந்த மனிதன் மறுபக்கமாக வெளியே செல்கிறான். ஒரு பக்கம் மக்கள் அழுகிறார்கள், மறுபக்கம் பாடுகிறார்கள்."

திருமணக் குழுவைப் பின்தங்கவிட்டு விலகி வந்தபோது அவர்கள், புனிதச் சட்டம் சொல்வதைப் பின்பற்றி மணப் பெண்ணின் குடும்பம் மணமகனிடம் – அவனுடைய மனைவி அவனுக்கு உண்மையானவளாக நடந்துகொள்ளவில்லை யென்று நிரூபிக்கப்பட்டுவிட்டால் – அவளைச் சுடுவதற்காக, "உன் கை ஆசீர்வதிக்கப்பட்டதாய் ஆகட்டும்" என்று சொல்லிக்கொண்டே கொடுத்துவிடுகிற "ஆசீர்வதிக்கப்பட்ட தோட்டா"வைப்பற்றிப் பேசிக்கொண்டார்கள். பிறகு, அவனோ அவளோ தங்களுடைய திருமண உறுதிமொழிகளை மீறிவிட்டால் என்ன நடக்கும் என்றும் நகைச்சுவையாகப் பேசிக்கொண் டார்கள், ஒருவரையொருவர் கேலிசெய்துகொண்டார்கள், "உன் கை ஆசீர்வதிக்கப்பட்டதாய் ஆகட்டும்" என்று சொல்லிக் கொண்டே பழிப்புக்காட்டும் வகையில் தங்கள் காதுகளை இழுத்துக் கொண்டார்கள்.

* பெண் வீட்டார்

“நீ ஒரு குழந்தை” என்றான் பெஸ்ஸியன், சிரிப்புப் புயல் கடந்தபிறகு. அடியாழத்தில் கானூன் குறித்துக் கேலியாகப் பேசுவதை அவன் வெறுத்தானென்பதையும், அவளுக்குக் கொஞ்சம் மகிழ்ச்சியைக் கொடுப்பதற்காகவே அப்படிச் செய்தான் என்பதையும் அவள் உணர்ந்துகொண்டாள்.

புனிதச் சட்டம் ஒருபோதும் சிரிப்புக்குரிய விஷயமல்ல என்று யாரோ சொல்லியிருந்ததை அவள் நினைவுகூர்ந்தாள், ஆனால் உடனே அந்த நினைப்பை மனதிலிருந்து ஒதுக்கினாள். சிரிப்பின் கிளர்ச்சி அடங்குவதற்கு இரண்டு மூன்று தடவைகள் வண்டிக்கு வெளியே வேடிக்கை பார்க்க வேண்டியிருந்தது. நில அமைப்பு மாறியிருந்தது. வானம் வெளிவாங்கும்போல இருந்தது. மேலும், விரிந்துவிட்டதாகத் தோன்றிதாலேயே கூடுதல் அழுத்தம் கொடுப்பதாயும் இருந்தது. அவள் பறவையைப் பார்த்ததாக நினைத்துக்கொண்டு “ஒரு பறவை!” என்று –வானில் ஏதோ ஒரு கனிவு அல்லது புரிந்துகொள்ளலின் அடையாளத்தைக் கண்டுபிடித்துவிட்டவளைப்போல கிட்டத்தட்ட உரக்கக் கத்தினாள். ஆனால் அவள் பார்த்திருந்தது இன்னொரு சிலுவையை –லேசாகச் சாய்ந்த நிலையில், முந்தையதைப் போன்றே –மூடுபனியின் ஆழத்தில். மேலே சென்றபோது தொலைவிலெங்கோ புனித பிரான்ஸிஸ் துறவிமடங்களும், இன்னும் தொலைவில் பெண் துறவியருக்கான கன்னிமாடங்களும் இருப்பதாக எண்ணிக்கொண்டாள்.

வண்டி மெல்லிய, ஓசையொழுங்குடன் கூடிய அலைவோடு சென்றுகொண்டிருந்தது. சில நேரம், உறக்கத்தோடு மல்லுக்கட்டிக்கொண்டே அவள் –ஆழ்குகையின் எதிரொலியில் பம்மி வெகு தொலைவிலிருந்து வருவதாய்த் தோன்றிய – அவனுடைய குரலைக் கேட்டாள். அவன் சட்டப் பிரிவுகளை அவளிடம் ஒப்பித்துக்கொண்டேயிருந்தான், முக்கியமாக அன்றாட வாழ்க்கையோடு இணைக்க வேண்டியவையை. விருந்தோம்பலுக்கான விதிகளைப்பற்றிப் பேசினான், ஒருவருடைய வேலிப் படலையைத் தாண்டி வந்துவிட்ட விருந்தாளியைப் பொருட்படுத்திப் பேசும் சட்டப்பிரிவுகளைச் சுட்டிக்கொண்டிருந்தான், அவை அல்பேனியருக்குப் புனிதமானவை, வேறு எதனோடும் ஒப்பிடுதலுக்கு அப்பாற்பட்டவை. “கானூனில் ஒரு வீட்டுக்கு என்ன விளக்கம் சொல்லியிருக்கிறதென்பது உனக்கு நினைவிருக்கிறதா?” அவன் சொன்னான். “அல்பேனியனுடைய வீடு என்பது கடவுளின் விருந்தினரின் வசிப்பிடம் ஆகும்.” “பார்த்தாயா, கடவுளின் விருந்தினரின்! ஆக, சொந்தக்காரருடைய வீடாக ஆவதற்கு முன்பே அது அவருடைய விருந்தாளியினுடைய வீடு. அல்பேனியர்

ஒருவருடைய வாழ்வில் விருந்தாளி என்பவர் மிக உயர்ந்த அறவியல் வகைமை, இரத்த உறவுகளைவிட முக்கியமானவர். ஒருவருடைய தகப்பனையோ மகனையோ ரத்தம் சிந்த வைத்தவர்கூட மன்னிக்கப்பட்டுவிடலாம், ஆனால் விருந்தாளியை ரத்தம் சிந்த வைத்தால் அதற்கு மன்னிப்பே கிடையாது."

அவன் விருந்தோம்பல் சட்டப் பிரிவிற்கே மீண்டும் மீண்டும் திரும்பினான். ஆனால் அவள் தன் தூக்கக் கலக்கத்திற்கிடையிலும், பழமையான விதியமைப்புகள் குறித்த அவனுடைய விளக்கங்கள், புனிதச் சட்டத்தினடியில் நிலவும் அமைதியான அன்றாட வாழ்க்கையிலிருந்து குருதி தோய்ந்த பக்கத்திற்கு –துருப்பிடித்த பற்சக்கரம் கடகடப்பதைப்போல – உருண்டுகொண்டே இருப்பதை உணர்ந்தாள். ஒருவர் புனிதச் சட்டத்தை எப்படிக் கடைப்பிடிக்கிறாரென்பது பொருட்டேயில்லை, அவர் எப்போதுமே அதில்தான் முடிவடைகிறார். பிறகு இப்போது அதே ஒலியதிர்வினால் மெருகூட்டப்பட்ட குரலில் –*கானூ*னின் உலகத்தில் வழக்கமான ஒரு நிகழ்வை அவளுக்கு விவரித்தான். அவள் இன்னும் கண்களை மூடியிருந்தாள் – அரைத் தூக்கத்தோடேயே ஒட்டிக்கொண்டுமிருந்தாள் –அந்த நிலையில் தான் அவனுடைய குரல் அந்தத் தொலைவான எதிரொலியோடு தன்னிடம் வருகிறது என்பதை அவள் புலனுணர்வால் அறிந்திருந்தாள். தனியாக இருளில், செங்குத்தான மலையின் அடிவாரத்தில் பயணித்துக்கொண்டிருந்த வழிப்போக்கன் ஒருவனைப்பற்றி அந்தக் குரல் அவளுக்குச் சொல்லிக்கொண் டிருந்தது. இரத்தப் பழிக்காகத் தான் வேட்டையாடப்படுவோ மென்பதை அறிந்த அவன், தன்னைப் பழிவாங்கவிருப்பவரிட மிருந்து நெடுங்காலமாகத் தப்பித்து வந்தான். திடீரென்று – நெடுஞ்சாலையின்மேல் –இரவில் வந்துகொண்டிருந்தபோது ஏனென்று தெரியாத ஒரு முன்னுணர்வால் பீடிக்கப்பட்டான். சுற்றிலும் எங்கும் திறந்துகிடந்த தரிசு நிலத்தைத் தவிர வேறெதுவும் அங்கே இல்லை –வீடு இல்லை –விருந்தாளி என்கிற தகுதியோடு பாதுகாப்பைக் கோருவதற்கு ஓர் உயிருள்ள ஆன்மாகூட இல்லை. இடையர்களால் தன்னிச்சையாக விடப்பட்டிருந்த வெள்ளாட்டு மந்தையைத்தான் அவனால் காண முடிந்தது. பிறகு, தன் மன உரத்தைத் தூண்டிக்கொள்ள உதவும் பொருட்டோ அல்லது ஒருவேளை சுவடில்லாமல் செத்துக் காணாமல் போய்விடக்கூடாதென்றோ, வெள்ளாடு மேய்ப்பவருக்கு மூன்று தடவைகள் குரல் கொடுத்தான்; பதிலில்லை. பிறகு அவன் பெரிய மணியுடன் இருந்த ஓர் கிடாயை விளித்துச் சொன்னான்: "ஓ, பெரிய மணி கட்டியிருக்கும் கிடாயே, எனக்கு ஏதாவது ஆயிற்றென்றால், நான் மலையுச்சியைத் தொடுமுன்பாகவே, உன்னுடைய *பெஸ்ஸா*வின்கீழ் இருக்கின்றபோதே, கொல்லப்பட்டு

விட்டேனென்று உன் எசமானனிடம் போய்ச் சொல்லிவிடு." பிறகு, என்ன நடக்கவிருக்கிறது என்பதை முன்பே அறிந்திருந்தவனைப் போல, அடுத்த சில அடிகளுக்குள்ளாகவே, அவனுக்காகவே பதுங்கியிருந்த மனிதனால் கொல்லப்பட்டுவிட்டான்.

டயானா கண்களைத் திறந்தாள்.

"பிறகு? பிறகு என்ன ஆயிற்று?"

பெஸ்ஸியன் கோணல் சிரிப்புச் சிரித்தான்.

"சற்றுத் தொலைவில் இருந்த இன்னொரு ஆடு மேய்ப்பவர் இந்த வெளியாளினுடைய கடைசி வார்த்தைகளைக் கேட்டு விட்டுச் சென்று அந்த மந்தை யாருடையதோ அந்த மனிதரிடம் சொன்னார். பிறகு அந்த மனிதர் –பலியானவனை அவருக்குத் தெரியவே தெரியாதென்றாலும், அவனைப் பார்த்ததே இல்லையென்றாலும், அவன் பெயரைக்கூடக் கேள்விப்பட்டதில்லையென்றாலும் –தன்னுடைய குடும்பத்தை யும் கால்நடைகளையும் தனக்குச் சொந்தமான எல்லாவற்றையும், பெஸ்ஸாவின் பெயரால் தன்னுடைய பிணைக்கப்பட்டுப்போன அந்நியனுக்காகப் பழி வாங்குவதற்காகவே விட்டுவிட்டு ரத்தப் பழியின் சுழலுக்குள் மூழ்கிவிட்டார்."

"பயங்கரம்" என்றாள் டயானா. "ஆனால் இது முட்டாள்த்தனம், உயிராபத்து இருக்கிறது இதில்."

"அது உண்மைதான். இது ஒரே சமயத்தில் பயங்கரமானது, முட்டாள்தனமானது, உயிராபத்தானது – நிஜமான முக்கியத்துவமுள்ள எல்லா விஷயங்களையும் போலவே."

"நிஜமான முக்கியத்துவமுள்ள எல்லா விஷயங்களையும் போலவே" அவள் திருப்பிச் சொல்லிக்கொண்டே தன்னுடைய மூலையில் சுருண்டுகொண்டாள். சில்லிட்டிருந்தாள். மலைகளுக்கிடையிலிருந்த கரடுமுரடான கணவாய் வழியை வெற்றுப்பார்வை பார்த்தாள், அந்தத் தெளிவற்றவெட்டுவடிவத்தில் ஒரு புதிருக்கான விடையைக் கண்டுபிடித்துவிடலாமென்று நம்பியவளைப்போல.

"ஆமாம்" என்றான் பெஸ்ஸியன், அவளுடைய உச்சரிக்கப் படாத கேள்வியை உள்ளாற்றலால் அறிந்து கொண்டவனைப் போல, "ஏனென்றால் அல்பேனியனுக்கு விருந்தாளியென்பது ஓர் அரைக் கடவுள்"

டயானா கண்களை இமைத்துக்கொண்டாள், அந்த வார்த்தைகள் தன்னை முரட்டுத்தனமாகத் தாக்கிவிடாம லிருப்பதற்காக. அவன் தன் தொனியைத் தாழ்த்தினான்,

முன்போலவே குரல் அதன் எதிரொலியை எடுத்துக்கொண்டது, அவள் அதை எதிர்பார்த்திருந்ததற்கு முன்னதாகவே.

"ஒரு சமயம் நான் கேள்விப்பட்டது என் நினைவிற்கு வருகிறது. எவ்வளவோ மக்களினத்தில் கடவுள்களுக்கென்று மலைகள் தனியாக ஒதுக்கிவைக்கப்பட்டிருக்கின்றன. ஆனால் நம் மலைக் குடிமக்கள் அப்படி இல்லை, அவர்கள் தாங்களே மலைகளில் வசிக்கிறவர்களாய் இருக்கிறார்கள். அதே காரணத்தாலேயே, கடவுள்களை அவர்கள் துரத்திவிட வேண்டியிருக்கிறது அல்லது அவர்களோடு சேர்ந்து வாழ்வதற்காக அவர்களுக்குத் தகுந்தாற்போலத் தங்களை மாற்றிக்கொள்ள வேண்டியிருக்கிறது. சொல்வது புரிகிறதா, டயானா? *ராஃவ்ஷ்* ஏன் பாதி நிஜமாயும் பாதிக் கற்பனையாயும் இருக்கிறதென்பதை, ஏன் வீரகாவிய காலத்திற்கே திரும்பி வருகிறதென்பதை இதுதான் விளங்க வைக்கிறது.விருந்தாளிகள் மாதிரியான அரைக் கடவுள்களினுடைய உருவாக்கத்தையும்கூட இது விளங்க வைக்கிறது."

ஒரு நிமிடம் அவன் மௌனமாக இருந்தான், கற்சாலையின் மேல் சக்கரங்களின் ஒலியைச் செவியுறும் உணர்வின்றியே செவியுற்றபடி.

"விருந்தாளி என்பவர் நிஜமாகவே அரைக் கடவுள்தான்" என்று சிறிது நேரத்திற்குப் பிறகு தொடர்ந்து பேசினான். "அதில் ஒரு விஷயம் என்னவென்றால், திடீரென்று விருந்தாளியாக ஆக முடிவதனாலேயே யாரும் விருந்தாளியென்பவருடைய புனிதத் தன்மையைக் குறைத்துவிடுவதில்லை. மாறாக, அதை அவர் பெருமைப்படுத்துகிறார். உண்மையில், ஓர் இரவு வெறுமனே கதவைத் தட்டித் திடீரென்று சம்பாதித்துவிடுவதனாலேயே இந்தப் புனிதத்துவம் கூடுதல் அதிகாரமுள்ளதாக ஆகிவிடுகிறது. ஓர் எளிய வழிப்போக்கர், தோளில் மூட்டை முடிச்சுகளோடு, உன் வீட்டுக் கதவைத் தட்டி விருந்தாளியாகத் தன்னை உன்னிடம் ஒப்புக்கொடுக்கும் அந்தக் கணத்திலேயே, உடனடியாக ஓர் அபூர்வமான இருப்பாக உருமாறிவிடுகிறார்; மீற முடியாத இறைமை கொண்டவராக, புனிதச் சட்டத்தை உருவாக்குகிறவராக, உலகத்தின் ஒளியாக ஆகிவிடுகிறார். உருமாற்றத்தினுடைய இந்தத் திடீர்த்தனம் புனிதத்துவம் என்பதினுடைய இயல்பின் முழுமையான பண்பாக இருக்கிறது. பழமையான கிரேக்கக் கடவுள்கள் எல்லாம் தங்களுடைய தரிசனத்தைத் திடீரென்றும், பெரும்பாலும் எதிர்பார்க்கவே முடியாத வழிகளிலும் நிகழ்த்தவில்லையா? விருந்தாளி அல்பேனியர் ஒருவருடைய கதவு முன்பாகக் காட்சியளிப்பதும் அதே வழியில்தான். எல்லாக் கடவுள்களையும்போல அவர் மறைபொருள், ஊழ், அல்லது கிரேக்க ஊழணங்கு; உனக்கு

எப்படி விருப்பமோ அப்படி அழைத்துக்கொள், அவற்றினுடைய மண்டலங்களிலிருந்து அவர் வருகிறார். ஒரேயொரு கதவுத் தட்டல் மொத்தத் தலைமுறைகளினுடைய உய்வு அல்லது அழிவைக் கொண்டுவந்துவிட முடியும். மலைப்பகுதி அல்பேனியர்களுக்கு விருந்தாளி என்பவர் இதுதான்."

"ஆனாலும் இது பயங்கரம்" அவள் சொன்னாள்.

அவன் அதைக் கேளாதவனைப்போலப் பாசாங்கு செய்தான்; ஆனால் உண்மையான விவாதப் பொருள் என்னவாயிருக்கும் என்பதை மூடிமறைக்கும் உத்தேசமுள்ள ஒருவனுடைய கள்ளத்தனத்துடன் புன்னகைத்தான்.

"அதனால்தான் *பெஸ்ஸாவால் பாதுகாப்பு அளிக்கப்பட்ட விருந்தாளியின்மீதான தாக்குதல் என்பது இருப்பதிலேயே மோசமான துரதிர்ஷ்டமாக ஓர் அல்பேனியருக்கு ஆகிவிடுகிறது, ஒருவிதத்தில் உலகத்தின் முடிவைப்போல.*"

அவள் ஜன்னலுக்கு வெளியே பார்த்துவிட்டு, உலகின் முடிவுக் காட்சிக்கு இந்த மலைகளைக் காட்டிலும் பொருத்தமான பின்னணிச் சூழலைக் கண்டுபிடிப்பது கடினம்தான் என்று நினைத்துக்கொண்டாள்.

"சில ஆண்டுகளுக்கு முன், இந்த மலைவாசிகளைத் தவிர மற்ற எவரையுமே திகைத்துப்போகச் செய்யும் ஒரு விஷயம் இந்தப் பகுதிகளில் நடந்தது" பெஸ்ஸியன் சொல்லிக்கொண்டே தன் கையை டயானாவின் தோள்மேல் போட்டான். அவன் கை ஒருபோதும் அவளுக்கு இத்தனை கனத்ததேயில்லை. "உண்மையாகவே மனவுறுதியை அசைத்துப் பார்க்கிற ஒரு விஷயம்."

பழக்கப்பட்டிராததாகத் தோன்றுமளவிற்கு நீண்ட நிசப்தத்திற்குப் பின், அதைச் சொல்ல இன்னும் ஏன் தாமதிக்கிறான் என்று அவள் வியப்படைந்தாள். உண்மையில் மனதைக் கலக்கமடையச் செய்கிற இன்னொரு கதையைக் கேட்பதற்குத் தனக்கு ஆர்வமிருக்கிறதா இல்லையா என்பதைத் தெரிந்து கொள்ளும் மனநிலையிலும் அவள் இல்லை.

"ஒருவன் கொல்லப்பட்டான்" என்றான் அவன், "பதுங்குமிடத்திலிருந்து அல்ல, சரியாகச் சந்தைத் திடலிலேயே."

சாய்வாக அவனைப் பார்த்துக்கொண்டிருந்த டயானா அவனுடைய உதட்டோரங்களைக் கவனித்தாள். அவன் அவளிடம் அந்தக் கொலை பட்டப்பகலில், சந்தைத்திடல் ஆரவாரத்தில் நடந்திருந்தது என்று சொன்னான். பலியானவனுடைய சகோதரர்

முறிந்த ஏப்ரல் 87

களும் – அது கொலைக்குப் பிறகான முதல் மணிநேரங்கள் என்பதால், இன்னும் சண்டை நிறுத்தம் கேட்கப்படாத நிலையில் – சிந்திய ரத்தத்திற்குச் சடுதியில் பழிவாங்கிடலாமென்று, உடனே கொன்றவனைத் தேடும் வேட்டையை முடுக்கிவிட்டார்கள். கொலையாளி தன்னைத் தேடுகிறவர்களுக்குப் பிடி கொடுக்காமல் சமாளித்துவிட்டான். இதற்கிடையில் செத்துப் போனவனுடைய குலத்தைச் சேர்ந்தவர்கள் மொத்தப்பேரும் கைகளில் ஆயுதங்களோடு அவனை எல்லா இடத்திலும் தேடிக்கொண்டிருந்தார்கள். இரவு விழுந்துகொண்டிருந்தது; வேறு ஒரு கிராமத்திலிருந்து வந்த கொலையாளிக்கு இந்த நாட்டுப்புறம் சரியாகப் பிடிபடவில்லை. கண்டுபிடிக்கப்பட்டுவிடுமோ என்கிற அச்சத்தில் வழியில் தென்பட்ட முதல் கதவைத் தட்டி, தனக்கு பெஸ்ஸா கொடுக்கப்பட வேண்டுமென்று கேட்டான். அந்தக் குடும்பத்தின் தலைவர் அந்த வேற்று மனிதனை உள்ளே அழைத்துக்கொண்டதோடு அவனுடைய விருப்பத்திற்கும் ஒத்துக்கொண்டார்.

"அவன் புகலிடம் தேடி வந்திருந்தது எந்த வீடு என்று உன்னால் ஊகிக்க முடிகிறதா?" பெஸ்ஸியன் தன் வாயை அவளுடைய கழுத்துக்கு மிக நெருக்கமாக வைத்தபடி கேட்டான்.

டயானா தன் தலையைத் திடீரென்று திருப்பினாள், அவள் கண்கள் விரிந்தும் அசைவற்றும் இருந்தன.

"அது அவனால் பலியானவனுடைய வீடு" என்றான் அவன்.

"நினைத்தேன் அப்படித்தான் இருக்கும் என்று. பிறகு? பிறகு என்ன நடந்தது?"

பெஸ்ஸியன் பெருமூச்சை இழுத்துக்கொண்டான். "என்ன நடந்திருந்தது என்பதை இரண்டு பக்கத்தவருமே முதலில் சந்தேகிக்கவில்லை" என்றான். கொலையாளி தான் விருந்தாளியாக வந்திருந்த வீடு துரதிர்ஷ்டத்தால் வீழ்த்தப்பட்டிருந்தது என்பதைப் புரிந்துகொண்டான். ஆனால் அதைக் கொண்டுவந்தவன் தானேதான் என்று ஒருபோதும் அவன் கற்பனைகூடச் செய்ய வில்லை. வீட்டுத் தலைவர், அவர் பங்குக்கு, தன்னுடைய துக்கத்திலும் – மரபை அனுசரித்து விருந்தாளியை – அவன் அப்போதுதான் யாரையோ கொன்றுவிட்டுத் தேடப்பட்டுக்கொண் டிருக்கிறான் என்று நினைத்துக்கொண்டு, வரவேற்றார். ஆனால் அவருமேகூடக் கொலையானவன் அவருடைய சொந்த மகன் என்று சந்தேகப்படவில்லை.

அப்படியாக அவர்கள் ஒன்றாய் அடுப்பங்கரையருகே அமர்ந்து உண்பதுவும் காபி அருந்துவதுமாய் இருந்தார்கள்.

இறந்த மனிதன், மரபை அனுசரித்துப் பிறிதொரு அறையில் கிடத்தப்பட்டிருந்தான்.

டயானா ஏதோ சொல்ல முயன்றாள், ஆனால், "அபத்தம்", "விதிவசமானது" என்பவை மட்டுமே தன்னால் உச்சரிக்க முடிகிற வார்த்தைகளாக இருக்கும் என்பதாக உணர்ந்தாள்; அமைதியாக இருந்துவிடுவதைத் தேர்ந்துகொண்டாள்.

பெஸ்ஸியன் தொடர்ந்தான், "பிறகு, கொலையுண்ட மனிதனுடைய சகோதரர்கள், நாள் முழுவதும் தேடியதில் களைத்துப்போய் மாலையில் வீட்டிற்கு வந்தார்கள். வந்த வுடனேயே சமையலறை அருகில் உட்கார்ந்திருந்த விருந்தாளியைப் பார்த்துவிட்டார்கள், அடையாளமும் கண்டுகொண்டார்கள்."

பெஸ்ஸியன் தன் வார்த்தைகளின் தாக்கத்தை அளவிடுவதற்காக மனைவியை நோக்கிக் கழுத்தைத் திருப்பினான். "பயப்படாதே" என்றான். "ஒன்றும் நடக்கவில்லை."

"என்ன?"

"ஒன்றுமே நடக்கவில்லை. முதலில், ஆத்திரத்தில் சகோதரர்கள் ஆயுதங்களை எடுத்துவிட்டார்கள்தான். ஆனால் அவர்களுடைய தகப்பனுடைய வார்த்தை அவர்களைத் தடுத்து நிறுத்தவும் அமைதிப்படுத்தவும் போதுமானதாக இருந்தது. அவர் சொன்னது என்ன என்பதை உன்னால் கற்பனை செய்ய முடியும் என்று நினைக்கிறேன்."

மலைத்துப்போனவளாக அவள் தன் தலையை அசைத்தாள்.

அந்த வயதான மனிதர் எளிமையாகச் சொன்னார், "அவர் விருந்தாளி. அவரைத் தொடாதீர்கள்."

"அப்புறம்? அப்புறம் என்னவாயிற்று?"

"அப்புறம் அவர்கள், அவர்களுடைய எதிரியும் விருந்தாளியுமானவனோடு, புனிதச் சட்டப்படி எவ்வளவு தேவையோ அவ்வளவு நேரம், கீழே அமர்ந்திருந்தார்கள். அவனுடன் பேசிக்கொண்டிருந்தார்கள், அவனுக்காகப் படுக்கையை ஆயத்தப்படுத்தினார்கள், காலையில் கிராமத்து எல்லைவரை அவனுக்குப் பாதுகாப்புக் கொடுத்தார்கள்."

டயானா இரண்டு விரல்களால் புருவங்களின் நடுவே அழுத்திக்கொண்டாள், நெற்றியிலிருந்து எதையோ வலிந்து பிடுங்குவதற்கு முயல்பவளைப்போல.

"ஆக, இதுதான் விருந்தாளியைப் பற்றிய அவர்களுடைய கருத்து."

பெஸ்ஸியன் அந்த வாக்கியத்தை இரண்டு மௌனங்களுக்கிடையில் எழுப்பிக் கொண்டுவந்தான், நன்கு புலப்படுத்தும் பொருட்டாக எதுவுமற்ற தளத்தில் ஒரு பொருளை ஒருவர் வைப்பதைப்போல. "ரொம்ப அதிகம்" என்று டயானா, முதல் தடவை சொன்னதைப்போலவே சொல்வதற்காக அல்லது வேறு ஏதேனும் சொல்வதற்காக காத்திருந்தான், ஆனால் அவள் ஒன்றும் சொல்லவில்லை. அவள் தன் நெற்றியில், புருவங்கள் சந்திக்குமிடத்தில், விரல்களைப் பதித்தபடியே இருந்தாள், பிடுங்கியெறிய விரும்பும் பொருளைக் கண்டுபிடிக்க இயலாதவளைப்போல.

வெளியிலிருந்து தணிந்த தொனியில் குதிரைகள் மூச்சு வாங்குவதும் வண்டியோட்டியின் அவ்வப்போதைய சீழ்க்கையொலிகளும் அவர்களை வந்தடைந்தது. இவற்றோடு கூடவே, என்ன காரணத்தாலோ மீண்டும் ஆழ்ந்ததாயும் மெதுவானதாயும் ஆகிவிட்டிருந்த கணவனின் குரலையும் டயானா கேட்டாள்.

"இப்போது" என்றான் அவன், "அல்பேனியர்கள் ஏன் இவையெல்லாவற்றையும் உருவாக்கி வைத்திருக்கிறார்கள் என்பதைப் புரிந்துகொள்வது குறித்த கேள்வி எழுகிறது."

அவன் மேலே பேசினான், தலை அவளுடைய கழுத்திற்கு மிக நெருக்கத்தில் இருந்தது, தன்னுடைய கேள்விகளுக்கும் தொடர்ந்து எழுப்பிக்கொண்டிருந்த அனுமானக் கோட்டைகளுக்கும் அவளிடமிருந்து பதில்களைக் கேட்க முன்னுகிறவனைப்போல. அவனுடைய பேச்சுமுறை அவள் பக்கமிருந்து எதிர்வினைகளுக்கு மிகக் குறைவாகவே இடமளித்துக்கொண்டிருந்ததென்றாலும், அல்பேனியர்கள் ஏன் விருந்தாளிக்கான விதித் தொகுப்பு ஒன்றை உருவாக்கி அதைப் பிற மனித உறவுகளைவிட, குருதியுறவுகளை விடவும்கூட, மேலான இடத்தில் வைத்தார்கள் என்கிற கேள்வியைக் கேட்டபடியேயிருந்தான் (கேள்விகள் அவனையா அல்லது டயானாவையா அல்லது வேறு யாரோ ஒருவரையா குறிவைத்து எழுந்தவை என்பது தெளிவானதாக இல்லை).

"அதற்கான விடை அந்த ஒழுக்க விதிகளின் ஜனநாயகப் பண்பில் இருக்கக்கூடும்." அந்த வழியில் விஷயத்தை யோசிக்கத் தன்னை ஆயத்தப்படுத்திக்கொண்டு அவன் சொன்னான். "சாமானிய மனிதன், எப்போது வேண்டுமானாலும், விருந்தாளியென்கிற, பெருமிதத்திற்குரிய, சமூகப் படிநிலைக்கு உயர முடியும். தற்காலிகக் கடவுள் பண்பைக் கொடுக்கும் அந்த வழி யாருக்கு வேண்டுமானாலும், எந்தச் சமயத்திலும் திறந்தே இருக்கிறது. இல்லையா டயானா?"

"ஆமாம்" நெற்றியிலிருந்து கையை எடுக்காமலேயே அவள் மென்மையாகச் சொன்னாள்.

அவன் தன் இருக்கையில் நகர்ந்துகொண்டான், அமர்வதற்குக் கூடுதல் வாய்ப்பான இடத்தையும், தன் கருத்தை விளக்குவதற்குத் தகுந்த மொழியையும் தேடுகிறவனைப்போல.

"யார் வேண்டுமானாலும் விருந்தாளியென்கிற செங்கோலை எடுத்துக்கொள்ளலாமென்கிறபோது, ஒவ்வொரு அல்பேனியருக்கும் அந்தச் செங்கோல், மன்னருடைய செங்கோலையே விஞ்சியதாய் இருக்கிறது என்கிறபோது, ஆபத்தும் இல்லாமையும் நிறைந்த அல்பேனியருடைய வாழ்க்கையில், விருந்தாளியாய் இருப்பதென்பது நான்கு மணிநேரத்திற்கோ அல்லது இருபத்துநான்கு மணிநேரத்திற்கோவான ஒரு இளைப்பாறல், கணநேர மறதி, தற்காலிகச் சண்டை நிறுத்தம், ஒத்திவைப்பு–ஏன்?–அன்றாட வாழ்க்கையிலிருந்து ஏதோவொரு புனித யதார்த்தத்திற்குத் தப்பித்தல்போல என்று நாம் அனுமானிக்கலாம்தானே?" என்று அவன் சொன்னான்.

பதிலுக்குக் காத்திருப்பவன்போல அவன் மௌனத்தில் ஆழ்ந்தான். டயானாவும், அவனுக்கு ஏதாவது சொல்லியாக வேண்டுமே என்று உணர்ந்தவளாய், அதற்கு அவன் தோளில் மீண்டும் தலையைச் சாய்த்துக்கொள்ளும் சுலபமான வழியைக் கண்டடைந்தாள்.

மனைவி தலைமுடியின் பழக்கப்பட்ட மணம் தன் நினைவோட்டையை இடையீடு செய்வதை பெஸ்ஸியன் அறிந்து கொண்டான். இயற்கையின் பசுமையானது இளவேனிலின் உணர்வை அல்லது பனியானது கூதிர் பருவ உணர்வை நமக்குக் கொடுப்பதைப் போலவே அவளுடைய தவிட்டுநிறத் தலைமுடி அவனுடைய தோளின்மேல் உருண்டு புரள்வது வேறெதையும்விட மேலான மகிழ்வுணர்வை அவனில் கிளர்த்தியது. தான் மகிழ்ச்சியான மனிதனாக இருந்தோம் என்கிற எண்ணம் மெலிதாகப் பிரக்ஞையில் ஒளிரத் தொடங்கியது. பிறகு, வண்டியின் ஆபரணப் பேழையையொத்த வெல்வெட் கூண்டில், அந்த எண்ணம் சல்லாப விஷயங்களுக்கான ரகசியக் கனிவின் வடிவத்தை எடுத்தது.

"களைப்பாக இருக்கிறாயோ?" அவன் வினவினான்.

"ம், கொஞ்சம்."

அவன் தன் கரத்தை அவள் தோள்களைச் சுற்றி நழுவவிட்டு அவளைத் தன்னிடம் மெல்ல இழுத்து, இளம் மனைவியின் உடல் நறுமணத்தை உள்ளிழுத்து –மதிப்புக்குரிய எந்தப் பொருளையும் சுவாசிப்பதைப்போல –மெதுவாக வெளிவிட்டான்.

"நாம் சீக்கிரமே அங்கே இருப்போம்."

கரத்தை விலக்காமலேயே வெளியே நோட்டமிடுவதற்காகச் சன்னலை நோக்கித் தலையைச் சற்றே தாழ்த்தினான்.

"ஒரு மணிநேரம், அதிகம் போனால் ஒன்றரை மணிநேரம், நாம் அங்கே இருப்போம்."

மழையில் மூழ்கிக்கிடந்த அந்த மார்ச் மாதப் பிற்பகலில், தொலைவில், தெளிவாகத் தனித்துத் தெரிந்த, ஏற்றயிறக்கமான மலை விளிம்புகளைக் கண்ணாடி வழியே பார்க்க முடிந்தது.

"எந்த மாவட்டத்தில் இருக்கிறோம் நாம்?"

அவன் வெளியே பார்த்தான், ஆனால் அவளுக்குப் பதில் சொல்லவில்லை. தனக்குத் தெரியாது என்று குறிப்புணர்த்துவதைப்போல வெறுமனே தோள்களைக் குலுக்கிக்கொண்டான். அவள் அவர்கள் புறப்படுவதற்கு முன்பான, பகடிப் பேச்சுகளால், சிரிப்புகளால், நகைச்சுவைகளால், அச்சங்களால், பொறாமைகளால் நிறைந்திருந்த நாட்களை (வெகு தொலைவிற்குப் பாய்ந்தோடிவிட்டதைப்போலத் தோன்றும் நாட்கள், இந்த மார்ச் மாதத்திலிருந்து அல்ல, நட்சத்திர அளவிற்குத் தொலைவிலிருக்கும் வேறொரு மார்ச்சிலிருந்து) நினைவுபடுத்திக்கொண்டாள். அவை எல்லாமும், உயர்ந்த மேட்டு நிலத்தில் வசித்துவந்த யாரோ ஒருவருக்கு அவர்கள் அனுப்ப வேண்டிய தந்திக் குறிப்பைக் கோர்த்துக்கொண்டிருந்த அஞ்சல் அலுவலகத்தில் சந்தித்த ஆட்ரியன் குமாவால் சிறப்புப் பெயரிடப்பட்ட அவர்களுடைய 'வடபுலத்துத் சாகசப் பயண'த்திலிருந்து துளிர்விட்டவை. பறவைகளுக்கோ இடிகளுக்கோ செய்தியனுப்புவதைப் போன்றது அது என்று அதைச் சொல்லியிருந்தார் அவர். மூவரும் சிரித்தபடியிருந்தார்கள். அந்த சந்தோஷ ஆரவாரத்திற்கிடையிலும் ஆட்ரியன் கேட்டபடியேயிருந்தார், "உண்மையாகவே அங்கே ஒரு முகவரி நீங்கள் வைத்திருக்கிறீர்களா? மன்னித்துக்கொள்ளுங்கள், என்னால் இதை நம்ப முடியவில்லை."

"இன்னும் சற்று நேரம்தான், நாம் அங்கே இருப்போம்" சன்னலில் சாய்ந்தபடி பெஸ்ஸியன் மூன்றாவது முறையாகச் சொன்னான். பெயர்ப் பலகைகளோ தொலைகாட்டிக் கற்களோ இல்லாத சாலையில் பயணிக்கும்போது இலக்கை நெருங்குகிறோமென்பதை அவனால் எப்படித் தெரிந்துகொள்ள முடிந்தது என்று டயானா ஆச்சரியப்பட்டாள். பெஸ்ஸியனைப் பொறுத்தவரை, அந்திப்பொழுது நெருங்கும் வேளையில், இரவைக் கழிக்கவிருக்கும் கோபுரத்தை மேலும் மேலும்

நெருங்கிச்சென்றுகொண்டிருக்கும் நிலையில், விருந்தினர் வழிபாட்டு மரபைப்பற்றி மேலதிகமாகச் சொல்லுவதற்குத் தனக்கு நேரமில்லையே என்று அவன் யோசித்துக்கொண்டிருந்தான்.

"இன்னும் சிறிது நேரத்தில், இந்தச் சாயுங்காலத்தில், விருந்தாளியினுடைய ராஜ மரியாதயை நாம் ஏற்றுக்கொள்வோம்" அவளுடைய கன்னத்தைத் தன் உதடுகளால் வெறுமே தொட்டுக் கொண்டு அவன் முணுமுணுத்தான். அவள் தன் தலையை அவனை நோக்கி நகர்த்தினாள், மூச்சு அவர்களுடைய மிக அந்தரங்கமான கணங்களில்போல வேகவேகமாக வெளிப்பட்டது, ஆனால் ஒரு பெருமூச்சில் முடிந்தது.

"என்ன விஷயம்?"

"ஒன்றுமில்லை" அவள் அமைதியாகச் சொன்னாள். "சும்மா, சற்றுப் பயமாக இருந்தது எனக்கு."

"உண்மையாகவா?" அவன் சிரித்துக்கொண்டே கேட்டான். "ஆனால் அதெப்படி இருக்க முடியும்?"

"எனக்குத் தெரியவில்லை."

அவன் ஒருகணம் தலையைக் குலுக்கிக்கொண்டான், தன் முகத்தை நெருங்கியிருந்த அவளுடைய அரைப் புன்னகை தான் ஊதி அணைத்தாக வேண்டிய ஒரு நெருப்புக் குச்சியின் நடுங்கும் சுடர் என்பதைப்போல.

"நல்லது டயானா, நான் சொல்கிறேன், சாவினுடைய ஆட்சியெல்லைக்குள் நாம் இருக்கிறோமென்பது ஒரு விஷயமே இல்லை. ஆபத்திலிருந்தோ அல்லது குறைந்தபட்ச அவமதிப்பிலிருந்தோ இதைப்போல ஒருபோதும் பாதுகாக்கப்பட்டிருக்க மாட்டோமென்பதில் நீ உறுதியாக இருக்கலாம். இன்று இரவு நாம் அடையப்போகிற –தங்களுடைய நிகழ்காலத்தையும் தங்களுடைய எதிர்காலத்தையும் துறக்கத் தயாராயிருக்கிற –அர்ப்பணிப்புப் பண்புள்ள பாதுகாவலர்களை இதைவிட அதிகமாக அரசகுலத் தம்பதிகள்கூட அடைந்திருக்க மாட்டார்கள். இது உனக்குப் பாதுகாப்பு உணர்வைத் தரவில்லையா?"

"நான் நினைப்பது அதைப்பற்றி இல்லை" டயானா இருக்கையின்மேல் தன் ஸ்திதியை மாற்றிக்கொண்டே சொன்னாள். "நான் அலைக்கழிவது வேறு ஏதோ ஒன்றால், மெய்யாவே அதை எப்படி விளக்குவதென்றும் எனக்குத் தெரியவில்லை. கொஞ்சம் முன்னால் நீ புனிதத்துவம், கர்மவினை, ஊழ் நியதி என்பதைப்பற்றியெல்லாம் சொன்னாய். அதெல்லாம் மிக நல்ல

விஷயங்கள்தான், ஆனால் அச்சமூட்டுபவையும்கூட. நான் யாருக்கும் துரதிர்ஷ்டத்தைக் கொண்டுவர விரும்பவில்லை."

"ஓ" என்றான் அவன் மகிழ்ச்சியுடன். "ஒவ்வொரு உயர்ந்த ஆட்சியாளரையும் போலவேதான் நீயும் மணிமகுடத்தைக் கவர்ந்திழுப்பது, அச்சமூட்டுவது என்று இரண்டாகவும் பார்க்கிறாய். பார்க்கப்போனால், ஒவ்வொரு மணிமகுடமும் மதிப்பு வாய்ந்ததென்றால், ஒவ்வொரு மணிமகுடமும் துன்பம் மிக்கதும் கூடத்தான், அதனால் உன்னுடைய பார்வையும் நன்கு புரிந்துகொள்ளக்கூடியதுதான்."

"போதும் பெஸ்ஸியன்" அவள் அமைதியாகச் சொன்னாள். "என்னைக் கேலி செய்யாதே."

"நான் கேலி செய்யவில்லை" அவன் அதே விளையாட்டுத் தனமான தொனியுடன் சொன்னான். "எனக்கும் அதே உணர்வுதான். விருந்தாளி, *பெஸ்ஸா*, பழிவாங்கல் இதெல்லாம் செவ்வியல் அவலத்தினுடைய இயந்திர விசையைப்போல, நீ அதன் எந்திர கதியில் சிக்கிவிட்டாயானால், அவலத்திற்கான வாய்ப்புகளுக்கு முகம் கொடுக்கத்தான் வேண்டும். ஆனால் இதெல்லாம் இருந்தாலும், டயானா, நாம் அச்சப்படும்படியாக எதுவும் இல்லை. காலையில் நாம் மணிமகுடத்தைக் கழற்றிவிடுவோம், பிறகு இரவுவரை அதன் சுமையிலிருந்து விடுபட்டுத்தான் இருப்போம்."

அவளுடைய விரல்கள் தன் கழுத்தை வருடுவதை உணர்ந்த அவன் அவளது தலைமுடியில் தனது தலையை அழுத்திக்கொண்டாள். அங்கே தாங்கள் எப்படித் தூங்குவோம் என்று அவள் குழம்பினாள், சேர்ந்தா அல்லது தனித்தனியாகவா? மேலும் இப்போது உரக்கவே அவனைக் கேட்டாள், "அது இன்னும் அதிகத் தொலைவோ?"

அந்தக் கேள்வியை –யாருடைய இருப்பைக் கிட்டத்தட்ட மறந்தே போய்விட்டிருந்தானோ –அந்த வண்டியோட்டியிடம் வைப்பதற்காக பெஸ்ஸியன் கூண்டின் கதவைச் சற்றே திறந்தான். அந்த மனிதரின் பதில் சில்லிட்ட காற்றின் வெடிப்பைக் கூடவே கூட்டிக்கொண்டு வந்தது.

"அருகில்தான் இருக்கிறோம்."

"ப்ர்ர்ர், குளிருகிறது" டயானா சொன்னாள்.

வெளியே, அதுவரை முடிவே இல்லாததைப்போலத் தோன்றிய பிற்பகல் வலுவிழந்துகொண்டிருக்கும் முதல் அறிகுறிகளைக் காட்டியது. குதிரைகளின் மூச்சிரைப்பு இப்போது சத்தமாகக் கேட்டது. பெஸ்ஸியனும் தானும் இரவு தங்கவிருக்கும் –

முன்பின் அறிந்திராத – குல்லாவை நோக்கி வண்டியை இழுத்துக்கொண்டிருந்த அவற்றினுடைய வாயில் வெளித்தள்ளும் நுரைப்பெருக்கை டயானா கற்பனை செய்தாள்.

வண்டி நின்றபோது அந்தி முழுவதுமாக இறங்கியிருக்க வில்லை. தம்பதி கீழே இறங்கினர். குளம்புகளின் நீண்ட தடதடப்பிற்கும், நீண்ட குலுக்கலுக்கும் பிறகு உலகம் ஓசையற்றதாயும் உறைந்து போனதாயும் தோன்றியது.

வண்டியோட்டி சாலையின் பின்புறம் நல்ல தொலைவில் எழும்பி நின்ற கோபுரங்களில் ஒன்றைச் சுட்டிக்காட்டினான், ஆனால், கால்கள் மிக மரத்துப்போயிருந்த பெஸ்ஸியனும் டயானாவும் எப்படிச் சமாளித்து, எப்படி அதை அடையப்போகிறோமென்று மலைத்துக் கிடந்தார்கள்.

சிறிது நேரம் அவர்கள் வண்டியையே சுற்றி வந்துகொண்டிருந்தார்கள். பயணப் பைகளையும் கைப்பெட்டி களையும் எடுத்துக்கொள்வதற்காக மறுபடியும் உள்ளே ஏறினார்கள். இறுதியில் கோபுரத்தை நோக்கிச் செல்லத் தயாரானார்கள் – புதுமையான ஊர்வலமாக, கரங்களைக் கோர்த்தபடி தம்பதி, அவர்களுடைய கைப்பெட்டிகளைச் சுமந்தபடி வண்டியோட்டி பின்தொடர, வழியில் முன்னேறினார்கள்.

கோபுரத்தின் அருகில் அவர்கள் வந்தபோது, பெஸ்ஸியன் தன் மனைவியின் கரத்தை விட்டுவிட்டு –அதிக உறுதியானவையாக இல்லை என்று அவளை எண்ணவைத்த அடிகளுடன் –நேரே கற்கட்டிடத்திற்குச் சென்றான். குறுகலான கதவு சாத்தப்பட்டிருந்தது. இடைவழியிலும் யாரும் சலனிக்கும் அறிகுறி இல்லை. பிறகு பளிச்சென்று ஒரு கேள்வி அவனுக்குத் தோன்றியது: தங்களுடைய தந்தி அவர்களுக்குக் கிடைத்ததா?

இப்போது பெஸ்ஸியன் குல்லாவின் முன்னே வந்து நின்று – சம்பிரதாயமாக – குரல் கொடுக்கப் பார்த்தான், "ஓ, வீட்டுத் தலைவரே, விருந்தாளிகளை அழைத்துக்கொள்கிறீர்களா?" பிறிதொரு நேரமானால் தன் கணவன் ஒரு வருகைதரு மலைவாசியின் பாத்திரத்தை நடித்துக்கொண்டிருப்பதைக் கண்டு டயானா வெடித்துச் சிரித்திருப்பாள்; ஆனால் இப்போது ஏதோ ஒன்று அவளைக் கட்டுப்படுத்தியது. ஒருவேளை அது அவள் இருதயத்தின்மேல் சுமையேற்றிக்கொண்டிருந்த அந்தக் கோபுரத்தின் நிழலாக இருந்திருக்கலாம் (கல்லானது எடையுள்ள நிழலை உண்டாக்குகிறது என்று முதிய மனிதர்கள் சொன்னார்கள்).

பெஸ்ஸியன் இரண்டாவது முறையாகத் தலையை உயர்த்தினான், பிறகு அவனையே பார்த்துக்கொண்டிருந்த

டயானாவை நோக்கித் திரும்பினான். அவன் எதை நோக்கிக் குரல் கொடுக்கப் பிரயாசைப்பட்டானோ அந்தக் குளிர்ந்த, நூறு ஆண்டுப் பழமையான சுவரின் அடியில் அவன் சிறியவனாயும் கையறு நிலையில் இருப்பவனாயும் தெரிந்தான்.

நள்ளிரவு எப்போதோ கடந்துவிட்டிருந்தது. ஆனால் இரண்டு கனத்த கம்பளிப் போர்வைகளினடியில் மாறிமாறி அதிகம் குளிர்ந்துகொண்டும் அதிகம் தகித்துக்கொண்டுமிருந்த டயானாவால் அதைச் சமாளித்துக்கொண்டு உறங்க முடியவில்லை. அவர்கள் அவளுக்கான படுக்கையை இரண்டாவது தளத்தில் – இல்லத்துப் பெண்களுடனும் சிறுமிகளுடனும், நேரடியாகத் தரை மேலேயே – தயார்ப்படுத்தியிருந்தார்கள். பெஸ்ஸியன் அதற்கு மேலிருந்த தளத்தில் – விருந்தினர் அறையில் – தங்கவைக்கப்பட்டிருந்தான். ஒருவேளை அவனாலும் உறங்கியிருக்க முடிந்திராது என்று அவள் எண்ணிக்கொண்டாள்.

அவளிருந்த தளத்தின் அடியிலிருந்து காளை மாட்டின் கனைப்பொலி வந்தது. முதலில் அவள் கலவரமடைந்தாள். பிறகு வீட்டுப் பெண்மணிகளில் ஒருத்தி – அவளருகே படுத்திருந்தவள் – தணிந்த குரலில் சொன்னாள், “அஞ்ச வேண்டாம், அது தீவனக் கோணியின் கயிறு.” உணவை அசைபோடும் விலங்குகள் செரிமானத்தின்போது இத்தகைய ஒலியை எழுப்பும் என்பதை டயானா ஞாபகப்படுத்திக்கொண்டாள், பிறகு நிம்மதியடைந்தாள். ஆனால் அதன் பிறகும் அவளால் உறங்க முடியவில்லை.

அவளுடைய மனம், மிக முன்னாலோ அல்லது சில மணிநேரங்களுக்கு முன்னாலோ கேள்விப்பட்ட – குறிப்பாக எதிலும் பதியாத – துண்டு துண்டான ஊகங்களாலும் அபிப்பிராயங்களாலும் முற்றாக நிரம்பியிருந்தது. தன்னுடைய தூக்கமின்மை நேரடியாகவே அந்தக் குழப்பத்திலிருந்துதான் வருகிறது என்று எண்ணிக்கொண்ட அவள் அந்த விஷயங்களை ஏதாவதொரு ஒழுங்கிற்குள் கொண்டுவர முயன்றாள். ஆனால் அது கடினமான செயலாக இருந்தது. எண்ணத்தின் இழையை அலைவரிசைக்குள் கட்டுப்படுத்தும்போதே இன்னொன்று உடனே துருத்திக்கொண்டு வரிசையிலிருந்து வெளியே வந்து விடுவதாக இருந்தது. சிறிது நேரம் – பெஸ்ஸியனும் அவளும் புறப்படுவதற்குமுன் திட்டமிட்டிருந்த வகையில் – பயணத்தின் இனிமேலான பகுதியில் கவனத்தைக் குவிக்க முயற்சி செய்தாள். மலைப் பகுதிகளில் அவர்கள் செலவழிக்கவிருக்கிற நாட்கள், தங்கவிருக்கிற வீடுகள் ஆகியவற்றின் எண்ணிக்கையைக் கணக்கிடத் தொடங்கினாள். அவற்றில் சில அவளுக்கு முற்றிலும்

பரிச்சயமற்றவை, ஓரோஷின் குல்லாவைப்போல, அதில்தான் ராஃபேவ்ஷின் புதிர்த் தன்மைகொண்ட தலைவரால் மறுநாள் அவர்கள் வரவேற்கப்படுவார்கள். அவை அனைத்தையும் அவள் கற்பனை செய்ய முயற்சித்தாள், ஆனால் அந்தக் கணத்திலேயே மனம் அலைபாயத் தொடங்கிவிட்டது. மூளை கிளர்ச்சியுறுவதால் வருவதாகத் தோன்றிய வேகமான துடிப்பை மட்டுப்படுத்துவதைப்போல நெற்றியில் கையை வைத்துக்கொண்டாள். ஆனால் கொஞ்ச நேரத்திலேயே அந்த அழுத்தம் தலைசுற்றல் உணர்வை இன்னும் மோசமாக்குவதாக உணர்ந்தாள். எனவே கைகளை எடுத்துவிட்டு எண்ணங்களை அவற்றின் போக்கில் அலைந்து திரிய அனுமதித்தாள். ஆனால் அது பொறுக்கவியலாததாக மாறிவிட்டது. வழக்கமான விஷயம் எதையாவது யோசிக்க வேண்டும் என்று தனக்குத்தானே சொல்லிக்கொண்டாள். பிறகு, சிலமணி நேரங்கள் முன்பாக விருந்தாளிகள் அறையில் வைத்து என்ன பேசிக்கொண்டார்கள் என்பதை நினைவிற்குக் கொண்டுவந்தாள். கீழே, தொழுவத்தி லிருக்கும் காளை மாட்டைப்போல அவை எல்லாவற்றையுமே 'என் மனதில் திரும்பக் கொண்டுவரப் போகிறேன்' என்று நினைத்துக்கொண்டாள். பெஸ்ஸியன் உறுதியாக அந்தப் படிமங்களை மெச்சிக்கொள்வான். சற்று நேரத்திற்கு முன் விருந்தினர் அறையில் அவன் அவளிடம் மிகுந்த அக்கறை எடுத்துக் கொண்டான். ஒவ்வொன்றையும் அவளுக்கு விளக்கிக் கூறினான். அதற்குமுன் வீட்டுத் தலைவரிடம் அனுமதி கேட்டுக்கொண்டான். ஏனென்றால் விருந்தினர் அறையில் அல்லது ஆண்கள் அறையில் – அப்படியும் அது அழைக்கப்படுகிறது –கிசுகிசுப்புகளுக்கோ அல்லது தனிப்பட்ட உரையாடல்களுக்கோ அனுமதியளிக்கப்படுவதில்லை. பெஸ்ஸியன் அவளுக்கு விளக்கியபடி அங்கே அத்தனை பேச்சுக்களும் ஆண்கள் தொடர்புள்ளவை –வம்புப் பேச்சுக்கள் தடை செய்யப்பட்டவை, அது போலவே முற்றுப்பெறாத வாக்கியங்கள் அல்லது பாதி – உருப்பெற்ற சிந்தனைகளும். மேலும் ஒவ்வொரு குறிப்பும் "நன்றாகச் சொன்னீர்கள் நீங்கள்" அல்லது "உங்கள் வாய் ஆசீர்வதிக்கப்படட்டும்" போன்ற வார்த்தைகளால் வாழ்த்தப்பட்டது. "அதோ அங்கே, அவர்கள் என்ன சொல்கிறார்களென்று கேள்" என்று பெஸ்ஸியன் கிசுகிசுத்தபடியிருந்தான். அவளும் அந்த உரையாடல் எப்படித் தொடரும் என்று அவன் சொல்லியிருந்தானோ அதே வழியிலேயே தொடர்ந்துகொண்டிருந்ததைக் கண்டுகொண்டாள். ஓர் அல்பேனியருக்கு வீடு என்பது சொல்லுக்குச் சொல் நேரடியாக ஒரு கோட்டை என்றே பொருள்படுகிறது என்பதைக் கருத்தில் கொண்டால்,மேலும் குடும்ப அமைப்பு என்பது புனிதச் சட்டப்படி குட்டி அரசாங்கத்தை ஒத்தது என்பதால், அல்பேனியரின்

உரையாடல் அதன் தொனியில் ஏறக்குறைய அந்தத் தகுதியைப் பிரதிபலித்தபடியேயிருக்கும் என்றான் பெஸ்ஸியன். பிறகு, மாலையாகிக்கொண்டிருந்தபோது பெஸ்ஸியன் அவனுடைய விருப்பத்திற்குரிய பேசுபொருளுக்குத் திரும்பி வந்தான்; விருந்தாளி, விருந்தோம்பல், மேலும், 'விருந்தாளி' என்கிற கருத்துருவாக்கம் – பிற பெருமைமிகு சிந்தனைகளைப் போலவே – விழுமியக் கருத்துருவை மட்டுமல்லாமல் அபத்தமான கருத்துருவையும் தன்னில் சுமந்துகொண்டிருக்கிறது என்றும் விளக்கினான். "இங்கே, இந்த மாலைப்பொழுதில், நாம் கடவுள்களுக்குரிய அதிகாரத்தோடு பதவியில் அமர்த்தப்பட்டிருக்கிறோம்" அவன் சொன்னான்: "நாம் என்ன வகையான பித்துக்குளித்தனத்திலும் நம்மை ஈடுபடுத்திக்கொள்ள முடியும், கொலைகூடச் செய்யலாம், அதற்கு இந்த வீட்டினுடைய தலைவர் பொறுப்பேற்றுக்கொள்வார், ஏனென்றால் அவர் நம்மை அவருடைய விருந்து மேசைக்கு அழைத்திருக்கிறார். விருந்தோம்பல் அதற்கான கடமைகளைக் கொண்டிருக்கிறதென்று கானூன் சொல்கிறது, ஆனால் கடவுள்களாகிய நாம்கூட மீறக் கூடாத சில வரம்புகளும் இருக்கின்றன. என்ன வரம்புகள் தெரியுமா? நான் சொன்னதைப்போல, எல்லா விஷயமுமே நமக்குச் சாத்தியம்தான். ஒரே ஒரு விஷயம் மட்டும் தடை செய்யப்பட்டிருக்கிறது. அடுப்பில் இருக்கும் பானையினுடைய மூடியை விலக்குவதுதான் அது." டயானாவால் சிரிப்பைக் கட்டுப்படுத்திக்கொள்ள முடியவில்லை. "ஆனாலும் இது முட்டாள்த்தனமாக இருக்கிறதே" அவள் குழறினாள். "இருக்கலாம்" அவன் சொன்னான், "ஆனால் அது உண்மை, இரவு நான் அப்படிச் செய்துவிட்டேனென்றால், வீட்டுத் தலைவர் உடனே எழுந்திருந்து, சன்னலுக்குப் போய், காட்டுக் கத்தலாகக் கத்தி, தன்னுடைய விருந்து மேசையானது விருந்தாளியால் அவமதிக்கப்பட்டுவிட்டதென்று கிராமத்திற்கு அறிவித்துவிடுவார். அந்தக் கணத்திலேயே விருந்தாளி பயங்கரமான விரோதி ஆகிவிடுவேன்." "ஆனால் ஏன்?" டயானா கேட்டாள். "ஏன் அது அந்த மாதிரி இருக்க வேண்டும்?" பெஸ்ஸியன் தோள்களைக் குலுக்கினான். "எனக்குத் தெரியவில்லை" என்றான். "இதை எப்படி விளக்கிச் சொல்வதென்று எனக்குத் தெரியவில்லை. ஒருவேளை, ஒவ்வொரு மகத்தான கருத்தாக்கமும் – தன்னைச் சிறுமைப்படுத்தாத –ஆனால் நம்முடைய கூடுதலான அணுகலுக்குத் தன்னைக் கொண்டுசேர்க்கிற, ஒரு குறைபாட்டைக் கொண்டிருக்கும் என்கிற தர்க்கத்தில் இது இருக்குமாயிருக்கும்." அவன் பேசிக்கொண்டிருக்கையில் அவள் கள்ளப்பார்வை பார்த்துக்கொண்டிருந்தாள். மேலும், பல தடவை, "ஆம், உண்மைதான், இந்த விஷயங்கள் ஏதோ பேராற்றலைக் கொண்டிருக்கின்றனதான், ஆனால் இங்கே கூடக் கொஞ்சம்

சுகாதாரமும் இருக்கக் கூடாதா? ஒரு பெண்ணை மலையில் இருக்கும் கொல்லிப் பாவையோடு ஒப்பிட முடியுமென்றால், குறைந்தபட்சம் அவளுக்குக் குளியலறையாவது இருந்தாக வேண்டும்" என்று சொல்லும் உந்துதலில் இருந்தாள். ஆனால் எதுவும் சொல்லவில்லை. கண்டிப்பாக அவளுக்குத் துணிச்சல் இல்லை என்பதாலல்ல, மாறாகத் தன்னுடைய சிந்தனைச் சரடைத் தவற விட்டுவிடக் கூடாது என்பதால்தான். உண்மையைச் சொன்னால், அவள் என்ன யோசித்துக்கொண்டிருக்கிறாள் என்பதை அவனிடம் சொல்லாமலே இருந்துவிட்ட சில தறுவாய்களில் இதுவும் ஒன்றாக இருந்தது. வழக்கமாகத் தனக்குத் தோன்றக்கூடிய எண்ணம் எதுவானாலும் அதை அவன் அறிந்துகொள்ளச் செய்பவள்தான் அவள், சந்தேகமில்லாமல் அவனும், தனக்கு வலிக்கும்படியான ஒரு சொல்லை அவள் தவறிச் சொல்லிவிட்டாலும் அதை ஒருபோதும் தவறாக எடுத்துக்கொண்டதில்லை, ஏனென்றால், கூட்டிக்கழித்துப் பார்த்தால், நேர்மைக்கு ஒருவர் கொடுக்கும் விலை அது.

டயானா தன் படுக்கையில் புரண்டு படுத்தாள். நூறாவது தடவையாக இருக்கலாம். அவளும் பெஸ்ஸியனும் விருந்தாளிகள் அறையில் இருந்தபோது அவளுடைய மனதில் சிந்தனைகள் ஒன்றோடொன்று கலக்கத் துவங்கிவிட்டிருந்தன. சொல்லப்பட்ட ஒவ்வொன்றையும் அக்கறையுடன் கேட்பதற்கான அவளுடைய முயற்சிகளையும் மீறி, அந்த அறையில் அவளுடைய சிந்தனை கிளைக்குக் கிளை தாவத் தொடங்கிவிட்டிருந்தது. இப்போது, கீழே கால்நடைகளின் சத்தங்களைச் செவியுற்றுக்கொண்டிருக்கையில் (அவள் திரும்பத் தனக்குள் சிரித்துக்கொண்டாள்) தளப்பலகையின் கிரீச்சொலியால் அல்லது ஒரு திடீர் தசைப் பிடிப்பால் உறக்கத்தின் அச்சமூட்டும் அணுகல் சிதறடிக்கப்படுவதை உணர்ந்தாள். ஒரு கட்டத்தில் அவள் தேம்பிவிட்டாள், "இங்கே ஏன் என்னைக் கூட்டிக்கொண்டு வந்தாய் நீ?" பிறகு தன் அழுகையால் தானே வியப்படைந்தாள், ஏனென்றால் இன்னும் அவள் தன் குரலைக் கேட்குமளவிற்கு விழிப்பில்தான் இருந்தாள். ஆனால் அவளால் சொற்களை உருவாக்கத்தான் முடியவில்லை. பிறகு இப்போது உறக்கம் அவர்கள் பயணித்துக் கடந்த காட்டுப் பகுதியைப் போலத் தோன்றும் காட்சியை அவள் கற்பனையின் முன் விரித்தது. அதில் மூடிகள் ஒருபோதும் நீக்கப்படக்கூடாத பானைகள் எங்கும் சிதறிக் கிடந்தன. பிறகு அவள் அந்த தடை செய்யப்பட்ட செயலை நிகழ்த்தினாள், அவற்றை நோக்கித் தன் கைகளை நீட்டினாள், அது அத்தனை துயரார்ந்த கிரீச்சிடல்களையும் உண்டாக்கியது.

இது கொடுமை என்று நினைத்துக்கொண்டு கண்களைத் திறந்தாள். தன் முன்னே – இருண்ட சுவரின்மேல் – மங்கிய

வெளிச்சத் திட்டை அவளால் காண முடிந்தது. நீண்ட கணத்திற்கு – மந்திரத்தால் கட்டுண்டவளைப்போல – அந்தச் சாம்பல்நிறத் திட்டை வெறித்துக்கொண்டிருந்தாள். எங்கே இருந்தது அது? அதை ஏன் அவள் முன்னரே கவனிக்கவில்லை? வெளியே பொழுது புலர்ந்துகொண்டிருந்ததாகத் தெரிந்தது. டயானாவால் அந்தக் குறுகிய சன்னலிலிருந்து கண்களை எடுக்க முடியவில்லை. அறையின் அயர்வூட்டிய இருளில் அந்தப் புலர்வின் கீற்று மீட்சியின் செய்தியைப்போல இருந்தது. அதன் ஆறுதலளிக்கும் பண்பின் விளைவு சடுதியில் தன்னை அச்சங்களிலிருந்து விடுதலை செய்வதை டயானா உணர்ந்தாள். நிறைய காலைப் பொழுதுகள் அந்தச் சாம்பல்நிற ஒளித் திட்டிற்குள் உறைந்திருக்க வேண்டும், இல்லையென்றால் அது ஒருபோதும் இத்தனை விழிப்புமிக்கதாய், இத்தனை நிறைவு கொண்டதாய், இரவின் அச்சங்களிலிருந்து மிக வேறுபட்டதாய் இருக்காது. அதன் தாக்கத்தின்கீழ் டயானா விரைவிலேயே உறங்கிப்போனாள்.

வண்டி மறுபடி மலைச்சாலையின்மேல் பயணப்பட்டுக் கொண்டிருந்தது. நாள் மந்தமாய் இருந்தது, தொலைவான உயரங்களின்மேல் மங்கிய தொடுவானம் நெருங்கி இறங்கியிருந்தது. டயானாவையும் பெஸ்ஸியனையும் பாதுகாத்துக்கொண்டிருந்த மனிதர்கள் பின்புறமாகத் திரும்பியிருக்க – இருவரும் மீண்டும் தனியாக இருந்தார்கள் – மணிமுடி அகற்றப்பட்ட விருந்தினர்களாக, கடந்த இரவிலிருந்த சோர்வின் அறிகுறிகளைக் காட்டியபடி, வெல்வெட்டால் போர்த்தப்பட்ட இருக்கையில் அமர்ந்திருந்தார்கள்.

“நன்றாகத் தூங்கினாயா?” அவன் அவளைக் கேட்டான்.

“அதிகம் இல்லை, புலர்கிறபோது கொஞ்சமாக.”

“நானும்தான், கொஞ்சம்கூடக் கண்களை மூடவில்லை.”

“நினைத்தேன்.”

பெஸ்ஸியன் அவள் கையை எடுத்துவைத்துக்கொண்டான். திருமணமானதிலிருந்து அவர்கள் தனித்தனியாக உறங்கியது அதுதான் முதல் தடவை. அவன் ஓரக்கண்ணால் அவளைப் பக்கவாட்டில் பார்த்தான். வெளிறிப்போனவளாகத் தெரிந்தாள். அவளை முத்தமிட விரும்பினான், ஆனால் இன்னதென்று விளங்கிக்கொள்ளாத ஏதோவொன்று தடுத்து நிறுத்தியது.

சிறிது நேரம் கண்களைச் வண்டியின் சிறிய சன்னலில் பதித்தான். பிறகு, தலையைத் திருப்பாமலேயே, கள்ளத்தனமாக மீண்டும் ஒரு தடவை மனைவியை நோக்கினான். அவளுடைய

வெளிறிய முகம் குளிர்ந்து கிடந்ததாகத் தோன்றியது. அவள் கை அவன் கைமீது சடமாகக் கிடந்தது. அவன் அவளைக் கேட்டான், "என்ன விஷயம்?" ஆனால் உண்மையில் வார்த்தை எதுவும் வெளிவரவில்லை. அவனுக்குள் ஆழத்திலெங்கோ பலவீனமான எச்சரிக்கை மணி ஒலித்தது.

உண்மையில் அந்த முகம் குளிர்ந்தா கிடக்கிறது? அது ஒரு விதமான விலகல், அல்லது அவனிடமிருந்து முறித்துக்கொள்வது மாதிரியான நிலையின் முதல் கட்டம்.

வண்டி ஏறக்குறைய ஒரு தாளகதியில் குலுங்கியபடி உருண்டு முன்னேறிக்கொண்டிருந்தது. பிறகு அவன் தனக்குத்தானே 'இதுவுமில்லை, அதுவுமில்லை' என்று சொல்லிக்கொண்டான். இல்லை, கண்டிப்பாக இல்லை, அவன் எண்ணிக்கொண்டான், குளிர்ந்திருக்கவுமில்லை, விலகியிருக்கவுமில்லை. இது மிகச் சாதாரணமான விஷயம்; அவசியமான இடைவெளியைப் பேணுவது, ஒவ்வொரு மனித உயிரியும் கொண்டிருக்கக் கூடிய, தோலைப் பாம்புச் சட்டைபோல் கழற்றிவிட்டுத் தொலைதூரத்து நட்சத்திரமாக மாறிவிடும் திறமை –உண்மையில் இதுதான் அவள் தன்னை உள்ளிழுத்துக்கொள்வதற்கான காரணங்களில் ஒன்று. அதுதான் இந்தக் காலை வேளையில் டயானா விஷயத்தில் அழுத்தமாக உணர்த்தப்பட்டது –அவளை மிக நெருக்கமாயும் மிகப் புரிதலுள்ளவளாயும் உணர்வதற்குப் பழக்கப்பட்டுவிட்ட நிலையில் –அதுதான் குறிப்பாக அவனைத் தாக்குவதாயுமிருந்தது.

சாம்பல்நிறப் பகல் வெளிச்சம் குறைந்த அளவில்தான் வண்டிக்குள் விழுந்தது, போதாததற்கு வெல்வெட் இருக்கைத் திண்டு அதில் பாதியை ஈர்த்துக்கொண்டு இருளை ஆழப்படுத்திக் கொண்டிருந்தது. மற்றவர்கள் வெற்றியென்பதாகப் பார்க்கக்கூடிய தோல்வியை, போதுமான கசப்புணர்வுடன் தனக்குத்தானே கற்பனை செய்துபார்த்துக்கொண்டான் பெஸ்ஸியன். நிகழும் கணத்தில் இனிக்குமா கசக்குமா என்று ஒருவரால் தெரிந்துகொள்ளவியலாத சுவையையுடையது அது. தான் அந்தத் தோல்வியின் துவக்க நிலையில் இருக்கிறோமோ என்றும் எண்ணிக்கொண்டான்.

குறைந்த அளவு அதிருப்தியில்கூடத் தான் இல்லை என்பதை உணர்ந்து அவன் தனக்குள் சிரித்துக்கொண்டான். எப்படியுமே அவள் அவனைச் சற்று விலகியிருப்பவனாகவேதான் பார்த்து வந்திருந்தாள். அவளும் தன்னைக் கொஞ்சம் விலக்கத்தில் இருக்கும்படி வைத்துக்கொள்வதில் ஒன்றும் குறை வந்துவிடப் போவதில்லை. ஒருவேளை அவள் அவனுக்கு இன்னும் கூடுதல் கவர்ச்சியானவளாகக்கூடத் தோன்றலாம்.

தான் பெருமூச்சுவிடுவதைக்கண்டுதானே ஆச்சரியப்பட்டான் பெஸ்ஸியன். அவர்களிருவரும் இணைந்த வாழ்க்கையில் வேறு நாட்கள் வரும் –ஒருவருக்கு மற்றொருவர் மாறி மாறிப் புதிராகத் தோன்றுவார்கள் –கண்டிப்பாக அவன் கோட்டைவிட்ட இடத்தை மீட்டுக்கொள்வான்.

கடவுளே, என்ன இடத்தை இழந்துவிட்டேனென்று நான் அதை மீட்டுக்கொள்ள வேண்டும்? அவன் தனக்குள் சிரித்துக் கொண்டான் –ஆனால் சிரிப்பு அவன் உடலின் எந்தப் பகுதியிலும் தெரியவில்லை – அது அவனுக்குள்ளாகவே வெறுமையாக உருண்டது. தன்னுடைய சந்தேகங்கள் முட்டாள்த்தனமானவை என்று தன்னையே நம்பவைப்பதற்காக –அவை வலுவிழந்துவிடும் என்கிற நம்பிக்கையுடன் –மீண்டுமொருமுறை அவன் தன் மனைவியின் முகத்தை ரகசியமாக நோக்கினான். ஆனால் டயானாவின் நேர்த்தியான அவயவங்கள் அவனுக்கு மீட்புறுதியைத் தரவில்லை.

வண்டி சாலையோரமாக நின்றபோது அவர்கள் சில மணிநேரங்கள் பயணப்பட்டிருந்தார்கள். ஏன் நின்றுவிட்டது என்று கேட்பதற்குள் வண்டியோட்டி பெஸ்ஸியன் இருந்த சன்னலின் பக்கமாக வருவதையும் கதவைத் திறப்பதையும் பார்த்தார்கள். அவர்கள் அந்த இடத்தில் மதிய உணவை எடுத்துக்கொள்ளலாம் என்றார் வண்டியோட்டி.

அதன் பிறகே பெஸ்ஸியனும் டயானாவும் செங்குத்தாகச் சரிந்த கூரை வேய்ந்த கட்டிடத்தின் முன்னால் தாம் நின்றிருந்ததைக் கவனித்தார்கள், அது விடுதியாக இருக்க வேண்டும்.

"ஒரோஷ் கோட்டைக்கு இன்னும் நான்கைந்து மணிநேரம் இருக்கிறது" என்று வண்டியோட்டி பெஸ்ஸியனிடம் விளக்கினார். "சாப்பிடுவதற்குச் சரியான இடம் இடையில் வேறு எதுவும் கிடையாது என்றுதான் நினைக்கிறேன், தவிரவும், குதிரைகளுக்கும் சிறிது ஓய்வு தேவைப்படுகிறது."

பதில் பேசாமல் பெஸ்ஸியன் வண்டியிலிருந்து கீழே இறங்கிக் கையைத் தன் மனைவியை நோக்கி –அவளுக்கு உதவும் பொருட்டாக –நீட்டினான். அவள் விரைந்து கீழிறங்கிக் கணவனின் கையைப் பற்றியபடியே விடுதியின் பக்கம் பார்த்தாள். பல பேர் வாசலுக்கு வந்து புதிதாக வந்தவர்களை வெறித்துப் பார்த்துக்கொண்டிருந்தார்கள். இன்னொரு மனிதர் –விடுதிக் கதவிலிருந்து கடைசியாக வெளிப்பட்டவர் –கெந்திக் கெந்தி அடி வைத்து அவர்களை நெருங்கினார்.

இஸ்மாயில் கதாரே

“நாங்கள் என்ன செய்ய வேண்டும் உங்களுக்கு?” அவர் மரியாதையாகக் கேட்டார்.

அவர்தான் விடுதிக்காரரர் என்பது தெளிவாகத் தெரிந்தது. வண்டியோட்டி அவரிடம் அவர்கள் விடுதியில் மதிய உணவு கிடைக்குமா என்றும் குதிரைகளுக்குத் தீவனம் இருக்கிறதா என்றும் வினவினார்.

“கண்டிப்பாக. தயவுசெய்து உள்ளே வாருங்கள்” அந்த மனிதர் விடையிறுத்துக் கதவைக் காட்டினார். ஆனால் கதவோ, வேறெந்த விதமான நுழைவாயிலோ இல்லாத, சுவரின் வேறொரு பகுதியை அவர் பார்த்துக்கொண்டிருந்தார். “உள்ளே வாருங்கள், நல்வரவு.”

டயானா திகைப்புடன் அவரைப் பார்த்தாள், ஆனால் பெஸ்ஸியன் கிசுகிசுத்தான், “அவருக்கு மாறுகண்.”

“நான் ஒரு தனி அறை வைத்திருக்கிறேன்” அவர் விளக்கினார். “அங்கே மேசை இன்றைக்கு நிறைந்துவிட்டது, ஆனால் உங்களுக்கு வேறு ஒன்றை ஏற்பாடு பண்ணிவிடுகிறேன். அலி பினாக்கும் அவருடைய உதவியாட்களும் இங்கே மூன்று நாட்களாக இருக்கிறார்கள்” என்று பெருமையுடன் சேர்த்துக்கொண்டார். “என்ன கேட்டீர்கள், ஆமாம், அலி பினாக்கேதான், அவர் யாரென்று உங்களுக்குத் தெரியாது?”

பெஸ்ஸியன் தோள்களைக் குலுக்கினான்.

“நீங்க ஷ்கோடரிலிருந்தா? இல்லையா? டிரானாவிலிருந்தா? ஓ, இதுபோன்ற வண்டியென்றால் அதுதான், இரவு இங்கே தங்குவீர்களா?”

“இல்லை, நாங்கள் ஓரோஷ் குல்லாவிற்குப் போய்க்கொண்டிருக்கிறோம்.”

“ஓ, சரிதான், நான் அப்படித்தான் நினைத்தேன். இதுபோன்ற வண்டியை நான் பார்த்து இரண்டு வருடங்களுக்கு மேல் ஆயிற்று. இளவரசருடைய உறவுக்காரர்களோ?”

“இல்லை, அவருடைய விருந்தாளிகள்.”

தனி அறைக்குச் செல்லும் வழியில் விடுதியின் பெரிய பொது உணவறையை அவர்கள் கடந்தபோது வாடிக்கையாளர்களின் வெறித்த பார்வைகளை உணர்ந்தாள். அவர்களில் சிலர் நீண்ட, களிம்பேறிய கருவாலி மேசையில் மதிய உணவு எடுத்துக்கொண்டிருந்தார்கள். மற்றவர்கள் மூலைகளில் தங்களுடைய கனத்துக் கருத்த கம்பளித் துணி மூட்டைகளின்மேல் உட்கார்ந்திருந்தார்கள். வெறும் தரையில் அமர்ந்துகொண்டிருந்த இரண்டு மூன்று

பேர் அந்தச் சிறிய குழு போவதற்கு வழி விட்டுச் சிறிது விலகிக் கொண்டார்கள்.

“தீர்க்கப்பட வேண்டிய ஓர் எல்லைத் தகராறினால் இந்த மூன்று நாட்களும் எங்களுக்கு நன்றாகப் பொழுதுபோயிற்று.”

“எல்லைத் தகறாரா ?” பெஸ்ஸியன் கேட்டான்.

“ஆமாம் அய்யா” விடுதிக்காரர் பாழாகிக் கிடந்த கதவை ஒரு கையால் தள்ளித் திறந்துகொண்டே சொன்னார். “அதற்காகத்தான் அலி பினாக்கும் அவருடைய உதவியாட்களும் வந்திருக்கிறார்கள்.”

அவர் இந்தக் கடைசி வார்த்தைகளை – பயணிகள் தனியறையின் முகப்பைக் கடந்துகொண்டிருந்தபோது –தணிந்த குரலில் சொன்னார்.

“அதோ அவர்கள்” என்று அறையின் காலி மூலை ஒன்றைப் பார்த்துத் தலையை ஆட்டியபடி விடுதிக்காரர் சொன்னார். ஆனால், இப்போது அவருடைய மாறுகண்ணுக்குப் பழக்கப்பட்டுவிட்டிருந்த விருந்தாளிகள், வேறொரு திசையில் பார்த்தார்கள். அங்கே, பொது உணவறையில் இருந்ததைக் காட்டிலும் சிறியதாயும் ஓரளவு சுத்தமானதாயும் இருந்த கருவாலி மேசையில் மூன்று மனிதர்கள் மதிய உணவு உண்டுகொண்டிருந்தார்கள்.

“நான் இப்போதே வேறொரு மேசை கொண்டுவருகிறேன்” என்று சொல்லிவிட்டு விடுதிக்காரர் காணாமல் போனார். சாப்பிட்டுக்கொண்டிருந்தவர்களில் இரண்டுபேர் புதியவர்களை நிமிர்ந்து பார்த்தார்கள். ஆனால் மூன்றாமவர் தட்டிலிருந்து கண்களை எடுக்காமல் சாப்பிட்டுக்கொண்டேயிருந்தார். கதவிற்குப் பின்னாலிருந்து முகஞ்சுளிக்கச் செய்கிற ஓர் ஓசை இடையிடையே தட்தட்டென்று மோதும் ஒலிகளுடன் நெருங்கி நெருங்கி வந்துகொண்டிருந்தது. விரைவிலேயே அவர்கள் இரண்டு மேசைக் கால்களைப் பார்த்தார்கள், பிறகு விடுதிக்காரரின் அரை உடலை, பிறகு முழு மேசையை, பிறகு சிரிப்பை வரவழைக்கும் விதத்தில் அல்லாடிக்கொண்டிருக்கும் விடுதிக்காரரை.

அவர் மேசையைக் கீழே வைத்துவிட்டு அவர்களுடைய இருக்கைகளைக் கொணர்வதற்காக வெளியே போனார்.

“தயவுசெய்து அமருங்கள்” முக்காலிகளை இட்டுக்கொண்டே சொன்னார். “என்ன சாப்பிடுகிறீர்கள் ?”

என்ன இருக்கிறது என்று கேட்டுக்கொண்டபின், பெஸ்ஸியன் கடைசியில், ‘பொரித்த முட்டையும் கொஞ்சம் வெண்ணெயும்

வேண்டும்' என்றான். விடுதிக்காரர் எல்லாவற்றுக்கும் "நீங்கள் எப்படிச் சொல்கிறீர்களோ அப்படி" என்றார், பிறகு கொஞ்ச நேரம் சுறுசுறுப்பாக எல்லாத் திசைகளிலும் போவதும் வருவதுமாக இருந்து ஏற்கெனவே வந்தவர்களைப் புறக்கணித்துவிடாமல் புதியவர்களுக்குப் பரிமாற முயன்றுகொண்டிருந்தார். தன்னுடைய விதவிதமான விருந்தாளிகளின் ஒரு குழுவிலிருந்து மற்றொரு குழுவிற்கு விரையும் போக்கில் –வெளிப்படையாகவே –எது அதிக முக்கியத்துவம் கொண்டது என்பதை முடிவு செய்ய இயலாமல் முழி பிதுங்குபவராய்த் தோன்றினார். நிச்சயமின்மை அவருடைய உடல் ஊனத்தை மேலும் மோசமாக்குவதாகப் பட்டது. தன்னுடைய உறுப்புகளில் சிலவற்றை ஒரு குழுவை நோக்கியும் சிலவற்றை இன்னொரு குழுவை நோக்கியும் இயக்க விரும்பியதைப் போலவும் தோன்றியது.

"அவர்கள் நம்மை யாரென்று நினைத்துக்கொண்டிருக்கிறார்களோ தெரியவில்லை" என்றாள் டயானா.

தலையை உயர்த்தாமலேயே பெஸ்ஸியன் மதிய உணவை உண்டுகொண்டிருந்த மூவரையும் பக்கப் பார்வையாகப் பார்த்தான். விடுதிக்காரர் –கந்தல் துணியால் மேசையைத் துடைப்பதற்காகக் குனிந்துகொண்டே –புதிதாக வந்தவர்களைப்பற்றி அவர்களிடம் சொல்லிக்கொண்டிருக்கிறாரென்பது வெளிப்படையாகத் தெரிந்தது. அவர்களில் ஒருவர் – இருப்பவர்களிலேயே குள்ளமானவர் –அதைக் கேட்டுக்கொள்ளாதவரைப்போலத் தன்னைக் காட்டிக்கொள்பவராய்த் தோன்றினார்; அல்லது ஒருவேளை உண்மையாகவே அவர் அதைக் கேட்டுக்கொண்டிருக்கவில்லை. அசட்டையான, உணர்ச்சிகளை வெளிக்காட்டாத முகத்தோடு இயைந்து போவதைப்போலத் தோன்றிய நிறமற்ற கண்களைக் கொண்ட இரண்டாமவர் குழம்பியவரைப்போலப் பார்த்துக்கொண்டிருந்தார். மூன்றாவது மனிதர் –கட்டம் போட்ட ஜாக்கெட் அணிந்துகொண்டிருந்தவர் –டயானாவை விட்டுக் கண்களை எடுக்க முடியாதவராய் இருந்தார். கண்டிப்பாக அவர் குடித்திருந்தார்.

"எல்லைகளை நிறுவ வேண்டிய இடம் எங்கே இருக்கிறது?" விடுதிக்காரர் டயானாவுக்குப் பொரித்த முட்டைகளைப் பரிமாறிக்கொண்டிருந்தபோது பெஸ்ஸியன் வினவினான்.

"ஓநாய்க் கணவாயில், அய்யா" என்றார் நிலச்சொந்தக்காரர். "இங்கிருந்து அரை மணிநேர நடை. ஆனால் வண்டியில் போனீர்களென்றால் குறைந்த நேரம்தான் எடுக்கும்."

"என்ன சொல்கிறாய் டயானா, நாம் போகலாமா? சுவாரஸ்யமாகத்தான் இருக்க வேண்டும்."

"உன் விருப்பம்" என்றாள் அவள்.

"எல்லைகள் குறித்து இருக்கிறதா, அல்லது கொலைகளுமா?" பெஸ்ஸியன் விடுதிக்காரரிடம் கேட்டான்.

அந்த மனிதர் சீழ்க்கையடித்தார். "கண்டிப்பாக, அய்யா. அது, நினைவுக்கெட்டாத காலத்து முரானீகள் சிதறிக் கிடக்கிற, சாவுப் பசியெடுத்த ஒரு துண்டு நிலம்.

"தவறாமல் நாம் அங்கே போகிறோம்" என்றான் பெஸ்ஸியன்.

"உன் விருப்பம்" அவன் மனைவி திரும்பவும் சொன்னாள்.

"அலி பினாக்கை அவர்கள் அழைப்பது இது மூன்றாவது முறை, இன்னும் தகராறும் ரத்தம் சிந்துவதும் முடிந்தபாடில்லை" நிலச் சொந்தக்காரர் சொன்னார்.

அந்தக் கணத்தில் குள்ள மனிதர் மேசையிலிருந்து எழுந்து நின்றார். அதேபோல மற்ற இரண்டு மனிதர்களும் உடனே அவருக்குப் பின்னால் எழுந்தார்கள். அவர்தான் அலி பினாக்காக இருக்க வேண்டும் என்று பெஸ்ஸியன் ஊகித்துக்கொண்டான்.

அந்த மனிதர் அவர்களில் யாரையும் குறிப்பாகப் பார்க்காமல் அவர்களை நோக்கித் தலையசைத்துவிட்டு வெளியேறும் வழியில் முன்னே சென்றார். மற்ற இருவரும் அவரைப் பின்தொடர்ந்தார்கள். கடைசியில் வந்த, கட்டம் போட்ட ஜாக்கெட்டிலிருந்த மனிதர் இன்னும் தன் சிவந்த கண்களால் டயானாவை விழுங்கிக்கொண்டிருந்தார்.

"என்னவொரு அருவருப்பான ஆள்" என்றாள் டயானா.

பெஸ்ஸியன் தெளிவில்லாமல் சைகை செய்தான்.

"அப்படிச் சட்டென்று நீ வாயை விட்டுவிடக் கூடாது. அவர் எவ்வளவு காலமாக, மனைவியோ அல்லது எந்தவிதமான மகிழ்ச்சியோ இல்லாமல் இந்த மலைகளினூடாக அலைந்துகொண்டிருக்கிறாரோ, யார் கண்டது. அவர் உடைகளை வைத்துப் பார்த்தால் அவர் நகர்ப்புற மனிதராக இருக்க வேண்டும்."

"அப்படியே இருக்கட்டுமே, அந்தப் பசப்பல் பார்வைகளால் என்னைக் கொல்லாமல் இருந்திருக்கலாம் அவர்" தட்டை அப்பால் தள்ளிக்கொண்டே டயானா சொன்னாள்; அவள் ஒரேயொரு முட்டை மட்டுமே சாப்பிட்டிருந்தாள்.

விடுதிக்காரரை விலைச் சிட்டையைக் கொண்டுவரப் பணித்தான் பெஸ்ஸியன்.

இஸ்மாயில் கதாரே

“கனவானும் அம்மணியும் ஓநாய்க் கணவாய்க்குப் போக ஆசைப்பட்டீர்களென்றால், அலி பினாக்கும் அவர் உதவியாட்களும் இப்போதுதான் அங்கே கிளம்புகிறார்கள். நீங்கள் உங்கள் வண்டியில் அவர்களைப் பின்தொடர்ந்து போக முடியும். அல்லது ஒருவேளை கூட வருவதற்கு உங்களுக்கு வேறு யாராவது தேவைப்பட்டால்...”

“நாங்கள் அவர்கள் குதிரைகளையே பின்தொடர்ந்து கொள்கிறோம்.”

வண்டியோட்டி பொது உணவறையில் காபி அருந்திக் கொண்டிருந்தார். உடனே எழுந்து அவர்களைப் பின்தொடர்ந்தார். பெஸ்ஸியன் தன் கைக்கடிகாரத்தைப் பார்த்தான்.

“எல்லைத் தகராறு தீர்க்கப்படுவதைப் பார்ப்பதற்கு நமக்கு இரண்டு மணிநேர அவகாசம் இருக்கிறதுதானே?”

வண்டியோட்டி சந்தேகமாகத் தலையை அசைத்தார்.

“எனக்கு என்ன சொல்வதென்று தெரியவில்லை அய்யா. இங்கிருந்து ஓரோஷ் அதிகத் தொலைவுதான். இருந்தாலும், இதை நீங்கள் செய்ய விரும்புகிறீர்களென்றால்...”

“ஓரோஷுக்கு இரவு ஆவதற்குள் போய்ச்சேர்ந்துவிட்டால் நமக்குப் போதும்” பெஸ்ஸியன் தொடர்ந்தான். “பிற்பகல் இப்போதுதான் தொடங்கியிருக்கிறது, நமக்கு நேரமும் இருக்கிறது. தவிரவும், இது தவறவிடக்கூடாத வாய்ப்பு” என்று அடுக்கிக்கொண்டே தனக்குப் பின்னால் நின்றுகொண்டிருந்த டயானாவை நோக்கித் திரும்பினான்.

அவள் தன் கோட்டின் மென்மயிர்க் கழுத்துப் பட்டையைச் சுருட்டி உயர்த்திக்கொண்டே அவர்களிருவரும் தங்களுக்குள் பேசி முடிக்கட்டும் என்று காத்துக்கொண்டிருந்தாள்.

பத்து நிமிடங்களுக்குப் பிறகு அவர்களுடைய வண்டி அலி பினாக்கினுடைய சிறு குழுவின் குதிரைகளை முந்திவிட்டது. வண்டி கடப்பதற்கு வழிவிட்டு அவர்கள் ஒரு பக்கமாக நின்றுவிட, ஓநாய்க் கணவாய்க்கான வழி தனக்குத் தெரியாது என்பதையும், வண்டி அவர்களைப் பின்தொடரும் என்பதையும் வண்டியோட்டி அவர்களுக்கு விளக்கச் சிறிதுநேரம் பிடித்தது. கட்டம் போட்ட ஜாக்கெட்டிலிருந்த மனிதரின் எரிச்சலூட்டும் பார்வைகளைத் தவிர்ப்பதற்காக டயானா வண்டியின் வெகு உள்ளே பாதுகாப்பாக இருத்தப்பட்டாள். இந்தப் பக்கத்திலோ அல்லது அந்தப் பக்கத்திலோ அவருடைய குதிரை தொடர்ந்து தென்பட்டுக்கொண்டேயிருந்தது.

விடுதிக்காரர் சொல்லியிருந்ததைக் காட்டிலும் ஓநாய்க் கணவாய் அதிக தொலைவில் இருக்கும்போல் பட்டது. தூரத்தில் அவர்கள் பொட்டல் வெளி ஒன்றைக் கண்டார்கள், அதன்மேல் அசையும் கருப்புப் புள்ளிகளைப்போலக் கொஞ்சம் மக்கள் தோன்றினார்கள். எல்லைகளைப்பற்றி *கானூன்* என்ன சொல்கிறது என்பதை பெஸ்ஸியன் நினைவுகூர முயன்றான். டயானா அமைதியாகக் கேட்டாள். பெஸ்ஸியன் சொன்னான், "எல்லைக் கற்களெல்லாம் –எப்படி செத்துப்போனவர்களுடைய கல்லறையில் இருக்கிற அவர்களுடைய எலும்புகளோ அப்படி – கலைக்கப்படவே கூடாது. ஒரு எல்லைத் தகராறில் கொலைகளைத் தூண்டிவிடுவது யாராயிருந்தாலும் அவர்கள் மொத்தக் கிராமத்தினாலேயும் சுடப்படுவார்கள்."

"மரண தண்டனையில் கலந்துகொள்ளவா நாம் போய்க்கொண்டிருக்கிறோம்?" டயானா கவலையுடன் கேட்டாள். "இதெல்லாம் நமக்குத் தேவைதானா?"

பெஸ்ஸியன் புன்னகைத்தான்.

"கவலைப்படாதே, அவர்கள், இவரை, இவர் பெயர் என்ன? ஓ, ஆமாம், அலி பினாக், இவரை அழைத்திருப்பதனால் இந்தப் பிரச்சனை அமைதியாகத் தீர்க்கப்படுவதாகத்தான் இருக்க வேண்டும்."

"அவர் மிகப் பொறுப்பான மனிதராகத் தெரிகிறார்" டயானா சொன்னாள். அந்த அளவிற்கு அவருடைய உதவியாட்களில் ஒருவரைச் சொல்லமாட்டேன், அந்த கோமாளி ஜாக்கெட்டில் இருக்கும் மனிதர், ஆத்திரமூட்டுகிறார் அவர்."

"அவரைக் கண்டுகொள்ளாதே."

பெஸ்ஸியன் சமவெளியை எத்தனை விரைவாக முடியுமோ அத்தனை விரைவாக அடைவதில் பொறுமையற்றிருக்கிறான் என்று தோன்றும்படி முன்னோக்கி நேராகப் பார்த்தான்.

"எல்லைக் கல்லைப் பதிப்பதென்பது சிறப்பான நிகழ்வு" என்றான் அவன், இன்னும் தொலைவை உற்றுப் பார்த்தபடி. "அதைப்போலச் சடங்கு நடக்கிறபோது அங்கே இருக்க நமக்கு அதிர்ஷ்டம் இருக்கிறதா தெரியவில்லை. ஓ, பார். அங்கே ஒரு *முரானீ*."

"எங்கே?"

"அங்கே, புதருக்குப் பின்னால், வலது பக்கம்."

"ஓ, ஆமாம்" என்றாள் டயானா.

“அங்கே இன்னுமொன்று.”

“ஆமாம், ஆமாம், நான் பார்த்துக்கொண்டிருக்கிறேன், அங்கே, சற்றுத் தள்ளி இன்னொன்று.”

“விடுதிக்காரர் குறிப்பிட்ட முரானீகள் அவைதான்” பெஸ்ஸியன் சொன்னான். “நிலங்கள் அல்லது சொத்துப் பிரிவுகளுக்கு இடையில் எல்லைக் கற்களாக அவை பயன்படுகின்றன.”

“அங்கே இன்னொன்று இருக்கிறது” என்றாள் டயானா.

“*கானூன் சொல்வது அதைத்தான். ‘எல்லைத் தகராறின்போது ஒரு சாவு நிகழ்ந்துவிடுமென்றால், அந்தக் கல்லறையே எல்லைக் கல்லாக அமைகிறது.’*”

டயானாவின் தலை சன்னல் கண்ணாடியின்மேல் முட்டிக்கொண்டிருந்தது.

“*கானூன்படி*, எல்லைக் கல்லாக மாறிவிட்ட நடுகல், காலம் உள்ளவரையில், எந்த மனிதனாலேயும் இடம் மாற்றிவைக்க முடியாததாக ஆகிவிடுகிறது” பெஸ்ஸியன் தொடர்ந்தான்; “ரத்தம் சிந்துவதாலும் சாவாலும் புனிதமாக்கப்பட்ட எல்லை அது.”

“சாவதற்குத்தான் எத்தனை வாய்ப்புகள்” டயானா அந்த வார்த்தைகளைச் சன்னல் கண்ணாடிப் பாளத்தின்மேல் சொன்னாள், அது உடனடியாக ஆவி படர்த்தியது, நிலவெளிக் காட்சியிலிருந்து அவளைத் துண்டிப்பதைப்போல.

அவர்களெதிரே மூன்று குதிரைக்காரர்களும் குதிரைகளிலிருந்து இறங்கிக்கொண்டிருந்தார்கள். வண்டி ஒரு சில அடிகள் பின்னால் நின்றது. பெஸ்ஸியனும் டயானாவும் வண்டியிலிருந்து கீழே இறங்கியவுடனேயே ஒவ்வொருவருடைய கவனமும் தங்கள்மீது திரும்பியதை உணர்ந்தார்கள். அவர்களைச் சுற்றி எல்லாப் பக்கமும் ஆண்களும் பெண்களும் நிறையக் குழந்தைகளுமாகத் திரண்டிருந்தார்கள்.

“குழந்தைகளும் இங்கே இருக்கிறார்கள், பார்த்தாயா?” பெஸ்ஸியன் டயானாவிடம் சொன்னான். “எல்லைகளை நிறுவுவதுதான் மலைவாசி ஒருவரின் வாழ்க்கையில் –குழந்தைகள் வரக்கூடிய –ஒரே முக்கியமான நிகழ்வு. அந்த நினைவுகளை முடிந்த அளவு அதிகக் காலத்திற்குக் காப்பாற்றி வைத்துக்கொள்ள வேண்டுமென்று இப்படிச் செய்கிறார்கள்.”

மலைமக்களின் ஆர்வத்திற்கு –மிக இயற்கையாகத் தோன்றும் வகையில் –முகம் கொடுக்கப் பேச்சு தங்களை அனுமதிக்கும்

என்கிற அனுமானத்துடன் அவர்கள் ஒருவருக்கொருவர் பேசிக்கொண்டே இருந்தார்கள். ஓரக்கண்ணில் டயானா இளம் பெண்களை, அவர்களின் ஒவ்வொரு அசைவுடனும் அலையடிக்கும் அவர்களுடைய பாவாடை விளிம்புகளைப் பார்த்தாள். அனைவரும் தங்கள் கூந்தலில் கருப்புச் சாயமிட்டு ஒரே பாணியில் வெட்டியிருந்தார்கள். முன்தலையில் சுருளுடன், முகத்தின் இரு பக்கமும் –அரங்கத் திரைகளைப்போல –நேராகத் தொங்கும் முடியுடன். புதிதாக வந்துசேர்ந்த தம்பதிகளைத் தொலைவிலிருந்து பார்த்தார்கள், ஆனால் தங்கள் ஆர்வத்தை மறைத்துக்கொள்வதிலும் கவனம் எடுத்துக்கொண்டிருந்தார்கள்.

“குளிர்கிறதா?” பெஸ்ஸியன் மனைவியை வினவினான்.

“கொஞ்சம்.”

உண்மையில், உயர்ந்த மேட்டு நிலத்தின்மேல் கடுங்குளிராகத்தான் இருந்தது, சுற்றிலுமிருந்த மலைகளின் மென்மையான நீல நிறம் காற்றை இன்னும் குளிர்ந்ததாக ஆக்குவதுபோல் இருந்தது.

“நல்லவேளையாக மழை பெய்யவில்லை” என்றான் பெஸ்ஸியன்.

“எதற்காக மழை பெய்ய வேண்டும்?” வியப்பில் அவள் கேட்டாள். ஒருகணம் –இந்த அற்புதமான மலைப் பிரதேசத்துக் குளிர்ப் பருவக் காட்சியுடன் ஒட்டாத – பரிதாபமான பிச்சைக்காரியின் இருப்பாக மழையை நினைத்துக்கொண்டாள்.

புல்வெளியொன்றின் நடுவில் அலி பினாக்கும் அவருடைய உதவியாளர்களும் ஒரு குழுவினருடன் தொடர்ந்து விவாதம் நடத்திக்கொண்டிருந்தார்கள்.

“நாம் அங்கே போய்ப் பார்க்கலாம். கண்டிப்பாக நம்மால் எதையாவது கண்டுபிடிக்க முடியும்.”

கிசுகிசுப்பொலிகளைக் கேட்டபடியே – அவை கிட்டத்தட்ட அவர்களுக்குப் புரிந்துகொள்ள முடியாத வெற்று வார்த்தைகளாகவேதான் இருந்தன, பாதி, அவர்கள் அவற்றை முணுமுணுத்துக்கொண்டிருந்ததால், பாதி அவர்களுடைய பரிச்சயமற்ற பேச்சு வழக்கினால் – அவர்கள், சிதறிக் கிடந்த மக்களூடே மெல்ல நடந்தார்கள். அவர்கள் புரிந்துகொண்ட இரண்டே வார்த்தைகள் “இளவரசி” என்பதும் “ராஜாவின் சகோதரி” என்பதும்தான். டயானா, அந்த நாளில் முதல் தடவையாகச் சத்தம்போட்டுச் சிரிக்க ஆசைப்பட்டாள்.

“கேட்டாயா?” என்றாள் அவள் பெஸ்ஸியனிடம். “அவர்கள் என்னை இளவரசியென்றே எடுத்துக்கொண்டுவிட்டார்கள்.”

அவளைக் கூடுதல் உற்சாகமாகப் பார்த்த மகிழ்ச்சியில் அவன் அவள் கரத்தை அழுத்தினான்.

"இப்போது அதிகக் களைப்பாக இல்லையே?"

"இல்லை" அவள் சொன்னாள், "அழகாக இருக்கிறது இங்கே."

நெருங்குவதை அறியாமலேயே அலி பினாக் குழுவை அவர்கள் நெருங்கியிருந்தார்கள். மலைமக்கள் புதிதாக வந்திருந்த இரண்டு குழுக்களையும் ஒன்றாகிவிடும்படி நெருக்கிக்கொண்டிருப்பதாகத் தோன்றியதால் அவர்கள் ஏறக்குறைய ஒரே சமயத்தில் அறிமுகங்களைப் பரிமாறிக்கொண்டார்கள். பெஸ்ஸியன் அவர்களிடம் தான் யார் என்பதையும் எங்கிருந்து வருகிறான் என்பதையும் சொன்னான். தன்னை உலகம் முழுக்க அறியப்பட்டவர் என்று நம்பிய மலைவாசிகள் திகைத்துப் போகும்படி, அலிபினாக்கும் அவ்விதமேதன்னை அறிமுகப்படுத்திக் கொண்டார். அவர்கள் பேசிக்கொண்டிருக்கும்போதே அவர்களைச் சுற்றியிருந்த மக்கள் கூட்டம் பெருகிக்கொண்டிருந்தது, அவர்களை வெறிக்கப் பார்த்துக்கொண்டிருந்தது, குறிப்பாக டயானாவை.

"சற்று நேரத்திற்கு முன் விடுதிக்காரர் சொன்னார், எல்லைகள் தொடர்பான நிறைய வழக்குகளுக்கு இந்தச் சமவெளி பெயர் பெற்றது" என்று பெஸ்ஸியன் கூறினான்.

"உண்மைதான்" அலி பினாக் பதிலிறுத்தார். அவர் நிதானமாயும் –சிறிதளவு– ஆர்வத்தின் அறிகுறியற்ற சோர்வூட்டும் தொனியுடனும் பேசினார். கானூனுக்குப் பொருள் விளக்கம் தருபவர் என்கிற காரணத்தால் சந்தேகமில்லாமல் அது அவருக்குத் தேவைப்படும் ஒன்றும்தான். "சாலையின் இரு புறங்களிலும் நிச்சயமாக *முரானீகளைப்* பார்த்திருப்பீர்களென்று நினைக்கிறேன்."

பெஸ்ஸியன், டயானா இருவரும் தலையை அசைத்தார்கள்.

"அவ்வளவு சாவுகளுக்குப் பிறகும் தகராறு இன்னும் தீர்க்கப்படவில்லையா?" டயானா கேட்டாள்.

அலி பினாக் அவளை அமைதியாகப் பார்த்தார். சுற்றியிருந்த கூட்டத்தின் குறுகுறுத்த பார்வைகளோடும், குறிப்பாகக் கட்டம் போட்ட ஜாக்கெட் அணிந்த, நில அளவையாளர் என்று தன்னை அறிமுகப்படுத்திக்கொண்ட, மனிதரின் அழலும் கண்களோடும் ஒப்பிடுகையில் அலி பினாக்கின் கண்கள் டயானாவுக்குச் செவ்வியல் காலச் சிலையினுடையதாகத் தோன்றின.

"ரத்தம் சிந்தி நிறுவிய எல்லைகளுக்கு இப்போதெல்லாம் யாரும் சண்டையிட்டுக்கொள்வதில்லை" அவர் சொன்னார்.

"பூமியினுடைய முகத்தின்மேல் அவை என்றென்றைக்குமாக நிலைத்து நின்றுகொண்டிருக்கின்றன. சண்டைகளை இன்னும் தூண்டிவிடுவது வேறு ஆட்கள்" அவர் மேட்டு நிலத்தைச் சுட்டிக்காட்டினார்.

"ரத்தக்கறை படியாத பிரதேசமா?"

"ஆமாம், அதுதான் அம்மணி, பல வருடங்களாகவே இரண்டு கிராமங்களினுடைய பகுதியாக இருக்கிற மேய்ச்சல் நிலங்கள்மேல் உடன்பாடு ஏற்படாமலே இருந்துகொண்டிருக்கிறது, ஒரு முடிவுக்கும் வராமலிருக்கிறது."

"ஆனால் எல்லைக் கோடுகள் நிலைத்து நிற்கச் சாவினுடைய இருப்பு தவிர்க்க முடியாததாயென்ன?" தான் இப்படிப் பேசுவதில், குறிப்பாகத் தன்னுடைய பேச்சின், நன்றாக அடையாளம் கண்டுகொள்ள முடிகிற ஒருவிதமான பகடித் தொனியில், டயானா வியப்படைந்தாள்.

அலி பினாக் வெறுமையாகச் சிரித்தார்.

"நாங்கள் இருக்கிறோம் அம்மணி, இந்த வழக்கில் சாவு முன்கை எடுப்பதைத் தடுப்பதற்காகவே."

பெஸ்ஸியன் தன் மனைவியைக் கேள்விக்குறியோடு பார்த்தான், என்ன வந்தது உனக்கு என்று கேட்பவனைப்போல. அவள் கண்களில் மின்னி மறைகிற ஒளியைத் தான் கண்டதாக எண்ணினான். சற்று அவசரமாக —இந்தச் சிறிய நிகழ்வின் தடங்கள் முழுவதையும் அழித்து விடுவதைப்போல —தன்னிடம் வந்த முதல் கேள்வியை அலி பினாக்கிடம் கேட்டான்.

அவர்களைச் சுற்றி அத்தனை கண்களும் ஆர்வத்துடன் பேசிக்கொண்டிருந்த அந்தச் சிறு குழுவின்மேல் ஈடுபட்டிருந்தன. ஒருசில முதியவர்கள் மட்டும், எதிலும் பட்டுக்கொள்ளாதவர்களாய், சில பெரிய கற்களின்மேல் ஒரு பக்கமாய் உட்கார்ந்திருந்தார்கள்.

அலி பினாக் மெதுவாகப் பேசிக்கொண்டே போக, ஒரு நிமிடத்திற்குப் பிறகுதான் பெஸ்ஸியன், தான் எதைப்பற்றிக் குறிப்பிடாமல் கவனமாக இருந்திருக்க வேண்டுமோ, அந்த விஷயத்தைப் பற்றியே —எல்லைத் தகராறுகளால் கொண்டு வரப்பட்ட சாவுகளைப் பற்றியே —கேள்வி கேட்டிருப்பதைத் தெரிந்துகொண்டான்.

"ஒரு மனிதர் உடனே இறந்துவிடாமல், தன்னைத் தானே இழுத்துக்கொண்டு, நடந்தோ, தவழ்ந்தோ, வேறு யாராவது ஒருவருடைய நிலம்வரையில் வந்துவிட்டாரென்றால், எந்த இடத்தில் அவர் நினைவிழந்து காயங்களோடு மாண்டு

போகின்றாரோ, அங்கே அவருடைய *முரானீ* கட்டப்படும்,
மேற்கொண்டு அது இன்னொருவருடைய நிலத்தின்மேல்
இருந்தாலும் இனிமேல் எப்போதும் புது எல்லைக் கல்லாக
நீடிக்கும்."

அலி பினாக்கின் தோற்றத்தில் மட்டுமின்றி அவருடைய
பேச்சின் வாக்கிய அமைப்பிலுமே உணர்ச்சியற்ற –பொதுவான
மொழிக்கு வேறான –ஏதோ இருந்தது.

"இரண்டு மனிதர்கள் ஒரே சமயத்தில் ஒருவரையொருவர்
கொன்றுகொண்டார்களென்றால் என்ன ஆகும்?" பெஸ்ஸியன்
கேட்டான்.

அலி பினாக் தன் தலையை உயர்த்தினார். தன்னுடைய
சிறிய ஆகிருதியால் தன்னுடைய அதிகாரத் தோரணை
பாதிக்கப்படாமலிருக்கும் ஒரு மனிதரைத் தான் இதுவரை
பார்த்ததேயில்லை என்று டயானா நினைத்துக்கொண்டாள்.

"இரண்டு மனிதர்கள் குறிப்பிட்ட தொலைவிலிருந்து
ஒருவரையொருவர் கொன்றுவிட்டால், அப்போது ஒவ்வொரு
வரும் எங்கே விழுந்தார்களோ அது அவரவர்களுக்கான எல்லை,
நடுவில் இருக்கின்ற வெளி யாருக்கும் சொந்தமில்லாததாக
எடுத்துக்கொள்ளப்படும்."

"தாவா நிலம்*" டயானா சொன்னாள், "அப்படியே இரண்டு
நாடுகளினுடைய பிரச்சினை போலவே."

"இது அப்படியே நாம் நேற்று மாலை சொல்லிக்கொண்
டிருந்ததைப்போலத்தான்" பெஸ்ஸியன் சொன்னான். "பேச்சு
வழக்கில் மட்டுமில்ல, சிந்தனையில், செயலில், மேட்டுச் சமவெளி
மக்கள் விடுதலையடைந்த நாடுகளினுடைய பண்புகளில் சில
கூறுகளைக் கொண்டிருக்கிறார்கள்."

"துப்பாக்கிகள் இல்லாத காலத்தில்?" பெஸ்ஸியன்
தொடர்ந்தான், "சுடும் ஆயுதங்களைவிடக் *கானூன்* பழையது
இல்லையா?"

"ஆமாம், கண்டிப்பாகப் பழையதுதான்."

"அப்போது அவர்கள் நோக்கத்திற்குக் கற்பாளங்களைப்
பயன்படுத்தினார்கள், அப்படித்தானே."

"ஆமாம்" என்றார் அலி பினாக். "துப்பாக்கிகள் கிடைப்பதற்கு
முன்னால் மக்கள் பலப்பரீட்சையைக் கடுமையான முறையில் –
கற்களைத் தூக்கித்தான் –நடத்திக்கொண்டிருந்தார்கள். இரண்டு

---
\* தாவா நிலம்: தகராறுக்கு உட்பட்ட நிலம்.

முறிந்த ஏப்ரல்

குடும்பங்களுக்குள் அல்லது கிராமங்களுக்குள் அல்லது கொடிக்கட்டுகளுக்குள் தகராறு ஏற்படுகிற பட்சத்தில் ஒவ்வொரு பக்கத்திலிருந்தும் அவர்களுடைய மல்லர்களை நியமிப்பார்கள். யார் தன்னுடைய கற்பாளத்தை அதிகத் தொலைவு தூக்கிச் சுமக்கிறாரோ அவர் வெற்றி பெற்றவராக இருந்தார்."

"இன்று என்ன நடக்கும்?"

அலி பினாக் சிதறிக் கிடந்த கூட்டத்தைச் சுற்றிலும் பார்த்தார். பிறகு முதிய மனிதர்களின் சிறிய குழுவின்மேல் கண்களைப் பதித்தார்.

"இந்தக் கொடிக்கட்டினுடைய வணக்கத்திற்குரிய மூத்தவர்களெல்லாம் மேய்ச்சல் நிலத்தின் முந்தைய எல்லைகள் குறித்த சாட்சிகளாக இருக்க அழைக்கப்பட்டிருக்கிறார்கள்."

பெஸ்ஸியனும் டயானாவும் தங்களுக்கான வேடங்கள் கொடுக்கப்படுவதற்காகக் காத்திருக்கும் நடிகர்களைப்போல உட்கார்ந்திருந்த முதியவர்களை நோக்கித் திரும்பினார்கள். அவர்கள் மிகப் பழமையானவர்களாய் இருந்தார்கள், தாங்கள் ஏன் இருக்கிறோம் என்பதையே அவர்கள் மறந்துபோயிருக்க வேண்டும்.

"விரைவில் தொடங்கிவிடுவீர்களா?" பெஸ்ஸியன் கேட்டான்.

அலி பினாக் தன்னுடைய சட்டையின் உள்பையிலிருந்து சங்கிலியில் கட்டப்பட்ட கடிகாரத்தை வெளியே எடுத்தார்.

"ஆமாம்" என்றார். "மிக விரைவிலேயே தொடங்கி விடுவோமென்றுதான் நினைக்கிறேன்."

"நாம் தாமதிக்கலாமா?" பெஸ்ஸியன் டயானாவிடம் தாழ்ந்த குரலில் கேட்டான்.

"நீ விருப்பப்பட்டால்" அவள் பதில் சொன்னாள்.

மலை மக்களின் கண்கள் –குறிப்பாகப் பெண்கள், குழந்தைகள் ஆகியோருடையவை –அவர்களுடைய ஒவ்வொரு அசைவையும் பின்தொடர்ந்தன. ஆனால் இப்போது பெஸ்ஸியனும் டயானாவும் சிறிதளவு அதற்குப் பழக்கப்பட்டிருந்தார்கள். டயானா நில அளவையாளருடைய வெறிகொண்ட வெறிப்பை மாத்திரம் தவிர்க்கும் கவலையில் இருந்தாள். அவரும் மற்றொரு உதவியாளரும் – மருத்துவர் என்பதாகச் விடுதியில் வைத்து அறிமுகப்படுத்தப்பட்டவர் – அலி பினாக்கை அடிக்கு அடி பின்தொடர்ந்தார்கள், என்றாலும் அவர் அவர்களுடைய இருப்பைச் சட்டை செய்ததாகவே தெரியவில்லை, ஒருபோதும் அவர்களிடம் பேசவும் இல்லை.

சடங்கு தொடங்குவதற்கான நேரம் அண்மித்துவிட்டதை ஒரு விதமான பரபரப்பு குறிப்புணர்த்தியது. அலி பினாக்கும் அவருடைய உதவியாளர்களும் –வந்திருந்தவர்களை அப்படியே விட்டுவிட்டு – ஒரு மக்கள் குழுவிலிருந்து மற்றொன்றுக்குச் சென்றார்கள். இப்போதுதான் –அந்தச் சிறிய கும்பல் நகர்ந்த பிறகுதான் – பெஸ்ஸியனும் டயானாவும் மேட்டுநிலத்தின் ஒரு முனையிலிருந்து மற்றொன்றிற்குக் குறுக்காகச் செல்லும் ஒரு கோட்டோடு பழைய எல்லைக் கற்கள் கயிற்றால் இணைக்கப்பட்டிருந்ததைக் கவனித்தார்கள்.

திடீரென்று ஓர் எதிர்பார்ப்பு உணர்வு சுற்றியிருந்த பிரதேசத்தை ஊடுருவியதைப்போலத் தோன்றியது. டயானா தன் கரத்தை பெஸ்ஸியனுடைய கைக்கு அடியில் நழுவ விட்டுவிட்டுத் தன்னை அவன்மேல் அழுத்திக்கொண்டாள்.

“ஏதாவது நடந்துவிட்டதென்றால் என்ன ஆவது?” என்றாள்.

“என்ன ஏதாவது?”

“அத்தனை மலைவாசிகளும் ஆயுதபாணிகளாக இருக்கிறார்கள், நீ கவனிக்கவில்லையா?”

அவன் அவளை உற்றுப் பார்த்து, ‘இரண்டு மலைவாசிகளை அவர்களுடைய இற்றுப்போன குடைகளுடன் பார்த்தபோது ‘உயர்ந்த மேட்டுநிலத்தைக் கேலிக்குரியதாக ஆக்க முடியும் என்று நீ நினைத்தாய், இப்போது ஆபத்தை உணர்கிறாய், இல்லையா?’ என்று சொல்ல நினைத்தான், ஆனால் குடைகளைப்பற்றி அதுபோல அவள் எதுவும் பேசிவிடவில்லை என்பதையும் அவன் நினைத்துக்கொண்டான், இது எல்லாவற்றையும் அவன் தன் மனதிலேயே எண்ணித் திட்டமிட்டுக்கொண்டிருந்தான்.

“யாராவது கொல்லப்படலாமென்கிறாயா” என்றான். “நான் அப்படி நினைக்கவில்லை.”

உண்மையில், அத்தனை மலைவாசிகளும் ஆயுதபாணிகளாகத்தான் இருந்தார்கள், அச்சுறுத்தும் சில்லிட்ட சூழல் அந்தக் காட்சியின்மேல் தொங்கிக்கொண்டிருந்தது. அவர்களில் கணிசமானவர்களுடைய கரங்கள் கருப்புப் பட்டையைத் தாங்கியிருந்தன. டயானா தன் கணவனை இன்னும் நெருங்கி நகர்ந்தாள்.

“இது சீக்கிரம் தொடங்கிவிடும்” என்றான் அவன், அந்த முதிய மனிதர்களைப் பார்த்துக்கொண்டே. அவர்கள் எழுந்து நின்றிருந்தார்கள்.

டயானாவின் மனம் வினோதமாக வெறுமையாய் இருந்தது. தற்செயலாக அவள் தன்னைப் பார்த்துக்கொண்டபோது, பார்வை அவர்கள் வண்டியின்மேல் விழுந்தது. பசும்புல் நிலத்தின் விளிம்பில் கட்டப்பட்டு, கருப்பாக, அதன் கலையலங்கார வளைவுகளுடனும், அரங்க இருக்கையை ஒத்த வெல்வெட் மெத்தைத் திண்டுகளுடனும், மலைகளின் சாம்பல்நிறப் பின்னணிக்கு எதிரே, அந்தக் காட்சிக்கு முற்றிலும் அந்நியமானதாக, ஒட்டாமல் நின்றது. அவள் பெஸ்ஸியனின் கரத்தை உலுக்கி, "வண்டியைப் பாரேன்" என்று சொல்ல விரும்பினாள், ஆனால் அதே கணத்தில் அவன் அவளிடம் கிசுகிசுத்தான், "தொடங்கிவிட்டது."

முதியவர்களில் ஒருவர் தன் குழுவைவிட்டு விலகி நின்றார். கடமையைச் செய்யத் தயாராகிக்கொண்டிருப்பவரைப் போலத் தோன்றினார் அவர்.

"இன்னும் சற்று அருகே போவோம்" பெஸ்ஸியன் அவள் கையைப் பிடித்து இழுத்துக்கொண்டே சொன்னான்.

"இரண்டு பக்கத்திலிருந்தும் இந்த முதியவரை எல்லை அடையாளம் போடத் தேர்ந்தெடுத்திருக்கிறார்கள்போலத் தெரிகிறது."

முதிய மனிதர் சில அடிகள் முன்னே எடுத்துவைத்து ஒரு கல்லுக்கும் புதிய மண்ணாங்கட்டிக் குவியலுக்கும் பின்னால் தாமதித்தார். கனத்த அமைதி மேட்டு நிலத்தின்மேல் கவிந்தது, ஆனால் அது ஒருவேளை வெறும் பிரமையாயும் இருக்கலாம், ஏனெனில் மலையுச்சியின் முணுமுணுப்பு பேச்சுச் சத்தத்தை அமுக்கிவிட்டிருந்தது. எனவே, தானாகவே விட்டுக்கொடுத்துவிட்ட மனித ஆற்றல் எந்த ஒலியையும் இருத்தி வைத்துக்கொள்ளும் அதிகாரமற்றுப் போயிருந்தது. எனினும் ஒவ்வொருவருமே அரவமின்மை கவிந்திருப்பதான உணர்வையேகொண்டிருந்தார்கள்.

முதிய மனிதர் குனிந்து, இரு கைகளாலும் பாறாங்கல்லைப் பற்றித் தன் தோள்மேல் வலித்திழுத்துத் தூக்கினார். பிறகு யாரோ ஒருவர் அதே தோளில் மண்ணாங்கட்டியைப் பதித்து வைத்தார். ஏகப்பட்ட பழுப்புத் தழும்புகளுடன் கூடிய அவருடைய உலர்ந்த முகம் எந்த உணர்ச்சியையும் காட்டவில்லை. பிறகு அந்த அமைதியில் –யாரும் கண்டுகொள்ளவியலாத ஏதோவொரு இடத்திலிருந்து வந்த –தெளிவான, அதிர்ந்து முழங்கும் குரலொன்று கத்திச் சொன்னது: "அப்படியே முன்னால் போய்க்கொண்டிருங்கள், நல்ல எண்ணத்துடன் நீங்கள் போகவில்லையென்றால், இனிமேலான வாழ்க்கையில் இந்தக் கல் உங்களை அழுத்திப் போடட்டும்."

ஒருகணம் முதியவரின் கண்கள் கல்லாய் மாறிவிட்டதைப் போலக் காணப்பட்டன. அவருடைய முதிய உடலின் மொத்த அமைப்பையும் செயலுக்கு இறக்காமல் அவருடைய புலன்கள் சிறு அசைவை நிகழ்த்துவதுகூட இயலாது என்றே தோன்றியது. இருந்தாலும் அவர் ஓர் அடி முன்னே எடுத்துவைத்தார்.

"இன்னும் அருகில் போவோம்" என்று பெஸ்ஸியன் கிசுகிசுத்தான்.

இப்போது அவர்கள் முதிய மனிதரைப் பின்தொடர்ந்து கொண்டிருந்த மக்கள் கூட்டத்தின் நடுவிற்கு மிக அருகில் இருந்தார்கள்.

"யாரோ பேசுவதை நான் கேட்கிறேன், யார் அது?" டயானா முணுமுணுத்தாள்.

"முதியவர்தான்" அதே தணிந்த குரலில் பெஸ்ஸியன் பதில் சொன்னான். "தோளில் தூக்கிக்கொண்டிருக்கிற கல்மீதும் மண்மீதும் சத்தியம் செய்துகொண்டிருக்கிறார், கானூனில் கேட்டிருக்கிறபடி."

முதிய மனிதருடைய குரல் ஆழத்திற்குள் –துயரார்ந்ததாய் – செவியுறுவதற்கு அருகலானதாக இருந்தது.

"ஒரு கடமையாக நான் ஏந்திக்கொண்டிருக்கிற இந்தக் கல்லாலும், இந்த மண்ணாலும், என் மூதாதைகளிடமிருந்து நான் கேள்விப்பட்டிருக்கிறவைகளாலும், மேய்ச்சல் நிலத்தின் பழைய எல்லைகள் இங்கேயும், அப்புறம் இங்கேயும் இருக்கின்றன, மேலும் எங்கே நானே எல்லைகளை வகுத்தேனோ அது இதுவேதான். நான் பொய் சொல்லுவேனேயானால் என்றென்றைக்கும் கல்லையும் மண்ணையும் சுமந்துகொண்டிருப்பேனாக."

முதிய மனிதர் அதே சிறிய மக்கள் குழுவால் பின்தொடரப்பட்டவராய் மேய்ச்சல் நிலத்தின்மேல் மெதுவாக நகர்ந்தார். கடைசியாகக் கேட்க முடிந்தது, "நான் உண்மையாகப் பேசியிருக்கவில்லையென்றால், இந்தக் கல்லும் இந்த மண்ணும் இந்தப் பிறவியிலும் அடுத்த பிறவியிலும் என்னை அழுத்திக் கீழே வீழ்த்தட்டும்." பிறகு அவர் தன் சுமையை நிலத்தில் இறக்கி வைத்தார்.

அவரைப் பின்தொடர்ந்து வந்துகொண்டிருந்த மலைவாசிகளில் சிலர் அவர் சுட்டிக்காட்டியிருந்த எல்லா இடங்களிலும் உடனே குழி தோண்டத் தொடங்கினார்கள்.

“பார், அவர்கள் பழைய அடையாளங்களையெல்லாம் நெம்பி எடுத்துவிட்டுப் புதியவைகளை இடங்களில் பதிக்கிறார்கள்” பெஸ்ஸியன் தன் மனைவிக்கு விளக்கினான்.

அவர்கள் சுத்தியல்களால் அடிக்கும் ஒலியைச் செவியுற்றார்கள். யாரோ அழைத்தார்கள், “குழந்தைகளை இங்கே அழைத்துக்கொண்டு வாருங்கள், அவர்கள் பார்க்கட்டும்.”

கண்களுக்குப் புலப்படாத எல்லை அடையாளங்கள் பதிக்கப்பட்டுக்கொண்டிருப்பதை டயானா கவனித்தாள். திடீரென்று மலைவாசிகளின் கட்டம் போட்ட ஜாக்கெட்டுகளின் நடுவே அந்த வெறுப்பிற்குரிய கட்டங்கள் தன்னை நெருங்கி வந்துகொண்டிருப்பதைக் கண்டுவிட்டுக் கணவனின் கரங்களை – அவனிடம் உதவி கேட்பவளைப்போல – பற்றினாள். அவன் அவளை என்ன என்பதைப்போலப் பார்த்தான், அதற்குள் அந்த நில அளவையாளர், முன்பைவிட அதிகப் போதையிலிருப்பவராகத் தோன்றும்படியான இளிப்புடன், அவர்களெதிரே வந்துவிட்டதால், அவளுக்கு அவனிடம் ஒரு வார்த்தை பேசிவிட நேரம் கிடைக்காமலாகிவிட்டது.

“என்ன ஒரு கோமாளித்தனம்” தலையை மலைவாசிகளை நோக்கிச் சாய்த்துக்கொண்டே அவர் சொன்னார். “என்ன ஒரு அவலச் சிரிப்பான நாடகம்! நீங்கள் எழுத்தாளர்தானே? நல்லது, தயவுசெய்து இந்த முட்டாள்த்தனத்தைப்பற்றி ஏதாவது எழுதுங்கள்.”

பெஸ்ஸியன் அவரை முறைத்துப் பார்த்தான், ஆனால் பதில் சொல்லவில்லை.

“உங்களைத் தொந்தரவு செய்வதற்காக என்னை மன்னிக்க வேண்டும். குறிப்பாகத் தயவுசெய்து நீங்கள் அம்மணி.”

அவர் ஓரளவு நாடகப் பாணியில் வளைந்தார், டயானா அவர் மூச்சோட்டத்தில் சாராய நெடியை நுகர்ந்தாள்.

“என்ன வேண்டும் உங்களுக்கு?” அவள் தன் அருவருப்பை மறைத்துக்கொள்ளாமலேயே வெறுப்புடன் பேசினாள்.

அந்த மனிதர் பேசப்போகிறவரைப்போல இருந்தார் – ஆனால் எதுவும் சொல்லாததால் – டயானா கேட்ட முறை அவரைப் அச்சுறுத்திவிட்டதென்பது புலப்பட்டது. அவர் மலைவாசிகளை நோக்கித் தலையைத் திருப்பி அந்த நிலையிலேயே ஒருகணம் தங்கினார், முகம் இறுகியது, இன்னும் ஒரு வெறுப்பார்ந்த அரைச் சிரிப்புடன் ஒளிர்ந்தது.

"ஒருவரை அழச்செய்வதற்கு இது போதும்" அவர் முணுமுணுத்தார். "நில அளவைக் கலை ஒருபோதும் இதைவிட அதிகமான அவமானத்திற்கு ஆளானது இல்லை."

"என்ன?"

"இதில் நான் ஆத்திரமடையாமல் எப்படி இருக்க முடியும்? நீங்கள் புரிந்துகொள்ள வேண்டும். ஆமாம், எனக்கு அப்படித்தான் இருக்கிறது. நான் ஒரு நில அளவையாளன். நான் அந்த அறிவியலைப் படித்திருக்கிறேன். நிலம் அளக்கும் கலையை, திட்டப் படங்கள் வரைவதைக் கற்றுவைத்திருக்கிறேன். இருந்தும் என்னுடைய தொழிலைப் பயிற்சி செய்யவியலாமல் ஆண்டு முழுவதும் உயர்ந்த மேட்டு நிலத்தின்மேல் சுற்றிக்கொண்டிருக்கிறேன். காரணம், இந்த மலைச் சனங்கள் நில அளவையாளனுக்கு இந்த விஷயங்களில் திறமை இருப்பதாக மதிப்பதே இல்லை. பிரச்சினைக்குரிய எல்லைகளை இவர்கள் எப்படிச் சரிசெய்துகொள்கிறார்களென்பதை நீங்களே உங்கள் கண்களால் பார்க்கிறீர்கள்தானே. கற்களால், சாபங்களால், சூனியக்காரிகளால், இன்னும் இதில் இல்லாததே கிடையாது. என் உபகரணங்களோ ஆண்டுக்கணக்காக என் பயணப் பையிலேயே மூட்டை கட்டப்பட்டுக் கிடக்கின்றன. நான் அவற்றையெல்லாம் கீழே விடுதியிலேயே ஏதோ ஒரு மூலையில் விட்டுவிட்டு வந்துவிட்டேன். ஒருநாள் இவர்கள் ரகசியமாக அவற்றை என்னிடமிருந்து திருடிவிடுவார்கள், ஏற்கெனவே அதைச் செய்திருக்கவில்லையென்றால் – ஆனால் அவர்கள் என் பொருட்கள்மேல் கை வைப்பதற்கு முன் நான் அவர்களை ஏமாற்றி எடுத்துக்கொண்டுவிடுவேன். அவற்றை விற்றுக் கிடைப்பதைக் குடித்துத் தீர்த்துவிடுவேன். ஓ, மகிழ்ச்சியற்ற நாளே! இப்போது நான் என் வேலையைத் தொடங்குவதற்காகப் போய்க்கொண்டிருக்கிறேன் அய்யா. தலைவர் அலி பினாக் எனக்குச் சைகை காட்டி அழைக்கிறார். தொந்தரவு கொடுத்ததற்கு மன்னிக்க வேண்டும். மன்னித்துக்கொள்ளுங்கள் அழகுப் பெண்மணி. போய் வருகிறேன்."

"என்ன ஒரு வேடிக்கையான ஆள்" நில அளவையாளர் விலகிச் சென்ற பிறகு பெஸ்ஸியன் சொன்னான்.

"நாம் என்ன செய்யப் போகிறோம் இப்போது?" டயானா கேட்டாள்.

அவர்கள் குறைந்துகொண்டிருந்த நெரிசலில் வண்டி யோட்டியைத் தேடினார்கள். அவரும் அவர்கள் பார்வையைப் பிடித்தவுடனேயே அவர்களிடம் வந்துவிட்டார்.

முறிந்த ஏப்ரல்

"போகிறோமா?"

பெஸ்ஸியன் தலையசைத்தான்.

அவர்கள் தங்களுடைய வண்டியை நோக்கித் திரும்பியபோது, முதியவர் புதிய எல்லைகளைக் குறிப்பதற்காக அப்போதுதான் பதிக்கப்பட்டிருந்த கற்களின்மேல் தன் கையை வைத்தபடி, அவற்றை நகர்த்தக்கூடிய துணிவுள்ள அனைவர்மீதும் சாபமொன்றை இட்டுக்கொண்டிருந்தார்.

அடையாளங்களைப் பதிக்கும் பணிகளால் சிறிது நேரம் திசை திருப்பப்பட்டிருந்த மலை நாட்டார்கள் திரும்பவும் அவர்கள் கவனத்தைத் தங்கள்மேல் திருப்பியதை டயானா உணர்ந்தாள். முதலில் வண்டிக்குள் ஏறிக்கொண்டவள் அவளாயிருக்க – பெஸ்ஸியன் கடைசித் தடவையாக – அலி பினாக், அவருடைய உதவியாளர்கள் ஆகியோரின் தொலைவுருவங்களுக்குக் கையசைத்தான்.

டயானா சற்றுக் களைத்திருந்தாள், விடுதிக்குத் திரும்பிய சவாரி நேரம் முழுவதும் மிக அருகலாகவே பேசினாள்.

"கிளம்பும்முன் கொஞ்சம் காபி சாப்பிடுவோமா?" பெஸ்ஸியன் யோசனை சொன்னான்.

"நீ விரும்பினால்" என்றாள் டயானா.

அவர்களுக்குப் பரிமாறிக்கொண்டிருந்தபோது விடுதிக்காரர், அலி பினாக் நடுவராய் இருந்த எல்லைத் தகராறுகளுக்கான புகழ்பெற்ற வழக்குகளைப்பற்றி அவர்களுக்குச் சொன்னார், அவற்றின் விவரங்கள் சில வகைகளில் மலைப்பகுதிகளின் வாய்வழிக் கட்டுக் கதைகளுக்குள் கடத்தப்பட்டுவிட்டிருந்தன. தன்னுடைய விருந்தாளி குறித்து அவர் வெகுவாகப் பெருமை கொண்டிருந்தது தெரிந்தது.

"அவர் இந்தப் பகுதிகளில் இருக்கும்போது, எப்போதுமே என் விடுதியில்தான் தங்குவார்."

"ஆனால் எங்கே வசிக்கிறார்?" ஏதாவது சொல்ல வேண்டுமே என்பதற்காக பெஸ்ஸியன் கேட்டான்.

"அவருக்கு நிலையான வசிப்பிடம் எதுவும் கிடையாது" விடுதிக்காரர் சொன்னார், "அவர் எல்லா இடத்திலும் இருப்பார், எங்கேயும் இருக்கமாட்டார். எப்போதும் சாலையில்தான் இருக்கிறார், ஏனென்றால் பூசல்களுக்கும் தகராறுகளுக்கும் முடிவு கிடையாது, மக்களும் அவற்றை விசாரிக்க அவரைக் கூப்பிட்டுக்கொண்டே இருக்கிறார்கள்."

இஸ்மாயில் கதாரே

அவர்களுடைய காபியைப் பரிமாறியதற்குப் பின்பும் அவர் அலி பினாக்கைப் பற்றியும், மனிதயினத்தைப் பிளவுபடுத்தும் நூறாண்டுகள் பழமையான வெறுப்புகளைப்பற்றியும் பேசிக்கொண்டேயிருந்தார். கோப்பைகளை எடுப்பதற்கும் பணத்தைப் பெற்றுக்கொள்வதற்கும் திரும்பி வந்தபோது மீண்டும் அந்த விஷயத்தை மேலே கொண்டுவந்தார், பிறகு, அவர்களுடைய வண்டிவரை கூட வந்துகொண்டிருந்தபோது திரும்பவும் ஒருமுறை.

டயானா தன் கையை அழுத்துவதை உணர்ந்தபோது பெஸ்ஸியன் வண்டிக்குள் ஏறவிருந்தான்.

"பாருங்கள்" என்றாள் அவள் மென்மையாக.

மிகச் சில அடிகளுக்கப்பால் இளம் மலைவாசி, மிக வெளுத்து, வாயடைத்துப்போனவனாக அவர்களைப் பார்த்துக்கொண்டிருந்தான். கருப்புப் பட்டை அவனுடைய சட்டைக் கையுடன் தைக்கப்பட்டிருந்தது.

"ரத்தப் பழியில் ஈடுபட்டிருக்கிற ஒரு மனிதன்" பெஸ்ஸியன் விடுதிக்காரரிடம் சொன்னான், "உங்களுக்கு அவனைத் தெரியுமா?"

விடுதிக்காரருடைய மாறுகண்கள் மலைவாசினுடைய ஒரு பக்கம் சில அடிகளிலிருந்த வெறுமைக்குள் உற்றுப் பார்த்தன. அவர் விடுதிக்குள் நுழைய இருந்தவர், இந்தத் தனிக் கவனத்திற்குரிய மனிதர்களை வண்டிக்குள் ஏற்றிவிடுவதற்காக மட்டுமே தாமதித்தார் என்பது துலக்கமாகவே தெரிந்தது.

"இல்லை" என்றார் விடுதிக்காரர். "மூன்று நாட்களுக்குமுன் ரத்த வரி கொடுப்பதற்காக ஓரோஷ் செல்லும் வழியில் இங்கே வந்தான். சொல், பையா" அவர் அந்த அந்நியனை அழைத்தார். "உன் பெயரென்ன?"

அந்த இளைஞன், விடுதிக்காரருடைய கூவலில் வெளிப்படையாகவே ஆச்சரியமுற்றவனாய் அவரைப் பார்க்கத் திரும்பினான். டயானா ஏற்கெனவே வண்டிக்குள் இருந்தாள், ஆனால் பெஸ்ஸியன் அவனுடைய பதிலைக் கேட்பதற்காகப் படியின் மேலேயே ஒருகணம் தாமதித்தான். டயானாவின் முகம் – கண்ணாடியால் மெலிதான நீல வண்ணம் ஏறியதாக –வண்டியின் சன்னலில் பொருந்திக்கொண்டது.

"ஜார்க்" அந்த அந்நியன் –நெடுங்காலமாகப் பேசாமலிருந்தவனைப்போல சிறிது தடுமாறிய உடைந்த குரலில் விடையிறுத்தான்.

பெஸ்ஸியன் தன் மனைவிக்குப் பக்கமாக இருக்கைக்குள் புகுந்துகொண்டான்.

“அவன் ஐந்து நாட்களுக்குமுன் மனிதன் ஒருவனைக் கொன்றுவிட்டானாம், இப்போது ஓரோஷிலிருந்து திரும்பி வந்துகொண்டிருக்கிறான்.”

“கேட்டேன்” என்றாள் டயானா இன்னும் சன்னலுக்கு வெளியே பார்த்தபடி.

நிலத்தில் வேர் பிடித்தவனைப்போலத் தான் நின்று கொண்டிருந்த இடத்திலிருந்து மலைவாசி அந்த இளம்பெண்ணைத் தவிப்புடன் வெறித்துப் பார்த்தான்.

“எப்படி வெளிறிப் போயிருக்கிறான்.”

“அவன் பெயர் ஜார்க்” பெஸ்ஸியன் தன் இருக்கையில் பொருந்தியபடியே சொன்னான். டயானாவின் தலை இன்னமும் சன்னலுக்கு மிக அருகேதான் இருந்தது. வெளியே விடுதிக்காரர் வண்டியோட்டிக்கு அறிவுரைகளை வாரிவழங்கிக்கொண்டிருந்தார்.

“உனக்கு வழி தெரியுமா? *க்ருஷ்க்கு*களினுடைய கல்லறைகள் அருகில் கவனமாக இருந்துகொள். மக்கள் அங்கே எப்போதும் ஒரே தவறைத் திரும்பத் திரும்பச் செய்கிறார்கள். வலது வளைவை எடுப்பதற்குப் பதிலாக இடதை எடுத்துவிடுகிறார்கள்.”

வண்டி நகரத் தொடங்கியது. ஒருவேளை அவனுடைய முகத்தின் வெளுப்புக் காரணமாக மிக இருண்டவையாகத் தோன்றிய அந்த அந்நியனின் கண்கள் டயானாவின் முகம் புலப்பட்டுக்கொண்டிருந்த சன்னல் சதுரத்தைப் பின்தொடர்ந்தன. அவளும்கூட, வைத்த கண் வாங்காமல் பார்த்துக்கொண்டிருக்கக் கூடாது என்று தெரிந்தாலும், சாலையின் மருங்கிலிருந்து திடீரென்று அச்சுறுத்தும் தெளிவின்மையுடன் தோன்றிய அந்த வழிப்போக்கனிடமிருந்து கண்களை விலக்கிக்கொள்ளும் வலிமை இல்லாதவளாக இருந்தாள். வண்டி விலகிச் செல்லச் செல்ல, கண்ணாடியின்மேல் தன் மூச்சோட்டம் விட்டுச்சென்ற ஆவியைப் பலமுறை துடைத்தழித்தாள். ஆனால், அவர்களுக்கிடையே திரையிழுப்பதில் ஆர்வமுற்றதைப்போல அது மீண்டும் உடனே உறையத்தான் செய்தது.

வண்டி நல்ல தொலைவிற்கு உருண்டுகொண்டிருந்தபோது – வெளியே ஒரு உயிரைக்கூடக் காண முடியாமலிருந்தபோது – அவள் களைப்புடன் தன் இருக்கையில் சாய்ந்தபடி சொன்னாள், “நீ சரியாகத்தான் சொன்னாய்.”

பெஸ்ஸியன் ஒருவித வியப்புடன் தன் மனைவியை ஒருகணம் ஆராய்ந்தான். தான் என்ன சரியாகச் சொன்னோம் என்று அவளிடம் கேட்பதற்கும் இருந்தான், ஆனால் ஏதோவொன்று அவனைத் தடுத்தது. உண்மையைச் சொல்வதென்றால்,

அந்த நீண்ட பகல்பொழுதுப் பயணம் முழுவதிலுமே அவன் ஓர் உணர்வைக் கொண்டிருந்தான், சில விஷயங்களில் அவள் தன்னை ஒத்துக்கொள்ளவில்லை என்பதாக. இப்போது தானாகவே அவனுடைய பார்வைகளைத் தன்னுடையவையாக வரிந்துகொள்கிறாள், அதை அவளையே விளக்கச் சொல்லிக் கேட்பதென்பது, விவேகமற்றது என்று சொல்ல வேண்டியதில்லை யென்றாலும், தேவையற்றது. முக்கியமானது, அவள் இந்தப் பயணத்தை ஏமாற்றம் தந்த ஒன்றாகப் பார்க்கவில்லையென்பது. அந்தப் புள்ளியின்மேல் அவள் அவனுக்குத் திரும்பவும் உறுதியளித்தே இருந்தாள். பெஸ்ஸியன் உயிர்ப்பிக்கப்பட்டதைப் போல உணர்ந்தான். எதைப்பற்றித் தான் சரியாகச் சொன்னோம் என்பதை – தெளிவாக இல்லையென்றாலும் – ஓரளவிற்குப் புரிந்துகொள்ளத் தொடங்கிவிட்டதாக அவனுக்குத் தோன்றியது.

"அந்த மலைவாசி – ஐந்து நாட்களுக்குமுன் ஒருவரைக் கொன்றவன் – எப்படி வெளுத்துப்போயிருந்தானென்று கவனித்தாயா?" பெஸ்ஸியன் கேட்டான், ஏனென்று தெரியாம லேயே அவள் விரல்களில் ஒன்றிலிருந்த மோதிரத்தை வெறித்துப் பார்த்தபடி.

"ஆமாம், பயங்கரமாக வெளிறிப்போயிருந்தான்" டயானா சொன்னாள்.

"அந்தக் குற்றத்தைச் செய்யப் புறப்படுவதற்குமுன் என்னென்ன சந்தேகங்களை, என்னென்ன தயக்கங்களை யெல்லாம் அவன் தாண்டி வர வேண்டியிருந்ததோ, யாரால் சொல்ல முடியும். நம் மலைப் பகுதியின் இந்த ஹாம்லட்டுடன்* ஒப்பிட்டால், அந்த ஹாம்லட்டினுடையதெல்லாம் என்ன சந்தேகங்கள்?"

அவள் தன் கணவனுக்குத் தந்த பார்வை நன்றியறிதலின் பாற்பட்ட ஒன்றாக இருந்தது.

"அந்த டேனிஷ் இளவரசனை உயர்ந்த மேட்டு நிலத்து மலைவாசியுடன் இணைத்துப் பார்ப்பது சற்று அதிகம் என்று உனக்குத் தோன்றுகிறது இல்லையா."

"நிச்சயமாகஇல்லை" டயானா சொன்னாள். "நீ விஷயங்களை மிகச் சரியாகவே முன்வைக்கிறாய், அந்த உன் தனித்திறமையை நான் எவ்வளவு மதிக்கிறேனென்பதும் உனக்குத் தெரியும்."

அந்தத் தனித்திறமைதான் ஒருவேளை டயானாவைத் தன்பால் கொண்டுவந்திருந்ததோ என்கிற சந்தேகம் அவன் எண்ணத்தில் குறுக்கிட்டது.

* ஹாம்லட்: ஷேக்ஸ்பியரின் கதாபாத்திரங்களில் ஒன்று

முறிந்த ஏப்ரல்

“ஹாம்லட் அவன் தந்தையின் ஆவியால் பழிவாங்குவதற்குத் தூண்டப்பட்டான்” பெஸ்ஸியன் கிளர்ச்சியுடன் மேலே பேசினான். “ஆனால் எந்த அச்சமூட்டும் ஆவி ஒரு மலைவாசியின்முன் எழுந்துநின்று நின்று அவனைப் பழிவாங்கத்தூண்டிவிடுகிறதென்று உன்னால் கற்பனை செய்ய முடிகிறதா?”

டயானாவின் கண்கள் –மிகப் பெரிதாக அகண்டு விரிந்து – அவனைக் கவனமுடன் பார்த்தன.

“பழிவாங்கப்பட வேண்டிய சாவொன்று நடந்திருக்கும் வீட்டில் –பலியானவருடைய ரத்தக்கறை படிந்த சட்டையை மேல்தளத்தினுடைய மூலையொன்றில் தொங்கவிட்டு விடுவார்கள் –ரத்தத்தை மீட்கிற வரையில் அதை அவர்கள் எடுப்பதில்லை. அது எத்தனை பயங்கரமாக இருக்குமென்று உன்னால் கற்பனை செய்ய முடிகிறதா? ஹாம்லட் அவன் அப்பாவின் ஆவியை இரண்டு மூன்று தடவைகள் பார்த்தான், நடுயிரவில், அதுவும் ஒரு சில கணங்களுக்கு மட்டும், ஆனால் நம் குல்லாக்களில் பழிவாங்கலை நினைவுபடுத்திக்கொண்டே யிருக்கும் சட்டை அங்கேயே இரவுபகலாகத் தங்கியிருக்கிறது, எல்லா மாதங்களிலும் பருவங்களிலும்; ரத்தக் கறைகள் மஞ்சளாக மாறும்போது மக்கள் சொல்கிறார்கள், “பார், செத்துப்போனவன் பழிவாங்கச் சொல்லித் தவிக்கிறான்.”

“ஒருவேளை அதனால்தான் அவன் அத்தனை வெளுப்பாக இருக்கிறான்.”

“யார்?”

“இப்போது பார்த்தோமே, அந்த மலைவாசி.”

“ஓ, ஆமாம், கண்டிப்பாக.”

பெஸ்ஸியன் ஒருகணம் டயானா ‘வெளுப்பாக’ என்கிற வார்த்தையை ‘அழகாக’ என்று சொல்கிறாற்போல உச்சரித்ததாக நினைத்தான், ஆனால் உடனே அந்த எண்ணத்தை ஒதுக்கினான்.

“மேற்கொண்டு இப்போது அவன் என்ன செய்வான்?”

“யார்?”

“அந்த மலைவாசிதான்.”

“ஆ, அவன் என்ன செய்வான்?” பெஸ்ஸியன் தோள்களைக் குலுக்கிக்கொண்டான். “விடுதிக்காரர் சொன்னதுபோல் அவன் அவனுடைய மனிதனை நான்கைந்து நாட்களுக்குமுன் கொன்றிருந்தானென்றால், மேற்கொண்டு நீண்ட பெஸ்ஸா, அதாவது முப்பது நாட்கள், அவனுக்கு அனுமதியளிக்கப்

பட்டிருந்தால், இன்னும் இருபத்தைந்து நாட்கள் எப்போதும் போன்ற வாழ்க்கை அவன் முன்னால் இருக்கிறது." பெஸ்ஸியன் எரிச்சலுடன் புன்னகைத்தான், ஆனால் முகம் இன்னும் உணர்ச்சியற்றதாகவே இருந்தது. "இந்த உலகத்தில் விடுப்பு எடுத்துக்கொண்டு போவதற்கான கடைசி உரிமை கொடுக்கப் படுவதைப்போல இது, 'உயிர் வாழ்கிறவர்கள் விடுப்பில் இருக்கிற இறந்தவர்கள்தான்' என்று பரவலாக அறியப்படுகிற வழக்காறுக்கு நம் மலைப்புறங்களில் மிக உண்மையான பொருள் இருக்கிறது."

"ஆமாம்" என்றாள் அவள். "இன்னொரு உலகத்திலிருந்து விடுப்பில் வந்த மனிதன்போலத்தான் இருந்தான் அவன், சட்டைக் கையில் சாவின் அடையாளச் சின்னத்தோடு." டயானா ஆழ்ந்த பெருமூச்சு ஒன்றை வெளியிட்டாள். "நீ அதைச் சரியாகச் சொன்னாய் – அப்படியே ஹாம்லட்டைப்போல."

பெஸ்ஸியன் நிலைத்த புன்னகையுடன் சன்னலினூடே பார்த்தான், முகத்தின் மேல் பகுதி மட்டுமே சிரித்தது.

"கூடவே இதையும் சொல்ல வேண்டும், ஹாம்லட் தான் என்ன செய்தாக வேண்டுமென்பதில் உறுதியானவுடனேயே, துணிந்து தன்னுடைய கொலைச் செயலை நிறைவேற்றிவிட்டான். இவனைப் பொறுத்தவரை" – பெஸ்ஸியன் தன் கையை அவர்கள் தங்களுக்குப் பின்னே விட்டுச் சென்றுகொண்டிருந்த சாலை நீட்சியை நோக்கி அசைத்தான் – "இவன் தனக்கு வேறான, சில சமயம் தான் வாழ்ந்துகொண்டிருக்கிற காலகட்டத்திற்கே மாறான, ஓர் இயந்திரத்தால் இயக்கப்படுகிறவன்."

டயானா அவனை உன்னிப்பாகச் செவியுற்றுக்கொண் டிருந்தாள், அவன் அர்த்தப்படுத்துவதை உள்வாங்குவதில் சில அவளைத் தப்பின என்றாலும்.

"மிகத் தொலைவில் இருக்கும் இடத்திலிருந்து வருகிற கட்டளைகளின் பேரில் மரணத்தை நோக்கித் திரும்புவதற்கு ஒரு மனிதனுக்கு அசுரத்தனமான மனவலிமை வேண்டும்" பெஸ்ஸியன் சொன்னான். "ஒரு கோணத்திலிருந்து பார்க்கிறபோது, சமயங்களில் கட்டளைகள் நிஜமான ஒரு தூரப் பிரதேசத்திலிருந்துதான் வருகின்றன, எப்போதோ போய்ச்சேர்ந்துவிட்ட தலைமுறைகளின் பிரதேசத்திலிருந்து."

டயானா மீண்டும் ஆழ்ந்து மூச்சுவிட்டுக்கொண்டாள்.

"ஜார்க்" மென்மையாகச் சொன்னாள். "அதுதானே அவனுடைய பெயர்?"

"யாருடைய?"

முறிந்த ஏப்ரல்

"அந்த மலைவாசி, அவன்தான்... விடுதியில்."

"ஓ, ஆமாம், ஜார்க். அதுதான் அவன் பெயர், சரிதான். உண்மையில் அவன் உன்னைக் கவர்ந்துவிட்டான், இல்லையா?"

அவள் தலையசைத்தாள்.

மழை பெய்யப்போவதைப்போலவே பல தடவை காட்சியளித்தது, ஆனால் மழைத்துளிகள் தரையைத் தொடுவதற்கு முன்பாக வெட்டவெளியில் தொலைந்து போயின. சில மட்டும் வண்டிச் சன்னலின்மேல் சிதறின. கண்ணாடிச் சட்டகத்தின்மேல் கண்ணீர்த் துளிகளைப்போல அவை அலையடித்தன. டயானா அவற்றைச் சில நிமிடங்கள் கவனித்துக்கொண்டிருந்தாள், கண்ணாடியே சிரமப்படுவதுபோலத் தோன்றியது.

அவள் இப்போது களைப்பாகவே உணரவில்லை. அதற்கு மாறாக உள்ளிருந்த சுமையை இறக்கி வைத்துவிட்டவளைப் போலத் தன்னைத் தெளிந்துவிட்டிருந்தவளாய் உணர்ந்தாள். ஆனால் அது அச்சுறுத்தும் ஓர் உணர்வாக இருந்தது; மகிழ்ச்சியளிப்பதாக இல்லவேயில்லை.

"நீண்ட குளிர்காலமாய் இருக்கிறது இது" பெஸ்ஸியன் கூறினான். "இளவேனிலுக்கு இடம் தரவே மாட்டேனென்கிறது."

டயானா இன்னும் நிலவெளியையே பார்த்துக்கொண் டிருந்தாள். ஒருவருடைய கவனத்தைக் கலைத்து, சிந்தனை களை நீர்க்கச் செய்வதன் வழியே அவருடைய மனதை வெறுமையாக்கிவிடும் ஏதோ ஒன்று அந்தக் காட்சியில் இருப்பதாகத் தோன்றியது. விடுதிக்காரர் விவரிக்கக் கேட்ட, அலி பினாக்கின் ஆழ்ந்த கானூன் பொருள்விளக்க எடுத்துக்காட்டுகளைப்பற்றி டயானா நினைத்துக்கொண்டாள். உண்மையில் அந்த விரித்துரைப்புகளில் சில பகுதிகள் அல்லது துணுக்குகள் மாத்திரமே அவள் நினைவில் இருந்தன, அவை அவளுடைய நினைவின் ஓட்டத்தின்மேல் பைய நகர்ந்துகொண்டிருந்தன. எடுத்துக்காட்டாக, இரண்டு வீடுகளினுடைய இரண்டு பெரிய கதவுகள் அவற்றின் கீல்களிலிருந்து கழற்றப்பட்டுப் பரஸ்பரம் மாற்றிக்கொள்ளப்பட்டன. அந்தக் கதவுகளில் ஒன்று கோடைக்கால மாலை நேரத்தில் தோட்டா ஒன்றால் துளைக்கப்பட்டிருந்தது. வீட்டுத் தலைவர், இந்த வகையில் தவறிழைத்தவர், அவமதிப்புக் காகத் தன்னைத் தானே தண்டித்துக்கொள்ள வேண்டும், ஆனால் அவர் அதை எப்படிச் செய்வது? தோட்டாவால் துளையிடப்பட்ட கதவு, புனிதச் சட்டப்படி, இரத்தப்பழி வாங்குவதற்கான ஒரு காரணம் இல்லை, அதே சமயம் அந்தக் குற்றம் ஈடு செய்யப்படவும் வேண்டும். விஷயத்தை முடித்து வைக்க அலி பினாக்கை

இஸ்மாயில் கதாரே

அவர்கள் வேண்டிக்கொண்டார்கள். குற்றம் செய்தவருடைய வீட்டுக் கதவு கீலிலிருந்து எடுக்கப்பட்டுத் தோட்டாத் துளை கொண்ட கதவொன்றால் அது பதிலி செய்யப்பட வேண்டும், அந்த மனிதர் அதை எப்போதும் வைத்திருக்க வேண்டும் என்று அவர் தீர்ப்புரைத்தார்.

அலி பினாக் கிராமம் விட்டுக் கிராமம், கொடிக்கட்டு விட்டுக் கொடிக்கட்டு தன் உதவியாளர்கள் புடை சூழப் போய்க்கொண் டிருப்பதை டயானா கற்பனை செய்தாள். அதைவிட ஆர்வமிக்க ஒரு குழுவைக் கற்பனை செய்ய முடியாதுதான். பிறகு, இன்னோர் இரவுப் பொழுதில், எதிர்பாராத விதமாக நண்பரின் வருகையை எதிர்கொள்ள வேண்டியிருந்த ஒரு மனிதர், தன் மனைவியைக் கொஞ்சம் உணவுப் பொருள்களை இரவலாகப் பெற்று வருவதற்காக அக்கம்பக்கத்தவர்களிடம் அனுப்பிவைத்தார். பல மணிநேரங்கள் கடந்தன, பெண்மணி திரும்பவில்லை, ஆனாலும் அந்தக் கணவர் காலைவரை தன்னைக் கட்டுப்படுத்திக்கொண்டும் தன் அமைதியிழப்பை மறைத்துக்கொண்டும் இருந்தார். நல்லது, அவள் அன்றோ அல்லது அதற்கு மறுநாளுமோ திரும்பி வரவில்லை. முன்னுதாரணமற்ற விஷயம் உயர்ந்த மேட்டு நிலத்தில் நடந்திருந்தது: பக்கத்து வீட்டில் வாழ்ந்த மூன்று சகோதரர்கள் அவளை வலுக்கட்டாயமாகப் பிடித்து வைத்திருந்தார்கள், மேலும் அவர்கள் ஒவ்வொருவரும் ஓர் இரவை அவளுடன் செலவிட்டுக்கொண்டிருந்தார்கள்.

டயானா அந்த மனைவியின் இடத்தில் தன்னைக் கற்பனை செய்துபார்த்து நடுங்கிப்போனாள். அந்தப் பயங்கர எண்ணத்திலிருந்து தன்னைப் பிடுங்கிக்கொள்வதுபோலத் தலையை உதறிக்கொண்டாள், ஆனால் அதிலிருந்து அவளால் தன்னை விடுவித்துக்கொள்ள முடியவில்லை.

கடைசியில், மூன்றாவது இரவைத் தொடர்ந்துவந்த காலையில் அந்தப் பெண் வீடு திரும்பித் தன் கணவரிடம் எல்லாவற்றையும் சொன்னாள். ஆனால் அந்தக் குற்றமிழைக்கப் பட்ட மனிதரால் என்ன செய்ய முடியும்? அது வழக்கமற்ற நிகழ்வாக இருந்தது, அந்த அவமதிப்பை ரத்தத்தினால் கழுவித்தான் போக்கிக்கொள்ள முடியும். இழிவுபடுத்திய மூன்று சகோதரர்கள் சார்ந்த குலமோ பெரியதும் அதிகாரமிக்கதுமாய் இருக்க, பகையைத் துவக்கினால், தவறிழைக்கப்பட்ட மனிதரின் குடும்பம் அழித்தொழிக்கப்படல் என்னும் தண்டனைக்கு ஆட்பட வேண்டியிருக்கும். இது தவிர, கணவருடைய வலுவான வாதம் அவருக்கு ஆண்மை இல்லை என்பதாகத் திரிந்துவிட்டது. எனவே, தனிச் சிறப்பு வாய்ந்த இந்த வழக்கை முன்வைத்து, மலைவாசிகள் மிக அரிதாகவே வேண்டுகிற விஷயத்தை அவர்

கேட்டார், அது, மூத்தோர் மன்றத்தால் அளிக்கப்படும் தீர்ப்பிற்குக் கட்டுப்படுதல். நீதியோ அடைவதற்குக் கடினமானதாக இருந்தது. *ராஃவேஷ்* மக்களின் நினைவில் முன்னுதாரணமற்ற ஒரு விஷயத்தின்மேல் அதை உச்சரிப்பதற்கே தடுமாற்றமாக இருந்தது, மூன்று சகோதரர்களுக்கான தண்டனையை உறுதி செய்வதும் அதற்கு இணையாகக் கடினமாக இருந்தது. எனவே அவர்கள் அலி பினாக்கை அழைத்தார்கள். அவரும் குற்றவாளிகளுக்கு இரண்டு வழிகளைப் பரிந்துரைத்ததன் வழியே அதை முடித்துவைத்தார், இரண்டில் ஒன்றை அவர்கள் தேர்ந்தெடுக்கலாம்: ஒன்று, மூன்று சகோதரர்களும் பதிலுக்குத் தங்களுடைய மனைவிகளைத் தவறிழைக்கப்பட்ட கணவருடன் ஓரிரவு செலவிடுவதற்காக அனுப்பிவைக்கலாம், அல்லது குற்றத்திற்கான விலையை ரத்தத்தால் கொடுப்பதற்கு அவர்கள் தங்களுக்குள் ஒருவனைத் தேர்ந்தெடுத்துக்கொள்ள வேண்டும், மேலும் அவனுடைய சாவு அதற்குப்பின் பழி தீர்க்கப்படக் கூடாது. சகோதரர்கள் கலந்துரையாடலை நிகழ்த்திவிட்டு இரண்டாவது வழியைத் தேர்ந்தெடுத்தனர்: அவர்கள் செய்திருப்பதற்கு அவர்களுக்குள் ஒருவன் தன் உயிரால் விலை கொடுப்பான்: குலுக்குச் சீட்டு இரண்டாவது சகோதரன்மேல் விழுந்தது.

டயானா இரண்டாம் சகோதரனின் இறப்பைத் திரைப்படத்தில்போல மெல்லசைவில் கற்பனைசெய்து பார்த்தாள். மூத்தோர் மன்றத்தில் அவன் முப்பது நாள் சண்டை நிறுத்தம் கேட்டிருந்தான். பிறகு, முப்பதாவது நாளில் –தவறிழைக்கப்பட்ட மனிதர் காத்திருந்து –இடையூறு எதுவுமின்றி அவனைக் கொன்றார்.

“பிறகு?” பெஸ்ஸியன் கேட்டுக்கொண்டிருந்தான். “பிறகு ஒன்றுமில்லை” விடுதிக்காரர் சொன்னார், “அவன் இந்த உலகத்தில் வாழ்ந்தான், மறைந்தான் – அத்தனையும் ஒன்றுமில்லாததற்காக, திடீர்ச் சபலத்தினால்.”

டயானா, உறக்கத்தின் விளிம்பில், ஏற்கெனவே தலையெழுத்து முடிவு செய்யப்பட்டுவிட்ட –ஜார்க் என்னும் பெயர் கொண்ட – அந்த மலைவாசிக்கு மிச்சமிருந்த காலத்தைப்பற்றி நினைத்துப் பெருமூச்சு விட்டாள்.

“பார், அங்கே ஒரு அடைக்கலக் கோபுரம்” பெஸ்ஸியன் சன்னலின் கண்ணாடிப் பாளத்தில் விரலால் தட்டிக்கொண்டே சொன்னான்.

டயானா தன் கணவன் சுட்டிக்காட்டிக்கொண்டிருந்த இடத்தைப் பார்த்தாள்.

“அங்கே ஒன்று இருக்கிறதே, அது, தனியாக நின்றுகொண் டிருக்கிறது, பார்க்க முடிகிறதா உன்னால்? குறுகலான புழைவாய்களுடன் இருக்கிறதே.”

“எவ்வளவு பயங்கரமாகத் தெரிகிறது” டயானா கூறினாள்.

அடிக்கடி அவள் அந்தப் புகழ்பெற்ற கோபுரங்களைப்பற்றிப் பேசிக் கேட்டிருக்கிறாள், சண்டை நிறுத்தத்தின் முடிவில் கொலையாளிகள் –தங்கள் குடும்பங்களை ஆபத்தில் வைக்க வேண்டாமென்று –அங்கே புகலிடம் தேடுவதுண்டு என்று. ஆனால் அப்படி ஒன்றை அவள் பார்ப்பது இதுதான் முதல் தடவை.

“கோபுரப் புழைவாய்கள் கிராமத்தின் அனைத்துச் சாலைகளையும் பார்த்தவாக்கில் இருக்கும், அதனால் உள்ளே அடைத்துவைக்கப்பட்டிருப்பவரால் பார்க்கப்படாமல் யாரும் அருகில் வந்துவிட முடியாது” பெஸ்ஸியன் அவளிடம் சொன்னான். “கூடவே, சமாதானத்திற்கான, அழைப்பிற்கான வாய்ப்புகளுக்காக, தேவாலயக் கதவைப் பார்த்தவாக்கில் ஒரு புழைவாயும் அங்கே எப்போதும் இருக்கிறது, ஆனால் அதைப்போல் இருப்பது மிகக் குறைவு.”

“எவ்வளவு காலம் மக்கள் உள்ளே பூட்டிக்கொண்டு தங்கியிருக்கிறார்கள்?” டயானா கேட்டாள்.

“ஓ, ஆண்டுக்கணக்கில், புதிதாக ஏதாவது நடந்து, சிந்தப்பட் டிருக்கும் ரத்தத்திற்கும் பழிவாங்கப்படவிருக்கும் ரத்தத்திற்கும் இடையிலான தொடர்புகளை மாற்றியமைக்கும்வரை.”

“சிந்தப்பட்டிருக்கும் ரத்தம், பழிவாங்கப்படவிருக்கும் ரத்தம்” டயானா திரும்பச் சொல்லிக்கொண்டாள். “அந்த விஷயங்க ளெல்லாம் ஏதோ வங்கி நடவடிக்கைகள் என்பதைப்போலச் சொல்கிறாய்.”

பெஸ்ஸியன் புன்னகைத்தான்.

“அடியாழத்தில் –ஒருவகையில் –அந்த விஷயங்கள் அதிகம் வேறுவேறானவை இல்லை. *கானூன்* உணர்ச்சிகளுக்கு இடம் தராத கணக்கீடு.”

“உண்மையிலேயே பயங்கரம்” டயானா கூறினாள். அதை அடைக்கலக் கோபுரத்தைக் குறித்துக் கூறினாளா அல்லது தன்னுடைய கடைசித் தகவலைக் குறித்தா என்று பெஸ்ஸியனால் சொல்ல முடியவில்லை. உண்மையில், அவள் இருண்ட கோபுரத்தை மீண்டும் பார்க்கும்பொருட்டுத் தன் முகத்தைக் கண்ணாடியில் பதித்து வைத்திருந்தாள்.

அந்த வெளிறிய முகம் கொண்ட மலைவாசி அங்கேதான் தஞ்சமடையக் கூடும் என்று எண்ணிக்கொண்டாள். ஆனால் அந்தக் கல் திரளுக்குள் தன்னை அடைத்துக்கொள்ளும் முன்பே அவன் கொல்லவும் படலாம்.

ஜார்க். அவள் அந்தப் பெயரைத் தனக்குள் சொல்லிக் கொண்டாள். தன் நெஞ்சின் உள்ளே வெறுமை பரவிக்கொண் டிருப்பதையும் உணர்ந்தாள். அங்கே ஏதோ ஒன்று வலியேற்படுத்தும் விதமாக உடைந்து சிதறிக்கொண்டிருந்தது, ஆனால் அதில் ஏதோ சுகமும் இருந்தது.

ஓர் இளம்பெண் அவளுடைய மணவுறுதி நிகழ்வுக் காலத்திலோ அல்லது அவள் சந்தேகத்திற்கிடமின்றிக் காதல்வயப்பட்டிருக்கும்போதோ, பிறிதொரு மனிதனைப் பற்றிய மாற்ற முடியாத உணர்வுகளைக் கொண்டிருக்கிறோம் என்னும் அதிர்ச்சியூட்டக்கூடிய எண்ணத்திலிருந்து பாதுகாக்கும் அரண்களைத் தான் இழந்துகொண்டிருக்கிறோம் என்பதை டயானா உணர்ந்தாள். பெஸ்ஸியனை அறியத் தொடங்கி யிருந்த காலத்திலிருந்து இன்னொருவனைப் பற்றி இத்தனை சுதந்திரமாக நினைத்துப் பார்ப்பதற்குத் தனக்கு அனுமதியளித்துக் கொள்வதென்பது அவளுக்கு இதுவே முதல் தடவை. அவள் அவனை நினைத்தாள். பெஸ்ஸியன் சொன்னபடி, இன்னும் இந்த உலகில் விடுப்பில் இருந்தவன். மிகக் குறுகலான விடுப்பு. மூன்று வாரங்கள்கூட இல்லை. சட்டைக் கையில் அவனுடைய குருதிக் கடனின் அடையாளமான கருப்புப் பட்டையுடன் மலைகளில் அவன் சுற்றித்திரிந்துகொண்டிருந்த போக்கில், கடந்துபோகும் ஒவ்வொரு நாளும் அதை மேலும் குறுகச் செய்துகொண்டிருந்தது. அவனோ அதற்கு முன்பே அந்தக் குருதிக் கடனைச் செலுத்திவிட்டவனைப்போல இருந்தான் – அத்தனை வெளிறிப்போய் – சாவைத் தேர்ந்தெடுத்ததன் வழியே, காட்டில் வீழ்த்தப்படவிருக்கும் மரத்தைப்போல.

ஆண் ஒருவனுடைய உற்று நோக்கல் ஒருபோதும் டயானாவை இந்த அளவிற்குக் கலக்கமடையச் செய்ததில்லை. ஒருவேளை அது சாவின் அருகாமை அல்லது அந்த இளம் மலைவாசியின் அழகு தன்னில் எழுப்பிவிட்ட இரக்கமாக இருக்கலாம் என்று அவள் எண்ணிக்கொண்டாள். மேலும் இப்போது கண்ணாடியின் மேலிருக்கும் தண்ணீரின் சில துளிகள் தன்னுடைய கண்களில் இருந்தவையில்லை என்றும் அவளால் உறுதியாகச் சொல்ல முடியவில்லை.

‘என்னவொரு நீண்ட பகல்’ என்றாள் அவள், பிறகு தன்னுடைய சொந்த வார்த்தைகளைத் தானே வியந்துகொண்டாள்.

"உனக்குக் களைப்பாகத் தோன்றுகிறதா?" பெஸ்ஸியன் கேட்டான்.

"கொஞ்சம்."

"இன்னும் ஒரு மணிநேரத்தில் நாம் அங்கு இருக்க வேண்டும், அல்லது அதிகம்போனால் ஒன்றேகால் மணிநேரம்."

அவன் தன் கையை அவள் தோள்களைச் சுற்றிப் போட்டு அவளைத் தன்னிடம் மெதுவாக இழுத்தான். அவன் அதைச் செய்வதற்கு அவள் இசைந்தாள், தடுக்கவில்லை. ஆனால் மிக அருகே இழுக்க அனுமதிக்கும் விதத்தில் இலகுவாகத் தன்னை ஆக்கிக்கொள்ளவில்லை. அவன் கவனிக்கத்தான் செய்தான், ஆனாலும் அவளுடைய கழுத்தின் மணத்தில் கிளர்ச்சியுற்றுத் தன் தலையை அவள் காதுகளில் சாய்த்துக் கிசுகிசுத்தான், "இன்று இரவு எப்படி உறங்கப்போகிறோம்?"

'எனக்கெப்படித் தெரியும்?' என்று சொல்வதைப்போல அவள் தோள்களைக் குலுக்கினாள்.

"குறைந்தபட்சம் ஓரோஷ் கோபுரம் என்பது ஓர் இளவரசருடைய குல்லாதான், அதனால் அவர்கள் நம்மை ஒரே அறையில் போடுவார்களென்றுதான் நினைக்கிறேன்" அவன் மென்மையாக – கிட்டத்தட்டச் சதிகாரத்தனமாக – மேலே பேசிக்கொண்டிருந்தான்.

பக்கவாட்டில் அவள் முகத்தைப் பார்த்தான், அவனுடைய முகபாவம் அவனுடைய குரலின் பசப்பலான ஆறுதலை ஒத்திருந்தது. ஆனால் அவள் தன் கண்களைத் தனக்கு முன்னால் பதித்தபடியேதான் இருந்தாள், பதில் பேசவில்லை. அலட்சியப்படுத்தப்பட்டோமா இல்லையா என்கிற உறுதி இல்லாமலேயே அவன் தன் கரத்தைச் சற்றுத் தளர்த்திக் கொண்டான். உறுதியாக அதை முற்றிலுமாகவே விலக்கிக்கொண் டிருப்பான். ஒருவேளை அவனுடைய நோக்கத்தை ஊகித்துவிட் டிருந்ததாலோ அல்லது தற்செயலாகவோ, கடைசிக் கணத்தில் அவள் ஒரு கேள்வியைக் கேட்டிருக்காவிட்டால்.

"என்ன?"

"ஓரோஷ் இளவரசர் அரச குடும்பத்திற்கு ரத்த உறவா என்று கேட்டேன்."

"இல்லை, இல்லவேயில்லை" அவன் விடையிறுத்தான்.

"பிறகெப்படி அவர் இளவரசர் என்று அழைக்கப்படுகிறார்?"

பெஸ்ஸியன் முகத்தைச் சிறிது சுளித்துக்கொண்டான்.

"இது சற்றுச் சிக்கலானது" என்றான். "உண்மையைச் சொல்ல வேண்டுமானால், ஒரு சில வட்டாரங்களில் அவர்கள் அவரை அப்படி அழைக்கிறார்களென்றாலும், உயர்ந்த மேட்டுநில மக்கள் முற்றிலும் இளவரசர் என்றே பொருள் கொடுக்கும் *'ப்ரெங்க்'* என்றே அவரை அழைக்கிறார்கள்தானென்றாலும், அவர் இளவரசர் இல்லை. ஆனால் பெரும்பாலும் அவர்கள் அவரை *கப்பிதான்** என்று அழைக்கிறார்கள், அப்படியிருந்தாலும்..."

பெஸ்ஸியனுக்கு நெடுநேரமாகவே தான் புகைப் பிடிக்கவில்லை என்பது நினைவிற்கு வந்தது. எப்போதாவது புகைப் பிடிக்கும் எல்லோரையும்போலவே, புகைச்சுருளைக் கட்டிலிருந்தும் பிறகு தீக்குச்சியைச் சிறிய பெட்டியிலிருந்தும் எடுப்பதற்கு அவனுக்குச் சிறிதுநேரம் பிடித்தது. எப்போதெல்லாம் சிக்கலான விளக்கத்திற்கு முற்றுப்புள்ளி வைக்க வேண்டுமென்று விரும்புகிறானோ அப்போதல்லாம் அவன் இதைச் செய்தான் என்பதை டயானா உணர்ந்தாள். மேலும், ஓரோஷ் *குல்லா*வைப் பற்றி அவன் கொடுக்கத் தொடங்கிய விளக்கமும் டிரானாவில் ஒரு கோப்பைத் தேநீரைப் பருகிக்கொண்டே தன்னுடைய கலைக் கூடத்தின் நுரையிருக்கையின்மேல் அமர்ந்திருந்தபடி அவன் சொன்ன, இடையில் நிறுத்தப்பட்ட (இளவரசருடைய தூதரலுவலகத்திலிருந்து பகட்டான – உண்மையாகவே சற்று வினோதமான – மொழியில், ஆண்டின் எந்தப் பருவத்திலும், பகல் அல்லது இரவின் எந்த நேரத்திலும் அவன் வரவேற்கப்படுகிறான் என்று அறிவித்துக்கொண்டிருந்த, ஓரோஷ் *குல்லா*விற்கான அழைப்பிதழ் ஒன்று டிரானாவில் அவனை வந்தடைந்தபோது அவன் முடிக்காமலேயே விட்டுவிட்ட) விளக்கத்தைக்காட்டிலும் தெளிவானதாக இருக்கவுமில்லை. ஆனால் ஒருவேளை அந்தத் தெளிவின்மை அவர்கள் விரைவிலேயே விருந்தினர்களாகவிருக்கிற *குல்லா* குறித்த ஒவ்வொன்றிலுமே ஏதோவொன்று தெளிவற்றதாய் இருந்தது என்கிற உண்மையிலிருந்து வந்ததாய் இருக்க வேண்டும்.

"அவர் அப்படியே இளவரசர் என்றில்லை" பெஸ்ஸியன் கூறினான், "இருந்தாலும், ஒரு விதத்தில், அவர் இளவரசரைவிட உயர்ந்தவர், அவருடைய, அரச பரம்பரையை விடவும் அதிகம் பழமையான, வழிமரபால் மட்டுமல்லாமல், முதன்மையாக, உயர்ந்த மேட்டுநிலம் அனைத்தையும் அவர் ஆட்சி செய்யும் விதத்தினால்."

அவன் தொடர்ந்து விளக்கிக்கொண்டிருந்தான், இளவரசரின் அதிகாரம் மிகச் சிறப்பான வகையின் பாற்பட்டது, *கானூ*னால் நிறுவப்பட்டது, உலகின் பிற எந்த ஆட்சியைப்போலவும் இல்லாதது என்று. நினைவிற்கெட்டாத காலத்திலேயே

* தளபதி (மொ.பா)

காவல்துறையோ அரசாங்கமோ உயர்ந்த மேட்டு நிலத்தின்மேல் எந்த அதிகாரமும் கொண்டிருந்ததில்லை. கோட்டையேகூடக் காவல் துறைப் படைகளையோ அரசாங்க அதிகாரங்களையோ கொண்டிருந்ததில்லை, ஆயினும்கூட உயர்ந்த மேட்டுநிலம் முழுமையாக அதன் கட்டுப்பாட்டின்கீழ்தான் இருக்கிறது. துருக்கியர் காலத்திலும், அதற்கு முன்னாலும், செர்பிய முற்றுகையின்கீழும் பிறகு ஆஸ்திரிய முற்றுகையின்கீழ் இயங்கிக் கொண்டிருந்த சூழலின்போதும், பிறகு முதல் குடியரசு, பிறகு இரண்டாவது, அதன்பின் இப்போது முடியாட்சியின் கீழும் அதுதான் உண்மை. சில ஆண்டுகளுக்கு முன் பிரதிநிதிகள் குழுவொன்று உயர்ந்த மேட்டு நிலத்தை ஒன்றிய அரசாங்கத்தின் அதிகாரத்தின்கீழ் கொண்டுவர முயன்றது, ஆனால் அந்த முயற்சி தோல்வியடைந்தது. *கானூனி*ன் செல்வாக்கை மலைகளிலிருந்து வேரறுக்க முயற்சிப்பதற்குப் பதிலாக, உலகின் எந்தச் சக்தியாலும் அதைச் செய்துவிட முடியாது, என்றாலும், நாம் அதை நாடு முழுமைக்கும் நீட்டிப்பதற்காகச் செயல்பட வேண்டும் என்று ஓரோஷின் விசுவாசிகள் சொல்லிவிட்டிருந்தார்கள்.

*குல்லா*த் தலைவரின் பிரபுத்துவத்தினுடைய துவக்கம்பற்றிய கேள்வியை டயானா பெஸ்ஸியனிடம் கேட்டாள். ஒரு பெண் யாரோ ஒருவர் தனக்குக் கொடுக்கவிருக்கும் நகை உண்மையிலேயே தங்கம்தானா என்பதைக் கண்டுபிடிக்க முயற்சிக்கும் அப்பாவித்தனமான வழியில் அவள் அதைக் கேட்டதான உணர்வை பெஸ்ஸியன் அடைந்தான்.

அவன் அவளிடம் ஓரோஷ் கிழார்களுடைய பிரபுத்துவத் துவக்கங்களைத் தான் நம்பவில்லை என்று சொன்னான். குறைந்த அளவாகக்கூட அந்த விஷயம் உறுதி செய்யப்பட்டதில்லை. அவர்களுடைய தொடக்கங்கள் காலத்தின் மூடுபனிக்குள் தொலைந்துபோய்விட்டன. பெஸ்ஸியனைப் பொறுத்தவரையில் அதற்கு இரண்டு காரணங்கள் இருந்தன: ஒன்று, அவர்கள் மிகப் பழைய, ஆனால் பெரிதான தனித்துவமற்ற நிலப்பிரபுத்துவக் குடும்பத்தின் வழித்தோன்றல்கள், அல்லது அவர்கள் தலைமுறை தலைமுறையாய்க் *கானூனு*க்குப் பொருள் விளக்கம் சொல்லும் குடும்பத்தைச் சேர்ந்தவர்கள். இவ்வகைப்பட்ட, கிட்டத்தட்ட புனிதச் சட்டத்தின் கோவிலைப் போன்றதாக இருந்த ஓர் வழிமரபு, அருள்வாக்குச் சொல்பவர்களுக்கும் புனிதச்சட்ட மரபின் களஞ்சியங்களாக இருப்பவர்களுக்கும் இடைப்பட்டதாக இருந்த அமைப்பு, காலப்போக்கில், அவர்களுடைய தொடக்கங்கள் மறக்கப்படும் வரையில், பெரும் அதிகாரத்தைக் குவித்துவிட முடிந்திருக்குமென்பது நன்றாகத் தெரிந்ததுதான், பிறகு முழுமையான மேலாதிக்கத்தைச் செயற்படுத்திக்கொண்டார்கள்.

“கானூனுக்குப் பொருள் விளக்கம் தந்த குடும்பம் என்று சொன்னேன்” பெஸ்ஸியன் மேலே தொடர்ந்தான், “ஏனென்றால் இன்றுவரை ஓரோஷ் குல்லாதான் அதே கானூனின் பாதுகாவலாயும் இனம் காணப்பட்டிருக்கிறது.”

“ஆனால் அந்தக் குடும்பமே கானூனுக்கு வெளியில் இருக்கிறதுதானில்லையா?” டயானா கேட்டாள். “ஒருமுறை நீ எனக்கு அதைச் சொன்னதாக நினைவு.”

“ஆமாம், அது அப்படித்தான். கானூனின் அதிகார வரம்பின்கீழ் இல்லாத ஒரே குடும்பம் இதுதான்.”

“மேற்கொண்டு, எல்லாவிதமான அச்சமூட்டும் புராணிகங் களும் அதைப்பற்றி இருக்கின்றன அல்லவா?”

“ஆமாம், சந்தேகமில்லாமல் இயல்பாகவே இதுபோல பழமையான கோட்டை ஒன்று மர்மமான பின்னணிச் சூழலைக் கொண்டிருக்க வேண்டித்தானிருக்கிறது.”

“எவ்வளவு கவர்ச்சியாக இருக்கிறது” என்றாள் டயானா, இந்த முறை மகிழ்ச்சியுடன், முன்பைப்போலவே அவனை ஒட்டிக்கொண்டபடி. “அங்கே சுற்றிப் பார்ப்பதென்பது மிகவும் கிளர்ச்சியூட்டுவதாகத்தான் இருக்கும், இல்லையா?”

கடும் உழைப்பிற்குப் பிறகுபோல அவன் ஆழ்ந்து மூச்சிழுத்துக் கொண்டான். அவளைத் திரும்பவும் தன்னருகே இழுத்தான், பிறகு கனிவும் கண்டிப்பும் கலந்த கலவையுடன் அவளைப் பார்த்தான், எனக்கு மிக அருகில் இருக்கும்போதே திடீரென்று வெகு தொலைவிற்கும் உன்னை விலக்கிக்கொள்வதன்மூலம் ஏன் என்னைப் பாடாய்ப்படுத்துகிறாய்?

அந்தச் சிரிப்பால் அவள் முகம் மீண்டும் ஒளிர்ந்தது –அதை அவனால் பக்கவாட்டிலிருந்து மட்டுமே பார்க்க முடிந்தது – மேலும் அது அவளை ஏறக்குறைய முழுவதுமாகவே அவளுக்கு நேர் எதிரேயிருந்த தொலைவிற்குள் திருப்பியது.

அவன் தன் தலையைச் சன்னலில் வைத்துக்கொண்டான்.

“விரைவிலேயே இரவாகிவிடும்.”

“கோபுரம் இப்போது அதிகத் தொலைவில் இருக்கக் கூடாது” டயானா சொன்னாள்.

இருவருமே அதைக் கண்டுபிடிக்க முயற்சித்துக்கொண் டிருந்தார்கள், தங்களுக்கு அருகிலிருந்த சன்னல் வழியே இருவருமே வெளியே பார்த்துக்கொண்டிருந்தார்கள். பின்–பிற்பகல் வானம் கனத்த அசைவின்மையில் அமைவு கொண்டிருந்தது. மேகங்கள்

என்றென்றைக்குமாக உறைந்து போயிருக்கிறவைபோலக் காணப்பட்டன. அவர்களைச் சுற்றி ஏதொன்றாவது அசையும் உணர்வு எஞ்சியிருந்ததென்றால் அந்த அசைவின் களம் வானம் இல்லை, பூமிதான். அவர்கள் கண்கள் முன்னே மலைகள் அடுக்கடுக்காய் நகர்ந்துகொண்டிருந்தன, உருண்டு கொண்டிருந்த அவர்களுடைய வண்டியின் அதே வேகத்தில்.

இணைத்த கைகளுடன் அவர்கள் கோபுரத்தைக் கண்டுபிடிக்க அடிவானத்தைத் துழாவிக்கொண்டிருந்தார்கள். அதனுடைய மர்மப் பண்பு அவர்களை இன்னும் நெருக்கமாகக் கொண்டு வந்தது. பல முறை ஒரே நேரத்தில், “அங்கே இருக்கிறது! அங்கே இருக்கிறது!” என்று உரக்கக் கூவினார்கள். ஆனால் உடனேயே தாங்கள் தவறாகச் சொல்லுவதை அறிந்தார்கள். அதுவோ மேகத் துணுக்குகள் ஒட்டிக்கொண்டிருந்த மலை உச்சிகளாக இருந்தது.

அவர்களைச் சுற்றிலும் வெற்று வெளி. ஓரோஷ் குல்லாவின் தனிமைக்குப் பங்கம் விளைவிக்கக் கூடாது என்று மற்ற கட்டிடங்களும், உயிரியக்கமுமேகூடத் தங்களை உள்ளொடுக்கிக்கொண்டுவிட்டன என்று ஒருவர் நினைத்துக் கொள்ளக் கூடும்.

“ஆனால் எங்கே அது?” டயானா சோகமாகக் கேட்டாள்.

அவர்களுடைய கண்கள் தொடுவானத்தின் ஒவ்வொரு புள்ளியிலும் கோபுரத்தைத் தேடின, பூமியின் மேலெங்கோ, பாறைச் சிகரங்களின் நடுவே தெரிந்ததைப் போலவே, வானத்தின்மேல், கந்தல் மேகங்களின் இடையில் அது புலப்படக் காண்பதும் இயற்கையானதே என்று தோன்றியிருக்கக் கூடும்.

குல்லாவின் மூன்றாவது தளத்திற்கு அவர்களை வழிநடத்திக் கொண்டிருந்த மனிதரால் ஏந்தப்பட்டிருந்த செம்பு விளக்கின் ஒளி சோகையாகச் சுவரின்மேல் அலை பாய்ந்தது.

“இந்த வழி, அய்யா” அவர் மூன்றாவது தடவையாகச் சொன்னார். அவர்களுடைய வழியில் வசதியான வெளிச்சத் திற்காக விளக்கைத் தன்னிலிருந்து தள்ளிப் பிடித்தார். மரப் பலகைகளால்லான தரை இரவின் அந்தப் பொழுதில் உரத்துக் கிறீச்சிடுவதாகத் தோன்றியது. “இந்த வழி, அய்யா.”

அறையில், இன்னொரு விளக்கு, அதுவும் செம்பாலானது, அதன் திரி மிகச் சிறிதாகத் தூண்டப்பட்டுச் சுவர்களின்மேலும் ஆழ்ந்த செவ்வண்ணத் தரையின்மேலான விரிப்பின் வேலைப்பாடு

களின்மேலும் பலவீனமான ஒளியை உகுத்துக்கொண்டிருந்தது. கட்டுப்படுத்தவியலாமல் டயானா நெட்டுயிர்த்தாள்.

"உங்கள் கைப்பெட்டிகளை இதோ கொண்டுவந்து விடுகிறேன்" என்று சொல்லிவிட்டு அந்த மனிதர் அமைதியாக வெளியேறினார்.

அவர்கள் ஒரு நிமிடம் அங்கேயே நின்று ஒருவரையொருவர் பார்த்துக்கொண்டிருந்தார்கள், பிறகு அறையைச் சுற்றிப் பார்த்தார்கள்.

"இளவரசரைப்பற்றி என்ன நினைத்தாய்?" பெஸ்ஸியன் தணிந்த குரலில் கேட்டான்.

"சொல்வது கடினம்" டயானா கிட்டத்தட்டக் கிசுகிசுப்பாகப் பதில் சொன்னாள். இன்னொரு சமயமாயிருந்தால் அவரை இன்னாரெனப் புரிந்துகொள்ளவைப்பது என்ன என்பது தனக்குத் தெரியவில்லை என்று ஒத்துக்கொண்டிருப்பாள்; அவர் மிக இயல்பானவர் இல்லை, அவருடைய அழைப்பிதழின் பாங்கைக் காட்டிலும் வேறொன்று வேண்டியதில்லை அதைச் சொல்வதற்கு, ஆனால் அந்த வேளைகெட்ட வேளையில் நீண்ட விளக்கங்கள் பொருத்தமற்றவை என்பதை அவள் உணர்ந்தாள். "சொல்வது கடினம்" என்று திரும்பவும் சொன்னாள். "அந்த இன்னொருவர், இரத்தக் காப்பாளர், அவரைப்பற்றியென்றால், அவர் வெறுக்கத்தக்கவர் என்று தோன்றுகிறது."

"நானும் அப்படித்தான் நினைக்கிறேன்" என்றான் பெஸ்ஸியன்.

கனத்த கருவாலி மர மஞ்சத்தின் மேலும், ஆழ்ந்து மெத்தென்ற மென்பரப்புடனான அதன் கனத்த சிவப்புக் கம்பளி விரிப்பின் மேலும் அவனுடைய கண்களும் டயானாவுடையதும் கள்ளத்தனமாகச் சென்று நிலைத்தன. படுக்கைக்குமேல் –சுவரில் – கருவாலிச் சிலுவை இருந்தது.

சன்னல்களில் ஒன்றை நோக்கி பெஸ்ஸியன் சென்றான். ஒரு கையில் செம்பு விளக்கை ஏந்திக்கொண்டே மற்றொன்றில் இரண்டு கைப்பெட்டிகளுடன் அந்த மனிதர் திரும்பி வந்தபோதும் அங்கேயே நின்றுகொண்டிருந்தான்.

அவர் அவற்றைத் தரையின்மேல் வைத்ததும் பெஸ்ஸியன் – அவனுடைய முதுகு அந்த மனிதருக்கும் முகம் சன்னல் கண்ணாடியில் பதிந்தவாறும் இருக்க –வினவினான், "என்ன அது, அங்கே கீழே?"

அந்த மனிதர் கால் பாவாமல் அடி வைத்து இலகுவாக நடந்து போனார். இருவரும் சன்னல் நிலையின் அடிக்கட்டையின்மேல் உன்னிக்கொண்டு பாழ்வெளியைப் பார்ப்பதைப்போலக் கீழே பார்த்துக்கொண்டிருந்ததை டயானா ஒருகணம் கவனித்தாள்.

"அது ஒரு பெரிய அறை மாதிரி அய்யா, காட்சிக்கூடம் மாதிரி, அதை என்னவென்று சொல்ல வேண்டுமென எனக்குத் தெரியவில்லை, ராஃவ்ஷினுடைய எல்லாப் பகுதிகளிலிருந்தும் மக்கள் ரத்தவரி செலுத்துவதற்காக வருகிறபோது அவர்களை அங்கேதான் உள்ளே சேர்த்துக்கொள்வார்கள்."

"ஓ" என்றான் பெஸ்ஸியன். அவனுடைய முகம் சரியாகக் கண்ணாடிக்கு எதிரே இருந்ததால், அவனுடைய குரல் டயானாவுக்கு வினோதமாக ஒலித்தது. "அதுதான் புகழ்பெற்ற கொலைகாரர்களுடைய காட்சிக்கூடம்."

"ஜாக்குகள், அய்யா."

"ஆமா, ஜாக்குகள்... தெரியும். கேள்விப்பட்டிருக்கிறேன் அவர்களைப்பற்றி."

பெஸ்ஸியன் சன்னலின் அருகிலேயே நின்றிருந்தான். கோட்டைப்பணியாள் அரவமின்றிச் சில அடிகள் பின்வாங்கினார்.

"வருகிறேன் அய்யா. வருகிறேன் அம்மணி."

"போய்வாருங்கள்" டயானா, அப்போதுதான் திறந்து வைத்திருந்த கைப்பெட்டியின்மேல் கவிந்திருந்த தன் தலையை உயர்த்தாமலே சொன்னாள். இதையா அல்லது அதையா தேர்வு செய்வது என்று முடிவெடுக்காமல் தன்னுடைய உடைமைகளை ஆர்வமற்றவளாகப் பார்வையிட்டாள். மாலை உணவு அளவிற்கதிகமானதாக இருந்ததில், வயிற்றைக் கலக்கும் கனத்தை உணர்ந்தாள். அகன்ற மஞ்சத்தின் மேலிருந்த சிவப்புக் கம்பளி விரிப்பைப் பார்த்தாள், பிறகு மீண்டும் தன் கைப்பெட்டியின் பக்கம் திரும்பினாள், இரவு உடையை அணிவதா வேண்டாமா என்று தயக்கமாக இருந்தது.

இன்னும் முடிவெடுக்கவியலாதவளாக இருக்கையிலேயே அவனுடைய குரலைக் கேட்டாள்.

"வந்து பாரேன்."

அவள் எழுந்து சன்னலுக்குச் சென்றாள். அவன் அவளுக்கு இடம் விட்டு நகர்ந்துகொள்ள, கண்ணாடியின் பனித்த சில்லிப்பு நேரடியாகத் தனக்குள் இறங்குவதை உணர்ந்தாள். வெளியே

இருட்டு ஒரு படுகுழியின்மேல் கவிந்திருப்பதைப்போலத் தோன்றியது.

"கீழே பார்" பெஸ்ஸியன் மெலிதாகச் சொன்னான்.

அவள் இருட்டுக்குள் நோக்கினாள், ஆனால் எதையும் காணவில்லை. கருத்த இரவின் அடர்த்தியோடு முயங்கி நடுக்கம் கொண்டாள்.

"அங்கே" என்றான் அவன் தன் கையால் கண்ணாடியைத் தொட்டுக்கொண்டே, "கீழே, ஒரு வெளிச்சத்தை நீ பார்க்க வில்லையா?"

"எங்கே?"

"அங்கே, கீழே, யாவற்றுக்கும் கீழே."

இறுதியில் அவள் மங்கிய ஒளியைக் கண்டுவிட்டாள். ஒளி என்பதைவிட அது படுகுழியின் விளிம்பின்மேல் பலவீனமான செந்நிற மினுக்கமாய் அது இருந்தது.

"தெரிகிறது" என்றாள் அவள், "ஆனால் என்ன அது?"

"அதுதான் புகழ்பெற்ற காட்சிக்கூடம், ஜாக்குகள் எல்லாம் ரத்தவரி கொடுப்பதற்காக வந்து நாட்கணக்காகவும் சில சமயம் வாரக்கணக்காகவும் அங்கேதான் காத்துக்கொண்டிருக்கிறார்கள்."

அவள் மூச்சோட்டம் வேகமாக வெளிப்படுவதை அவன் தன் தோள்களில் உணர்ந்தான்.

"அவ்வளவு நீண்ட காலம் அவர்கள் எதற்காகக் காத்திருக்க வேண்டும்?" அவள் கேட்டாள்.

"தெரியவில்லை. வரி செலுத்துவதைக் குல்லா சுலபமாக ஆக்குவதில்லை. ஒருவேளை அதனால்தான் காட்சிக்கூடத்தில் காத்துக்கொண்டிருக்கிற கூட்டம் எப்போதும் இருந்துகொண்டே இருக்கும். நீ குளிர்ந்துபோயிருக்கிறாய். தோளைச் சுற்றி எதையாவது போட்டுக்கொள்."

"அந்த மலைவாசி –விடுதியில் நின்றுகொண்டிருந்தவன் – அவனும்கூட இங்கே வந்திருக்க வேண்டும்?"

"கண்டிப்பாக. விடுதிக்காரர் அவனைப்பற்றிச் சொன்னாரே, நினைவில்லையா?"

"ஆமாம், அது சரிதான். வரியைச் செலுத்துவதற்காக அவன் இங்கே மூன்று நாட்களுக்குமுன் வந்தான்போல. அப்படித்தானே அவர் நம்மிடம் தெரிவித்தார்."

“அதேதான்.”

டயானாவால் பெருமூச்சை அடக்கிக்கொள்ள இயலவில்லை.

“ஆக, அவன் இங்கே இருந்தான் ...”

“விதிவிலக்கில்லாமல், உயர்ந்த மேட்டு நிலத்தின் ஒவ்வொரு கொலையாளியும் அந்தக் காட்சிக்கூடத்தைக் கடக்கவே செய்கிறார்கள்.”

“அது கொடுமை. உனக்கு அப்படித் தோன்றவில்லையா?”

“உண்மைதான். நினைத்துப் பார்த்தால் நானூறு ஆண்டுகளுக்கும் மேலாக –ஓரோஷ் கோட்டை கட்டப்பட்ட திலிருந்து – அந்தக் காட்சிக்கூடத்தில், இரவுபகலாக, பனிக் காலத்திலும் வெய்யில் காலத்திலும், எப்போதும் கொலைகாரர்கள் காத்துக்கொண்டே இருக்கிறார்கள்.”

அவள் அவன் முகத்தைத் தன் நெற்றிக்கு அருகில் உணர்ந்தாள்.

“சந்தேகமில்லை, கொலையாளிகள் வரி செலுத்தக் காத்துக்கொண்டிருப்பது அச்சுறுத்தக்கூடியதுதான், அது வேறு மாதிரி இருக்க முடியாது என்பது உண்மையிலேயே துயரகரமானதுதான். ஒருவகையில் அதில் பெருமிதம் இருக்கிறதென்றும்கூட நான் சொல்வேன்.”

“பெருமிதம்?”

“அந்த வார்த்தையினுடைய நடைமுறை அர்த்தத்தில் இல்லை. ஆனால் எப்படியிருந்தாலும், இருட்டில் அந்த மங்கிய வெளிச்சம், சாவின்மேல் ஒரு மெழுகுவர்த்தி பிரகாசிப்பதைப்போல... அதிலும், இது தனி மனிதருடைய சாவு தொடர்பான விஷயம் மட்டும் இல்லையென்பதை, அவருடைய கல்லறைமேல் ஒளிவிடும் மெழுகுவர்த்தியுடன் முடிந்து போவதில்லையென்பதை, ஆனால் முடிவிலியான சாவுகள் தொடர்பானது என்பதை எண்ணிப் பார்க்கிறபோது, கடவுளே, உண்மையிலேயே அதில் ஏதோ ஒப்பிடவியலாத தீய அம்சம் இருக்கிறது. உனக்குக் குளிர்கிறது. தோளைச் சுற்றி எதையாவது போட்டுக்கொள் என்று சொன்னேன்.”

குல்லாவின் அடியிலிருந்த அந்த வெளிச்சத்திலிருந்து தங்கள் கண்களைத் திருப்பாமல் அவர்கள் அங்கேயே சிறிது நேரம் நின்றார்கள், டயானா தன் எலும்பு மஜ்ஜைவரை சில்லிப்பை உணரும்வரை.

“ப்ர்ர்! நான் உறைந்துபோய்க்கொண்டிருக்கிறேன்” என்றாள் அவள், மேலும் சன்னலிலிருந்து விலகி நகர்ந்துகொண்டே

சொன்னாள், “பெஸ்ஸியன், அங்கே நிற்காதே, சளி பிடித்துக் கொள்ளும்.”

அவன் திரும்பி இரண்டு அல்லது மூன்று அடிகள் அறையின் மையத்தை நோக்கி நடந்தான். அதே கணத்தில், அவன் அதுவரை கவனித்திராத, சுவரின் மேலிருந்த கடிகாரம், கனத்த ஓசையுடன் இரண்டு முறை அடித்தது அவர்களைத் தூக்கிவாரிப் போட்டது.

“அய்யோ, எப்படிப் பயந்துவிட்டேன் நான்” என்றாள் டயானா.

அவள் மறுபடியும் கைப்பெட்டியருகே முழந்தாளிட்டு அமர்ந்தாள். “உன் பைஜாமாக்களை வெளியே எடுக்கிறேன்” என்றாள் ஒரு நிமிடத்திற்குப் பின்.

அவன் சில வார்த்தைகளை முணுமுணுத்தபடி அறையின் குறுக்கும் நெடுக்குமாக நடக்கத் தொடங்கினான். டயானா ஆடைகள் வைத்துக்கொள்வதற்கான இழுப்பறைகளுள்ள பேழையின்மேல் நின்ற கண்ணாடியருகில் சென்றாள்.

“உறக்கம் வருகிறதா உனக்கு?” என்று கேட்டாள்.

“இல்லை, உனக்கு?”

“எனக்கும் வரவில்லை.”

அவன் மஞ்சத்தின் விளிம்பில் அமர்ந்து புகைச் சுருளைப் பற்றவைத்தான்.

“அந்த இரண்டாவது கோப்பை காபியை எடுத்துக் கொள்ளாமல் இருந்திருந்தால் நன்றாக இருந்திருக்கும்.”

டயானா ஏதோ சொன்னாள். ஆனால் அவள் தன் வாயில் கொண்டை ஊசியை வைத்திருந்ததால் அவனால் வார்த்தைகளை விளங்கிக்கொள்ள முடியவில்லை.

பெஸ்ஸியன் இப்போது சோம்பல் முறித்துவிட்டு, முழங்காலைக் கட்டியவாறே –குழப்பமான உணர்வுகளோடு – கண்ணாடியின் எதிரில் அசைந்த தன் மனைவியின் பழக்கமான உடலசைவுகளைப் பார்த்தான். அந்தக் கண்ணாடி, பேழை, அதுபோலவே அந்த மஞ்சம், மேலும் குல்லாவின் பிற பெரும்பாலான தட்டுமுட்டுச் சாமான்கள் யாவும், அவற்றின் வடிவமைப்புகள் காண்பிக்கிறபடி, பதினெட்டாம் நூற்றாண்டுக் கலைப் பாணிக்கு இசைவுபடுத்தப்பட்டிருந்தன, ஆனால் உச்ச அளவிற்கு எளிமைப்படுத்தப்பட்டு.

கண்ணாடியில் தலைவாரிக்கொண்டே டயானா ஓரக் கண்ணால் பெஸ்ஸியனின் குழம்பிய முகத்தைச் சுற்றிப் புகை வளையங்கள் மிதந்துகொண்டிருந்ததைக் கவனித்தாள். சீப்பு அவள் கூந்தலினூடே ஆக மெதுவாக அசைந்தது. அவசரமற்ற அசைவுடன் அவள் அதைப் பேழையின்மேல் வைத்தாள், தன் கணவனைக் கண்ணாடியில் கவனித்துக்கொண்டிருந்தாள், அமைதியாக, அவன் கவனத்தை ஈர்க்க விரும்பாதவளைப்போல, பைய நடந்து சன்னலுக்குச் சென்றாள்.

கண்ணாடிக்கு அப்பால் கடுந்துயரமும் இரவும் இருந்தன. அவற்றினுடைய அச்சமூட்டும் அதிர்வு தன்னை ஊடுருவ அனுமதித்தாள், அதே வேளையில் இருளின் பெரும் குழப்பத்தில் தொலைந்துபோன சின்னஞ்சிறிய விளக்கின் மங்கிய ஒளியை விடாப்பிடியாக அவள் கண்கள் தேடின. அது அடியாழத்தில் இருந்தது, அதே இடத்தில், பாழ்வெளிக்குமேல் அந்தரத்தில் தொங்குவதைப்போல, சோகையாக மினுக்கிட்டுக்கொண்டு, இரவால் விழுங்கப்படவிருப்பதாக. நெடுநேரத்திற்கு இருளின் கசத்திலிருந்த அந்தப் பலவீனமான செந்நிற ஒளிர்விலிருந்து தன் கண்களை அவளால் எடுக்க முடியவில்லை. ஆதி நெருப்பின் செந்நிறத்தைப் போலிருந்தது அது, மிகப் பழமையான கற்குழம்பு, அதன் வெளிறிய பிரதிபலிப்பு பூமியின் மையத்திலிருந்து வெளிப்பட்டது. நரகத்தின் கதவுகளைப்போல இருந்தது அது. மேலும் திடீரென்று – தாள முடியாத தீவிரத்துடன் – நரகத்தினூடே கடந்து சென்றிருந்த அந்த மனிதனின் உருவம் அவளுக்குக் காட்சியளித்தது. ‘ஜார்க்’, சில்லிட்டிருந்த உதடுகளை அசைத்து அவள் தனக்குள் உரத்துக் கூவினாள். அவன் தடை செய்யப்பட்ட சாலைகளில் அலைந்தான், சாவின் சகுனங்களைத் தன் கைகளில் ஏந்தியிருந்தான், அவன் சட்டைக் கைகளின்மேல், அவன் சிறகுகளில். அந்த இருட்டிற்கும் படைப்பின் ஆதிப் பெருங்குழப்பத்திற்கும் முகங்கொடுக்க அவன் அரைக் கடவுளாகத்தான் இருந்தாக வேண்டும். மேலும், மிக அந்நியனாயும், கிடைப்பதற்கு மிக அருமையானவனாயும் அவன் மிகப் பெரும் உருவெடுத்தான், இரவில் ஒரு ஓநாயின் ஊளையைப் போல வீங்கி மிதந்தான்.

அவள் அவனை உண்மையாகவே பார்த்திருந்தாளென்பதையும் அவன் அவளைப் பார்த்திருந்தானென்பதையும் இப்போது அவளால் நம்ப முடியாமலிருந்தது. அவனோடு ஒப்பிடும்போது தன்னை நிறமற்றவளாயும், அத்தனை புதிர்ப் பண்பும் பறிக்கப்பட்டவளாயும் உணர்ந்தாள். மலைகளின் ஹாம்லெட் – அவள் நினைத்துப்பார்த்து – பெஸ்ஸியனின்

வார்த்தைகளைத் திரும்பச் சொல்லிக்கொண்டாள். என் கருப்பு இளவரசன்.

அவள் என்றாவது அவனைத் திரும்பச் சந்திப்பாளா? மேலும் அங்கே – சன்னலினருகில் – அவளுடைய நெற்றி உறைந்து போயிருந்த கண்ணாடிப் பாளத்தின் வழியே சில்லிட்டிருக்க, அவனை மறுபடியும் பார்ப்பதற்குத் தான் எதையும் கொடுப்போம் என்பதையும் உணர்ந்தாள்.

பிறகு அவள் தன் கணவனின் மூச்சோட்டத்தைத் தனக்குப் பின்னாலும், அவனுடைய கை தன் இடுப்பின்மேல் தங்கியிருப்பதையும் உணர்ந்தாள். சில கணங்கள் அவன் வேறெதையும்விட அதிகமாகத் தன்னைக் கிளர்த்திய அவள் உடலின் அந்தப் பகுதியை மெதுவாக வருடினான், பிறகு, அவள் முகத்தில் என்ன நிகழ்ந்துகொண்டிருந்தது என்பதைப் பார்க்காமலேயே, கிசுகிசுப்பான குரலில் கேட்டான், "என்ன விஷயம்?"

டயானா பதில் சொல்லவில்லை. கருப்புக் கண்ணாடிப் பரப்பை நோக்கியே தன் தலையைத் திருப்பிக்கொண்டிருந்தாள், அங்கே பார்ப்பதற்கு அவனையும் அழைப்பவளைப்போல.

# 4

குல்லாவின் மூன்றாம் தளத்திற்குச் செல்லும் மரப்படிகளில் ஏறிக்கொண்டிருந்தபோது மார்க் உக்காசியர்ரா தணிந்த தொனியில் ஒரு குரல் தன்னிடம் சொல்வதைக் கேட்டார், "உஷ்! விருந்தாளிகள் இன்னும் உறங்கிக்கொண்டிருக்கிறார்கள்!"

காலடியோசையைத் தணித்துக்கொள்ளும் முயற்சி எதையும் செய்யாமலேயே அவர் தன் வழியில் போய்க்கொண்டிருக்க, மேல்தளத்திலிருந்து அவர் தலைக்குமேல் அந்தக் குரல் மீண்டும் வந்தது: "சத்தம் போடாதே என்று சொன்னேன். கேட்கவில்லையா? விருந்தாளிகள் உறங்கிக்கொண்டிருக்கிறார்கள்!"

தன்னை அந்த மாதிரி அழைக்குமளவிற்குத் துணிச்சல் யாருக்கு இருந்தது என்று பார்க்க மார்க் தன் கண்களை உயர்த்தினார், அதே நேரத்தில் யார் அப்படி அமைதியைச் சிதறடிப்பது என்று பார்ப்பதற்காகப் பணியாளர்களில் ஒருவரும் படிக்கட்டுக் கைப்பிடிக் கம்பி வழியே எட்டிப் பார்த்தார். ஆனால் ரத்தக் காப்பாளரை அடையாளம் கண்டதும் அஞ்சிக் கை கட்டி வாய் புதைத்துக்கொண்டார்.

மார்க் உக்காசியர்ரா தொடர்ந்து ஏறிக்கொண் டிருந்தார். படிகளின் உச்சியை அடைந்து, பேயறைந்து போயிருந்த மனிதரை ஒரு வார்த்தை பேசாமலும் தலையைக்கூடத் திருப்பாமலும் கடந்தார்.

உக்காசியர்ரா இளவரசரின் சொந்த மாமன் மகன். கோட்டையின் வேலைப் பதிவேட்டின்படி ரத்தம் சிந்துதல் தொடர்பான அனைத்து வழக்குகளுக்கும் அவர் பொறுப்பாளராக இருந்ததால் ரத்தக் காப்பாளர் என அழைக்கப்பட்டார். மற்றப் பணியாட்கள், பெரும்பகுதி தாய், தந்தைவழிச் சொந்தங்கள்தான்; என்றாலும் ஒன்றுவிட்ட உறவினர்கள். இளவரசருக்கு அஞ்சுமளவிற்கே காப்பாளருக்கும் அஞ்சினார்கள். இளவரசரின் கோபப் புயலிலிருந்தே மயிரிழையில் தப்பிவிடும் தங்களுடைய அந்த சக ஊழியரைத்

திகைப்புடன் வெறித்தார்கள். பிற நேரங்களில் சிறிய கவனப் பிசகான காரியம்கூட தங்களுக்குப் பெரும் பாதிப்பு உண்டாக்கிவிடுவதை அவர்களால் ஆத்திரம் கொள்ளாமல் நினைத்துப்பார்க்க முடியவில்லை. ஆனால் ரத்தக் காப்பாளர், கடந்த இரவில் அவர் மரியாதைக்குரிய விருந்தினர்களுடன் ஆடம்பரமாக விருந்தில் கலந்துகொண்டிருந்தாலும், இன்று காலையில் கலக்கமுற்றுவிட்டிருந்தார். முகம் சாம்பல் பூத்திருந்தது, அவர் நல்ல மனநிலையில் இல்லை என்பது வெளிப்படையாகவே தெரிந்தது. யாரையும் ஏறெடுத்துப் பார்க்காமல் பிரதான அறையை ஒட்டியிருந்த பெரிய அறையின் கதவைத் தள்ளித் திறந்துகொண்டு உள்ளே சென்றார்.

அறை குளிர்ச்சியாக இருந்தது. வண்ணமடிக்கப்படாத கருவாலி மரத்தில் சட்டமிடப்பட்ட, உயர்ந்த, குறுகிய சன்னல் களின் கண்ணாடிப் பாளங்கள் வழியே வந்த ஒளி அவருக்குத் கெட்ட நாளொன்றின் ஒளியாகத் தோன்றியது. சன்னல்களுக்கு மிக அருகில் சென்று வெளியே அசைவற்ற மேகங்களைப் பார்த்தார். ஏப்ரல் ஏறக்குறைய வந்துவிட்டது. ஆனால் வானம் மார்ச்சிடம் விடைபெற்றுக்கொள்ளாமல் இருந்தது. அவருக்கு வந்த அந்த எண்ணம், அது ஏதோ அவரைக் குறிவைத்து இழைக்கப்பட்ட அநீதி என்பதுபோல, தனிப்பட்ட ஓர் எரிச்சல் உணர்வைக் கொண்டுவந்தது.

அமைதியான அரையிருள் ஒளியில் கண்கள் சன்னலுக்கு அப்பாலிருந்த காட்சியின்மேல், அவற்றிடம் நீதி கேட்கின்றவை போல நிலைக்க, கவனமான அடி வைப்புகளாலும் "உஷ்! அமைதி!"களாலும் நிரம்பியிருந்த தாழ்வாரத்தையும், நேற்றிரவு வந்துசேர்ந்து, அவர் எப்படி எடுத்துக்கொள்வார் என்று நினைக்காமல் இனம் புரியாத கலக்கத்தை அவரில் எழுப்பிவிட்டிருந்த விருந்தாளிகளையும் மறந்துபோனார்.

கடந்த இரவின் உணவு வயிற்றைக் கலக்கியது. அவருக்குப் பசிக்கவும் இல்லை. வயிற்றில் ஏதோ வலிக்கடிப்பு வெறுமையான உணர்வைக் கொடுத்துக் கொண்டேயிருக்க, உண்பதற்குத் தன்னை வலிந்து ஈடுபடுத்திக்கொண்டபோது, ஒவ்வொரு வாய்க்கும் வெறுமை அதிகரிப்பதாகத் தோன்றியது.

மார்க் உக்காசியர்ரா தன் கண்களைச் சன்னலிலிருந்து திருப்பி நூலகத்தின் கருவாலி அலமாரிகளை ஒருகணம் நோக்கினார். பெரும்பாலான புத்தகங்கள் பழையவை. லத்தீனிலும் பழைய அல்பேனிய மொழியிலும் அமைந்த சமய நூல்கள். இவற்றிலிருந்து பிரிக்கப்பட்ட மற்றொரு அலமாரியின்மேல் அருகருகே வைக்கப்பட்டிருந்தவை, கானூனோடும் ஓரோஷ்

குல்லாவோடும் நேரடியாகவோ சுற்றிவளைத்தோ தொடர்புள்ள சமகாலப் பதிப்புகள். சில புத்தகங்கள் இந்த விஷயங்களை மட்டுமே விவாதிக்கின்றவை, மேலும், கத்தரிக்கப்பட்ட செய்திக் குறிப்புகள், கட்டுரைகள், ஒரு பொருள் பற்றிய தனி நூல்கள், கவிதைகள் ஆகியவையும் அங்கே இருந்தன.

மார்க் உக்காசியர்ராவின் முதன்மைப் பணி இரத்த வரி தொடர்பான விஷயங்களைக் கவனித்துக்கொள்வதென்றாலும், கோட்டையின் ஆவணக் காப்பகத்திற்கும் அவரே பொறுப்பாளராய் இருந்தார். பல்வேறு ஆவணங்கள் புத்தக அலமாரியின், பாதுகாப்பு ஏற்பாடாக உட்புறம் இரும்புத் தகட்டால் விளிம்பிடப்பட்டுத் திறவுகோலால் பூட்டப்பட்ட அடிப்பகுதியில் வைக்கப்பட்டன: பத்திரங்கள், ரகசிய ஒப்பந்தங்கள், வெளிநாட்டுத் தூதர்களுடனான கடிதப் போக்குவரத்துகள், அல்பேனியாவின் அடுத்தடுத்த அரசுகளுடனான ஒப்பந்தங்கள், முதல் குடியரசுடன், இரண்டாவது குடியரசுடன், மேலும் மன்னராட்சியுடன், ஆளுநர்கள் அல்லது துருக்கிய, செர்பிய, ஆஸ்திரிய உடைமை அதிகார இராணுவப் படைத் தளபதிகளுடனான ஒப்பந்தங்கள். வேற்று மொழி ஆவணங்களும் அங்கே இருந்தன, ஆனால் அவற்றின் பெரும் பகுதி பழைய அல்பேனியனில் எழுதப்பட்டிருந்தது. பென்னம்பெரிய பூட்டு, அதன் திறவுகோலை மார்க் தன் கழுத்தில் தொங்கவிட்டிருந்தார், மஞ்சள் நிறத்தில் இரண்டு கதவுகளின் நடுவே மின்னிக்கொண்டிருந்தது.

மார்க் உக்காசியர்ரா புத்தக அலமாரிகளை நோக்கி அடி எடுத்துவைத்து, புத்தக வரிசைகள், நடப்புப் பத்திரிகைகள் ஆகியவற்றினூடே பாதிப் பரிவுடனும் பாதிக் கோபத்துடனும் தன் கையை ஓட்டினார். அவரால் படிக்கவும் எழுதவும் முடியும். ஆனால், ஓரோஷைப்பற்றி அவை நிஜமாகவே என்ன சொல்கின்றன என்பதை புரிந்துகொள்ளும் அளவிற்குச் செம்மையாக இல்லை. குல்லாவிலிருந்து அத்தனை தொலைவில் இல்லாத மடத்திலிருந்து துறவி ஒருவர், தபாலில் வந்த புத்தகங்கள், சஞ்சிகைகள் ஆகியவற்றை, அவற்றின் உள்ளடக்கங்களுக்கேற்ப வரிசைப்படுத்தி அடுக்கிவைப்பதற்காக மாதம் ஒருமுறை வந்தார். அவர் அவற்றை நல்ல, கெட்ட பதிப்புகள் என்பதாகப் பிரித்தார்: முன்னவை ஓரோஷ்ஷையும் குல்லாவையும் பற்றி நல்ல விதமாகப் பேசின; பிந்தியவை அவற்றைப்பற்றிக் கெட்ட விதமாகப் பேசின. மேலும் நல்லவை, கெட்டவைகளின் தகவுப்பொருத்தம் எப்போதும் வேறுபட்டதாக இருந்தது. வழக்கமாக நல்ல பதிப்புகள் எண்ணிக்கையில் கூடுதலாய் இருந்தன. ஆனால் கெட்ட பதிப்புகளின் எண்ணிக்கையும் குறைந்ததில்லை.

நல்லதினுடைய எண்ணிக்கையைச் சரிக்கட்டுமளவு கெட்டவை அதிகரித்துக்கொண்டிருந்த காலங்களும் இருந்தன.

மார்க் மீண்டும் தன் கையைப் புத்தக வரிசையின் வழியே எரிச்சலுடன் ஓட்ட, இரண்டு மூன்று புத்தகங்கள் கீழே விழுந்தன. உயர்ந்த மேட்டு நிலத்தின் கதைகள், நாடகங்கள், புராணங்கள் ஆகியவை அங்கே இருந்தன. அவை, துறவி சொன்னபடி, ஆன்மாவுக்கு நலம் பயப்பவை, ஆனால் மற்றவைகளும் இருந்தன. இளவரசர் எப்படி அவை தன் புத்தக அலமாரியில் கண்ணில் படுவதைத் தாங்கிக்கொள்கிறார் என்று ஒருவரால் புரிந்துகொள்ள முடியாதபடி அவை விஷமாகத் துன்புறுத்துபவை. இதுவே மார்க் உக்காசியர்ராவாக இருந்தால் எப்போதோ அந்தப் புத்தகங்களை எரித்திருந்திருப்பார். ஆனால் இளவரசர் அலட்டிக்கொள்ளாத இயல்புடையவராய் இருந்தார். அவற்றை எரிப்பதையோ அல்லது அவற்றைச் சன்னலுக்கு வெளியே தூக்கி எறிந்துவிடுவதையோ தாண்டிச் சந்தேகமில்லாமல் அவர் அவற்றைப் புரட்டிப் பார்த்துக்கொண்டிருந்த காலங்கள் இருந்தன. அவர் தலைவர், தாம் செய்வது என்ன என்பதை அறிந்தவர்.

கடந்த இரவு விருந்துக்குப் பிறகு பிரதான அறையை ஒட்டியிருந்த அறைகளின் வழியே விருந்தினர்களுக்கு முன்பாக நடந்து நூலகத்திற்கு வந்துகொண்டிருந்தபோது அவர் சொல்லி யிருந்தார், “எத்தனை முறை ஓரோஷ்மேல் துப்பியிருக்கிறார்கள், ஓரோஷ் அதனால் ஆடிப்போய்விடவில்லை, போகவும் போகாது.” மேலும் குல்லாவின் கொத்தளங்களைப் பார்வையிடுவதற்குப் பதிலாக அவர் புத்தகங்களையும் பருவ இதழ்களையுமே புரட்டிக்கொண்டிருப்பார். தன்னுடைய அரண்களின் மீதான தாக்குதல்கள் குறித்து மட்டுமல்லாமல், அதன் தற்காப்புக் குறித்த ரகசியத்தையும் அவற்றில் அவர் கண்டுபிடிக்கக் கூடும் என்பதைப்போல. “எத்தனை அரசாங்கங்கள் விழுந்துபோயிருக் கின்றன” அவர் தொடர்ந்து பேசினார், “மேற்கொண்டு எத்தனை சாம்ராஜ்ஜியங்கள் இந்தப் பூமியின் முகத்திலிருந்து அழிக்கப்பட் டிருக்கின்றன, ஆனால் ஓரோஷ் இன்னும் நின்றுகொண்டிருக்கிறது.”

பிறகு அந்த ஆள் – அந்த எழுத்தாளன் – அவருடைய அழகான மனைவிக்காகவல்லாமல் மற்றபடி மார்க் முதலிலிருந்தே அவனைப் பொருட்படுத்தவில்லை. அவன் புத்தகங்கள், பருவயிதழ்கள் ஆகியவற்றின் தலைப்புகளைப் படிப்பதற்காகக் கீழே சரிந்திருந்தான், இவர் ஒன்றும் சொல்லவில்லை. இரவு விருந்தின்போதான உரையாடலின் போக்கில் தான் புரிந்து கொண்டதாக மார்க் எண்ணிக்கொண்டபடி, அந்த ஆள்தானே *ராஃஷேவ்ஷ்*பற்றி எழுதியிருந்தான். ஆனால் அது நல்லதாகவா அல்லது மோசமானதாகவா என்று சொல்ல முடியாத கலவையான

வகையில். ஒருவேளை இளவரசர் அவனை அவனுடைய மனைவியோடு கோட்டைக்கு அழைத்ததே அவன் மனதில் என்ன இருக்கிறது என்பதைப் பார்க்கவும், தன்னுடைய பார்வைக் கோணத்தை ஏற்றுக்கொள்ளும்படி அவனை இணக்கவும்தானோ என்னவோ.

இரத்தக் காப்பாளர் புத்தக அலமாரிகளுக்கு முதுகைக் காட்டியபடி திரும்பி மீண்டும் சன்னலுக்கு வெளியே பார்த்தார். அவரைப் பொறுத்தமட்டில் அவருக்கு இந்த விருந்தாளிகளிடம் நம்பிக்கை இல்லை. தங்களுடைய தோற் கைப்பெட்டிகளுடன் படிகளில் ஏறிப் போய்க்கொண்டிருந்த அவர்கள்மீது கண்களைப் பதித்த உடனேயே அவர் உணர்ந்த காரணமற்ற வெறுப்பு மட்டுமல்ல அது, மாறாக, அந்த விருப்பின்மைக்குத் தோற்றுவாயாக இருந்த வித்தியாசமான உணர்வின் காரணத்தால், இந்த விருந்தாளிகள், குறிப்பாக இந்தப் பெண்மணி, அவரில் எழுப்பிவிட்ட ஒருவகையான அச்சமும் கூட. இரத்தக் காப்பாளர் கசப்புடன் சிரித்துக்கொண்டார். மார்க் உக்காசியர்ரா, தன் வாழ்க்கை முழுவதிலும் எதற்கும் எப்போதும் அச்சம் கொண்டிராதவர், ஒரு பெண்ணின் முன்னிலையில் பயத்தை உணர்ந்தார் என்று தெரிந்தால் அவரை அறிந்தவர்கள் திகைத்துப்போகக் கூடும். இருப்பினும் அது அப்படித்தான் இருந்தது: அவள் அவரை அச்சுறுத்தியிருந்தாள். உணவுமேசையைச் சுற்றிப் பேசப்பட்டுக்கொண்டிருந்த சில விஷயங்களைப்பற்றி அவளுக்குச் சந்தேகங்கள் இருந்தன என்பதை அவளுடைய முகபாவத்தை வைத்து உடனே அவர் புரிந்துகொண்டிருந்தார். அவருடைய தலைவரால், இளவரசரால்—மிகுந்த விவேகத்துடன்— தெரிவிக்கப்பட்ட சில அபிப்பிராயங்கள், புனிதச் சட்டத்தின் வற்புறுத்தலைக் கொண்டவையாக எப்போதுமே அவருக்குத் தென்பட்டுக்கொண்டிருந்தவை, விவாதத்திற்கு அப்பாற்பட்டவையாக இருக்க வேண்டியவை, அந்த இளம் பெண்ணின் கண்களின்முன் வந்த மாத்திரத்தில் முழுவதுமாக உடைந்து நொறுங்கின, ஒழித்துக்கட்டப்பட்டன. இது சாத்தியமாக முடியுமா? இரண்டு அல்லது மூன்று முறை அவர் தனக்கே அந்தக் கேள்வியை முன்வைத்துக்கொண்டிருந்தார், பிறகு விரைந்து தன்னை வெளியே இழுத்துக்கொண்டுவிட்டார். இல்லை, இது சாத்தியமில்லை. நான்தான், நான்தான் என் அறிவுத்திறனை இழந்துகொண்டிருக்கிறேன். ஆனால் திரும்பவும் அந்தப் பெண்ணைத் திருட்டுத்தனமாக நோட்டம் விட்டபோது, அது அப்படித்தான் நடந்துகொண்டிருந்தது என்பது உறுதிப்பட்டுவிட்டது. வார்த்தைகள் அவள் பார்வையில் நீர்த்துக்கொண்டிருந்தன, தங்கள் வலிமையை இழந்துகொண்டிருந்தன. வார்த்தைகளுக்குப் பிறகு குல்லாவின்

நீள்சிறைக் கட்டுமானத்திலொன்று சரிந்தது, பிறகு அவருமே. அப்படி நடந்தது அதுவே முதல் தடவையாக இருந்தது, அதுவே அவருடைய அச்சத்திற்குக் காரணமாயும் இருந்தது. எல்லாவிதமான தனி மரியாதைக்குரிய விருந்தினர்களும் இளவரசருடைய விருந்தினர் அறையில் இடம்பெற்றிருக்கிறார்கள். போப்பாண்டவரின் தூதுவர்களிலிருந்து ஜோகு அரசருக்கு நெருக்கமான ஆட்கள்வரை, தத்துவாசிரியர்கள் அல்லது துறை வல்லுநர்கள் என்று அவர்கள் அழைக்கிற தாடி வைத்த மனிதர்கள்கூட, ஆனால் அவர்களில் யாரும் இப்படியான உணர்வை அவரில் கிளர்த்தியதில்லை.

ஒருவேளை அதனால்தான் கடந்த இரவு இளவரசர் வழக்கத்திற்கு அதிகமாகப் பேசினார்போல. அவர் பேச்சில் சிக்கனத்தைக் கடைப்பிடிப்பவர் என்பது ஒவ்வொருவருக்கும் தெரியும்; சில வேளைகளில் விருந்தாளிகளை வரவேற்க மட்டுமே அவர் தன் வாயைத் திறப்பார், வழக்கமாக உரையாடலை மேற்கொண்டு செலுத்துவது மற்றவர்களாகவே இருப்பார்கள். ஆனால் கடந்த இரவில், ஒவ்வொருவரும் திகைத்துப் போகும் வண்ணம், அவர் தன் வழக்கத்தை உடைத்துவிட்டிருந்தார். அதுவும் யார் முன்னிலையில்? ஒரு பெண்ணின் முன்னிலையில். பெண்ணில்லை – சூனியக்காரி. உயர்ந்த மலைகளின் தேவதைகளைப்போல அழகு, ஆனால் பிசாசு. அனைத்து வழமைகளுக்கும் எதிராக ஆண்கள் அறையில் அந்தப் பெண்ணை நுழைய அனுமதியளித்ததே முதல் தவறு. பெண்கள் அந்த அறையில் நுழைவதைத் தடுப்பது எதற்காக என்று *கானூரன்* அறியும். ஆனால் அண்மைக் காலத்தில், துரதிர்ஷ்டவசமாக, இங்கே, ஓரோஷில் – *கானூரனைத்* தாங்கும் தூணிலேயே –கெட்ட ஆவிகளை ஒருவரால் தூலமாக உணர முடிகிற அளவிற்கு நாகரிகம் மிகத் திடமானதாக வளர்ந்துவிட்டிருந்தது.

மார்க் உக்காசியர்ரா திரும்பவும் குமட்டுகிற வெறுமையைத் தன் வயிற்றில் உணர்ந்தார். ஓர் இரகசிய வெறுப்பு அந்த நோய்க்கூறான உணர்வைக் கொடுத்தது. அது தன்னை வெளிப்படுத்திக்கொள்ள விரும்பியது, ஆனால் தகுந்த வடிகாலைக் கண்டுபிடிக்க முடியாமல் உள்வயமாகத் திரும்பி அவரை வேதனையுறச் செய்தது. அவர் வாந்தியெடுக்க விரும்பினார். உண்மையில் அவர் இப்போதுதான் அண்மைக் காலமாக – நெடுங்காலத்திற்கு முன்பே தங்களுடைய வீரியத்தை இழந்துவிட்ட நகரங்களிலிருந்தும் தாழ்வான நாட்டுப்புறங்களிலிருந்தும் – மேட்டுப் பிரதேசங்களைத் தொற்றிக் கறைப்படுத்த முயற்சிசெய்கிற நலக்கேடான காற்று தொலைவிலிருந்து வீசிக்கொண்டிருக்கிறது என்பதைக் கவனித்திருந்தார். மேலும் அது *ராஃவ்ஷில்*,

வாழ்வுக்கான ஆசையை—மானங்கெட்டேனும்—கிளர்த்திவிடுகிற, செந்நிற அல்லது செம்பொன்னிறக் கூந்தலுடன் கூடிய, ஆளைச் சாய்த்துவிடுமளவிற்கு உடையணிந்திருந்த பெண்களின் தோற்றத்தோடுதான் தொடங்கியிருந்தது; பெயரளவில் மட்டுமே ஆண்களாயிருந்த ஆண்கள் கூடவர —இந்தப் பக்கமும் அந்தப் பக்கமுமாக அசைந்தாடியபடி உருண்ட வண்டிகளில், ஒழுக்கக்கேட்டின் வண்டிகளில் – பயணித்த பெண்கள். இதில் மோசமானது என்னவென்றால், இந்த மனம்போன போக்குப்படி இருக்கும் பதுமைகள் நேரடியாக ஆண்கள் அறைக்கே அழைத்துவரப்பட்டதுதான், அதுவும் ஓரோஷில், வேறெங்குமல்ல, கானூனைப் பேணிக் காக்குமிடத்தில். இல்லை, அதெல்லாம் சும்மா தற்செயலாக நடந்ததில்லை. ஏதோ ஒன்றுக்கு நோய் கண்டிருந்தது, ஏதோ ஒன்று அவரைச் சுற்றிலும் தூலமாகவே அழுகிக்கொண்டிருந்தது. மேலும் அவர்தான் இரத்தப் பழிகளில் கொலைகளின் எண்ணிக்கையில் சரிவுக்குப் பொறுப்பேற்றுக்கொள்ள வேண்டியவராயும் இருந்தார். கடந்த இரவில் இளவரசர் – அவரை ஜாடையாய்ப் பார்த்தவாறே, கடுமையாக – சொல்லிக்கொண்டிருந்தார், “நம் முன்னோர்களுடைய கானூனைச் சாதாரணமானதாகப் பார்க்க விரும்புகிற ஆட்கள் சிலபேர் இருக்கிறார்கள்.” அந்தப் பார்வையின் வழியே ஓரோஷின் தலைவர் குறிப்புணர்த்தியது எதை? புனிதச் சட்டம், குறிப்பாக இரத்தப் பழி தொடர்புடையது, அண்மைக் காலமாக வலுவற்றதாக ஆகிக்கொண்டிருக்கும் அறிகுறிகளைக் காட்டிக்கொண்டிருக்கும் யதார்த்தத்திற்கு மார்க் உக்காசியர்ராவா பொறுப்பு? பால் வேறுபாடுகளற்றுப்போன நகரங்களிலிருந்தே அந்தத் துர்மணம் எழுவதை அவரால் நுகர முடியவில்லையா? இரத்த வரி மூலமான வருவாய் இந்த ஆண்டு குறைவு என்பது உண்மைதான், ஆனால் அதற்கு அவரே முழுப் பொறுப்பாளி ஆக முடியாது, எப்படி நன்கு விளைந்த சோளப் பயிருக்கு அமீனா தனிப் பாராட்டைப் பெற முடியாதோ அப்படி. வானிலை நமக்குத் தோதாக அமையாது போயிருந்தால், அப்போது பார்த்திருப்பார் அவர், அறுவடை எப்படி இருந்தது என்பதை. ஆனால் இந்த ஆண்டு நன்றாக அமைந்தது, இளவரசரும் அமீனாவைப் பாராட்டித் தள்ளினார். ஆனால் இரத்தம் வானத்திலிருந்து பொழியும் மழையாக இருக்கவில்லையே. அதன் வீழ்ச்சிக்கான காரணங்கள் தெளிவற்றவையாக இருந்தன. சந்தேகமில்லாமல் அவரும் அவை எல்லாவற்றிற்குமான பொறுப்பில் சிறிது பங்கெடுத்துக்கொண்டிருந்தார்தான். ஆனால் எல்லாமே அவருடைய செயல்பாடு கிடையாது. நல்லது, முற்றுமுழு அதிகாரங்களையும் அவர்கள் அவருக்கு அளித்திருந்தால், அவருடைய வழியில் விஷயங்களை மேலாண்மை செய்ய அவருக்கு

அனுமதியளித்திருந்தால், அப்போது கண்டிப்பாக அவருக்கு இரத்த வரிபற்றிக் கடமை இருப்பதாக அவர்கள் எடுத்துக்கொள்ள முடியும். அவருக்கும் அதை எப்படிக் கையாள வேண்டும் என்று தெரியும். எப்படியிருந்தாலும் - அவருடைய கவர்ச்சிகரமான பட்டம் மக்களை நடுங்கச் செய்கிற அதே வேளையில் - அவருடைய அதிகாரங்கள் எல்லைக்குட்பட்டவையாக இருந்தன. அதனால்தான் இரத்தப் பழியும் அதோடு இணைந்த ஒவ்வொரு விஷயமும் தோல்வியடைவதாக இருக்கிறது. ஆண்டிற்கு ஆண்டு கொலைகளின் எண்ணிக்கை வீழ்ந்தபடியிருந்தது, நடப்பு ஆண்டின் முதல் பருவமோ அவலம் தோய்ந்ததாக அமைந்துவிட்டிருந்தது. அவர் அதை மோப்பம் பிடித்துக் கணக்குவழக்குகளுக்காகப் பொறுமையின்றிக் காத்திருந்தார், அவருடைய உதவியாளர்கள் சில நாட்களுக்குமுன் அதை அவருக்காக முடித்துக் கொடுத்திருந்தார்கள். முடிவுகள் அவர் பயந்ததைக் காட்டிலும் மோசமாக இருந்தன: வரவான பணம் கடந்த ஆண்டின் அதே பருவத்திற்கான வருவாயில் எழுபது விழுக்காட்டிற்கும் குறைவாகவே இருந்தது. மேலும் இது, விளைநிலங்களின் பொறுப்பாளியான அமீனா மட்டுமல்லாமல் இளவரசர் அலுவலகத்தின் மற்ற அனைத்து மேலாளர்களுமே, கால்நடைகள், மேய்ச்சல் நிலங்கள் ஆகியவற்றுக்கான அமீனாவும் கடன்களுக்கான அமீனாவும் - ஏறக்குறைய அனைவரும் - நெசவுத் தறியிலிருந்து கொல்லர் உலைக்களம் வரைக்குமான கருவிகள் தேவைப்படுகிற வியாபாரத்தைக் கவனித்துக்கொள்ளும் ஆலைகள், சுரங்கங்கள் ஆகியவற்றுக்கான அமீனாவுமே, பொதுக் கருவூலத்தில் பெரிய தொகைகளைச் செலுத்திய காலமாக இருந்தது. அவரைப் பொறுத்தவரையிலோ, அவருடைய தலைமை அமீனா (அவரால் பணமாக்கப்பட வேண்டிய தொகை உயர்ந்த மேட்டுநிலம் மொத்தத்தின்மீதும் விதிக்கப்பட்டதாக இருந்த சமயத்தில், மற்றவர்களுக்கானது கோட்டைக்குச் சொந்தமான நிலங்களிலிருந்து வந்ததாக மட்டுமே இருந்தது), ஒரு காலத்தில் மற்ற அனைத்து வருவாய்களுக்கும் சமமான தொகைகளை வசூலித்துக்கொண்டிருந்தவர், இப்போது அந்தப் பணத்தில் பாதியைத்தான் கொண்டுவந்தார்.

அதனால்தான் கடந்த இரவு விருந்தின்போது இளவரசர் அவருக்குக் கொடுத்த பார்வை அவருடைய வார்த்தைகளைவிடக் கடுமையானதாக இருந்தது. அந்தப் பார்வை, நீதான் இரத்தப் பாதுகாப்பாளன், எனவே நீதான் பகைகளையும் பழி வாங்கும் நடவடிக்கைகளையும் முன்னின்று தூண்டிவிடுபவனாக இருந்தாக வேண்டும்; அவர்களை உற்சாகப்படுத்தியாக வேண்டும், கிளர்த்தியெழுப்ப வேண்டும், அவர்கள் தொய்வுறும்போதோ தடுமாறும்போதோ கசையடிகளைக் கொடுத்துக்கொண்டே

இஸ்மாயில் கதாரே

இருக்க வேண்டும். ஆனால் நீ அதற்கு எதிரானதையே செய்கிறாய். நீ உன் பட்டத்திற்குத் தகுதியில்லாதவன் என்று அவர் சொன்னதுபோலிருந்தது. அந்தப் பார்வை அதைத்தான் அர்த்தப்படுத்தியது. 'ஓ கடவுளே' மார்க் உக்காசியர்ரா சன்னலினருகில் நின்றவாறே புலம்பினார். ஏன் அவர்கள் அவரை நிம்மதியாக இருக்க விடமாட்டேனென்கிறார்கள்? ஏற்கெனவே இருக்கிற தொல்லைகள் போதாதா அவருக்கு?

அவர் தன் கலக்கமுறுத்தும் சிந்தனைகளைப் புறமொதுக்க முயன்றபடி –புத்தக அலமாரியின் அடித்தட்டுக்குக் குனிந்து கனத்த கதவை இழுத்துத் திறந்து –கெட்டியான தோல் அட்டைப் பேரேடு ஒன்றை வெளியே எடுத்தார். அது *ரத்தப் புத்தகம்*. சிறிது நேரம் அவர் இரட்டை நிரலணியில் அடர்ந்த எழுத்துக்களால் நிரம்பியிருந்த தடித்த பக்கங்களைப் புரட்டினார். கண்கள் எதையும் உள்வாங்கவில்லை, முடிவற்ற கடற்கரையொன்றின் கூழாங்கற்களை ஒத்த எழுத்து வடிவங்களாலான அந்த ஆயிரக்கணக்கான பெயர்களின் மேற்பரப்பில் வெறுமே உணர்ச்சியற்றுச் சறுக்கிக்கொண்டிருந்தன. உயர்ந்த மேட்டுநிலம் முழுமைக்குமான பகைகளின் விலாவாரியான விவரிப்புகள் இருந்தன அதில். குடும்பங்களோ குலங்களோ ஒன்றுக்கொன்று திருப்பிச் செலுத்த வேண்டிய சாவுக்கடன்கள், தொடர்புடைய கட்சிக்காரர்களால் அந்தச் சாவுகளுக்காகச் செலுத்தப்பட்டவை, இன்னும் நிறைவடையாமல் பத்து, இருபது, சில நேரங்களில் நூற்றியிருபது ஆண்டுகளுக்குப் பிறகும் பகைகளை உயிர்ப்புடன் வைத்திருக்கும் பழிவாங்கல் வழக்குகள், இரத்தக் கருவாலி (ஆண் வழியில், அல்லது மரபுவழி உரிமையாக அடைவது), பால் கருவாலி (கருப்பைவழி உரிமையாக அடைவது) என்று அழிபட்டுவிட்ட மொத்தத் தலைமுறைகளின் பற்று வரவுகளின் முடிவற்ற கணக்குகள், இரத்தத்தால் கழுவப்பட்ட இரத்தம், இன்னாருக்காக இன்னார், ஒருவருக்காக ஒருவர், ஒரு தலைக்காக இன்னொன்று, ஏதோ நாலு பறவைகளைக் கொல்வதைப்போல, பதினான்கு, எண்பது, சிந்துவதற்கென்று இரத்தம் எப்போதும் இருந்துகொண்டே இருந்தது; மிச்சமிருந்த இரத்தம், மந்தையை இழுத்துச்செல்லும் கடாவைப்போல, சாவின் பெரும் திரளைத் தன்னிடம் இழுக்கிறது.

புத்தகம் பழையது, ஒருவேளை கோட்டை எவ்வளவு பழையதோ அவ்வளவு பழையது. அது முழுமை பெற்றதாய் இருந்தது, அதோடு கலந்தாலோசிப்பதற்காக மக்கள் வந்தபோது திறக்கப்பட்டது. நெடுங்காலம் அமைதியோடு வாழ்ந்திருந்து, ஆனால் திடீரென்று –சந்தேகம், ஊகம், வதந்தி, அல்லது கெட்ட கனவால் – தங்கள் நிம்மதி உலுக்கப்பட்டுவிட்டதாக

உணர்ந்த தங்களுடைய குடும்பத்தால் அல்லது தங்களுடைய குலத்தால் அனுப்பிவைக்கப்பட்ட மக்கள் அவர்கள். உடனே ரத்தக் காப்பாளர், மார்க் உக்காசியர்ரா –டஜன் கணக்கான தனக்கு முந்தையவர்களைப்போலவே –புத்தகத்தின் கெட்டிப் பக்கங்களைத் திறப்பார். பக்கம் பக்கமாக, நிரலணி நிரலணியாக இரத்தக் கருவாலியின் பரவலைத் துழாவுவார், பிறகு ஓரிடத்தில் நிற்பார். "ஆம், நீங்கள் தீர்க்க வேண்டிய ரத்தம் இருக்கிறதுதான். இன்ன ஆண்டு, இன்ன மாதத்தில் இந்த ரத்தக் கடனைக் கொடுக்கப்படாததாக அப்படியே விட்டுவிட்டீர்கள்." அம்மாதிரியான வேளையில், அந்த நெடுங்கால மறதி குறித்து இரத்தக் காப்பாளரின் பேச்சுத் தொனி கடுமையான வசவுகளில் ஒன்றாய் இருந்தது. அவர் கண்கள், 'உன்னுடைய நிம்மதி போலியானதாய் இருந்திருக்கிறது, மகிழ்ச்சியற்ற மனிதனே!' என்று சொல்வதைப்போல இருந்தன.

ஆனால் மிக அருகலாகவே அப்படி நடந்தது. பெரும்பாலும், குடும்பத்தின் உறுப்பினர்கள் தலைமுறை தலைமுறையாக இரத்தத்திற்கு இரத்தம் பழிவாங்குதலில் ஒவ்வொரு தோல்வியையும் நினைவில் வைத்திருந்தார்கள். குலத்தினுடைய வாழும் நினைவுகளாய் அவர்கள் இருந்தார்கள். இயற்கைப் பேரழிவுகள், போர்கள், இடம்பெயர்தல்கள், கொள்ளைநோய்கள் என்று சாவு மதிப்பிழக்கும்போது, அதனுடைய கம்பீரத்தைத் தொலைக்கும்போது, அதனுடைய விதிகள், அதனுடைய தனிமை ஆகியவை பொதுவான, பழக்கப்பட்ட, வழக்கமான, அற்பமான விஷயமாக ஆகும்போது, இப்படியான நீண்டகாலப் பாதிப்புகளுடன் கூடிய மிக அபூர்வமான நிகழ்வுகளின் காரணமாக மட்டுமே அந்த விஷயங்களை மறப்பதென்பது சாத்தியமானது. அம்மாதிரியான சில, துயரார்ந்த, சீர்குலைந்த சாவுகளின் வெள்ளத்தில் பழிவாங்கும் கடன் குறித்த மறதி நிகழ்ந்தது. ஆனால் அது அப்படியே நடந்தாலும், புத்தகம் எப்போதும் அங்கே ஓரோஷ் குல்லாவில் பாதுகாப்பாக இருந்தது, ஆண்டுகள் கடந்துபோகும், குடும்பம் தழைக்கும், புதிய உயரங்களுக்குச் செல்லும், பிறகு ஒரு நாள் சந்தேகம் எழும், அல்லது வதந்தி, அல்லது பீதியுற்ற கனவு, அது திரும்பவும் அனைத்தையும் கொண்டுவந்துவிடும்.

மார்க் உக்காசியர்ரா பேரேட்டைத் தொடர்ந்து புரட்டிக் கொண்டேயிருந்தார். அவருடைய கண்கள் இரத்தப் பகை அறுவடை ஆண்டுகளில், அல்லது திரும்பவும் அதன் வறட்சி ஆண்டுகளில் தாமதித்தன. ஏற்கெனவே குறிப்புகளைப் பார்த்திருந்தாலும் – முன்பு நிறைய நிறையத் தடவைகள் அவற்றை ஒப்பிட்டுவிட்டிருந்தாலும் –இப்போது பார்வையிட்டுக் கொண்டிருக்கும்போது அவற்றைப் புரிந்துகொள்ளாதவராய்த்

தலையை ஆட்டிக்கொண்டார். அந்தத் தலையாட்டல் ஒரே சமயத்தில் குற்றச்சாட்டாகவும் அச்சுறுத்தலாகவும் இருந்தது, சென்றுபோன காலங்களுக்கெதிராக அவர் இரகசியமாகத் தாக்கிப் பேசிக்கொண்டிருப்பதைப்போல. இதோ 1611–1628ஆம் ஆண்டுகள், பதினேழாம் நூற்றாண்டு முழுவதும் அதிகமான கொலைகளுக்கு அவை உயர்ந்துள்ளன. அப்புறம் இங்கே, மிகவும் குறைந்த எண்ணிக்கையுடன் 1639ஆம் ஆண்டு: உயர்ந்த மேட்டுநிலம் மொத்தத்திற்குமே 722 கொலைகள். அது இரண்டு புரட்சிகள் நிகழ்ந்த பயங்கரமான ஆண்டாக இருந்தது, இரத்தக் கடலே சிந்தப்பட்டது – ஆனால் அது வேறு வகையான இரத்தம், *கானூனின்* இரத்தம் அல்ல. பிறகு ஒன்றையடுத்து இன்னொன்றாக, 1640லிருந்து 1690 வரையிலான முழு அரை நூற்றாண்டில், ஆண்டுக்கு ஆண்டு, ஒரு காலத்தில் விசையுறு நீரோட்டத்தைப்போலப் பாய்ந்துகொண்டிருந்த இரத்தம் மிக அருகலாகவே ஒழுகியது, துளித்துளியாக. இரத்தப் பகை என்பது முடிவிற்கு வந்துகொண்டிருந்தது என்றே யாரும் எண்ணியிருப்பார்கள். ஆனால் கொலைகள் முழுவதுமாகவே நின்றுவிட்டதாகத் தோன்றியபோது, அவை முழு வேகத்துடன் திரும்பி வந்துவிட்டன. 1691ஆம் ஆண்டு: முந்தைய ஆண்டுப் பழிவாங்கல்களைவிட இரு மடங்கு. 1693இல் அந்த எண்ணிக்கை மும்மடங்காகியது. 1694இல் நான்கு மடங்காகியது. புனிதச் சட்டம் ஓர் அடிப்படையான அமைப்பு மாற்றத்திற்கு உள்ளாகியிருந்தது. பழிவாங்கலில் தீவிரமாக ஈடுபட வேண்டிய கடமை கொலைக் குற்றவாளியிலிருந்து இப்போது அவருடைய குடும்பம் முழுமைக்குமானதாக விரிவுபடுத்தப்பட்டது. அந்த நூற்றாண்டின் இறுதி ஆண்டுகளும் தொடர்ந்த நூற்றாண்டின் துவக்க ஆண்டுகளும் இரத்தத்தில் தோய்ந்தன. அந்த நிலை பதினெட்டாம் நூற்றாண்டின் மத்திவரை நிலவியது, அந்தக் காலக்கட்டத்தில் இன்னொரு வறட்சி யுகமும் இருந்தது. பிறகு 1754இன் வறட்சி ஆண்டு வந்தது. பிறகு 1799. ஒரு நூற்றாண்டிற்குப் பிறகு, மூன்று ஆண்டுகள் – 1878, 1879, 1880 – புரட்சிகள், வெளியாட்களுக்கெதிரான போர்கள் ஆகியவற்றின் ஆண்டுகளாக இருந்தன, இரத்தப் பகைக் கொலைகளின் எண்ணிக்கை வீழ்ச்சியடைந்தது. இந்தச் சண்டைகளின்போது சிந்தப்பட்ட இரத்தம் ஓரோஷ் *குல்லாவிற்கும் கானூனுக்கும்* சம்பந்தமில்லாதவை, அதன்படி இந்த ஆண்டுகள் *ஜாக்கப்** ஆண்டுகளாக இருந்தன.

ஆனால் நடப்பு ஆண்டின் இளவேனிற் பருவம் இதைவிட மோசமாக இருக்க முடியாது. மார்ச் பதினேழை நினைத்துப்

---

* அல்பேனிய மொழியில், *ஜாக்:* இரத்தம், *ஹப்:* நட்டமடைதல்; அதாவது, இரத்தம் வீணாகும் ஆண்டு, இரத்தப் பகையில் ஒருவர் ஈடுபடும் வற்புறுத்தல் அற்ற ஆண்டு.

பார்த்தபோது அவர் நடுங்கினார். மார்ச் பதினேழு என்று தனக்குத்தானே சொல்லிக்கொண்டார். ப்ரெஷ்வ்டோட்டில் அன்று அந்தக் கொலை மட்டும் இடம்பெற்றிருக்கவில்லை யானால், அந்த நாளில் இரத்தப் பழிவாங்கலே இல்லாமல் போயிருந்திருக்கும். அந்த வகையில் ஒரு நூற்றாண்டில், ஒருவேளை இரண்டு, மூன்று, ஐந்து நூற்றாண்டுகளில், ஒருவேளை இரத்தப் பகையின் தொடக்கக் காலத்திலிருந்தே, அதுவே முதல் வெறும் நாளாக இருந்திருக்கும். பேரேட்டைப் புரட்டிக்கொண்டிருக்கும் தன் கைகள் நடுங்கிக்கொண்டிருப்பதாக அவருக்குத் தோன்றியது. பார், மார்ச் 16இல் எட்டுக் கொலைகள் இருந்தன, பதினெட்டில் பதினொன்று, பத்தொன்பதிலும் இருபதிலும் நாளுக்கு ஐந்து; அதே சமயம் பதினேழு மட்டும் ஒரு சாவுகூட இல்லாமலிருப்பதிலிருந்து மயிரிழையில் தப்பியிருந்தது. அது மாதிரியான நாளொன்று வரக்கூடுமென்கிற எண்ணத்திலேயே –மேலும் அது அப்படி நடந்திருக்கலாம் என்பதைக் கற்பனை செய்தபோதும் –மார்க் அச்சத்தினால் தாக்கப்பட்டார். அந்தக் கொடுமையான நாள் மெய்யாகவே வந்து கடந்திருக்கக் கூடும், யாரோ ஒரு ஜார்க் ப்ரெஷ்வ்டோட்டிலிருந்து வந்துசேர்ந்து அந்தக் கடவுளின் நாளை இரத்தப்படுத்தியிராமல் போயிருந்தால். அவன் அந்த நாளைக் காப்பாற்றியிருந்தான். அதனால்தான் நேற்றிரவு இரத்த வரியைச் செலுத்துவதற்காக அவன் வந்திருந்தபோது மார்க் உக்காசியர்ரா இரக்கத்தோடும் நன்றியோடும் அவன் கண்களுக்குள் பார்த்தார், அந்த இளைஞன் துணுக்குறும் அளவிற்கு.

ஒரு வழியாக அவர் பேரேட்டைப் புத்தக அலமாரியின் அடிப்பகுதியில், இருப்பதிலேயே உயரமான தட்டில் வைத்தார். பத்தாவது தடவையாகச் சமகாலப் புத்தகங்கள், பத்திரிகைகள் ஆகியவற்றின்மீது அவர் கண்கள் சறுக்கிச் சென்றன. அந்தச் சேகரிப்புகளுக்குப் பொறுப்பாளியாயிருந்த ஆள் அந்த ஆக்கங்களை ஒழுங்குபடுத்தி வைக்கும்போது சில சமயம் கானூனின் எதிரிகளினுடைய எழுத்துக்களின் சிறு சிறு கூறுகளை வாசித்துக் காண்பிப்பார். புனிதச் சட்டத்தின் வழிமுறைகளும் ஒரோஷ் குல்லாவுமேகூடக் கிட்டத்தட்ட வெளிப்படையாகவே தாக்கப்பட்டிருப்பது குறித்து மார்க் திகைப்பும் கோபமும் கொண்டார். “ஹ்ம், மீதத்தையும் வாசியும்” மார்க் குறுக்கிட்டு உறுமினார். மேலும் அவருடைய எகிறிக்கொண்டிருந்த கோபம் அம்மாதிரியான பயங்கரங்களை, அம்மாதிரியான வெட்கங்கெட்ட விஷயங்களை எழுதியவர்களால் மட்டுமல்லாமல், நகரங்கள், சமவெளிகளின் மக்கள் முதலியவர்களால், பிறகு நகரங்களாலும் தாழ்நிலங்களாலுமேகூட, உலக நாடுகள் அனைத்தின் அனைத்துச் சமவெளிகளாலும் என்று தனியாகச் சொல்ல வேண்டியதில்லை, சூறாவளியாய்ச் சுழன்றது.

சில சமயங்களில், புனிதச் சட்டமும் அதன் கடுமையான பரிந்துரைகளும் இரத்தப் பகைகளின்மேல் பாதிப்புச் செலுத்துவது அவற்றைத் தூண்டும் விதத்திலா அல்லது அவற்றுக்கு அணை போடும் விதத்திலா என்கிற கேள்வியின்மேல், பத்திரிகைகளில் ஒன்றின் ஆதரவில் நிகழ்ந்த விவாதத்தைப் போன்ற நிகழ்வுகளின் போது, அவருடைய ஆர்வம் அங்கே என்னதான் சொல்லப்பட்டுக் கொண்டிருக்கிறது என்பதை மணிக்கணக்காகக் கேட்கச் செய்தது. சில எழுத்தாளர்கள், *கானூனின்* சில அடிப்படையான விதிகள் – இரத்தம் ஒருபோதும் வீணானதில்லை, அதை இரத்தத்தால் மட்டுமே மீட்டெடுக்க முடியும் என்பதைப் போன்றவை, வெளிப்படையாகவே இரத்தப் பகைக்கான தூண்டுதல்கள் – மேலும் அதன் விளைவு சார்ந்து காட்டுமிராண்டித் தனமானவை என்றார்கள். மறுபுறம் சிலர், பழிக்குப் பழி வாங்குவது குறித்த சட்டவிதியே கொலைகாரராவதற்குச் சாத்தியமுள்ளவரை எச்சரித்துக் கலைத்துவிடும் நோக்கம் கொண்டதே என்பதால் வெளிப்பார்வைக்கு நேர்மையற்றதாகத் தெரியும் அந்த விதிகள் உண்மையில் மிகுந்த மனிதாபிமானம் கொண்டவை என்று எழுதினார்கள்: உன்னுடைய சொந்த இரத்தம் வழிந்தோடுவதை நீ விரும்பவில்லையானால் இரத்தம் சிந்தவும் வைக்காதே.

மார்க்கால் அதைப் போன்ற எழுத்தைப் பொறுத்துக்கொள்ள முடிந்தது, ஆனால் அவரைப் பித்து நிலைக்குத் துரத்தும் பிற வகைமைகள் இருந்தன. அப்படியான கட்டுரை – முற்றிலும் கெடுநோக்கம் கொண்டது – இளவரசரைப் பல இரவுகள் உறங்கவிடாமலடித்தது, வரவுசெலவுக் கணக்குப் புத்தகமாக மாறும் அளவிற்கான கணக்கீடுகளின் துணையுடன் அமைந்திருந்த அது நான்கு மாதங்களுக்கு முன்னால் அந்த பாழாய்ப்போன பத்திரிகைகளில் ஒன்று எழுதியவரின் பெயரைத் தெரிவிக்காமல் பிரசுரித்தது. அட்டவணையில் முன்வைக்கப்பட்டிருந்தவை, திகைப்பை ஏற்படுத்தும் நுணுக்கத்துடன், கடந்த நான்கு ஆண்டுகளில் ஓரோஷ் கோட்டையால் இரத்த வரி என்கிற தலைப்பின்கீழ் வசூலிக்கப்பட்ட அனைத்து வருவாய்களின் எண்ணுருக்கள்; அவை பிற வருவாய் மூலங்களோடு ஒப்பிடப்பட்டிருந்தன: சோளத்திலிருந்து, கால்நடைகளிலிருந்து, நில விற்பனையிலிருந்து, உயர் வட்டிக் கடன்களிலிருந்து–பிறகு அந்த எண்ணுருக்களிலிருந்து முட்டாள்தனமான முடிவுகளும் உருவாக்கப்பட்டிருந்தன. இவற்றில் ஒன்றின் கூற்றுப்படி – நமது யுகத்தின் தனியடையாளமான பொது வீழ்ச்சியானது – ஒரு காலத்தில் அல்பேனிய வாழ்க்கையில் கம்பீரமும் பெருமிதமும் கொண்ட கூறுகளாயிருந்து காலப்போக்கில் இயல்பிற்கு மாறானவைகளாய் மாறிவிட்டிருந்த *பெஸ்ஸா* – இரத்தப் பகை – ஒருவருடைய விருந்தாளியின் சமூக மதிப்பு போன்ற *கானூனின்* மூலக் கூறுகளின்

சிதைவில் பிரதிபலித்து, அவை கட்டுரையாசிரியரின் கருத்துப்படி மெதுமெதுவாக லாப நோக்கத்திற்காகவே நடத்தப்படும் முதலாளித்துவ நிறுவனமாகும் புள்ளிவரை கீழிறங்கி மனிதப் பண்பற்ற இயந்திரமாக மாறிக்கொண்டிருந்தனவாம்.

அந்தக் கட்டுரையின் ஆசிரியர் நிறைய அன்னியச் சொற்றொடர்களைப் பயன்படுத்தியிருந்தார். அவற்றை மார்க்கால் புரிந்துகொள்ள முடியவில்லை. பிறகு நூலகத்தின் பொறுப்பாளராயிருந்த துறவி அவற்றைப் பொறுமையாக அவருக்கு விளக்கிச் சொன்னார். 'இரத்தத் தொழிற்துறை,' 'இரத்த வணிகப் பொருட்கள்,' 'இரத்தப்பகை பொறியமைப்பு முறை,' போன்றவை சில எடுத்துக்காட்டான குறிப்புச் சொற்கள். தலைப்பைப் பொறுத்தவரையிலோ, அது அறப் பண்பே அற்றதாயிருந்தது: 'இரத்தப் பகையியல்.'

எதிர்பார்த்தபடியே –இளவரசரால் –டிரானாவிலிருந்த அவருடைய முகவர்கள் காலம் கடப்பதற்குள் அந்தப் பத்திரிகையைத் தடை செய்வதில் வெற்றி பெற்றுவிட்டிருந்தார்களென்றாலும் –அவருடைய அனைத்து முயற்சிகளுக்குப் பின்னும் –ஆசிரியருடைய பெயரை அறிந்துகொள்ள முடியவில்லை. பருவயிதழ் மீதான தடை மார்க் உக்காசியர்ராவை அமைதிப்படுத்தி விடவில்லை. அம்மாதிரியான விஷயங்கள் எழுதப்பட்டுவிட முடியும், அல்லது மனித மனதால் அவை உள்வாங்கப்பட முடியும் என்பதுதான் உண்மையில் அச்சமூட்டுவதாக இருந்தது அவருக்கு.

சுவரிலிருந்த பெரிய கடிகாரம் ஏழடித்தது. மீண்டும் அவர் சன்னல்களுக்கு அருகே நகர்ந்தார் –அங்கேயே நின்று கொண்டிருந்தார் –அவருடைய கண்கள் உயர்ந்த சிகரங்களின் திசையில் வெறித்துக்கொண்டிருந்தன. கனத்த சிந்தனையில் தன்னுடைய மூளை வெறுமையாகிவிட்டதாக உணர்ந்தார். ஆனால் வழக்கம்போல அந்த வெறுமை தற்காலிகமானதாக இருந்தது. மெதுவாக மீண்டும் மனம் மேகமூட்டமான சாம்பல் திரளால் தன்னை நிரப்பிக்கொண்டது. மூடுபனியைவிட அதிகமானதும் சிந்தனைகளைவிடக் குறைவானதுமான ஏதோவொன்று. இரண்டிற்குமிடையில் – கலக்கமுறுத்தும், மகத்தான, நிறைவடையாத –ஏதோ ஒன்று. அதன் ஒரு பகுதி தன்னை வெளிப்படுத்திக்கொண்டவுடனேயே இன்னொன்று அதை மூடிவிட்டது. தன்னை ஆக்கிரமித்திருக்கும் அந்த மனநிலை மணிக்கணக்காக, நாள் கணக்காகக்கூட நீடித்திருக்கும் என்பதாக அவர் உணர்ந்தார்.

உயர்ந்த மேட்டு நிலத்தின் புதிர்களுக்கு முகம் கொடுத்து அவர் மனம் அப்படி உறைந்து கிடந்தது முதல் தடவையல்ல. உலகின்

அந்தப் பகுதி மட்டுமே ஏற்புடையதாகவும் இயல்பானதாகவும் நியாயமானதாகவும் இருந்தது. உலகின் 'தாழ்வான' மறு பகுதியோ, நச்சுப்பண்பு கொண்ட ஈரப் புகையையும், சீரழிந்த வளிச் சூழலையும் உமிழும் சகதிக் குழியாக இருந்தது.

கடந்த காலங்களில் அடிக்கடி நிகழ்ந்ததைப் போலவே – சன்னலினருகில் அசைவற்றவராய் – அல்பேனியாவின் இதயப் பகுதியில் துவங்கி நாட்டின் எல்லைகளுக்குச் சற்று அப்பால் சென்றேகும் *ராஃவ்ஷின்* எல்லையற்ற பெரும் நிலப்பரப்பைச் சிந்திப்பதன் வழியே அதை உள்வாங்கிக்கொள்வதற்கு அவர் வீணே முயன்றார். உயர்ந்த மேட்டுநிலம் மொத்தமுமே – ஒரு விதத்தில் அதன் ஒவ்வொரு இடத்திலிருந்தும் இரத்த வரிகள் அவருக்கு வந்தன என்கிற யதார்த்தத்தால் அவர் அதோடு பிணைக்கப்பட்டிருந்தாரெனினும் – விளங்கவியலாப் புதிர்ப் பண்பு கொண்ட ஒன்றாகவே இருந்தது. தானிய நிலங்களுக்கும் திராட்சைத் தோட்டங்களுக்கும் பொறுப்பாளரான அமீனா, சுரங்கங்களுக்கான அமீனா – இவர்கள் எளிதான கடமைகளைக் கொண்டிருந்தார்கள்: பூஞ்சை நோயால் தாக்கப்பட்ட சோளத்தையோ அல்லது திராட்சையையோ பார்வையிலேயே கண்டுபிடித்துவிட முடியும் – சுரங்கங்களுக்கும் அதே நிலை என்பதுதான் உண்மையாக இருந்தது – அதே சமயம் மேலாண்மை செய்வதற்காக அவரிடம் வந்து விழுந்த பணிக்களங்களோ முற்றிலும் அருவமானவையாய் இருந்தன. அந்த மர்மப் பண்பைக் குத்திக் கிழித்து அவற்றைத் தன் கற்பனையின் வரம்பிற்குள் இதோ கொண்டு வந்துவிடப் போகிறோம் என்று அவர் அடிக்கொருதடவை நினைத்துக்கொண்டார். ஆனால் மெதுவாக, வானில் மேகங்கள் மிக நுட்பமாக நகர்வதைப்போல, அந்த மர்மப் பண்பு அவரைத் தப்பியது. பிறகு அவர் தன் சிந்தனையிலேயே சாவின் நிலங்களுக்குத் திரும்பினார், அவற்றின் செழுமை அல்லது தரிசு நிலைக்கான காரணத்தைக் கண்டுபிடிக்கும் வீண் பிடிவாதத்தில். ஆனால் அவற்றின் வறட்சி வேறு வகைப்பட்டதாக இருந்தது – அடிக்கடி அது தன்னை ஈரமான காலநிலையிலும் குளிர்ப் பருவத்திலுமே நிகழ்த்திக்கொண்டிருந்தது – சொல்லப்போனால் அப்போதுதான் அது அதிகக் கொடூரமாக இருந்தது.

மார்க் உக்காசியர்ரா நெட்டுயிர்த்துக்கொண்டார். தொடுவானத்தை வெறித்துக்கொண்டே *ராஃஷ்ஷின்* முடிவற்ற வெளிகளைக் கற்பனை செய்ய முயன்றார். உயர்ந்த மேட்டுநிலம் மிகுதியான நீரோடைகளையும் மிகுதியான வடிகால்களையும் பனியையும் மரமற்ற பரந்த புல்வெளிகளையும் கிராமங்களையும் தேவாலயங்களையும் கொண்டிருந்தது, ஆனால் அவையெதிலும் அவருக்கு ஈடுபாடு இருக்கவில்லை. மார்க் உக்காசியர்ராவைப்

பொறுத்தவரை, பெருமைமிகு மேட்டுநிலம் முழுவதும் இரண்டே பகுதிகளாக மட்டுமே பிரிக்கப்பட்டிருந்தது – சாவை உருவாக்கும் பகுதி, அதைச் செய்யாத பகுதி. சாவைத் தாங்கும் பகுதி, அதன் களங்களுடன், அதன் பொருள்களுடன், அதன் மக்களுடன், அடிக்கடி நிகழ்வதுபோல, அவருடைய மனக்கண்ணின்முன் மெதுவாக நகர்ந்தது: அங்கே பத்தாயிரக்கணக்கான நீர்ப்பாசனக் கால்வாய்கள் இருந்தன – சிறிதும் பெரிதுமாக, மேற்கிலிருந்து கிழக்காகவும் தெற்கிலிருந்து வடக்காகவும் ஓடுகிறவையாக – அவற்றின் கரைகள்மேல் கணக்கற்ற சண்டைகள் முகிழ்த்தெழுந்தன. அவை பகைகள் உருவாக வகை செய்தன; ஆலைச் சக்கரத்தைச் சுழற்றுகிற நீரோட்டங்கள் நூற்றுக்கணக்கில், நில எல்லை அடையாளங்கள் ஆயிரக்கணக்கில் இருந்தன. இவை எளிதாக வழக்குகளையும், பிறகு இரத்தப் பழிவாங்கல்களையும் பிறப்பித்தன; பத்தாயிரக்கணக்கான திருமணங்கள், அவற்றில் சில ஏதோ ஒரு காரணத்தால் சிதைந்து போயின, ஆனால் வல்லமைமிக்க, முன்கோபமுள்ள, ஞாயிற்றுக் கிழமை விளையாட்டைப்போலச் சாவுடன் விளையாடுகிற, மேட்டு நிலத்தின் ஆண்களுக்கோ அவை கொண்டுவந்தது ஒரே ஒரு விஷயத்தைத்தான் – துக்கம் அனுஷ்டித்தல்; இப்படிப் பல. நிலத்தின் சுத்திகரிக்கப்பட்ட பகுதியைப் பொறுத்தவரை, சாவினால் சலித்துப்போன இடுகாடுகளுடன் கூடிய அந்தப் பகுதியும் சம அளவில் பரந்ததுதான். கொலை செய்தல், சண்டையிடுதல், அல்லது வெறுமே விவாதிப்பதேகூட அவர்களுடைய எல்லைகளுக்குள் தடை செய்யப்பட்டுவிட்டதால், மேற்கொண்டு பிணங்களை அனுமதிக்க மறுக்கின்றவைபோலத் தோன்றின. கொல்லப்பட்ட முறையின் காரணமாகவோ அல்லது மரணித்த சூழலின் காரணமாகவோ, பழிவாங்கத் தகுதியற்றவர்கள் என்று கானூனால் தீர்ப்பளிக்கப்பட்டுவிட்ட ஜாக்கப்கள் அங்கே இருந்தார்கள்; இரத்தப் பழிவாங்கலின் வரம்பிற்குள் விழாத பாதிரிமார்கள்; வரம்பிற்குள் விழாத உயர்ந்த மேட்டு நிலத்தின் அத்தனை பெண்களும்கூட.

சில நேரங்களில் பிறரிடம் பகிர்ந்துகொள்ளத் துணிவில்லாத பித்துக்குளித்தனமான விஷயங்களை மார்க் யோசித்தார். ஓ, பெண்கள் மட்டும் ஆண்களைப்போலவே இரத்தம் சிந்துதலின் விதிகளுக்கு உட்பட்டவர்களாய் இருந்திருந்தால். பிறகு வெட்கமடைந்தார், பயந்துகூடப் போனார் – ஆனால் அந்த யோசனை மிக அருகலாகவே எழுந்தது – மாதத்தின் அல்லது காலாண்டின் இறுதியில் மட்டும் சில சமயங்களில் பேரேட்டில் எண்ணிலக்கங்களின் காரணமாக நம்பிக்கையிழப்பை அவர் உணர்ந்தபோது. சலிப்புற்றவராக அந்தக் கருத்துக்களைத் தன்னிலிருந்து புறந்தள்ள முயன்றார், ஆனால் மனம் ஓய்வைக்

காணாததாக இருக்க, அங்கேயே திரும்பிச் சென்றார். ஆனால் இம்முறை அவர் அவற்றுக்குத் திரும்பச் சென்றது *கானூரனைப்* பழிப்பதற்காக அல்ல, மாறாகத் தன்னுடைய மலைப்பைச் சற்றுத் தணித்துக்கொள்வதற்காக. பொதுவாகவே மகிழ்ச்சிக்கான நிகழ்வுகளான திருமணங்கள் அடிக்கடி சண்டைகளையும் பகைகளையும் கொண்டுவந்து விடுவனவாக இருக்க, தவிர்க்கவியலாத வகையில் துன்பகரமானவையாக இருக்க வேண்டிய இறுதிச் சடங்குகள் அம்மாதிரியான ஏதொன்றுக்கும் இட்டுச் செல்வதில்லை என்பது மிக வினோதம் என்று அவர் எண்ணிக்கொண்டார். பழைமையான இரத்தப் பகைகளை அண்மைக் காலத்தவையுடனான ஒப்பிடலுக்கு அந்த எண்ணம் அவரை இட்டுச்சென்றது. ஒப்பிடுகையில் இரண்டு பக்கங்களிலுமே நல்லதும் கெட்டதும் இருந்தன. பழைய பகைகள், நீண்டகாலம் பண்படுத்தப்பட்டிருந்த நிலங்களைப்போல நம்பத் தகுந்தவை, ஆனால் கொஞ்சம் பொறுமையைச் சோதிக்கும் ஆர்வமின்மையும் மந்த கதியும் கொண்டவை. நேரெதிராக, புதிய பகைகள் மூர்க்கமாக இருந்தன. சில சமயங்களில் பழையவை இரண்டு பத்தாண்டுகளில் கொண்டுவந்ததை ஒரே ஆண்டில் கொண்டுவருமளவிற்கு அத்தனை மிகுதியான சாவுகளைக் கொண்டுவந்தன. ஆனால் அவை ஆழமாக வேர் பிடித்திராதவையாக இருந்ததால் சமாதானப் பேச்சின் வழியே எளிதாக நிறுத்தத்திற்குக் கொண்டுவரப்பட்டன; பழைய காலத்தியவை தீர்வுக்குக் கொண்டுவருவதற்கு மிகக் கடினமானவையாக இருந்தன. தொடர்ந்துவந்த தலைமுறைகள் தொட்டிலிலிருந்தே பகைகளுக்குப் பழக்கப்படுத்தப்பட்டார்கள். மேலும் அதனால், அவையில்லாமல் வாழ்வை உள்வாங்க இயலாத அவர்களுடைய மனதில் தங்களுடைய விதிக்கப்பட்ட முடிவிலிருந்து தங்களை விடுவித்துக்கொள்ள முயல்வதென்பது ஒருபோதும் தோன்றாமலிருந்தது. மக்கள் ஒன்றும் சும்மா சொல்லவில்லை, "பன்னிரெண்டு ஆண்டுகள் நீண்டுவிட்ட இரத்தம் சிந்துதல் என்பது கருவாலி மரத்தைப்போல, அதைப் பெயர்த்தெடுப்பது கடினம்" என்று. எப்படியிருந்தாலும் வரலாற்றில் வேரூன்றியிருக்கும் பழையதாகட்டும், அதன் உயிராற்றலுடன் கூடிய புதிய ஒன்றாகட்டும், இரண்டு வகைப் பகைகளுமே ஏதோவொரு விதத்தில் ஒன்றோடொன்று இணைந்திருந்தன. ஒன்றின் வெறுமை பிறிதொன்றைப் பாதித்திருந்தது. அதனால்தான் இப்போது சில சமயங்களில் எடுத்துக்காட்டாக –இரண்டில் எது முதலில் ஆற்றலை இழந்தது என்பதைப் புரிந்துகொள்வது கடினமானதாக இருந்தது. "ஓ, கடவுளே" அவர் உரக்கச் சொன்னார், "விஷயங்கள் இந்த மாதிரியே போய்க்கொண்டிருந்தால் இதுவே என்னுடைய பெயரைக் கெடுப்பதாக ஆகிவிடும்."

கடிகாரத்தின் முதல் மணியோசை அவரைத் திடுக்கிடச் செய்தது. அவர் எண்ணினார்... ஆறு, ஏழு, எட்டு. கதவுகளுக்குப் பின்னால் – நடைவழிகளில் – துடைப்பங்களின் மெல்லிய சரசரப்பை மட்டுமே கேட்க முடிந்தது. விருந்தாளிகள் இன்னும் தூங்கிக்கொண்டிருந்தார்கள்.

பகல் வெளிச்சம் –இப்போது ஒளி கூடியிருந்தாலும்கூட – எங்கிருந்து வந்ததோ அந்த தொலைதூர வெளிகளைப்போல, நட்பார்வமற்றதும் எதிர்ப்புணர்ச்சி கொண்டதுமாகக் காணப்பட்டது. ‘கடவுளே’ என்று அவர் பெருமூச்சு விட்டுக் கொண்டார் –இந்தத் தடவை ஆழமாக –யாரோ ஒருவர் கீழே வீழ்த்த முயலும் குடிசையொன்றின் மரக் கட்டுமானங்களைப் போலத் தன் விலா எலும்புகள் கிரீச்சிடுவதாய் உணருமளவு. கண்கள் மலைகளின்மீது தனிமையில் பரந்து கிடந்த சாம்பல் வானத்தின்மேல் பதிந்து நிலைத்தன; அவர் அவற்றை இருண்டவையாக மாற்றினாரா அல்லது அவருள்ளிருந்த இருட்டு அவற்றிலிருந்து வந்ததா என்று சொல்வது கடினமாக இருந்தது.

அவருடைய முகபாவம் ஒரே சமயத்தில் உசாவியது, அச்சுறுத்தியது, வழிபட்டது. ‘என்ன ஆயிற்று உனக்கு,’ அவர் தன் கண்களின் முன்பிருந்த காட்சியிடம் சொல்லிக்கொண்டிருப்பவர்போலத் தோன்றினார்,‘ஏன் இப்படி மாறிப்போய்விட்டிருக்கிறாய்’.

தன்னுடைய *ராஃவ்ஷைத்* தனக்குத் தெரியும் என்றே அவர் எப்போதும் எண்ணியிருந்தார். ஐரோப்பாவின் ஆகப் பெரியதும் அதிக இருளார்ந்ததுமான உயர்ந்த மேட்டுநிலங்களில் ஒன்று அது என்று சொல்லப்பட்டது. அல்பேனியாவில் ஆயிரக்கணக்கான சதுர மைல்களுக்குப் பரவியிருந்ததற்கு அப்பால் ஸ்லாவியர்கள் “பழைய செர்பியா” என்றழைத்த, ஆனால் உண்மையில் உயர்ந்த மேட்டு நிலத்தின் பகுதியாகவே இருந்த, அல்பேனியக் கொசோவோ மாவட்டங்களின் ஊடாக அதன் எல்லைகளைத் தாண்டிச் சென்றது. அப்படித்தான் அவர் நினைக்கப் பழகியிருந்தார். ஆனால் பிற்பாடு அது குறித்த ஏதோ ஒன்று தன்னை அதனிடமிருந்து விலக்குகிறது என்பதை அதிகமதிகமாகக் கண்டுபிடித்தார். மனம் வலியுடன் அதன் சரிவுகளில் அலைந்தது. கசங்களின் விளிம்புகளில் எட்டிப் பார்த்தது. அந்த அறியப்படாத ஏதோ ஒன்று –அறியப்படாதது என்பதைவிட மோசம், இரக்கமற்றது –எங்கிருந்து வந்தது என்பதை விரிந்த பகல் வெளிச்சத்தில் கண்டுபிடித்துவிட விரும்பியதைப்போல. குறிப்பாகக் காற்று ஊளையிடத் தொடங்கும் வேளையிலும் அந்த மலைகள் ஒன்றிலொன்றாகிக் குழம்பும் வேளையிலும் அவர் அவற்றை முற்றிலும் வேறானவையாகக் கண்டார்.

அவர் அறிந்துதானிருந்தார்: நினைவிற்கெட்டாத காலத்திலிருந்தே சாவின் பொறியமைப்பு, இரவு பகலாக வேலை செய்த புராதன ஆலை ஆகியவை அங்கே அமைக்கப்பட்டு இருந்ததை, மேலும் அதன் இரகசியங்களை அவர் –இரத்தக் காப்பாளர் – வேறு யாரையும்விட நன்றாக அறிந்திருந்தார் என்பதையும்; இருந்தும் விலக்கப்படும் அந்த உணர்வை அப்பால் துரத்துவதற்கு அந்த அறிதல் அவருக்கு உதவவில்லை. பிறகு, அப்படியெல்லாம் ஒன்றுமில்லை என்று தன்னைத் தானே ஒத்துக்கொள்ளச் செய்கிறவரைப்போல, ஒரு நில வரைபடத்திற்கும் இழவு விருந்தில் விரிக்கப்பட்ட துணிக்கும் இடைப்பட்ட தனித்துவமான வடிவத்தில் அவர் மண்டைக்குள் தன்னை வெளிப்படுத்திக்கொண்ட அந்த எண்ணங்களின் இருண்ட பெரும் பரப்பைத் தன் கற்பனையில் அவசர அவசரமாகக் கடந்தார்.

நூலகத்தின் சன்னல் வழியே பார்த்தபடி, அந்த இருளார்ந்த வரைபடத்தை இப்போதே தன்முன் வரும்படி ஆணையிட்டார். கெடுபிடியான ஒழுங்கில் உயர்ந்த மேட்டுநிலத்தின் அனைத்து விளைநிலங்களையும் மனம் வரிசைப்படுத்தியது. அவை இரண்டு பெரிய தொகுதிகளாகப் பிரிக்கப்பட்டன: பயிரிடப்பட்ட நிலங்கள், இரத்தப் பகையால் தரிசாக விடப்பட்டிருக்கிற நிலங்கள். அந்த ஒழுங்கமைப்பு ஓர் எளிய விதியோடு ஒப்புமை கொண்டது: இரத்தத்தை மீட்டெடுக்க வேண்டிய மக்கள் தங்கள் வயல்களைப் பண்படுத்தினார்கள். ஏனென்றால் இது அவர்கள் கொல்ல வேண்டிய முறை. அது போலவே, யாரும் அவர்களை அச்சுறுத்தவில்லை. எப்போது விருப்பமோ அப்போது அவர்கள் தங்கள் வயல்களை விட்டு வெளியேறினார்கள். இன்னொரு பக்கம், இரத்தக் கடன்பட்டிருப்பவர்கள் தங்கள் வயல்களைப் பண்படுத்தாமல் விட்டார்கள். பாதுகாப்பிற்காக அடைக்கலக் கோபுரத்தில் தங்களைச் சிறைப்படுத்திக்கொண்டார்கள். ஆனால் இரத்தத்தை மீட்டெடுக்க வேண்டியவர்கள் தங்கள் கொலையை நிறைவேற்றியவுடனேயே அந்தச் சூழல் தலைகீழாக மாறிவிட்டது. பிறகு இரத்த மீட்புக் குடும்பத்திலிருந்து அவர்கள் இரத்தக் கடன்பட்ட குடும்பத்திற்கு மாறினார்கள். எனவே அவர்கள் ஜாக்குகளாக உருவாகி அடைக்கலக் கோபுரத்திற்குத் தங்களை வழிப்படுத்திக்கொண்டு தங்கள் நிலங்களைத் தரிசாக விட்டுக்கொண்டிருந்தார்கள். மறுதலையாக, ஆம், அவர்களுடைய பகைவர்கள் ஜாக்குகளாக இருப்பதை நிறுத்திக்கொண்டு தாங்கள் அடைபட்டிருந்த கோபுரங்களைவிட்டு வெளியேறி –கொல்லுவது இப்போது அவர்களுடைய முறையாதலால் –அஞ்சாமல் தங்கள் விருப்பப்படி தாங்கள் தேர்ந்தெடுத்த வயல்களைப் பயிரிடத் தொடங்கினார்கள். இந்தச் சூழல் அடுத்த கொலை நடக்கும்வரை நீடித்தது. பிறகு ஒவ்வொன்றும் மறுபடியும் மறுதலையாக ஆனது.

குல்லா குறித்த விவகாரங்களுக்காக மார்க் உக்காசியர்ரா எப்போது மலைப் பகுதிகளில் பயணப்பட்டாலும், அப்போதெல்லாம் பயிரிடப்பட்ட நிலங்களுக்கும் தரிசாக விடப்பட்ட நிலங்களுக்குமிடையிலான தொடர்புக்குக் கவனமளித்தார். முன்னவை பொதுவாக அதிக விரிவு கொண்டவையாய் இருந்தன. மொத்தத் தானிய வயல்களில் ஏறத்தாழ நான்கில் மூன்று பங்கை நிறைவு செய்தன. சில ஆண்டுகளில், எப்படியிருந்தாலும் தகவுப் பொருத்தம் தரிசாகக் கிடக்கும் நிலங்களுக்கு அதிகச் சார்பானதாக மாறியது. அந்த நிலங்கள் மொத்த எண்ணிக்கையில் ஐந்தில் இரண்டு அல்லது மூன்று பங்கை எட்டின, சமயங்களில் பயிரிடப்பட்ட நிலங்களுக்குச் சமமாகுமளவு அதிகரிக்கக்கூடச் செய்தன. பயிரிடப்பட்ட நிலப்பரப்பைக் காட்டிலும் தரிசு நிலப்பரப்பு அதிகமாய் இருந்த இரண்டு ஆண்டுகளை மக்கள் நினைவுகூர்ந்தார்கள். ஆம், ஆனால் அது ரொம்பக் காலத்திற்கு முன்னால். சிறிது சிறிதாக –இரத்தப் பகையின் இறங்குமுகத்துடன் –தரிசு நிலங்கள் எண்ணிக்கையில் சிறுத்தன. அந்த நிலங்கள் மார்க் உக்காசியர்ராவின் தனிப்பட்ட மகிழ்ச்சியாய் இருந்தவை. *கானூனின்* வல்லமைக்குச் சாட்சியாய் இருந்தவை. மொத்தக் குலங்களும் இரத்தம் மீட்கப்படலாமென்று தங்கள் நிலங்கள் பயிரிடப்படாதவையாய் கிடக்கவும், தாங்களே பசியால் துன்பப்படவும் இசைந்தார்கள். மாறாக இதற்கு எதிரானதைச் செய்த குடும்பங்களும் இருந்தன. நெடுங்காலம் தங்களைப் பூட்டிவைத்துக்கொள்ள இயலும் வகையில் போதுமான சோளத்தைத் திரட்டிக்கொள்வதற்காக இரத்த மீட்பைப் பருவத்திற்குப் பருவம், ஆண்டுக்கு ஆண்டு தள்ளிப்போட்டுக் கொண்டன அக்குடும்பங்கள். *கானூன்* சொன்னது, மனிதனாக உன்னுடைய மேன்மையைத் தக்கவைத்துக்கொள்வதையோ கொள்ளாமலிருப்பதையோ தேர்வு செய்ய உனக்குத் உரிமை உண்டு. ஒவ்வொரு ஆணும் சோளத்திலோ பழிவாங்கலிலோ ஒன்றைத் தேர்ந்துகொண்டார்கள். சிலர், வெட்கமில்லாமல், சோளத்தைத் தேர்ந்தனர்; மற்றவர், இதற்கு மாறாகப் பழிவாங்கலை.

ஒருவருக்கொருவர் இரத்தப் பகையில் இருக்கும் குடும்பங்களின் நிலங்களை அருகருகே பார்க்கும் நிறைய வாய்ப்புகளை மார்க் உக்காசியர்ரா பெற்றிருந்தார்.

மேலும் அந்தச் சித்திரம் எப்போதும் ஒன்று போலவே இருந்தது: ஒரு நிலத்தில் இங்கே வேலை நடந்துகொண்டிருக்கும், மற்றொன்று அங்கே தரிசாகக் கிடக்கும். உழப்பட்ட நிலங்களில் இருக்கும் மண்கட்டிகள் ஏதோ அவமானகரமானவைபோல மார்க் உக்காசியர்ராவைத் தாக்கும். அவற்றிலிருந்து எழும் ஈர ஆவியும் அதன் மணமும், அதன் அரைப் பெண்ணியல்பான

மென்மையும் அவருக்குக் குமட்டலை ஏற்படுத்தும். ஆனால் சில சமயங்களில் சுருக்கங்களைப் போலவும், சில சமயங்களில் இறுக மூடியிருக்கும் தாடைப் பற்களைப் போலவும் காணப்படும் கரடுமுரடான, பக்கத்துத் தரிசு நிலங்கள் ஏறக்குறையக் கண்ணீர் வரும் அளவு இளகச் செய்துவிடும். மேலும் அந்தச் சித்திரம் உயர்ந்த நாட்டுப்புறங்கள் எங்கிலும் ஒன்றுபோலவே இருந்தது – பண்படுத்தப்பட்ட நிலங்கள், உழப்படாத நிலங்கள் ஆகியவை சாலையின் இந்தப் பக்கத்திலோ அல்லது அந்தப் பக்கத்திலோ – நெருக்கமாக ஆனால் விலக்கம் கொண்டு –ஒன்றையொன்று வெறுப்புடன் பார்த்தபடி. ஆனால் இதில் கூடுதலான தனிப் பண்பாக இருந்தது என்னவென்றால், ஒன்று அல்லது இரண்டு பருவங்களுக்குப் பிறகு அவற்றின் நிலை இடம்மாறிவிடும்; தரிசு நிலம் திடீரென்று விளைந்து உயர்ந்துவிடும், உழப்பட்ட நிலம் தரிசாகக் கிடக்கும்.

    அன்று காலையிலேயே மார்க் உக்காசியர்ரா பத்தாவது தடவையாகப் பெருமூச்சு விட்டபடியிருந்தார். அவருடைய சிந்தனைகள் இன்னமும் தொலைவிலேயே இருந்தன. வயற்புரங்களிலிருந்து அவர், குல்லாப் பணி நிமித்தமாகக் கால்நடையாகவோ அல்லது குதிரை முதுகிலோ தான் பயணித்த சாலைகளை நோக்கிப் பார்வையைத் திருப்பினார். சபிக்கப்பட்ட சிகரங்களின்* பேரழகு நெடுஞ்சாலை, நிழற்சாலை, கருப்பு ட்ரீன் ஆற்றுச் சாலை, வெள்ளை ட்ரீன் ஆற்றுச் சாலை, கெட்ட சாலை, கொடிக்கட்டுப் பெருஞ்சாலை, சிலுவைச் சாலை –இவை அனைத்துமே உயர்ந்த மேட்டுநில மக்களால் இரவு பகலாகப் பயணிக்கப்பட்டுக்கொண்டிருப்பவை. சிறப்புச் சாலை நீட்சிகள் நிலையான பெஸ்ஸாவால் பாதுகாக்கப்பட்டிருந்தன. அதாவது, சாலையின் அந்தப் பகுதிகளில் யார் கொலை செய்தாலும் அந்த மொத்தச் சமூகத்தின் பழிவாங்கலுக்கும் ஆட்படுவர். அந்த வகையில் கொடிக்கட்டுப் பெருஞ்சாலைமேல் –பீட்டர் பாலத்திலிருந்து பெரிய சைக்காமோர் மரங்கள்வரையிலான பகுதி –நிக்காஜ், ஷாலா மாவட்டங்களின் பெஸ்ஸாவின்கீழ் இருந்தது. அங்கே யார் தவறிழைத்தாலும் அவர்கள் நிக்காஜ் மாவட்டம் அல்லது ஷாலா மாவட்டத்தால் பழிதீர்க்கப்படுவார்கள். அதேபோல நிழற்சாலையின்மேல், ரெக்கா வயல்களிலிருந்து ஊமையன் ஆலைவரையிலான சாலை நீட்சி பெஸ்ஸாவால் சூழப்பட்டிருந்தது. குளிர் நீரோடை வரையிலான கர்ராஜ் சாலையும்கூட பெஸ்ஸாவால் பயனடைந்தது. நிக்காஜ், ஷாலா ஆகியவற்றின் பண்ணை வீடுகளும் பெஸ்ஸாவால் பாதுகாக்கப்பட்டன. அத்துடன், சிலுவைச் சாலையின் மேலிருந்த பழைய விடுதியும், அதன் லாயத்தைத் தவிர்த்து. இளம் விதவை

---

\* சபிக்கப்பட்ட சிகரங்கள்: அல்பேனியாவின் ஆல்ப்ஸ் என்றும் அறியப்படுகிறது.

விடுதியும் இதே விதிப்படி, அதன் வடக்குப்புறக் கதவிலிருந்து சாலைவரைக்குமான நானூறு அடி, தேவதைகளின் நீரோடையைச் சேர்ந்த எட்டுக் கணவாய்களிலிருந்து நாற்பதடிச் சுற்று வட்டாரம், ஆகியவற்றோடு சேர்ந்து; மேலும் ரெஸ் பண்ணை வீடுகள்; நாரைப் புல்வெளி.

சிறப்பு *பெஸ்ஸாவால்* பாதுகாக்கப்பட்டிருக்கும் மற்ற இடங்களையும், அத்துடன் ஒவ்வொருவருக்குமான *பெஸ்ஸாவின்* கீழ் வரும் இடங்களையும் – அதாவது, விதிவிலக்கின்றி எல்லா ஆலைப் பகுதிகள், அவற்றைச் சுற்றியிருந்த நாற்பதடிப் பரப்பு, நீர்வீழ்ச்சிப் பகுதிகள், அவற்றைச் சுற்றி நானூறு அடிப் பரப்பு ஆகியவற்றைப்போன்ற, பழிவாங்குவதற்காகத் தேர்ந்துகொள்ளத் தடைசெய்யப்பட்டிருந்த இடங்கள், காரணம், ஆலைச் சத்தமும் விழுந்துகொண்டிருக்கும் நீரின் ஒலியும் பழிவாங்கவிருப்பவரின் முதல் எச்சரிக்கைக் கூக்குரலை மற்றவர் செவியுற அனுமதியளிக்காது–அவர் ஒவ்வொன்றாக நினைவுகூர முயன்றார். *கானூன்* ஒவ்வொன்றையும் கருத்தில் கொண்டிருந்தது. *பெஸ்ஸாவால்* பாதுகாக்கப்பட்ட அந்த இடங்கள் பகை தீர்த்தலுக்கு எல்லையிடுகின்றனவா அல்லது அதற்கு மாறாக அம்மாதிரியான எதிர்கொள்ளல்கள் அதிகரிக்க உதவி செய்கின்றனவா என்று அடிக்கடி மார்க் உக்காசியர்ரா குழப்பமடைந்திருந்தார். சில நேரம் கடந்துசெல்லும் ஒவ்வொருவரும் பாதுகாப்பிற்குரியவராய் இருப்பதன் காரணமாக, அந்த இடங்கள் சாவைத் தள்ளிப்போடுகின்றன என்று அவருக்குத் தோன்றும். ஆனால் வேறு சில நேரங்களில் –இதற்கு மாறாக –*பெஸ்ஸாவின்* கீழ்வரும் அதே சாலை அல்லது விடுதியானது, அங்கே கொல்லப்படக்கூடிய யாருடைய இரத்தத்திற்கும் பழிதீர்க்கப்படும் அதன் வாக்குறுதியின் காரணமாகப் புதிய பகைகளுக்கு இட்டுச் சென்றன என்றும் அவர் சிந்தித்தார். அவருடைய மனதில் –*கானூனின்* பல பிற விஷயங்களைப்போலவே –இது எல்லாமும் தெளிவற்றதாயும் இருண்மைப் பண்பினதாயுமே இருந்தது.

கடந்த காலங்களில் அவர் –உயர்ந்த மேட்டு நிலமெங்கிலும் பாடப்பட்டுக்கொண்டிருந்த –இரத்தப் பகை குறித்த கதைக்கரு மீதான நாட்டுப் பாடல்களைக் குறித்தும் இதே கேள்வியைத் தனக்குள் கேட்டுக்கொண்டிருந்தார். அங்கே பல்வேறு மாவட்டங்களைச் சேர்ந்த கிராமங்களில் நிறையப் பாணர்கள் இருந்தார்கள். ஒருவர் அவர்களை சந்திக்காத சாலை கிடையாது, அவர்களை ஒருவர் செவியுறவியலாத விடுதி கிடையாது. சாகிறவர்களின் எண்ணிக்கையை நாட்டுப் பாடல்கள் உயர்த்துகின்றனவா அல்லது குறைக்கின்றனவா என்று சொல்வது கடினமாக இருந்தது. அவை இரண்டையுமே செய்தன.

குளிர்ப்பருவ இரவுகளில் நெருப்பின் அண்மையில் திருப்பிச் சொல்லப்படும், பழைய காலங்களிலோ அல்லது மிக அண்மையிலோ நடந்திருந்த நிகழ்வுகள்பற்றிய வாய்வழிக் கதைகள் குறித்தும் ஒருவரால் இதையே சொல்ல முடியும். அவை, பயணிகளைப் போலவே, வெளி நிலங்களுக்குப் பரவி, வேறொரு இரவில் –முந்தைய விருந்தாளி காலப்போக்கினால் மாற்றமுற்றுத் திரும்பி வருவதைப்போல –உருமாறித் திரும்பி வரும். சில சமயங்களில் அவர் அந்தக் கதைகள் அந்தப் பீடை பிடித்த பருவயிதழ்களில், சவப்பெட்டிகளில் இருப்பதைப்போல அவற்றுக்கான நிரலணிகளில் இணைத்துப் பதிப்பிக்கப்பட்டிருக்கப் பார்த்ததுண்டு. மார்க் உக்காசியர்ராவைப் பொறுத்த வரை, புத்தகங்களில் அச்சிடப்பட்டிருந்தவையெல்லாம் வாய்மொழியாகவோ, அல்லது *லாஹூட்டின்** ஒலியுடனோ திரும்பச் சொல்லப்பட்டவற்றின் சடலம் மட்டும்தான்.

எப்படியிருந்தாலும் விரும்பியோ விரும்பாமலோ, இந்த விஷயங்கள் அவருடைய பணியோடு தொடர்புகொண்டிருந்தன. இரண்டு வாரங்களுக்கு முன் –இளவரசர் –சாதகமற்ற வேலை நிலவரங்கள் குறித்து இவருடைய நிஜாரைக் கழற்றுவதற்குத் தயாராகிக்கொண்டிருக்கையில் மிக நேரடியாகவே பேசி விட்டிருந்தார். உண்மையில், அவருடைய வார்த்தைகள் சற்றுத் தெளிவில்லாமல்தான் இருந்தன. ஆனால் அதனுடைய சாராம்சம் ஏறக்குறைய இப்படித்தான் இருந்தது: இரத்தக் காப்பாளராகிய நீர் உமது பணியில் களைத்துவிட்டீரானால், அந்தப் பதவியைப் பெறுவதில் மகிழ்ச்சியடையும் ஏராளமான ஆட்கள் இருக்கிறார்கள் என்பதை மறந்துவிட வேண்டாம்–அதிலும் சும்மா யாரோ அல்ல – பல்கலைக்கழக ஆட்கள்.

ஓரளவு அச்சுறுத்தும் தொனியில் பல்கலைக்கழகத்தை இளவரசர் குறிப்பிட்டது அதுதான் முதல் தடவை. முந்தைய சில தறுவாய்களில், மதகுருவின் உதவியுடன் இரத்தப் பகை குறித்த ஒவ்வொரு விஷயத்தையும் படிக்கும்படி பரிந்துரைத்திருக்கிறார். ஆனால் இந்த முறை அவருடைய தொனி வெடுக்கென்றிருந்தது. இப்போது, அது மீண்டும் நினைவிற்கு வந்தபோது, மார்க் உக்காசியர்ராவால் தன் செவித் தடங்களில் ஒரு விதமான அழுத்தத்தை உணர முடிந்தது. ‘தாராளமாகச் செய்துகொள்ளுங்கள், வாசனைத் தைல நாற்றமடிக்கும் அந்தப் படித்த ஆட்களில் ஒருவனையே அமர்த்திக்கொண்டு அவனுக்கு என் வேலையைக் கொடுங்கள்’ என்று அவர் கருவிக்கொண்டார். ‘படித்தவனையே இரத்தக் காப்பாளனாக எடுத்துக்கொள்ளுங்கள், அந்த உங்கள் பொட்டைப் பயலான காப்பாளன் மூன்றாவது வாரமே பித்துப்

* நீண்ட கழுத்தும் ஒற்றை நரம்பும் கொண்ட இசைக் கருவி.

பிடித்தவனாக ஆகிறபோது, அப்போது நினைத்துக்கொள்வீர்கள் மார்க் உக்காசியர்ராவை.'

சிறிது நேரம் அவர் தன் எண்ணங்களைச் சாத்தியமான வெளிப்பாட்டிலிருந்து மற்றொன்றுக்குச் சுதந்திரமாக அலையவிட்டார். ஆனால் அவையனைத்தும் ஒரே விதமாகத்தான் வந்து முடிந்தன – இளவரசர் வருத்தப்படுவார், இவர்தான் வெற்றி பெறுவார். ஆனால், ஏதாவதொரு வழியில் மொத்த உயர்ந்த மேட்டு நிலத்தினூடாகவும் நான் பயணத்தை மேற்கொண்டேயாக வேண்டும் என்று – அந்தக் குறுகிய நேரக் குறுகுறுப்பின் பெருக்கு வடிந்ததாக உணர்ந்தபோது – அவர் தனக்குள் சொல்லிக் கொண்டார். இளவரசரின் பார்வைக்கு அறிக்கையொன்றைத் தயாரித்துவிடுவது நல்ல திட்டமாக இருக்கும் – நான்கு ஆண்டுகளுக்குமுன் கொடுத்திருந்ததைப்போல – தற்போதைய நிலவரத்தையும் எதிர்கால நிலைமைகள் குறித்தான முன்மதிப்பீட்டையும் பற்றிய செம்மையான தரவுகளை அளிக்கும்படியாக. ஒருவேளை இளவரசருடைய தனிப்பட்ட வேலைகளுமே சரியாகப் போகவில்லைபோல, அதற்கு மார்க் உக்காசியர்ரா பலிகடாவாகப் பயன்பட்டுக்கொண்டிருந்தார். ஆனால் அது ஒரு பொருட்டில்லை. இளவரசர் அவருடைய தலைவர்; அவரை மதிப்பிட உட்காருவது காப்பாளருக்கான வேலை இல்லை. அவருடைய கோபம் முற்றிலுமாக அவரை விட்டு அகன்றது. ஆத்திரத்தால் திடீரெனப் பீடிக்கப்பட்டுக் கணநேரத்திற்கு அவரை அழுத்தத்தின்கீழ் வைத்த மனம் இப்போது அதன் கலக்கங்களிலிருந்து விடுபட்டு மீண்டும் ஒருமுறை தொலைவுகளில் – மலைகளினிடையே – அலைந்து திரிந்தது. ஆம், உண்மையாகவே அவர் அந்தப் பயணத்தை மேற்கொண்டே தீர வேண்டும். முக்கியமாகத் தற்போது அவருடைய மனநிலை நன்றாக இல்லை என்பதற்காகவே. ஒருவேளை சூழல் மாற்றம் அவருடைய அண்மைக்கால இடையூறுகளைச் சற்று இலகுவாக்கக் கூடும். ஒருவேளை அவரால் மீண்டும் உறங்குவதற்கு இயலக் கூடும். தவிர, சிறிது காலம் இளவரசரின் பார்வையிலிருந்து காணாமல்போக அது உதவிகரமாயிருக்கும்.

பிரத்யேகமான ஆர்வம் எதுவுமற்ற அந்தப் பயணத் திட்டம் – சிறிது சிறிதாக, பிடிவாதத்துடன் – அவரை உள்ளிழுக்கத் தொடங்கியது. திரும்பவும் – சற்றைக்கு முன் இருந்ததைப் போலவே – அவருடைய சிந்தனைகள் ஒருவேளை அவர் செல்ல வேண்டியிருக்கும் சாலைகளைச் சிக்கெடுக்கத் தொடங்கின – இம்முறை விதிவிலக்காக – மனதில் அவர் அவற்றைத் தன்னுடைய காலணிகளோடோ அல்லது குதிரை லாடங்களோடோ இணைத்து வேறுபட்ட வழியில் நினைத்துக்கொண்டார்; தான்

உறங்க வேண்டியிருக்கும் விடுதிகளையும் வீடுகளையும், இரவில் குதிரைகள் கனைப்பதையும், மூட்டைப்பூச்சிக் கடிகளையும் வேறொரு படிமத்தில் கற்பனை செய்தார்.

அது பணி நிமித்தமான பயணமாக இருக்கும்; அப்போது அவர் தன் மனதில் சாவு ஆலையின் மாதிரி வரைபடத்தோடும் அதன் அரவைக் கற்களோடும் அதன் சிறப்புக் கருவிகளோடும் அதன் கணக்கற்ற சக்கரங்களோடும் கியர்களோடும் தொடர்புடைய ஒவ்வொன்றையும் மறுசீராய்வுக்கு உட்படுத்த வேண்டியிருக்கும். இயந்திரச் செயல்முறை முழுமையையும், அதன் செயல்பாட்டைத் தடுத்துக்கொண்டிருப்பது என்ன என்பதையும் எது துருப்பிடித்துக் கிடக்கிறது, எது உடைந்து கிடக்கிறது என்பதையும் கண்டுபிடிக்கும் விதமாக நுட்பமாகப் பரிசோதிக்க வேண்டியிருக்கும்.

“ஓ!” திடீர் வயிற்றுப் பிடிப்பு வலியில் அவர் கூவினார், உனக்குள் என்ன உடைந்திருக்கிறது என்று பார்ப்பது நல்லது என்று சொல்லும் உந்துதலை அடைந்தார். ஆனால் அந்தச் சிந்தனையை அதன் இறுதிவரை தொடரவில்லை. தொல்லைக்குள்ளாக்கிக்கொண்டிருந்த, வயிற்றைக் குமட்டும் வெறுமையிலிருந்தும் ஒருவேளை சூழல் மாற்றம் அவரைத் வெளியேற்றிவிடலாம். ஆம், அவர் உடனே புறப்பட வேண்டும், இந்த இடத்தைவிட்டு அகன்று செல்ல வேண்டும், ஒவ்வொன்றையும் நெருக்கமாக உற்றறிய வேண்டும், விஷயங்களை நீள விவாதிக்க வேண்டும் – குறிப்பாகக் *கானூனுக்குப்* பொருள்விளக்கம் சொல்லுகிறவர்களுடன் – அவர்களுடைய கருத்துக்களைக் கேட்க வேண்டும், அடைக்கலக் கோபுரத்தைப் பார்வையிட வேண்டும், மத குருமார்களுடன் சந்திப்பு நிகழ்த்த வேண்டும், புனிதச் சட்டத்தைப்பற்றிக் குறைப்பட்டுக்கொள்கிறவர்கள் யாராவது இருக்கிறார்களா என்று கேட்க வேண்டும், இருந்தால் அவர்களை நாடு கடத்தச் சொல்லி இளவரசரிடம் கேட்பதற்காக அவர்களுடைய பெயர்களைக் குறித்துக்கொள்ள வேண்டும், இன்னபிற. மார்க் உக்காசியர்ராவினுடைய மனவெழுச்சி அதிகரித்தது. ஆம், உறுதியாக, அந்த விஷயங்கள் அத்தனையைப் பற்றியும் அவரால் விரிவான அறிக்கை ஒன்றை வரைய முடியும். மார்க் நூலகத்தில் இங்குமங்குமாக நடக்கத் தொடங்கினார். சில நேரம் சன்னல்களில் ஒன்றின் முன்னால் நின்றார்; பிறகு, புதிய திட்டம் தோன்றியதைப்போல மீண்டும் தன் உலாவலைத் தொடர்ந்தார். ஏற்கெனவே *கானூனுக்குப்* பொருள்விளக்கம் கொடுக்கிறவர்களை அவரால் பார்க்க முடிந்திருக்கிறது, அவர்களுடைய கருத்துக்கள்மேல் இளவரசர் மிகுந்த நம்பிக்கை வைத்திருந்தார். உயர்ந்த மேட்டுநிலம்

முழுவதிலுமாக அவர்கள் இருநூறுபேர் பக்கம் இருந்தார்கள். ஆனால் பன்னிருவர்தான் நன்கு அறியப்பட்டவர்கள். அவர்களில் சமூக மதிப்பில் முந்தி நிற்கிற பாதிப்பேரையாவது குறைந்த பட்சம் அவர் சந்தித்துவிட வேண்டும். அவர்கள் கானூனின் தூண்களாயும் உயர்ந்த மேட்டு நிலத்தின் அறிவாயும் இருந்தார்கள்; அவர்கள் உறுதியாக நாட்டு நிலவரங்களில் தங்களுடைய கருத்துக்களைத் தருவார்கள். மேலும் ஒருவேளை அதை மேம்படுத்துவதற்கான வழிகள் குறித்த அறிவுரைகளையும் அளிப்பார்கள். ஆனால் அவர் அதோடு மட்டுமே நிறைவுற்று ஓய்ந்துவிடக் கூடாது. சாவின் அடித்தளமாய் இருந்த தனித்துவ மிக்க இடத்திற்கே இறங்கிப் பார்ப்பது உதவிகரமாய் இருக்குமென்று அவருடைய இயல்புணர்வு அவருக்குச் சொன்னது, கொலை செய்தவரையே சந்திப்பது. அடைக்கலக் கோபுரங்களில் கண்டிப்பாக நுழைய வேண்டும், மடத்தில் வாழ்கின்ற, கானூனின் ரொட்டியும் உப்புமாக இருந்த மனிதர்கள் ஒவ்வொருவரிடமும் ஒருவர்பின் ஒருவராகப் பேச வேண்டும். அந்தக் கடைசி யோசனை அவருக்குப் பிரத்யேகமான இன்பத்தைத் தந்தது. புகழ்பெற்ற பொருள்விளக்கம் சொல்பவர்களால் உச்சரிக்கப்படும் ஞானத்தின் வார்த்தைகள் எவையாயிருந்தாலும் – கானூன் சொல்கிறபடி – சாவைக் குறித்த கடைசி வார்த்தை இரத்தப் பழி தீர்ப்பவர்களுக்கே சொந்தமானது.

அவர் தன் நெற்றியைத் தேய்த்துக்கொண்டார், நான்கு ஆண்டுகளுக்குமுன் தான் செம்மையாக அறிக்கையாக்கியிருந்த கண்டுபிடிப்புகளை நினைவிற்குக் கொண்டுவர முயன்றார். உயர்ந்த மேட்டுநிலம் அனைத்திலுமாக எழுபத்து நான்கு அடைக்கலக் கோபுரங்கள் இருந்தன. ஏறக்குறைய ஆயிரம் மனிதர்கள் அவற்றில் அடைபட்டிருந்தார்கள். அவர் அந்த, பரவலான, இருண்ட, அச்சுறுத்துகின்ற, தங்களுடைய கருத்த மதிற்புழைகளுடனும் கனத்த கதவுகளுடனும் கூடிய கோபுரங் களைக்கற்பனையில் கொண்டுவர முயன்றார். அவற்றின் படிமங்கள் பாசனக் கால்வாயின் படிமங்களோடு பிணைக்கப்பட்டிருந்தன. அந்த மனிதர்களில் சிலர் அவற்றின் நிமித்தமாகத்தான் கோபுரங்களில் அடைபட்டிருந்தனர்; மேலும், பெஸ்ஸாவால் பாதுகாக்கப்பட்ட அந்தச் சாலைகள், விடுதிகள், கானூனுக்குப் பொருள்விளக்கம் சொல்லுகிறவர்கள், கதைசொல்லிகள், பாணர்கள் ஆகியவற்றைப் பொறுத்தும் அதுவே உண்மையாக இருந்தது. அவையெல்லாம் நூற்றுக்கணக்கான ஆண்டுகளாக நிற்காமல் வேலை செய்துகொண்டிருந்த புராதன இயந்திரத்தின் திருகுப் பொறியமைப்புகள், விசையிணைப்பு வார்கள், கியர்ச் சக்கரங்கள். நூற்றுக்கணக்கான ஆண்டுகள் என்று அவர் திரும்பச் சொல்லிக்கொண்டார். ஒவ்வொரு பகலும், ஒவ்வோர் இரவும்.

ஒருபோதும் நில்லாமல். கோடையிலும் குளிர்காலத்திலும். ஆனால் பிறகு அந்த நாள் வந்தது. மார்ச் பதினேழாம் நாள், விஷயங்களின் ஒழுங்கைக் குலைப்பதற்கு. அந்த நாளை நினைத்துக்கொண்டு மார்க் உக்காசியர்ரா மீண்டும் ஒருமுறை நெட்டுயிர்த்துக் கொண்டார். அந்த நாள் உண்மையாகவே அது எப்படிக் கடக்கவிருந்ததோ அப்படிக் கடந்திருந்தால், அந்தச் சாவு ஆலையின் சக்கரங்கள், அதன் கனத்த அரவைக் கற்கள், அதன் பல ஸ்பிரிங்குகள், கியர்கள் என மொத்தமும் பயங்கரமான கிறீச்சிடலை ஏற்படுத்தியிருக்கும். மேலிருந்து கீழ்வரை குலுங்கியிருக்கும். பிறகு ஆயிரம் சுக்கல்களாக உடைந்து நொறுங்கியிருக்கும் என்பதை உணர்ந்தார்.

"ஓ கடவுளே, அந்த நாள் ஒருபோதும் வராதிருக்கட்டும்" என்றார். மீண்டும் வயிற்றில் அந்தக் கிளர்ச்சியை உணர்ந்தார். பிறகு, குமட்டல் கலப்புடன், கடந்த இரவு விருந்தின் விவகாரங் களில் சில –இளவரசரின் மனக்குறை –மீண்டும் மனதிற்கு வந்தன. சில நிமிடங்கள் அவர் உணர்ந்துகொண்டிருந்த மனவெழுச்சி முழுவதுமாகக் கீழே சரிந்து, மனதில் வினோதமான வேதனைக்கு வழிவிட்டது. "எல்லாம் நாசமாய்ப் போகட்டும்" என்றார் அவர். அவருடைய நிம்மதியின்மை மிகத் தனிப்பண்பு கொண்டதாக இருந்தது. புழுக்கம் மிக்க, சாம்பல்நிறத் திரளாக, அது அவரை ஒவ்வோர் இடத்திலும் முற்றுகையிட்டது, மென்மையாக, கூர்மையான விளிம்புகளோ வலியேற்படுத்தும் கிள்ளல்களோ இல்லாமல். ஓ, வெளிப்படையான வலியை எத்தனை முறை வேண்டுமானாலும் அவரால் எதிர்கொள்ள முடியும், ஆனால் விடுவித்துக்கொள்ளவியலாத அந்தக் கொழகொழப்பிற்கு எதிராக அவரால் என்ன செய்ய முடியும்? சொந்தப் பிரச்சினைகள் போதாதென்று, அதை அவர் ஓர் ஆன்மாவிடமும் ஒருபோதும் குறிப்பிட்டதில்லை, மக்களும் அவரைக் கசக்கிப் பிழிந்துகொண்டே யிருந்தார்கள். இப்போது மூன்று வாரங்களாக அதை அதிகமதிக மாக அடிக்கடி உணர்ந்தபடியிருந்தார். திடீரென்று, நாளுக்கு நாள், இரவையடுத்து இரவாய் அவர் ஒத்திப்போட்டுக்கொண்டேயிருந்த அந்தக் கேள்வியை அவர் தனக்குள் கேட்டுக்கொண்டார்: இரத்த நோயால் தான் தாக்கப்பட்டிருக்கக் கூடுமோ?

ஏழு ஆண்டுகளுக்கு முன்னால் அது அவருக்கு உண்டாகி யிருந்தது. மருத்துவர்களைக் கலந்துகொண்டும் எல்லாவிதமான மருத்துவங்களையும் எடுத்துக்கொண்டுமிருந்தார். ஆனால் ஒன்றும் உதவவில்லை, ஜாக்கோவாவிலிருந்து முதியவர் ஒருவர் வந்த நாள் வரை. அவர் சொன்னார், "இது உதவாது மகனே, மருந்து எடுத்துக்கொள்வதும் மருத்துவர்களைப் பார்ப்பதும். மருத்துவர்களோ மருந்துகளோ உன் வியாதியைப் பொறுத்தவரை

ஒன்றும் செய்ய முடியாது. நீ இரத்த வியாதி பிடித்தவன்." மார்க் திகைத்துப்போனார். "இரத்தம்? நான் யாரையும் கொன்றதே யில்லையே தந்தையே." அதற்கு அந்த முதியவர் பதிலளித்தார், "நீ யாரையும் கொன்றதில்லையென்பது விஷயமே இல்லை, உன் பணி அந்த மாதிரியாக இருக்கிறது, நீ இரத்த வியாதியால் பீடிக்கப்பட்டிருக்கிறாய்." மேலும் அவர் அந்த நோயால் தாக்கப்பட்டிருந்த மற்ற இரத்தக் காப்பாளர்களைப் பற்றிச் சொன்னார். அதில் என்ன கொடுமையென்றால், அவர்கள் அதிலிருந்து ஒருபோதும் குணமாகவில்லை. நல்லது, மார்க் ஓரோஷூக்கு அப்பாலிருந்த மலைப்பகுதிகளில் தன்னைத் தானே குணப்படுத்திச் சமாளித்துக்கொண்டுவிட்டார். அந்த உயரங்களின் காற்று அம்மாதிரியான நோய்களுக்கு நல்லது.

ஏழு ஆண்டுகள், மார்க் அதனால் துன்புறுத்தப்படாமல் இருந்தார். பிறகு இப்போதுதான் அண்மைக் காலமாக அந்த நோய் திரும்ப வந்திருந்தது. இந்த மாதிரியான பணியை மேற்கொண்டபோது நான் என்ன நினைத்துக்கொண்டிருந்தேன்? மனிதர் ஒருவருடைய இரத்தம், அது உன்னைப் பொறியில் வீழ்த்தியபோது அதைக் கடந்துவர முடியவில்லை, ஆனால் எங்கிருந்து வருகிறதென்றும் எங்கே ஒழுக்கை நிறுத்திக்கொள்கிற தென்றும் யாருக்குமே தெரியாத இரத்தத்தை உன்னால் என்னதான் செய்ய முடியும்? அது ஒற்றை மனிதனுடைய இரத்தம் அல்ல, மனிதவுயிர்களினுடைய தலைமுறைகளின் விசைகொண்ட இரத்த நீரோட்டங்கள், உயர்ந்த மேட்டு நிலமெங்கும் பாய்ந்துகொண்டிருந்தன; இளைஞர்கள், முதியவர்கள் ஆகியோருடைய இரத்தம், ஆண்டுக்கணக்காக, நூற்றாண்டுக்கணக்காக.

எனக்கு இருப்பது அந்த நோயாக இருக்க முடியாது. நம்பிக்கையின் கடைசி மங்கலொளிர்வில் அவர் தனக்குள் ஆழத்திலிருந்து நெடுமூச்செறிந்துகொண்டார். இது ஏதோ கடந்து போகக்கூடிய விஷயமாய் இருக்கும் – இல்லாவிட்டால், நான் பைத்தியமாகிவிடுவேன். அவர் செவிகளைத் தீட்டிக்கொண்டார், ஏனென்றால் கதவிற்கு அப்பாலிருந்து காலடிச் சத்தங்களைச் செவியுற்றதாக அவருக்குத் தோன்றியது. பிரதான அறையிலிருந்து கதவின் கிறீச்சிடல் உண்மையிலேயே அவரை வந்தடையத்தான் செய்தது, பிறகு காலடி ஓசைகள், பிறகு குரலொலிகள்.

விருந்தாளிகள் இப்போது விழித்துக்கொண்டிருக்க வேண்டும் என்று அவர் நினைத்துக்கொண்டார்.

# 5

மார்ச் இருபத்தைந்தாம் நாள் ஜார்க் ப்ரெஷ்வ்டோட் திரும்பினான். நாள் முழுக்க நிற்காமல் நடந்திருந்தான். ஓரோஷ் நோக்கிய பயணத்திற்கு மாறாகத் தன் திரும்பும் பயணத்தை அரைத் தூக்கக் கலக்கத்திலேயே நிகழ்த்தியதால் சாலை சுருக்கமாக இருந்ததாகத் தோன்றியது. கிராமத்தின் எல்லைப் பகுதிகளை அத்தனை விரைவிலேயே கண்டுவிட்டது குறித்து ஆச்சரியப்பட்டான். ஏனென்று தெரியாமலேயே நடை வேகத்தைக் குறைத்துக்கொண்டான். இதயம் கூட மெதுவாகவே துடித்தது, கண்களும் சூழயிருந்த மலைகளை ஆராய்வதைப்போலத் தோன்றியது. பனி உருகியிருக்கிறது என்று நினைத்துக்கொண்டான். ஆனால் காட்டு மாதுளைப் புதர்கள் அங்கே இன்னும் இருந்தன. இத்தனைக்குப் பிறகும் விடுதலை உணர்வைச் சுவாசித்தான். என்ன காரணத்தாலோ, பனித் திட்டுக்கள் தன்மேல் இரக்கமற்றவையாகவே இருக்கும் என்று தோன்றியது.

அந்த இடம் இருந்தது. அவன் இல்லாதிருந்த சமயத்தில் சிறிய *முரானீ* குவித்து எழுப்பப்பட்டிருந்தது. ஜார்க் அதன் முன்னே தாமதித்தான். அதை நோக்கிப் பாய்ந்து சென்று – கற்களைப் பறித்தெடுத்து – அதன் தடயத்தையே விட்டுவைக்காதபடி எல்லாப்புறங் களிலும் அவற்றை வாரி இறைத்துவிடப் போகிறவனைப் போல ஒருகணம் உணர்ந்தான். மூளை அதைக் கற்பனை செய்துகொண்டிருந்த அதேவேளையில் கை சாலை வழியிலிருந்து பரபரப்புடன் கூழாங் கல்லுக்காகத் துழாவியது. இறுதியில் ஒன்றைக் கண்டெடுத்தான். எலும்பு பிசகிக்கொண்டதைப்போலக் கை கண்றாவியாக அசைந்து கற் குவியலின்மேல் கூழாங் கல்லைச் சுண்டி எறிந்தது. கல் அதைத் தட்டென்ற ஒலியுடன் மோதித் தன் அச்சிலேயே இரண்டு மூன்று தரம் உருண்டு மற்றவைகளுடன் பொருந்திக் கொண்டது. மறுபடி அது அசையக் கூடும் என்று அஞ்சியவனைப்போல ஜார்க் அதைப் பார்த்துக் கொண்டே இருந்தான். ஆனால் இப்போது அது அதன்

இயல்பான இடத்தில் இருப்பதைப்போலவே இருந்தது, ஏதோ வெகு காலத்திற்கு முன்னால் அங்கே வீசப்பட்டதைப்போல. ஜார்க் இன்னும் அசையாமலே இருந்தான்.

கற்குவியலை வெறித்துப் பார்த்தான். இங்கே விடப்பட்டிருப்பது 'இதில்... இதில்...' (அவன் குறிப்பிட முயன்றது இன்னொரு மனிதனின் வாழ்வை), ஆனால், 'இங்கே எஞ்சியிருப்பது என்னுடைய சொந்த வாழ்க்கைதான்' என்று தனக்குள் நினைத்துக் கொண்டான்.

வாதைகள், உறக்கமற்ற இரவுகள், தந்தையுடனான மௌனப் போராட்டங்கள், அவனுடைய சொந்தத் தயக்கங்கள், நினைவேக்கங்கள் என்று அனைத்தும் இந்த அர்த்தமற்ற பாறாங்கல் குவியலுக்குமேல் எதையும் கொண்டுவந்துவிடவில்லை. அவன் அவற்றைப் பின்னால் விட்டுவிட்டு அகல முயன்றான், ஆனால் அசைய முடியவில்லை. அவனைச் சுற்றியிருந்த உலகம் விரைவாகக் கரையத் தொடங்கியது, ஒவ்வொன்றும் காணாமலாயின; அவன் –ஜார்க்– அந்தக் கற்குவியல் ஆகியவை மட்டுமே பூமியின் மேற்பரப்பின்மேல் எஞ்சியிருந்த பொருள்களா யிருந்தன. ஏன்? இதெல்லாம் எதைச் சாதிப்பதற்காக? கேள்வி கற்களைப்போலவே வெறுமையாக இருந்தது. அது அவனை ஒவ்வொரு இடத்திலும் காயப்படுத்தியது. 'கடவுளே, எப்படி வலிக்கிறது இது!' ஒருவழியாக அவன் நகர்வதற்குரிய பலத்தைப் பெற்றான், தன்னைப் பிடுங்கிக்கொள்வதற்கு, அங்கே தாமதிப்பதைக்காட்டிலும் வேறு எங்கே வேண்டுமானாலும், எவ்வளவு முடியுமோ அத்தனை தொலைவாகத் தப்பி ஓடுவதற்கு, அந்தத் தொலைவான இடம் நரகமாகவே இருந்தாலும்.

ஜார்க்கினுடைய மக்கள் அவனை மிகுந்த உவகையுடன் வரவேற்றார்கள். அவன் தந்தை அவனுடைய பயணத்தைப்பற்றிச் சுருக்கமாகக் கேட்டார். தாயார் பார்வையை வேறு பக்கமாகத் திருப்பிக்கொண்டே அவனைக் கள்ளத்தனமாகக் கவனித்துக் கொண்டிருந்தார். அவன் தன்னுடைய நீண்ட நடைக்கும் நெடிய உறக்கமின்மைக்கும் பிறகு மிகவும் களைப்புற்றிருப்பதாகச் சொல்லிவிட்டுப் படுக்கைக்குப் போய்விட்டான். நெடுநேரத்திற்குக் குல்லாவின் காலடிகளும் முணுமுணுப்புகளும் அவனுடைய உறக்கத்தைப் பற்றியிழுத்துக்கொண்டிருந்தன, பிறகு அவன் அதற்குள் விழுந்துவிட்டான். அடுத்த நாள் காலை தாமதமாக எழுந்தான். 'எங்கே இருக்கிறேன் நான்?' என்று இரண்டு மூன்று தடவை கேட்டான், பிறகு மீண்டும் உறக்கத்திற்குள் விழுந்து விட்டான். ஒருவழியாக எழுந்தபோது தலை கனத்துக் கிடந்தது, கடல்பாசியால் அது திணிக்கப்பட்டிருந்ததைப்போல உணர்ந்தான். எதையும் செய்யும் மனநிலை இல்லை. சிந்திப்பதற்குக்கூட.

இஸ்மாயில் கதாரே

அந்த நாள் கடந்தது, பிறகு அடுத்த நாளும் அதற்கடுத்த நாளும். அவன் வீட்டைப் பல தடவைகள் சுற்றிச் சுற்றி வந்தான். நெடுங்காலமாகப் பழுது பார்க்க வேண்டியிருந்த சுவரின் ஒரு பகுதியை, அல்லது குளிர்ப் பருவத்தின்போது விழுந்துவிட்டிருந்த கூரையின் ஒரு மூலையை அக்கறையற்றுக் கவனித்துக்கொண்டிருந்தான். வேலை செய்யும் மனநிலை அவனிடம் இல்லை. அதைவிட மோசம், எந்தப் பழுது நீக்கமும் பயனற்றதாக அவனுக்குத் தோன்றியது.

அது மார்ச்சின் இறுதி நாட்களின் பொழுதாய் இருந்தது. ஏப்ரல் விரைவில் வரவிருக்கிறது. முதல் பாதி வெள்ளை நிறத்துடனும் மறு பாதி கருப்பு நிறத்துடனும். ஏப்ரல் சாவு. ஒருவேளை அவன் சாகவில்லையானால் அடைக்கலக் கோபுரத்தில் சலிப்பூட்டும் வாழ்க்கையை வாழ்ந்துகொண்டிருப்பான். இருட்டில் அவன் பார்வை நலிவுற்றுவிடும், எனவே இப்படியோ அப்படியோ, அவன் உயிரோடு இருந்தாலும் உலகை ஒருபோதும் திரும்பவும் பார்க்கப் போவதில்லை.

அந்த உறக்க மயக்கமான நாட்களுக்குப் பிறகு, அவனுடைய எண்ணங்கள் சலனமுறத் தொடங்கின. சாவிலிருந்தும் குருட்டுத்தனத்திலிருந்தும் தன்னைக் காத்துக்கொள்ளும் ஒருவழியே அப்போது மனம் அவாவிய முதல் விஷயமாக இருந்தது. ஒரேயொரு வழிதான் இருந்தது, அவன் அதைப்பற்றி அதன் இறுதியெல்லை வரை சிந்தித்தான்: ஊரூராகச் செல்லும் மரவெட்டியாக இருப்பது. உயர்ந்த மேட்டு நிலத்தை விட்டுவந்த மலைவாசிகளின் வழக்கமான வாணிகமாக அது இருந்தது. தங்கள் தோளில் கோடரியோடு (அதன் கைப்பிடியை அவர்கள் தங்கள் நீண்ட அங்கிக்குள் நுழைத்துக்கொள்ள, கழுத்திற்குப் பின்னால் பளபளக்கும் கருப்புக் கூர்முனையுடன் வெளிப்பட்டுக்கொண்டிருக்கும் கோடரியின் தலை மீனின் செதிலைப்போலக் காணப்பட்டது) பட்டணம் பட்டணமாகத் தங்கள் அலைச்சலுக்கான காரணச்சூழலை நீட்டி முழக்கும் துயரார்ந்த கூவலால் அறிவித்தபடி: “வெட்டுவதற்கு மரம் இருக்கிறதா?” இல்லை, அங்கே கீழே போய், மழையில் நனைந்த நகரங்களில், எப்போதும் நிலத்தில் கருப்புத் தூசி மாதிரியானவை படர்ந்த கம்பிக் கிராதி காற்றுப் புழைகளின்மேல் (ஒரு தடவை ஷ்கோடர் நகரத்தில் ஒரு மலைவாசி கம்பிகளாலான காற்றுப் போக்கியொன்றால் விறகுக் கட்டை பிளப்பதை அவன் பார்த்திருந்தான்) ஓடித் திரியும் மகிழ்ச்சியற்ற மரவெட்டியாக இருப்பதைக் காட்டிலும், இல்லை, ஒருபோதும் இல்லை – ஏப்ரல் சாவின் (தன் மனதில் மட்டுமே இருந்த அந்த வார்த்தை ஒவ்வொருவராலும் புரிந்துகொள்ளப்பட்டதோடு, புழக்கத்திலும்

இருக்கிறது என்பதில் இப்போது அவன் உறுதியாக இருந்தான்) எல்லையிலேயே தங்கிவிடுவது நல்லது. ஏப்ரல் சாவே சிறந்தது.

காலை – மார்ச்சின் கடைசி நாளுக்கு மறுநாளில் – குல்லாவின் கல் படிக்கட்டுகளில் அவன் கீழிறங்கிச் சென்றபோது அவனுடைய தந்தையை நேருக்கு நேராக எதிர்கொள்ள நேர்ந்தது. அவர்களிடையே மௌனம் படிந்துவிடுவதைத் தவிர்க்க அவன் விரும்பினான், ஆனால் அதுதான் நடந்தது. அந்த மௌனத்திற்குப் பின்னாலிருந்து – சுவருக்குப் பின்னாலிருந்துபோல – இந்த வார்த்தைகள் வந்தன:

"என்ன ஜார்க், ஏதாவது பேச வேண்டுமா?"

அவன் பதில் சொன்னான், "எனக்கு மிச்சம் இருக்கின்ற நாட்களில் இப்படியே போய்ச் சுற்றித் திரிய வேண்டுமென்று ஆசைப்படுகிறேன் அப்பா."

அவன் தந்தை ஒன்றும் சொல்லாமல் நீண்டநேரம் அவனைக் கண்களுக்குள் பார்த்தார். உண்மையில் அது முக்கியமில்லை, ஜார்க் உறக்க மயக்கத்துடன் நினைத்துக் கொண்டான். ஆழத்தில், அதுபற்றித் தந்தையுடன் திரும்பவும் சண்டையிட்டுக்கொண்டிருப்பதில் பலன் எதுவும் இல்லை. இந்த நாள்வரை அவர்கள், பேச்சுவார்த்தை இல்லாமலேயே, போதுமான அளவுக்கு வாதிட்டுவிட்டார்கள். இரண்டு வாரங்களுக்கு முன்னாலோ, இரண்டு வாரங்களுக்குப் பின்னாலோ அது நிஜமான மாற்றத்தை உண்டாக்கிவிடவில்லை. உண்மையைச் சொல்வதென்றால், அவன் வெளிப்படுத்திய அந்த ஆசையே முட்டாள்த்தனமானது. 'வேண்டாம் அப்பா, அது சரிவராது' என்று அவன் சொல்லத் தொடங்கினான், ஆனால் அவன் அப்பா ஏற்கெனவே மேல்த்தளத்திற்குப் போய்விட்டிருந்தார்.

சில நிமிடங்களில் அவர் மீண்டும் கீழே இறங்கி வந்தார், கையில் பணப்பை. இரத்த வரிக்கான பணத்தைக் கொண்டிருந்த பணப்பையோடு ஒப்பிட்டால் அது மிகச் சிறியதாக இருந்தது. அதை அவர் அவனிடம் கையளித்தார்.

"போய் வா ஜார்க். பயணம் நல்லபடியாக அமையட்டும்."

ஜார்க் பணப்பையை எடுத்துக்கொண்டான்.

"நன்றி அப்பா."

அவன் தந்தை அவனிடமிருந்து கண்களை அகற்றவில்லை. "ஆனால் மறந்துவிடாதே" அவர் தாழ்ந்த குரலில் சொன்னார், "உன்னுடைய சண்டை நிறுத்தம் ஏப்ரல் பதினேழுடன் முடிகிறது." அவர் திரும்பவும் சொன்னார், "மறந்துவிடாதே மகனே."

மாவட்டத்தில் பல நாட்கள் ஜார்க் அலைந்து திரிந்தான். அனைத்து வகைச் சாலைகள், நெடுஞ்சாலைகளெங்கிலும் இணைந்துகொண்டிருந்த விடுதிகள், வேற்று ஆட்களுடைய முகங்கள். மிக நீண்ட காலம் அவன் தன் கிராமத்திலேயே அடைந்து கிடந்திருந்தானென்றாலும், ஏனோ *ராஃவ்ஷின்* மீதப் பகுதிகள் உறைந்தே கிடப்பவை என்றே எப்போதும் நினைத்திருந்தான், சிறப்பாகக் குளிர்ப் பருவத்தில். ஆனால் அந்தப் பகுதிகள் அப்படி இல்லவே இல்லை. உயர்ந்த மேட்டுநிலம் சுறுசுறுப்பான இடமாக இருந்தது. அதன் விளிம்பிலிருந்து மையத்திற்கு அல்லது அதற்கு மறுதலையில், மக்கள் வெள்ளம் பாய்ந்துகொண்டேயிருந்தது. சிலர் ஒரு திசையில் பயணித்தார்கள், மற்றவர்கள் எதிர்த்திசையில்; சிலர் மலைமேல் ஏறினார்கள், சிலர் கீழே இறங்கிவந்தார்கள்; பலர் ஒரே பயணத்தில் பலமுறை மலைமேலேறுவதும் கீழிறங்குவதுமாக இருந்தார்கள், சாலை முடிவில் தாங்கள் புறப்பட்ட இடத்திலிருந்து உயரே இருக்கிறோமா அல்லது தாழ இருக்கிறோமா என்று சொல்ல முடியாத அளவிற்கு.

நாட்கள் எப்படிப் போய்க்கொண்டிருந்தன என்பதைப்பற்றி ஜார்க் சிலவேளைகளில் நினைத்துப்பார்ப்பான். காலத்தின் நகர்வு மிக வினோதமானதாகப் பட்டது. குறிப்பிட்ட நேரம்வரை நாள் முடிவில்லாததாகத் தோன்றும். பிறகு திடீரென்று, பீச் மரப் பூவின்மேல் ஒருகணம் தளும்பியபின் திடீரென்று உதிரும் நீர்த் துளியைப்போல, அந்த நாள் சிதறி மாண்டுவிடும். ஏப்ரல் வந்துவிட்டிருந்தது. ஆனால் இளவேனில் இன்னும் உயிர்களை வசப்படுத்திக்கொள்ளவில்லை. சமயங்களில், ஆல்ப்ஸின்மேல் நீண்டு ஏறிச் சென்றுகொண்டிருக்கும் நீலநிறப் பட்டைக் கோட்டின் காட்சி அவனைத் தாங்கமுடியாதபடி மன அழுத்தத்திற்கு உள்ளாக்கும். விடுதிகளில் தங்களைப் பரிச்சயப்படுத்திக்கொள்வதற்கான பேச்சைத் துவக்கும் பயணிகள் எல்லா இடங்களிலும், 'நல்லது, இதோ ஏப்ரல்' என்றார்கள். இளவேனில் இருந்தாக வேண்டிய நேரம் இது. உண்மையில் இந்த ஆண்டு மிகத் தாமதமாகியிருக்கிறது. அவன் சண்டை நிறுத்தத்தின் முடிவு குறித்தத் தன் தந்தையின் எச்சரிக்கையை – எச்சரிக்கை முழுவதையும் அல்ல; அதன் பகுதியைக்கூட அல்ல –வெறுமே "என் மகனே" என்கிற இறுதி வார்த்தைகளை மட்டும் நினைத்துப் பார்த்துக்கொண்டான், அதே வேளையில் ஏப்ரல் முதலிலிருந்து பதினேழு வரைக்குமான மாதத்தின் பகுதியையும், அவனுடைய ஏப்ரல் துண்டிக்கப்பட்டிருக்க, வெட்டி வீழ்த்தப்பட்டிருக்க மற்ற ஒவ்வொருவரும் ஒரு முழு ஏப்ரலைக் கொண்டிருக்கிறார்கள் என்பதையும் நினைத்தான். அவன் அதை நினைக்காதிருக்கவும் முயன்றான், பயணிகளின் கதைகளைக் கேட்டான். வியப்பை ஏற்படுத்தும் வகையில் அவர்கள் தங்கள் தோற்பைகளில்

ரொட்டியோ உப்போ வைத்திருக்காவிட்டாலும் கதைகளுக்குப் பற்றாக்குறை இருந்ததேயில்லை.

விடுதிகளில் நீங்கள் எல்லா வகையான மனிதர்களையும் காலங்களையும் பற்றிய உண்மைகளையும் வாழ்க்கைக் குறிப்புகளின் ரீங்கரிப்பு ஒன்றையும் செவியுறுகிறீர்கள். அவன் எப்போதும், யாராலும் தொந்திரவிற்கு உள்ளாகாமலிருப்பதில் விருப்பமுள்ளவனாய், என்ன சொல்லப்படுகிறது என்பதற்கு மட்டும் காதைக் கொடுத்தபடி சற்றுப் பின்னணியிலேயே தங்கிக்கொண்டான். சிலபோது அவன் மனம் அலைவுறும், கதைத் துணுக்குகளை அவனுடைய சொந்த வாழ்க்கையோடு பொருத்திப் பார்க்கும் வண்ணம், அல்லது அதற்கு மாறாக, மற்றவர்களின் கதைகளோடு அவனுடைய சொந்த வாழ்க்கையின் துணுக்குகளை இணைத்துப்பார்க்கும் வண்ணம் –பற்றிக்கொள்ள முயலும் – ஆனால் அந்தத் துணுக்குகளின் ஒன்றிணைப்பைச் செயற்படுத்துவது எப்போதுமே எளிதானதாக இருக்கவில்லை.

அவனுடைய பயணத்தின் இறுதிவரை விஷயங்கள் இந்த வகையிலேயே சென்றிருந்திருக்கும், ஒரு வாய்ப்பு மட்டும் குறுக்கிடாமலிருந்திருந்தால். ஒரு நாள், புதுச்சத்திரம் என்றழைக்கப்பட்ட விடுதியொன்றில் (பெரும்பாலான விடுதிகள் பழஞ்சத்திரம் அல்லது புதுச்சத்திரம் என்றே பெயரிடப்பட் டிருந்தன) வண்டி ஒன்றைப்பற்றிய பேச்சை அவன் கேட்டான். கருப்பு வெல்வெட்டால் உட்புறம் நிரப்பப்பட்ட வண்டி. நகரத்தி லிருந்து மிக ஆடம்பரமான அலங்கரிப்புகளுடன் வந்த வண்டி. அது அவளாய் இருக்குமா என்று அவன் ஆர்வமுற்றான், கூர்ந்து கேட்டான். ஆம், உறுதியாக அது அவளேதான். அவர்கள் இப்போது நகரத்திலிருந்து கூர்மையான கண்களுடனும் செம்பொன்னிறக் கூந்தலுடனும் வந்த அழகான பெண்ணைப்பற்றித்தான் பேசிக்கொண்டிருக்கிறார்கள்.

ஜார்க் நடுக்கமடைந்தான். ஏனென்று தெரியாமல் தன்னைச் சுற்றிப் பார்த்துக்கொண்டான். அது, புகையுடனும் ஈரக் கம்பளி யின் துளைக்கும் வாடையோடும் அழுக்குப்பிடித்துக் கிடந்த விடுதியறை. பற்றாக்குறைக்கு அந்த அழகான பெண்ணைப்பற்றிப் பேசிய வாய் வேறு ஒரே நேரத்தில் புகையிலையையும் வெங்காயத்தின் துர்நாற்றத்தையும் வெளியிட்டுக்கொண் டிருந்தது. ஜார்க் எல்லாத் திக்குகளிலும் கண்களைத் திருப்பினான், 'ஒரு நிமிடம் பொறுங்கள், அவள் பெயரை மேலெழுப்புவதற்குத் தகுதியுள்ள இடமா இது' என்று சொல்பவனைப்போல. ஆனால் அவர்கள் அவர்கள் போக்கில் பேசிச் சிரித்துக்கொண்டிருந்தார்கள். ஜார்க்கோ சதிக்கூட்டத்தில் இருப்பவனைப்போல் இருந்தான் – செவியுறுதலுக்கும் செவியுறாதிருத்தலுக்கும் இடைப்பட்ட

நிலையில் –காதுகளில் ரீங்கரிப்புடன். திடீரென்று, அவன் ஏன் இந்தப் பயணத்தை மேற்கொண்டான் என்பதற்கான காரணம் முழுத் தெளிவோடு அவனை வந்தடைந்தது. அவன் அதைத் தன்னிடமிருந்தே மறைக்க முயன்றிருந்தான். பிடிவாதத்துடன் தன் மனதிலிருந்து அதை அகற்றியிருந்தான், அடக்கி வைத்திருந்தான். ஆனால் ஏன் என்பதற்கான காரணம் அங்கேயே, அவனுடைய இருப்பின் மத்தியிலேயே இருந்தது: அவன் பயணம் புறப்பட்டிருந்தது மலைகளைப் பார்ப்பதற்காக இல்லை. மாறாக அந்தப் பெண்ணைத் திரும்பச் சந்திப்பதற்காக. உயர்ந்த மேட்டு நிலத்தின் குறுக்கே என்றென்றைக்குமாக உருண்டுகொண்டிருந்த, வினோதமான வடிவமைப்பைக் கொண்ட அந்த வண்டியிடம், மிகத் தொலைவிலிருந்து, "இந்தப் பகுதிகளில் ஏன் அலைந்துகொண்டிருக்கிறாய், வண்ணத்துப்பூச்சி வடிவ வண்டியே?" என்று முணுமுணுத்த பொழுதில் அதைத் தேடுகிறோமென்பதைத் தெரிந்துகொள்ளாமலேயே அதைத் தேடியபடியிருந்தான். யதார்த்தத்தில் அந்த வண்டி –துயரார்ந்த தோற்றத்துடனும் வெண்கலக் கதவுப் பிடியுடனும் பெட்டியின் சிக்கலான உட்புறப் பொதிகளுடனும் – அவன் தன்னுடைய ஒரேயொரு ஷ்ரோடர் பயணத்தின்போது தலைமைத் தேவாலயத்தில், சவ ஊர்வலத்திற்கும் அமைதியான ஆர்கன் இசைக்கும் நடுவே, ஒருமுறை பார்த்த சவப்பெட்டியை நினைவுபடுத்தியது. அந்த வண்டியினுள் இருந்த வண்ணத்துப்பூச்சி வடிவச் சவப்பெட்டியினுள் இருந்தவையோ உலகில் வேறெந்த இருப்பின் முன்னிலையிலும் உணர்ந்திராத ஓர் இனிய உணர்வோடும் மனக் கிளர்ச்சியோடும் அவன் மூச்சிழுத்து நுகர்ந்த, செம்பொன்னிறக் கூந்தற் பெண்ணின் கண்கள். அவன் தன் வாழ்க்கையில் பெண்களைக் கண்களுக்குள் பார்த்திருக்கிறான்தான். அவற்றில் பெரும்பாலான கண்கள், துடிப்பானவை, நாணுகிறவை, கிளர்த்துபவை, நுண்மையானவை, கபடமுள்ளவை, அல்லது பெருமையடித்துக்கொள்பவை. அவனைக் கண்களுக்குள் நோக்கியிருந்தவை, ஆனால் அவை எவையும் அந்தக் கண்களைப் போன்றவை அல்ல. அவை ஒரே நேரத்தில் தொலைவிலும் அருகிலும், புரிந்துகொள்ளக் கூடியவையாயும் குழப்பம் தருபவையாயும், மனமிரங்காதவையாயும் பரிவு கொண்டவையாயும் இருந்தன. அந்தப் பார்வை – அது தாபத்தை எழுப்பிய அதேபோதில் –உன்னைப் பற்றியெடுத்துக் கொள்ளும் ஏதோவொரு பண்பையும் கொண்டிருந்தது, உன்னைத் தொலைவாகத் தூக்கிச் சென்றது, வாழ்க்கைக்கு அப்பால், சாவிற்கு அப்பால், எங்கே உன்னையே நீ அமைதியுடன் பார்த்துக்கொள்ள முடியுமோ அங்கே.

இரவில் இருண்ட கார்கால வானத்தை நிரப்புவதற்கு ஒரு சில நட்சத்திரங்கள் முயல்வதைப்போலக் குழப்பமான

வழியில் தொடர்ச்சியற்ற உறக்கம் இரவை நிரப்ப முயன்று கொண்டிருக்கையில்), அவனுடைய உறக்கம் துடைத்தழித்துவிட முடியாத ஒரே விஷயமாக அந்தப் பார்வை மட்டுமே இருந்தது. அதுவே அங்கே எஞ்சியிருந்தது, அவனுடைய மிக மையத்தில். எதன் உருவாக்கத்தில் உலகத்தின் அத்தனை ஒளியும் உறிஞ்சப்பட்டுவிட்டிருந்ததோ, அந்தத் தொலைந்துபோன ஆபரணம் அது.

ஆம், அந்தக் கண்களைச் சந்திப்பதற்காகத்தான் அவன் உயர்ந்த மேட்டு நிலத்தின் குறுக்காகப் புறப்பட்டு வந்திருந்தான். அந்தப் பெண்ணைப்பற்றித்தான் இந்த மனிதர்கள் ஏதோ ஓர் அன்றாட விஷயத்தைப்போல, அந்த அழுக்கு விடுதியில், காறல் புகையில், சொத்தைப் பற்களால் நிரம்பியிருந்த வாய்களால் பேசினார்கள். திடீரென்று அவன் கீழே குதித்தான். தோளில் தொங்கிய துப்பாக்கியை விடுவித்தான், அவர்களைச் சுட்டான். ஒரு தடவை, இரண்டு தடவைகள், மூன்று தடவைகள், நான்கு தடவைகள். அவர்கள் அத்தனை பேரையும் கொன்றான். பிறகு அவர்களைக் காப்பாற்ற வந்தவர்களைக் கொன்றான். அதே சமயம் விடுதிக்காரரையும் அவரைப்போலவே அங்கே தற்செயலாக இருக்க நேர்ந்த காவலரையும், பிறகு வெளியே ஓடித் திரும்பவும் தன்னைப் பின்தொடர்ந்தவர்களை, மிச்சமிருக்கும் மற்றவர்களை, அவனை வேட்டையாடிக்கொண்டிருந்த மொத்தக் கிராமத்தை, கொடிக்கட்டுகளை, மாகாணங்களை. இவ்வளவையும் கற்பனை செய்துகொண்டிருக்கையில், எழுந்து வெளியேறியதற்கு அதிகமாக வேறெதையும் அவன் செய்துவிடவில்லை. நெற்றியின்மேல் குளிர்காற்று இதமாய் இருந்தது. அவன் ஒருகணம் அசையாமல் நின்றான். கண்கள் பாதி மூடின. பல ஆண்டுகளுக்கு முன் ஒருமுறை – புழுக்கமான செப்டம்பரின் ஒரு நாளில் – ஆட்சியரங்கத் தலைவரின் எல்லைக்குட்பட்ட கிடங்கின்முன் சோளத்திற்காக உருவாகியிருந்த நீண்ட மக்கள் வரிசையொன்றில் நின்றுகொண்டிருந்தபோது செவியுற்றிருந்த ஒரு சொற்றொடரை நினைவுகூர்ந்தான். ஏன் அது நினைவிற்கு வருகிறது என்பதை அறிந்துகொள்ள இயலாதவனாகவே: "நாட்டில் இருக்கின்ற சின்னப் பெண்களெல்லாம் உதட்டின்மேல் முத்தமிட்டாற்போல இருக்கிறது."

அலைச்சல்களின்போது அவனுடைய கவனம் ஏதாவதொரு விஷயத்தால் தொடர்ச்சியாகச் சிதறடிக்கப்பட்டுக்கொண்டே யிருந்ததால், ஜார்க் அதிகமதிகமாகத் தன்னுடைய பயணத்தைத் துண்டுபட்டதாயும், முற்றிலும் வெறுமையான காலங்களாலும் பெரும் இடைநிறுத்தங்களாலும் குறுக்கீடு செய்யப்பட்டதாயும்

உணர்ந்தான். சொல்லப்போனால், பல மணிநேரங்களுக்கு முன்பே விட்டு வந்திருந்த சாலையின்மேலோ அல்லது விடுதியிலோ இன்னும் தான் இருப்பதாக நினைத்துக்கொண்டபோது ஒரு சாலையின்மேலோ அல்லது ஒரு விடுதியிலோ தான் இருந்ததைக் கண்டு அவன் அடிக்கடி வியப்படைந்தான். இந்த வழியில், நேரத்திற்கு நேரம், நாளுக்கு நாள் அவன் மனம் யதார்த்தத்திலிருந்து தொலைவாக விலகிச் சென்றுகொண்டே இருந்தது. அவனுடைய அலைச்சல்கள் கனவில் நடக்கும் பயணமாகத் தோன்றிவந்தன.

இப்போதெல்லாம் அவன் அந்த வண்டியைக் கண்டுபிடிக்கும் நம்பிக்கையுடன் தான் இருப்பதைத் தன்னிடமிருந்து ஒளித்துக்கொள்வதில்லை. மற்றவர்களிடமிருந்துகூட அதை மறைக்கவில்லை. பல முறை அவன் விசாரித்தான், "நல்ல வேலைப்பாடுடன், புதுமாதிரி உள்ளிருக்கைகளுடன் ஒரு வண்டியை நீங்கள் பார்க்க வாய்க்கவில்லையா ... அதை விவரிப்பது கடினம்." "மறுபடி சொல், எப்படி அது?" அவர்கள் கேட்டார்கள். "விவரமாகச் சொல். என்ன மாதிரி வண்டி அது?" "சரிதான், அது ரொம்பக் கஷ்டம், உட்புறத்தில் கருப்பு வெல்வெட்டுடன், வெண்கல அலங்கார வேலைப்பாடுகளோடு – ஒரு சவப்பெட்டியைப்போல." அவர்கள் சொன்னார்கள், "நீ விளையாடவில்லையே ? கொஞ்சம் மறை கழன்று போனவனா ? உதவாக்கரை !"

ஒரு தடவை யாரோ ஒருவர் பார்ப்பதற்குச் சிறிய அளவு – ஜார்க் விவரித்திருந்ததைப்போலவே – இருந்த வண்டி ஒன்றைத் தான் பார்த்ததாகச் சொன்னார், ஆனால் அது மிக அதிசயமாக மோசமான காலநிலையில் பயணம் போய்க்கொண்டிருந்த தலைமைக் குருவினுடைய வண்டி என்றார்.

அவளைப்பற்றிக் குறிப்பிடுகிற பட்சத்தில், விரும்பினால் யாரும் இந்த அழுக்குப் பிடித்த விடுதிகளில் இடமெடுத்துத் தங்கிக்கொள்ளட்டும், ஊத்தைப் பற்களை வேண்டுமானாலும் கொண்டிருக்கட்டும் என்று அவன் தனக்குள் சொல்லிக் கொண்டான்.

பல முறை அவன் அவர்களுடைய தடங்களைப் பிடித்து விட்டதாக நினைத்தான். ஆனால் திரும்பவும் அவற்றைத் தவற விட்டுவிட்டான். சாவின் அணுகல் அந்தச் சந்திப்பை மேலும் அதிகமாக விரும்பச் செய்தது. மேலும் அவன் வந்துவிட்டிருந்த நெடிய வழியும் அவளைக் காணும் பசியைக் கூர்மையாக்கியது.

ஒரு நாள் கோவேறு கழுதையொன்றில் சவாரி செய்து கொண்டிருப்பவனைப்போலக் காட்சியளித்த ஒருவனைத் தொலைவில் கண்டான். பிறகு அந்த உருவம் ஓரோஷ் குல்லாவி

லிருந்து வந்த இரத்தக் காப்பாளராக மாறியது. எங்கே போய்க்கொண்டிருந்தாரோ, கடவுளுக்குத்தான் தெரியும். கொஞ்சம் தள்ளிச் சென்று ஜார்க் தன் தலையைத் திருப்பினான், அவர் இரத்தக் காப்பாளர்தான் என்பதை உறுதி செய்துகொள்வதைப்போல. அந்த இன்னொரு மனிதரும் இவனைப் பார்ப்பதற்காகச் சுழன்று திரும்பியிருந்தார். "என்ன ஆயிற்று இவருக்கு?" என்று ஜார்க் நினைத்துக்கொண்டான்.

ஒரு தடவை யாரோ ஒருவர் அப்படியே ஜார்க்கினுடைய விவரிப்பையொத்த ஒரு வண்டியைப் பார்த்ததாய்ச் சொன்னார், ஆனால் அது காலியாய் இருந்தது. இன்னொரு தடவை, யாரோ ஒருவர் வண்டியினுடைய தோற்றத்தை ஆக நுணுக்கத்துடன் விவரித்தார், அந்த அழகான பயணியினுடைய தலையைக்கூட. அவளுடைய கூந்தல் – சன்னல் வழியே – சில பேருக்குச் செம்பொன் நிறமாயும் மற்றவர்களுக்குக் கொட்டைப் பழுப்பாயும் தெரிந்திருந்தது.

குறைந்தபட்சம் அவள் இங்கேதான் இருக்கிறாள், உயர்ந்த மேட்டு நிலத்தின்மேல் என்று அவன் நினைத்துக்கொண்டான். குறைந்தபட்சம் அவள் இன்னும் சமவெளிக்குக் கீழிறங்கிப் போய்விடவில்லை.

இதற்கிடையே ஏப்ரல் மாதம் விரைவாகத் தேய்ந்து கொண்டிருந்தது. நாட்கள் சென்றுகொண்டேயிருந்தன, ஒன்றன்பின் ஒன்றாக, நில்லாமல், அவனுடைய சண்டை நிறுத்தம் முடிவிற்கு வராமலேயே ஆண்டின் மிகக் குறுகியதாக அவனுக்குத் தோன்றிய மாதம் – மேலும் குறுகிக்கொண்டிருந்தது –தானாகவே விரைந்து தீர்ந்துகொண்டிருந்தது.

எந்தத் திசையில் பயணிக்க வேண்டும் என்றே அவனுக்குத் தெரியவில்லை. சில சமயம் தவறான சாலையின்மேல் நேரத்தை வீணடித்தான். சில சமயம் –இலக்கின்றி –ஏற்கெனவே இருந்த இடத்திற்கே திரும்பிச் சென்றான். சரியான திக்கில் தான் போய்க்கொண்டிருக்கவில்லை என்கிற சந்தேகம் அவனை அதிகமதிகமாகத் துன்புறுத்தியது. கடைசியில் தனக்கு மீதமாயிருந்த கையளவு நாட்களின் முடிவை நோக்கித் தவறான வழியில் செல்வதல்லாமல் வேறெங்கும் தான் போகப்போவதில்லை என்பதில் உறுதியான நம்பிக்கை கொண்டுவிட்டான் அவன்; யாருடைய ஏப்ரல் அது முடிவதற்கு முன்பாகவே துண்டிக்கப்பட விருக்கிறதோ அந்த –மகிழ்ச்சியற்ற, பித்துப்பிடித்த –புனிதப் பயணி.

# 6

வோர்ப்ஸிகள் தங்கள் பயணத்தைத் தொடர்ந்தார்கள். பெஸ்ஸியன் தன் மனைவியைப் பக்கவாட்டிலிருந்து நோக்கினான். அவளுடைய தோற்றம் சற்றுச் சோர்ந்திருந்தது. கொஞ்சம் வெளுத்திருந்தாள். அது அவளுடைய சாயலை மேலும் விரும்பத்தக்கதாகத்தான் ஆக்கியிருந்தது, சில நாட்களுக்குமுன் நிகழ்ந்திருந்ததைப்போல. ஒத்துக் கொள்ள மாட்டாளென்றாலும் அவள் களைப்படைந்து விட்டாள் என்று அவன் எண்ணிக்கொண்டான். சந்தேகமில்லாமல் அந்த எல்லா நாட்களிலுமே அவள் கடைசியில் அந்த வார்த்தைகளைச் சொல்லுவதைக் கேட்க அவன் காத்துக்கொண்டேதானிருந்தான், "ஓ, நான் மிகவும் களைத்துப் போய்விட்டேன்." அதுதான் மிக இயற்கையானதாக இருந்திருக்கும். தங்களுடைய சிரமங்களுக்கெல்லாம் ஆறுதலாக அமையுமென்று அந்த வார்த்தைகளுக்காக அவன் பொறுமையற்று, அமைதியற்றுக் காத்திருந்தான், ஆனால் அவள் அவற்றைச் சொல்லவில்லை. அவள் முகம் வெளுத்திருந்தது, சாலையை வேடிக்கை பார்த்தபடியிருந்தாள், பேச்சற்று. அல்லது கிட்டத்தட்ட அதுமாதிரி. அவளுடைய முகபாவத்தைப் பொறுத்தவரை, அவள் கோபமாய் இருந்தபோதும் அமைதியாய் இருந்தபோதும் அது அவனுக்குப் புரிந்துகொள்ளக்கூடியதாகவே எப்போதும் தோன்றியிருந்தது. இப்போது அது என்ன பொருளைக் குறிக்கக் கூடும் என்பதற்கான எந்தத் துப்புமே தன்னிடம் இல்லை என்பதை அவன் கண்டான். அவள் கண்களாவது எரிச்சலையோ, அல்லது –மோசமாகவேனும் – புறக்கணிப்பையோ வெளிப்படுத்தியிருக்கலாம். ஆனால் அவற்றில் வேறு ஏதோ ஒன்று இருந்தது. ஏதோ ஒரு விதத்தில் அவள் பார்வை அதன் மையத்தில் வெறுமையாய் இருந்தது, ஓரங்கள் மட்டுமே இன்னும் அங்கே இருந்தன.

முறிந்த ஏப்ரல்

பக்கம் பக்கமாக அமர்ந்திருந்த அவர்கள் அரிதாகவே பேசிக்கொண்டார்கள். சிலவேளைகளில் அவன் கொஞ்சம் நெருக்கத்தை உருவாக்க முயற்சி செய்தான், ஆனால் தாழ்வுணர்ச்சி கொண்டுவிடும் நிலையில் தானே தன்னைக் கொண்டுவந்து நிறுத்திக்கொள்வோமோ என்கிற அச்சத்தில் அதை மிகுந்த முன்னெச்சரிக்கையுடனேயே செய்தான். அவள்மீது கோபப்பட இயலாதவனாக அவன் தன்னை உணர்ந்தது இதெல்லாவற்றைக் காட்டிலும் கொடுமையானதாக இருந்தது. பெண்களுடனான தன் உறவுகளில் கோபமும் சண்டைபிடித்துக்கொள்வதும் சில நேரங்களில் –மன அழுத்தத்தை ஏற்படுத்தும் ஈரக்கசிவான சூழலை புயற்காற்று கலைத்துவிடுவதைப்போல – நம்பிக்கையற்றதாகத் தோன்றும் சுணக்கமான சூழ்நிலைகளில் திடீர் விடுவிப்பாக இருக்க முடியும் என்பதை அவன் கவனித்திருந்தான். ஆனால் அவள் கண்கள் அமைந்திருந்த விதத்தில் ஏதோ ஒன்று யாருடைய கோபத்திலிருந்தும் அவளைப் பாதுகாத்தது. கருவுற்ற பெண்களின் கண்களைப்போல ஏதோ ஒன்று. ஒருகணம் அவன் வியப்புநிலையைக்கூட எய்திவிட்டான்–கிட்டத்தட்ட உரக்கவே – ஒருவேளை அவள் ஒரு குழந்தையை எதிர்பார்த்துக்கொண்டு இருப்பவளாக இருக்கலாமோ? ஆனால் அவனுடைய மனம் – தற்போதமின்றியே –கடந்து போயிருந்த நாட்களைக் கணக்கிட்டுப் பார்த்தது, இது அவனுடைய அந்தக் கடைசி நம்பிக்கையைக் காலி செய்தது. பெஸ்ஸியன் பெருமூச்சை, அவள் அதைச் செவியுறுவதை விரும்பாமல், அடக்கிக்கொண்டான். நாட்டுப்புறத்தைப் பார்த்துக் கொண்டிருந்தான். இரவு விழுந்துகொண்டிருந்தது.

சிறிது நேரம் அந்த மனநிலை அவனுடன் தங்கியிருந்தது. பிறகு மீண்டும் சுறுசுறுப்பாக யோசிக்கத் துவங்கியபோதும், மனம் அவனை அதே இடத்திற்கே திரும்பக் கொண்டுவந்து நிறுத்தியது. அவள் மட்டும் –இந்தப் பயணத்தில் தனக்கு மனம் ஒன்றவில்லை என்பதாக – கடுமையாக ஏமாற்றமடைந்துவிட்டதாக, தேனிலவை உயர்ந்த மேட்டுநிலத்தின்மேல் செலவழிப்பதென்கிற அவனுடைய எண்ணம் முட்டாள்த்தனமானது என்பது உறுதி செய்யப்பட்டுவிட்டதாக, உடனடியாகத் திரும்பிச் செல்வதே அவர்கள் சரியானதைச் செய்வதாக ஆகும் என்பதாக, இன்றே இந்தக் கணமே சொல்லிவிட்டாளானால் போதும். ஆனால் திட்டமிட்டதற்கு முன்னதாகவே திரும்பிவிடுவதைப்பற்றி, அவள் தன்னுடைய விருப்பத்தை வெளிப்படுத்த வாய்ப்பை வழங்கும் முகமாக அவளிடம் ஜாடையாகக் குறிப்புணர்த்தியபோது அவள் சொன்னாள், "உன் விருப்பம் எப்படியோ அப்படி. ஆனால் எதுவாயிருந்தாலும் என் பொருட்டாக தயவுசெய்து மனதை அலட்டிக்கொள்ள வேண்டாம்."

உண்மையில் பயணத்தைப் பாதியில் முறித்துக்கொண்டு வீட்டிற்குத் திரும்பிச் செல்வது என்கிற எண்ணம் அவனை அதிகமதிகமாகத் துன்புறுத்தத்தான் செய்தது. ஆனால் ஏதோ ஒன்று இன்னமும் காப்பாற்றப்பட்டுவிடலாம் என்கிற வெற்று நம்பிக்கையை அவன் மனதில் கொண்டான். உண்மையில், ஏதாவது காப்பாற்றப்பட வேண்டுமென்றால் அது அவர்கள் உயர்ந்த மேட்டு நிலத்தின்மேல் இருக்கும்போதுதான் நிகழ முடியும் என்பதாக உணர்ந்தான், கீழே இறங்கிவிட்டார்களென்றால் பிறகு தீர்வுக்கு வாய்ப்பே இருக்காது.

இப்போது முழு இரவாகிவிட்டிருந்தது. அவனால் அவள் முகத்தைப் பார்க்க முடியவில்லை. இரண்டு மூன்று தடவைகள் சன்னல் பக்கமாக எட்டிப் பார்த்தான், ஆனால் தாங்கள் எங்கே இருக்கிறோமென்பதை உறுதியாகச் சொல்ல முடியவில்லை. கொஞ்சம் கழித்துச் சாலையின்மேல் நிலா தன் ஒளியைப் பொழிந்ததும் கண்ணாடிக்கு அருகாகத் தன் தலையை வைத்துக்கொண்டான். அந்த நிலையிலேயே நெடுநேரம் தங்கியிருந்தான், சில்லிட்ட கண்ணாடிப் பாளத்தின் அதிர்வு நெற்றியை ஊடுருவி உடல் முழுக்கப் பரவியது. நிலவொளியில் சாலை பார்ப்பதற்குக் கண்ணாடிபோல இருந்தது. சிறிய தேவாலயத்தின் நிழல் வடிவம் அவனுடைய இடப்பக்கம் அமைதியாக நழுவிச் சென்றது. பிறகு ஒரு நீராலை தெளிவின்றி வெளிப்பட்டது, அது இந்தப் பொட்டலில் சோளத்திற்குப் பதிலாக பனிக்கட்டிகளை அரைப்பதற்காகவே கட்டப்பட்டிருந்ததென்று ஒருவர் நினைக்கக் கூடும். இருக்கையின் மேலிருந்த தன் மனைவியின் கையை அவன் கை தேடியது.

“டயானா.” அவன் மெல்லச் சொன்னான், “அங்கே கவனி. இது பெஸ்ஸாவால் பாதுகாக்கப்பட்ட சாலை என்று நினைக்கிறேன்.”

அவள் தன் முகத்தைச் சன்னல் கண்ணாடியில் பதித்தாள். குறைந்த வார்த்தைகளைப் பயன்படுத்தி, அவற்றின்மேல் மென்மேலும் இயல்பற்றதாகத் தனக்கே தோன்றுகிற விதத்தில் ஒரு ஒழுங்கையும் வலிந்து திணித்தபடி, இன்னும் மெல்லப் பேசிக்கொண்டே அவன் *பெஸ்ஸாவால்* பாதுகாக்கப்பட்ட சாலை என்றால் என்ன என்பதை அவளுக்கு விளக்கினான். குளிர்ந்த நிலவொளி தன்னுடைய முயற்சிக்கு உதவியதாக உணர்ந்தான்.

பிறகு, வார்த்தைகளெல்லாம் செலவாகிவிட்டபோது. தன் தலையை அவள் கழுத்தை நோக்கிக் கொண்டுசென்று அச்சத்தோடேயே அவளை முத்தமிட்டான். நிலவொளி அவளுடைய முழங்காலைப் பல முறை தடவிச் சென்றது. அவள் அசையவில்லை, நெருங்கி வரவில்லை. அவனிடமிருந்து

விலகிக்கொள்ளவும் இல்லை. அவள் உடல் அவனுக்குப் பிடித்தமான நறுமணத் தைலத்தின் மணத்தை இன்னும் வெளியிட்டுக்கொண்டிருந்தது. அவன் சிரமப்பட்டுப் பெருமூச்சை அடக்கினான். ஏதாவதொன்று தன்னை அவளுள் புக அனுமதிக்கும் என்பதே அவனுடைய கடைசி நம்பிக்கையாக இருந்தது. தேம்பலை அவளிடமிருந்து செவியுற ஆர்வமாயிருந்தான், மிக மெல்லிதாகவேனும், அல்லது குறைந்தபட்சமாகப் பெருமூச்சாவது. ஆனால் அவள் தன் வினோதமான மனநிலையை நெகிழ்த்திக்கொள்ளவில்லை. பேசாமடந்தையாக – ஆனால் முழுக்க அப்படியும் இல்லாமல் –சிதறிக் கிடக்கும் நட்சத்திரங் களால் வான்வெளி கொள்ளும் வெறுமையையொத்த வெறுமை யில். "ஓ, கடவுளே" அவன் தனக்குள் சொல்லிக்கொண்டான், "என்ன நடந்துகொண்டிருக்கிறது எனக்கு ?"

வானம் பாதிதான் இருள் படர்ந்திருந்தது. மோசமாகக் கற்கள் பாவியிருந்த சாலையில் குதிரைகள் மெதுவாகத் துள்ளுநடை போட்டன. அது சிலுவைச் சாலை. கண்ணாடியின் பின்னாலிருந்து பெஸ்ஸியன் வெளியே ஒரு நிலப்பரப்பு, இந்தத் தடவை அது இங்கும் அங்கும், அவனுக்கு அருகிலிருந்த இடங்களிலும் வெகு தொலைவிலும், நீலநிறமான விரிப்பிற்கடியில் அமிழ்ந்து கிடந்தது என்பதைத் தவிர மற்றபடி, தனக்குப் பரிச்சயமானதாக வளர்வதைக் கண்டார். பனி உருகத் தொடங்கியிருந்தது, மண்ணுடனான அதன் தொடர்பிலிருந்து அடியில் துவங்கி மேல் நோக்கிச் சிதைந்துகொண்டிருந்தது, மேலே அது விட்டுச்சென்ற பள்ளம் ஓடு போன்ற ஒருவித வடிவத்தை உண்டாக்கியது, அது உருகாமலேயிருந்தது.

"இது என்ன நாள் ?" டயானா கேட்டாள்.

வியப்புற்றவனாக, பதில் சொல்லுமுன் அவளை ஒருகணம் பார்த்தான்.

"பதினொன்று."

அவள் ஏதோ சொல்லவிருக்கிறவள்போலத் தோன்றினாள். பேசு என்னுடன் என்று அவன் நினைத்துக்கொண்டான். 'தயவுசெய்து பேசு'. நம்பிக்கை வெப்ப ஆவியைப்போல அவனைச் சூழ்ந்தது. 'எதை வேண்டுமானாலும் பேசு, ஆனால் பேசு என்னுடன்.'

ஓரக்கண்ணால் அவன் கவனித்துக்கொண்டிருந்த அவளுடைய உதடுகள் ஒருவேளை அவள் பேசியிராத வார்த்தைகளை வித்தியாசமான வழியில் பேசுவதற்காகவேபோல மீண்டும் அசைந்தன.

"இளவரசரைப் பார்ப்பதற்காக நாம் நம் வழியில் போய்க் கொண்டிருந்த நாளில் ஒரு மலைவாசியைப் பார்த்தோமே, உனக்கு நினைவிருக்கிறதா?"

"ஆமாம்" என்றான் அவன். "நன்றாகவே."

அந்த 'நன்றாகவே'வுக்கு என்ன பொருள், இயல்பாகப் பேசுவது என்பதா? ஏனென்றே தெரியாமல் ஒருகணம் அவன் தன்மீதே இரக்கப்பட்டுக்கொண்டான். ஒருவேளை இந்தப் பரிமாற்றத்தை எப்பாடுபட்டாவது தொடரும்படி தக்கவைத்துக்கொள்வதில் அவன் மிகுந்த ஆவலுடன் இருந்தானென்பது அதற்குக் காரணமாய் இருக்கலாம். ஒருவேளை, அவனால் அப்போது குறிப்பிட்டுச் சொல்ல முடியாத வேறு காரணத்திற்காகவும்கூட.

"அவனுக்கு அளிக்கப்பட்ட சண்டை நிறுத்தம் ஏப்ரல் மத்தியில் முடிய இருந்தது, இல்லையா?"

"ஆமாம்" என்றான் அவன், "அப்படித்தான் ஏதோ. ஆமாம், அது சரிதான், ஏப்ரல் மத்தியில்தான்."

"அது ஏன் மனதில் வருகிறதென்று எனக்குத் தெரியவில்லை" இன்னமும் சன்னலுக்கு வெளியில் பார்த்துக்கொண்டே அவள் சொன்னாள், "சும்மா வந்தது, எந்தச் சரியான காரணமும் இல்லாமல்."

"எந்தச் சரியான காரணமும் இல்லாமல்" அவன் திருப்பிச் சொன்னான். அந்த வார்த்தைகள் அவனுக்கு நஞ்சை அடக்கி யிருக்கும் மோதிரத்தைப்போல ஆபத்தானவையாய்த் தோன்றின. அவனுக்குள் எங்கோ கடுங்கோபத்தின் நெருடல் ஒன்று உருவாகிக் கொண்டிருந்தது. ஆக, சரியான காரணம் இல்லாமல்தான் நீ எல்லாவற்றையும் செய்தாய்? ஒன்றுமேயில்லாமல், சும்மா என்னைத் துன்புறுத்துவதற்காக? ஆனால் அந்தக் கோப அலை உடனே தள்ளாடி விழுந்து சிதறிப் போனது.

சென்ற இந்த நாட்களில் இரண்டு அல்லது மூன்று தடவைகள் இளைஞர்களான மலைவாசிகள் சாலைகளின்மேல் கடந்துபோனதைப் பார்க்க அவள் தன் தலையைத் திருப்பினாள். அவர்களில் விடுதியில் இருந்த இளைஞனைத் தான் அடையாளம் கண்டுகொண்டதாக அவள் எண்ணினாள் என்பதை அவன் புரிந்துகொண்டான், ஆனால் அதற்கு முக்கியத்துவம் கொடுக்க வில்லை. இப்போது அவள் அவனைக் குறிப்பிட்டபோதும் முக்கியத்துவமற்ற வழியிலேயேதான் அதையும் உணர்ந்தான்.

வண்டி திடீரென்று நின்று அவனுடைய எண்ணத் தொடர்ச்சியைக் குறுக்கீடு செய்தது.

"என்ன அது?" என்றான் அவன், யாரையும் குறிப்பாகப் பார்க்காமல்.

பெட்டியிலிருந்து கீழே இறங்கியிருந்த வண்டியோட்டி ஒரு நிமிடத்திற்குப் பிறகு சன்னலினருகே தோன்றினார். அவர் கரம் நீண்டிருந்தது, அவர் சாலையைச் சுட்டிக்காட்டிக்கொண்டிருந்தார். பெஸ்ஸியன் அதற்குப் பிறகே சாலை மருங்கில் ஒரு வயதான மலைவாசிப் பெண்மணி குந்தி அமர்ந்திருந்ததைப் பார்த்தான். அவர் அவர்களைப் பார்த்துக்கொண்டிருந்தார். எதையோ முணுமுணுத்துக்கொண்டிருக்கிறார்போலத் தோன்றினார். பெஸ்ஸியன் வண்டிக் கதவைத் திறந்தான்.

"அங்க வயதான ஒரு பெண்மணி சாலையோரமாக அமர்ந்திருக்கிறார், தன்னால் அசைய முடியவில்லையென்று சொல்கிறார்" என்றார் வண்டியோட்டி.

பெஸ்ஸியன் வண்டியை விட்டுக் கீழே இறங்கினான். விறைத்துப்போன கால்களின் பொருட்டுச் சில அடிகள் நடந்தபின், கைகளால் முழங்காலைப் பிசைந்தபடியே அவ்வப்போது மெலிதாக அழுதுகொண்டிருந்த முதிய பெண்மணியிடம் போனான்.

"என்ன விஷயம் அம்மா?" பெஸ்ஸியன் வினவினான்.

"ஓ, இந்தப் பாழாய்ப்போன தசைப்பிடிப்பு" என்றார் அந்த முதிய பெண்மணி, "காலையிலிருந்து இங்கேயே அசையாமல் கிடக்கிறேன் குழந்தை."

அவர் அந்த மாவட்டத்தின் எல்லா மலைப்பகுதிப் பெண்களைப்போலவே பூவேலைப்பாடுகளுடன் அலங்கரிக்கப் பட்டிருந்த துணியாடையை உடுத்தியிருந்தார், தலைமேல் சில நரைமுடிக் கற்றைகளை வெளிக்காட்டிய தலைக்குட்டையையும்.

"இங்கிருந்து போக எனக்கு உதவி செய்யக் கடவுளால் அனுப்பப்படும் ஒருத்தருக்காக நானும் காலையிலிருந்து காத்துக்கொண்டிருக்கிறேன்."

"எங்கேயிருந்து வருகிறீர்கள்?" வண்டியோட்டி கேட்டார்.

"அந்தப் பக்கக் கிராமத்திலிருந்து" என்று பெண்மணி தன் கரத்தை நீட்டி உறுதியில்லாமல் சுட்டிக்காட்டினார், "அதிகத் தொலைவு இல்லை, நெடுஞ்சாலை ஓரமாகத்தான்."

"இவரை நம்முடன் கூட்டிச் செல்லலாம்" என்றான் பெஸ்ஸியன்.

"நன்றி, மகனே."

இஸ்மாயில் கதாரே

வண்டியோட்டியினுடைய உதவியோடு அவரை அவருடைய கைகளுக்கடியில் முட்டுக்கொடுத்து எச்சரிக்கையாகத் தூக்கி, இரண்டு ஆண்களும் வண்டிக்கு இட்டுச் சென்றார்கள். வண்டியினுள்ளிருந்து டயானா கவனித்துக்கொண்டிருந்தாள்.

வண்டிக்குள் இருந்தபோது முதிய பெண்மணி சொன்னார், "நன்னாளாகட்டும் மகளே."

"நன்னாளாகட்டும் அம்மா" அவருக்கு இடம் கொடுப்பதற்காக ஒதுங்கிக்கொண்டே டயானா சொன்னாள்.

"ஆஹ்" வண்டி நகரத் தொடங்கியபோது முதிய பெண்மணி சொன்னார், "சாலையோரமாக மொத்தப் பகலையும் தனியாகவே கழித்தாயிற்று. கண்ணில் படுகிறாற்போல அசையும் ஓர் உயிர் எங்கேயும் இல்லை. அங்கேயே சாகப்போகிறோமென்று நினைத்தேன்."

"உண்மைதான்" என்றான் பெஸ்ஸியன், "இந்தச் சாலை கிட்டத்தட்டப் பாலையாகத்தான் கிடக்கிறது. உங்கள் கிராமம் பெரிய ஒன்று, அப்படித்தானே."

"ஆமா, பெரியதுதான்" என்றார் பெண்மணி, அவர் முகம் இருண்டது, "பெரியது சரிதான், அப்படித்தான் சொல்ல வேண்டும், ஆனால் அதனால் என்ன ஆகப்போகிறது?"

பெஸ்ஸியன் முதிய பெண்மணியின் அவயவங்களையும் அவற்றின் துயரார்ந்த வெளிப்பாடுகளையும் கூர்ந்து கவனித்துக் கொண்டிருந்தான். ஒருகணம் கிராமத்து மக்களின்மீதான அவருடைய விரோத மனப்பான்மையை நுணுகியறிந்து விட்டதாக எண்ணிக்கொண்டான், ஒருவரும் அவருக்கு உதவி செய்ய வந்திருக்கவில்லை என்பதுதான் காரணம். எல்லோருமே அவரை மறந்துவிட்டிருந்தனர். ஆனால் அவர் முகத்தை நிழலிட்டிருந்த உணர்ச்சி அந்த நேரத்திய வெறுப்பைக்காட்டிலும் அதிக ஆழமான ஏதோ ஒன்றாய் இருந்தது.

"ஆமாம், என் கிராமம் மிகப் பெரியதுதான், ஆனால் ஆண்பிள்ளைகளில் அதிகமானவர்கள் கோபுரங்களில் அடைந்து கிடக்கிறார்கள். அதனால்தான் நான் அனாதையாக, சாலையிலேயே கைவிடப்பட்டுக் கிட்டத்தட்டச் செத்துப்போய்க் கிடந்தேன்."

"அடைந்து கிடக்கிறார்களென்றால், இரத்தப் பழிவாங்கலினால்தானே?"

"ஆமாம் மகனே, இரத்தப் பழிவாங்கலுக்காகத்தான். இதுபோல யாரும் எதையும் ஒருபோதும் பார்த்ததில்லை.

வாஸ்தவம்தான், கிராமத்திற்குள்ளேயே மக்கள் ஒருவரை யொருவர் கொன்றிருக்கிறார்கள்தான், ஆனால் இதைப்போல இல்லவேயில்லை."

முதிய பெண்மணி ஆழ்ந்து மூச்சு விட்டுக்கொண்டார்.

"எங்கள் கிராமத்தில் இருக்கும் இருநூறு குடும்பத்தைச் சேர்ந்தவர்களில் இருபதுபேர்தான் இரத்தப் பகையில் ஈடுபடாதவர்கள்."

"அதெப்படிச் சாத்தியமாக முடியும்?"

"நீயே உன் கண்களால் பார்ப்பாய் மகனே. கிராமமே ஒவ்வொன்றும் கல்லாய் மாறிவிட்டாற்போல இருக்கிறது, கொள்ளைநோய் அடித்துப் போட்டதைப்போல."

பெஸ்ஸியன் தன் தலையைச் சன்னலினருகே கொண்டு சென்றான். ஆனால் கிராமம் இன்னும் பார்வையில் படவில்லை.

"இரண்டு மாதங்களுக்கு முன்" மலைவாசிப் பெண்மணி சொன்னார், "நானே கூடப்பிறந்தவர் மகனைப் புதைத்தேன், தேவதைபோல அழகான சிறுவன்."

அவர் அந்தப் பையனைப்பற்றிப் பேசவும், அவன் எப்படிக் கொலை செய்யப்பட்டிருந்தான் என்பதைச் சொல்லவும் தொடங்கினார். ஆனால் அவர் பேசும்போது – இது மிகவும் வினோதமாய் இருந்தது – அவருடைய வாக்கியங்களில் வார்த்தைகளின் ஒழுங்கு பிறழத் தொடங்கியது. மேலும், ஒழுங்கு மட்டுமல்லாமல் அவற்றுக்கிடையிலான இடைவெளியுமே –தனித்துவமுள்ள சூழலொன்று அவற்றைப் போர்த்தியிருந்ததைப்போல – வலி மிகுந்ததாயும் கலங்கச் செய்வதாயும் மாறியது. பழம் முழுவதுமாகப் பழுப்பதற்குமுன் நிகழ்வதைப்போல அவருடைய மொழி அதன் வழக்கமான நிலையிலிருந்து, பாடல் அல்லது ஒப்பாரிக்கான பீடிகையாய், முற்றிலும் வேறான நிலைக்குத் திரிபுற்றது. இப்படித்தான் பாணர்களின் பாடல்கள் வெளிப்படுகின்றனபோல என்று பெஸ்ஸியன் எண்ணிக்கொண்டான்.

அவன் அந்த மலைவாசிப் பெண்மணியைக் கவனத்துடன் பார்த்துக்கொண்டிருந்தான். பாடலுக்கு முந்தின அந்த உணர்வு நிலையுடன் அந்தப் பெண்மணியின் முகபாவத்திலேற்பட்ட ஒத்திசைவான மாற்றங்கள் சேர்ந்துகொண்டன. அவர் கண்களில் கதறல் இருந்தது, ஆனால் கண்ணீர் இல்லை. அவை கூடக்கொஞ்சம் திக்கற்றவையாகத் தோன்றின.

காலியான சாலையின்மேல் சக்கரங்களின் எதிரொலிக்கும் கடகட ஒலி பின்தொடர வண்டி கிராமத்தில் நுழைந்தது. இரண்டு பக்கங்களிலும் எழுந்து நின்ற கல் குல்லாக்கள் பட்டப்பகலில் இன்னும் அதிக மௌனமாகத் தென்பட்டுக்கொண்டிருந்தன.

"இந்தக் குல்லா ஷ்க்ரேலி குடும்பத்திற்குச் சொந்தமானது. பிறகு, அந்த ஒன்று, இதே வரிசையில் தள்ளி, க்ரஸ்னிக்குகளுடையது, எந்தக் குலம் இப்போது பழிவாங்கியாக வேண்டுமென்பது உண்மையாகவே யாருக்குமே தெரியாத அளவிற்கு இன்னும் நிறைவேற்றியாக வேண்டிய இரத்தப் பழிவாங்கல்கள் கலந்து குழம்பிப் போய்விட்டன. அதனால் அதே அளவிற்கு இரண்டு குடும்பத்தவர்களும் அவர்களுடைய கோபுரங்களில் போய் ஒளிந்துகொண்டிருக்கிறார்கள். அதோ அங்கே இருக்கிற கோபுரம் – மூன்று தள உயரத்தில் இருக்கிறதே அது – வித்ட்ரெச்சுகளுக்குச் சொந்தமானது, அவர்கள் பங்காக்களோடு பகைமை கொண்டவர்கள். அவர்கள் குல்லாவை – அதனுடைய சுவர்களில் பாதியும் கருங்கல்லால் ஆனவை – இங்கேயிருந்து நீ பார்ப்பது கடினம். பிறகு அந்தக் கோபுரங்களெல்லாம் கரக்கஜ், தொடனாஜ்களுடையவை. அவர்கள்தான் இப்போது சண்டை போட்டுக்கொண்டிருக்கிறார்கள். இந்த இளவேனில் காலத்தில் அந்த இரண்டு குடும்பங்களும் தலைக்கு இரண்டு சவப்பெட்டிகளை அவர்கள் வீட்டுக் கதவு வழியாகக் கொண்டு போயிருக்கிறார்கள். அந்த வழியிலேயே, ஒரே வரிசையில் ஒன்றையொன்று பார்த்தவாக்கில் இருக்கிற, மற்ற குல்லாக்களைப் பொறுத்தவரை, அவையெல்லாம் உக்காஸ், க்ரியாஷெஷெக்களுக்குச் சொந்தமானவை, ஆனால் அவர்கள் துப்பாக்கி சுடும் தொலைவிற்குள்ளேயே இருப்பதனால், ஒவ்வொரு குடும்பத்தினுடைய ஆண்பிள்ளைகள் மட்டுமில்லாமல் பெண்பிள்ளைகளும் சிறுபெண்களும்கூட ஒருவர்மேல் ஒருவர் சுவருக்குள் இருந்தபடியே சுட்டுக்கொள்கிறார்கள், வெளியே போவதில்லை."

மலைவாசிப் பெண்மணி இந்த வழியில் தொடர்ந்து பேசிக்கொண்டேயிருக்க, இரண்டு வெளியாட்களும் தங்களுக்கு அதை அவர் விவரித்தபடி இரத்தப் பகையால் நெறிப்படுத்தப்படும் இந்த வினோதக் குடிவாழ்வு வடிவத்தின் பொருளை உள்வாங்கிக்கொள்ளும் முயற்சியில் இந்தச் சன்னலுக்கும் அந்தச் சன்னலுக்குமாகத் திரும்பினார்கள். அந்தக் குல்லாக்களின் கனத்த அமைதியில் உயிர்ச் சலனத்தின் அறிகுறியே இருக்கவில்லை. அவற்றின் கல் கட்டுமானங்களின்மேல் சாய்கோணத்தில் விழுந்துகொண்டிருந்த வெளிறிய கதிரொளி அவற்றின் பாழான சூழலை அழுத்தமாக எடுத்துரைத்தது.

முதிய பெண்மணியை அவர்கள் கிராமத்தின் மையத்திற்குச் சமீபமாக இறக்கிவிட்டார்கள். பிறகு அவருடைய சொந்தக் குல்லாவரை கொண்டுபோய் விட்டுவிட்டு வந்தார்கள். பிறகு சாபத்தின்கீழ் இருப்பதைப்போலிருந்த அந்தக் கல் சாம்ராஜ்ஜியத்தினூடே வண்டி மீண்டும் நகரத் தொடங்கியது. அந்தச் சுவர்கள், அவற்றின் குறுகிய புழைவாய் ஆகியவற்றின் பின்னே மனிதர்கள் இருக்கிறார்கள் என்று கற்பனை செய்துகொள் என்று பெஸ்ஸியன் எண்ணிக்கொண்டான். அங்கே கனலைக் கக்கும் இளம் பெண்களும் இளம் மனைவிகளும் இருக்கிறார்கள். பிறகு, ஒருகணம், அந்தக் கடினமான மேல் ஓடு இருந்தாலும், அச்சுறுத்தும் தீவிரம் கொண்ட பீத்தோவிய ஆற்றலுடன்* சுவர்களை மோதுகின்ற உயிர்த் துடிப்பைத் தன்னால் உணர முடிவதாக அவனுக்குத் தோன்றியது. எனினும், வெளியே சுவர்கள், புழைவாய் வரிசைகள், அவற்றின்மேல் வீழும் வெளிறிய கதிரொளி எதுவும் எதையும் வெளிக்காட்டவில்லை. திடீரென்று அவன் தனக்குள்ளேயே இரைந்துகொண்டான், இதெல்லாம் உனக்கெதற்கு? போய் உன் மனைவியின் பிடிவாதமான இறுக்கத்தைப்பற்றிக் கவலைப்படு. விருட்டென்று ஆத்திரம் தன்னுள் எகிறுவதை அவன் உணர்ந்தான். அவளுடைய தாளமுடியாத மௌனத்தை எப்போதைக்குமாக உடைத்துவிடுவதென்று – அவளுடன் பேசிவிடுவதென்று – தன்னை நோக்கிய அவளுடைய வாய்திறவாப் புதிர் குறித்த ஆகக் கடைசி விவரம் வரையான விளக்கத்தைக் கோரிவிடுவதென்று டயானாவை நோக்கித் திரும்பினான்.

அந்தப் புள்ளியில் அவன் இருந்தது அது முதல்முறையன்று. டயானா, என்ன விஷயம்? உன்னை என்ன கலங்கச் செய்து கொண்டிருக்கிறது சொல் என்று ஆகக் கண்ணியமாக வேண்டிக்கொள்வதிலிருந்து, என்ன இழவுப் பிரச்சினை உனக்கு? என்ன இழவை அதன்மூலம் சொல்ல வருகிறாய்? இழவெடுத்தவளே! என்று,'இழவு' என்கிற வார்த்தையோடல்லாமல் ஒருவரால் உருவாக்க முடியாத ஆகக் கடினமான வசவுகள்வரை அவளிடம் தான் என்ன சொல்ல வேண்டுமென்பதை அவன் டஜன்கணக்கான சமயங்களில் ஒத்திகை பார்த்திருந்தான். இம்மாதிரியான சந்தர்ப்பங்களில் அந்த 'இழவு' வார்த்தை பதிலி செய்ய முடியாததாக இருந்ததைக் கண்டுகொண்டான். மேலும் இப்பொழுதுகூட, தன்மேல் கவிந்திருந்த கண்மூடித்தனமான கோபத்தில், விவாதத்தில் ஈடுபடும் விருப்பத்துடன், அதன் வாக்கியம் எதுவாக இருந்தாலும் அதில் சந்தோஷமாகப் பயன்படுத்துவதற்குத் தயாராக அவனுக்குத் தோன்றிய முதல் வார்த்தை அதுவாகத்தான் இருந்தது. நல்லது, அந்த

---

* இசை மேதை பீத்தோவனின் சிம்பொனி இசையின் மகத்துவம்.

மற்றயெல்லாத் தறுவாய்களையும் போலவே, இப்போதும் அந்த வார்த்தையை அவளுக்கு எதிராகப் பயன்படுத்த அவனால் முடியாதிருந்தது மட்டுமல்ல, தவறு செய்திருக்கிற, அதைத் திருத்திக்கொள்ளும் முனைப்புள்ள, மேலும் அதன் விளைவுகளுக்குப் பொறுப்பேற்றுக்கொள்கிற ஒருவனைப்போல அவன் அதைத் தனக்கெதிராகவே பயன்படுத்திக்கொள்ளவும் செய்தான். அவன் இன்னமும் அவளை நோக்கித் திரும்பியிருந்தான், அவளிடம் கடுமையாகப் பேசுவதற்குப் பதிலாகத் தனக்குதானே சொல்லிக்கொண்டான், என்ன இழவுப் பிரச்சினை உனக்கு?

என்ன இழவுப் பிரச்சினை எனக்கு? அந்த மற்றயெல்லாத் தறுவாய்களையும் போலவே, இப்போதும் அவன் தனக்குப் பதில் அளித்துக்கொள்வதைத் தவிர்த்தான். அப்புறம். ஒருவேளை, அப்புறம், அதற்கான வாய்ப்பு அதுவாகவே தன்னைக் காட்டிக்கொள்ளக் கூடும். அவளிடம் விளக்கத்தைத் தான் ஏன் கோரவில்லை என்பது இப்போதுவரை அவன் புரியவில்லை. அதை இப்போது தெரிந்து கொண்டுவிட்டதாக உணர்ந்தான்; அது அவள் சொல்லக்கூடிய பதிலுக்கு அவன் அஞ்சினான் என்பதால்தான். இந்த அச்சம் டிரானாவில் குளிர்கால இரவொன்றில் நண்பருடைய வீட்டில் ஆவியுலகக் கோட்பாட்டாளர்களின் ஆவிகள் தொடர்பான ஆய்வமர்வு ஒன்றில் தங்கள் குழுவிலேயே சில காலத்திற்கு முன்பு இறந்துபோனவருடைய குரலைக் கேட்பதற்காகத் தங்களை ஆயத்தப்படுத்திக்கொண்டிருந்தபோது அவன் அடைந்திருந்த அனுபவத்தோடு ரத்த உறவு கொண்டதாய் இருந்தது. ஏனென்று தெரியாமலேயே பெஸ்ஸியனுக்கு டயானாவின் பதில் அதே வகையில், புகைத்திரையின் பின்னாலிருந்து வழங்கப்படுவதைப்போல இருக்கும் என்று மட்டும்தான் கற்பனை செய்ய முடிந்தது.

அந்தக் கேடுபிடித்த கிராமத்தைவிட்டு வண்டி வெளியேறி நீண்ட நேரம் ஆகியிருந்தது, தன் மனைவியிடமிருந்து அதைப் பெறுவதைத் தான் தள்ளிப்போடுவதற்கு அச்சம் ஒன்றே காரணம் என்று அவன் திரும்பவும் தனக்குள் சொல்லிக்கொண்டான். அவள் என்ன சொல்லுவாளோ என்றே நான் அஞ்சுகிறேன் என்று அவன் நினைத்துக்கொண்டான்; அஞ்சுகிறேன்தான், ஆனால் ஏன்?

குற்றம் சொல்ல வேண்டியது தன்னைத்தான் என்கிற உணர்வு பயணத்தின்போக்கில் இன்னும் வலுத்தது. சொல்லப்போனால் அந்த உணர்வு மிக முன்பே எழுந்துவிட்டிருந்தது, அதிலிருந்து தன்னை விடுவித்துக்கொள்வதற்காகத்தான் அவன் ஒருவேளை இந்தப் பயணத்தை மேற்கொண்டிருந்தானாயிருக்கும். நல்லது, அதற்கு நேர்மாறான விளைவே தன்னை நிகழ்த்திக்கொண்டது.

இப்பொழுது – வெளிப்படையாவே – டயானாவினுடைய எதிர்வினை தன் தரப்பின்மீதான குற்றம் சாட்டத்தக்க நிலையோடு தொடர்புகொண்டதாய் இருக்கக்கூடுமென்கிற உணர்வே அவனை உள்ளூர நடுங்கச் செய்யப் போதுமானதாய் இருந்தது. இல்லை, இந்தத் திகிலுண்டாக்குகிற பலப்பரீட்சை முழுவதிலும் டயானா மௌனத்தைக் கடைப்பிடிப்பதே – பாடம் செய்யப்பட்ட பிணத்தைப்போல அவள் மாறிவிடுவதே – தனக்கு வலியைத் தரக்கூடிய விஷயங்களைத் தன்னிடம் அவள் சொல்வதை ஒருபோதும் கேட்காதிருப்பதே நல்லது.

சில இடங்களில் சாலை முழுக்கப் பள்ளமாயிருந்ததில் வண்டி மிக மோசமாகத் தடுமாறியது. உருகிய பனியால் உருவான சில குட்டைகளின் வழியே அவர்கள் போய்க்கொண்டிருந்தபோது, அவள் அவனிடம் வினவினாள், "மதியச் சாப்பாடு எங்கே சாப்பிடப்போகிறோம் நாம்?"

அவன் தன் தலையைத் திருப்பினான், மலைத்தான். அந்தப் பொதுவான வார்த்தைகள் அவனுக்கு இதமான உணர்வைக் கொடுத்தன.

"எங்கே இயலுமோ அங்கே" என்றான், "உனக்கு ஏதாவது யோசனை இருக்கிறதா?"

"இல்லை, இல்லை, அதுவே சரிதான்" என்றாள் அவள்.

அவன் தன் முழு உடலையும் அவளை நோக்கித் திருப்ப இருந்தான், ஆனால் வினோதமான நம்பிக்கையிழப்பை உணர்ந்தான், ஏதோ தன்னை அசையவிடாமல் வைத்திருக்கும் மிக மெல்லிதான கண்ணாடிப் பொருளொன்றைப் பக்கத்தில் வைத்துக்கொண்டிருந்ததைப்போல.

"ஏதாவது விடுதியில் வேண்டுமானாலும் இரவு நாம் தங்கிக்கொள்ளலாம்" என்றான் தலையைத் திருப்பாமலேயே.

"நீ விரும்பினால்."

கதகதப்பின் அலை தன் மார்பை நிரப்புவதை அவன் உணர்ந்தான். இவை எல்லாமே மிக வழக்கமானவையாக, வெறும் பயணக் களைப்பாக, வழக்கமான தலைவலியாக, அல்லது அதுமாதிரி ஏதாவதாக இருந்த ஒன்றை தான்தான், விஷயங்களைச் சிக்கலானவைகளாக ஆக்கிக்கொள்ளும் தன்னுடைய இயல்பால், துன்பியல் நாடகத்தின் துவக்கமாகப் பார்த்துவிட்டோம் என்பதாக இருந்துவிட முடியாதா?

"ஏதாவது விடுதியில்" என்றான் அவன், "நமக்கு முதலில் கிடைக்கும் ஒன்றில்."

அவள் தலையசைப்பில் சம்மதத்தைத் தெரிவித்தாள்.

ஒருவேளை இந்த அணுகல் மெய்யாகவே மிக மேம்பட்டதாய் இருக்கும் என்று அவன் மகிழ்ச்சியோடு நினைத்துக்கொண்டான். அவர்கள் வெளியாட்களுடைய இல்லங்களில் தங்கள் இரவுகளைக் கழித்ததுண்டு. நண்பர்களின் நண்பர்களுடன், அல்லது இன்னும் குறிப்பாக, ஒற்றை அறிமுகத்திலிருந்து கிளைத்திருந்த நண்பர்களின் சங்கிலித் தொடர்புகளுடன்: தங்கள் பயணத்தின் முதல் இரவை அவர்கள் யாருடன் கழித்தார்களோ, அந்த மனிதர் மட்டுமே அவர்கள் அதற்குமுன் அறிந்தவராயிருந்தார். ஒவ்வொரு இரவும் கிட்டத்தட்ட இதே காட்சியின் மறுநிகழ்வாகத்தான் இருந்தது – வரவேற்பு வார்த்தைகள், கூடத்தில் கணப்பிடத்தைச் சுற்றி, காலநிலை, கால்நடைகள், அரசாங்கம் போன்ற தலைப்புகளில் உரையாடல். பிறகு மிகக் கவனமாகத் தேர்ந்தெடுக்கப்பட்ட சொற்றொடர்கள் துணை செய்ய, இரவுணவு, பிறகு காபி, பிறகு மறுநாள் காலை, கிராமத்தின் எல்லைகள்வரை அவர்களுக்குத் துணை வரும் மரபான பாதுகாவலரால் கவனித்துக்கொள்ளப்படும் அவர்களுடைய புறப்பாடு. மொத்தத்தில், ஓர் இளம் மணப்பெண்ணுக்கு இவையெல்லாம் மிகமிகக் களைப்பைத் தருபவையாக ஆகிவிட முடியும்.

"விடுதி" மனதிலேயே அவன் உரக்கச் சொல்லிக்கொண்டான். சாலை மருங்கில் ஓர் எளிமையான விடுதி, அதுவே மீட்சிக்கான இடமாய் இருந்திருக்குமே. ஏன் இதை அவன் முதலிலேயே யோசிக்கவில்லை? எவ்வளவு முட்டாள் நான் என்று அவன் தனக்குள் உவகையோடு சொல்லிக்கொண்டான். ஒரு விடுதி, கால்நடைகளின் வாடையடிக்கும் அழுக்குப்பிடித்த ஒன்றாய் இருந்தாலும், அது அவர்களைச் சூழ்ந்து ஒருவருக்கொருவரை நெருக்கமாகக் கொண்டுவரும், அஃதால் ஏற்பாடு செய்ய முடியாத வசதிக் கூறுகளால் இல்லாவிட்டாலும், அதன் கொடிய வறுமையுடன், அதன் ஆழத்தில் தற்காலிக விருந்தாளிகளின் மகிழ்ச்சி பத்து மடங்கு அதிகப் பொலிவுடன் ஒளி வீசும்.

அவர்கள் எதிர்பார்த்ததைவிட விரைவாகவே சாலையின் மருங்கில் ஒரு விடுதி தெளிவின்றி வெளிப்பட்டது. கிராமமோ அல்லது வேறு உயிரசைவின் அறிகுறியோ காணக் கிடைக்காத, சிலுவைச் சாலையும் கொடிக்கட்டுகளின் பெருஞ் சாலையும் வெட்டிக்கொள்ளுமிடத்தில் இருந்த பொட்டல் நில விரிவின் நடுவில் அது எழுந்தது.

"சாப்பாடு இருக்கிறதா?" நுழைவாயிலைக் கடந்தவுடனேயே பெஸ்ஸியன் கேட்டான்.

முறிந்த ஏப்ரல்

விடுதிக்காரர், உயரமான, நேர்த்தியற்ற ஆள். அரைக்கண் மூடியபடியே இறுக மூடியிருந்த பற்களுக்கிடையிலிருந்து சொன்னார், “சூடு ஆறிய பீன்ஸ்.”

டயானாவையும் பயணப்பையைச் சுமந்துகொண்டிருந்த வண்டியோட்டியையும் பார்த்ததற்குப் பின் விடுதிக்காரர் ஓரளவு கூடுதல் சுறுசுறுப்பிற்கு வந்தார். வண்டிக் குதிரைகளில் ஒன்றின் கனைப்பைக் கேட்டபோது மிகவும் கவனித்துக்கொள்கிறவராக உயர்ந்தார். கண்களைத் தேய்த்துவிட்டுக்கொண்டே கரகரப்பான குரலில் சொன்னார், “நல்வரவு, சீமாட்டிகளே, சீமான்களே! பொரித்த முட்டைகளும் வெண்ணெயும் எங்களால் உங்களுக்குத் தர முடியும். என்னிடம் ராக்கியும் இருக்கிறது.”*

நீண்ட ஓக் மேசையொன்றின் கடைசியில் அவர்கள் அமர்ந்தார்கள். அது –பெரும்பாலான விடுதிகளில்போலவே – பொது அறையின் பெரும் பகுதியை எடுத்துக்கொண்டது. ஒரு மூலையில் தரைமேல் உட்கார்ந்திருந்த இரண்டு மலைவாசிகள் குறுகுறுப்புடன் இவர்களிருந்த திக்கில் பார்த்தார்கள். இளம்பெண் தூங்கிக்கொண்டிருந்தாள், அவள் தலை அவளுடைய குழந்தையின் தூளிமேல் ஒய்ந்திருந்தது. அவளருகில், பலநிறப் பைகளின் குவியலின்மேல், யாரோ ஒரு லாஹூட்டைக் கிடத்தியிருந்தார்கள்.

விடுதிக்காரர் அவர்களுடைய உணவைக் கொண்டுவரக் காத்துக்கொண்டிருந்தபோது இவர்கள் அவர்களை மௌனமாக நோட்டமிட்டார்கள்.

“மற்ற விடுதிகளெல்லாம் இன்னும் சற்றுச் சுறுசுறுப்பாக இருந்தன” என்றாள் டயானா கடைசியில். “இது அளவிற்கதிகமாகவே அரவமின்றி இருக்கிறது.”

“அதுவரையில் நல்லதுதானென்று உனக்குத் தோன்ற வில்லையா?” பெஸ்ஸியன் தன் கைக்கடிகாரத்தைப் பார்த்துக் கொண்டான். “நாளின் இந்த நேரமாக இருந்தாலும்...” அவன் நினைவுகள் வேறெங்கோ இருந்தன, கைகள் மேசையின்மேல் ஒரு தாளத்தைப் பயின்றபடியிருந்தன. “ஆனால் இங்கே மிக மோசமாகத் தெரியவில்லைதானே?”

“அது உண்மைதான், அதிலும் வெளியிலிருந்து பார்க்கும்போது.”

“இது செங்குத்தான கூரையைக் கொண்டிருக்கிறது, உனக்குப் பிடித்த மாதிரி.”

---

* ராக்கி: நிறமற்ற ஒருவகை சாராயம், சோம்பு விதையைக் கொண்டு சுவையூட்டப்பட்டு, வடிகட்டப்பட்டு, மத்தியதரைக்கடல் நாடுகள், மத்திய கிழக்கு நாடுகள் ஆகியவற்றில் பல பெயர்களில் அருந்தப்படுவது.

அவள் ஆமோதித்தாள். அவளுடைய களைப்பிற்கு நேர்மாறாக, முகபாவம் மென்மையாக இருந்தது.

"இன்று இரவு நாம் இங்கே உறங்கிக்கொள்ளலாமா?"

பெஸ்ஸியன் இந்த வார்த்தைகளைச் சொல்லும்போது ஏதோ இரகசியத்தில்போலத் தன் இதயம் துடிப்பதை உணர்ந்தான். என்ன நடந்துகொண்டிருக்கிறது எனக்கு? தனக்குத்தானே சொல்லிக்கொண்டான்.

அவள் இன்னும் திருமணமாகாதவளாக முதல் தடவை அவனுடைய இடத்திற்கு வந்திருந்தபோது, அவன் இப்போதைவிட, அவள் அவனுடைய மனைவியாக இருந்தபோதைவிட, குறைவாகத்தான் கிளர்ச்சியுற்றான். உன்னைப் பைத்தியமாக அடிக்க இது போதும் என்று நினைத்துக்கொண்டான்.

"நீ விரும்பினால்" அவள் சொன்னாள்.

"அதென்ன?"

அவள் அவனை வியப்புடன் பார்த்தாள்.

"இந்த இரவு இங்கே தூங்குவதை நான் விரும்புவேனா என்று கேட்டாய், இல்லையா?"

"விரும்புகிறாயா?"

"சந்தேகமில்லாமல், ஆமாம்."

அற்புதம் என்று அவன் எண்ணிக்கொண்டான். கடந்த நாட்கள் முழுவதும் வாதையுற்றுக்கொண்டிருந்த, அந்த அதிகம் விரும்பப்பட்ட முகத்தை முத்தமிட விரும்பினான். முன்னெப்போதும் உணர்ந்திராத ஒருவகைக் கதகதப்பின் அலை அவனினூடே பாய்ந்தது. பிரித்தே வைக்கப்பட்டிருந்த மிகப் பல இரவுகளுக்குப் பிறகு, கடைசியில் அவர்கள் சேர்ந்து உறங்குவார்கள்; கைவிடப்பட்ட இந்தச் சாலைகளின் நடுவே, தனித்துவிடப்பட்ட இந்த மலை விடுதியில். விஷயங்கள் இந்த வழியில் நிகழ்ந்திருந்தது, மெய்யாகவே அதிர்ஷ்டம்தான். இல்லையென்றால் காதலித்த பெண்ணின் முதல் அணைப்பை மறுபடியும் வாழ்ந்து பார்ப்பது என்கிற, சில ஆண்களுக்கே அனுபவிக்கக் கிடைக்கும் வாய்ப்பை அவன் ஒருபோதும் அறிந்துகொள்ளாமலே போயிருந்திருப்பான். இந்த நாட்களில் அவள் மிகவும் விலகிப்போனவளாக ஆகியிருந்ததில் இப்போது அவர்களிருவரும் திருமணம் செய்துகொள்வதற்குமுன் அவளை அவன் அறிந்திருந்த சமயத்தில் இருந்தவளாகவே அவளை மறுகண்டுபிடிப்புச் செய்துகொண்டிருந்ததாக உணர்ந்தான்.

மேற்கொண்டு, இந்த இரண்டாவது கண்டுபிடிப்பு கூடுதல் இனிமையையும் அதிக அலைக்கழிப்பையும் கொண்டிருப்பதாயும் அவனுக்குத் தோன்றியது. தீய காற்று நல்லதற்காக யாருக்கும் வீசுகிறதில்லை என்று மக்கள் சொல்வது சரிதான்.

தனக்குப் பின்னே ஏதோ நகர்வதை அவன் உணர்ந்தான். அதே வினாடியில், அவனுடைய கண்களுக்கு நேர் கீழே இருந்தவை முக்கியமற்ற விஷயங்களின் உலகிலிருந்து அவனை வந்தடைந்தவை போல, காரசாரமான மணத்தை வெளிப்படுத்துகிற, முற்றிலும் பயனற்ற, சில வட்ட வடிவப் பொருள்கள்: பொரித்த முட்டைகளின் தட்டுகள்.

பெஸ்ஸியன் நிமிர்ந்து பார்த்தான்.

“இரவு தங்குவதற்கு ஒரு நல்ல அறை இருக்கிறதா?”

“இருக்கிறது அய்யா” விடுதிக்காரர் அடித்துச் சொன்னார். “கணப்பு அடுப்போடேயே ஒன்று இருக்கிறது.”

“உண்மையாகவா? அது போதும்.”

“ஓ, ஆமாம்” விடுதிக்காரர் சொல்லிக்கொண்டே போனார், “மாவட்ட விடுதி எதிலும் இதைப்போன்ற அறை கிடையாதாக்கும்.”

அதிர்ஷ்டத்தில்தான் இருக்கிறேன் என்று பெஸ்ஸியன் எண்ணிக்கொண்டான்.

“உங்கள் உணவை முடித்தவுடன் உங்களை நான் அங்கே கூட்டிச் செல்கிறேன்” விடுதிக்காரர் சொன்னார்.

“தாராளமாக.”

அவனுக்குப் பசிக்கவில்லை. டயானாவும் அவளுடைய முட்டைகளைச் சாப்பிடவில்லை. சிறிது பாலாடைக் கட்டிகள் கேட்டாள். ஆனால் அவை உலர்ந்தும் கடினமாயும் இருந்த காரணத்தால் வட்டிலிலேயே வைத்துவிட்டாள். பிறகு கெட்டித் தயிர் கேட்டாள். பிறகு கடைசியில் மறுபடியும் முட்டைகள். ஆனால் இம்முறை அவித்தது. பெஸ்ஸியனும் அதையே கொண்டுவரச் சொன்னான். ஆனால் எதையும் சாப்பிடவில்லை.

உணவை முடித்த கையோடு அறையைப் பார்ப்பதற்காக அவர்கள் மேல்த் தளத்திற்குச் சென்றார்கள். விடுதிக்காரர் சொன்ன, உயர்ந்த மேட்டுநில மாவட்டத்தின் அத்தனை விடுதிகளின் பொறாமைக்கும் பாத்திரமான அறை, இரண்டு சன்னல்களுடன், இரண்டுமே மரத்தாலான இழுப்புக் கதவுகளுடன், வடக்குப் பார்த்ததாகக் கனத்த கம்பளி விரிப்பால் போர்த்தப்பட்ட பெரிய படுக்கையுடன், மிக எளிதாகக் கற்பனை

செய்யக்கூடியதாக இருந்தது. கணப்பு அடுப்பை அது கொண்டிருந்தது என்பதென்னவோ உண்மைதான், அந்த அடுப்பின்மேல் சாம்பல்கள் கிடந்தன.

"சிறப்பான அறைதான் இது" என்றான் பெஸ்ஸியன், மனைவியைச் சந்தேகத்துடன் பார்த்துக்கொண்டே.

"நெருப்புக் கொண்டுவர முடியுமா?" அவள் நிலக்கிழாரை வினவினாள்.

"கண்டிப்பாக. நீங்கள் விரும்பினால் இப்போதே."

நீண்ட பொழுதுகளுக்குப் பிறகு முதல்முறையாக டயானாவின் கண்களில் மகிழ்ச்சியின் ஒளிக் கீற்றைப் பார்த்ததாக பெஸ்ஸியன் எண்ணினான்.

விடுதிக்காரர் போய்விட்டுக் கை நிறைய விறகுடன் திரும்பி வந்தார். நயமற்ற முறையில் அவர் நெருப்பைப் பற்றவைத்தது அது எப்போதாவது அவர் செய்யும் ஒரு விஷயம் என்பதைக் காட்டியது. கணப்படுப்பில் நெருப்பைக் கிண்டிவிடுவதைப் பார்த்துக்கொண்டிருப்பது தங்கள் வாழ்க்கையில் அதுவே முதல் தடவை என்பதைப்போல அவர்களிருவரும் பார்த்தார்கள். ஒருவழியாக அவர் புறப்பட்டுப் போனார், மனைவியுடன் தனியே விடப்பட்ட பெஸ்ஸியன் தன் மார்பில் திரும்பவும் அந்த இரகசியத் துடிப்பை உணர்ந்தான். பலமுறை அவன் கண்கள் கதகதப்பாகத் தோன்றும்படி செய்த பால்நிற விரிப்புடன்கூடிய பெரிய படுக்கையின்பால் நழுவிக்கொண்டிருந்தன. டயானா நெருப்பின் பக்கலில் நின்றுகொண்டிருந்தாள், அவளுடைய பின்புறம் கணவன் பக்கமாகத் திரும்பியிருந்தது. பெஸ்ஸியன் வெட்கத்துடன் – அந்நியள் ஒருத்தியை நெருங்குவதுபோல – அவளை நோக்கிஇரண்டு அடி எடுத்துவைத்து அவள் தோள்களைச் சுற்றித் தன் கைகளை இட்டான். அவள் கரங்கள் குறுக்காகப் பின்னிக்கொண்டன. அவன் அவள் கழுத்தில் முத்தமிடத் தொடங்கி பிறகு உதடுகளின் அருகே முத்தமிடுகையில் அவள் அசையவில்லை. சில நேரம், பக்கவாட்டில், அவள் கன்னத்தின் மேல் அனற்கொழுந்தின் செந்நிற ஜொலிப்பின் மினுக்கொளியைக் கண்டான். பிறகு, அவனுடைய வருடல்கள் அதிக அழுத்தத்துடன் வளர்ந்தபோது, அவள் கனிவாகச் சொன்னாள், "இல்லை, இப்பொழுது வேண்டாம்."

"ஏன் வேண்டாம்?"

"மிகவும் குளிர்கிறது. அதுவுமில்லாமல் நான் குளியல் போட வேண்டும்."

"நீ சொல்வது சரிதான்" அவள் கூந்தலில் முத்தத்தைப் பதித்தபடியே அவன் சொன்னான். மேற்கொண்டு எதுவும் பேசாமல் அவளிடமிருந்து விலகி அறையை விட்டு வெளியேறினான். படிகளின்மேல் அவனுடைய எட்டுவைப்புகளின் சுறுசுறுப்பான ஒலி அவனுடைய உற்சாகமான மனநிலையைக் காட்டியது. ஒரு சில நிமிடங்களுக்குப்பின் ஓர் இரும்பு வாளி நிறையத் தண்ணீருடன் திரும்பினான்.

"நன்றி" என்றாள் டயானா குறுநகையுடன்.

போதையிலிருப்பவனைப்போல, அவன் வாளியை அடுப்பின் மேல் வைத்தான். பிறகு நன்கு தெரிந்த ஏதோவொன்றைச் சிந்தித்துக்கொண்டிருப்பவனைப்போல அதையே கவனித்துக் கொண்டிருந்தான். தண்டயப் பலகையின் கீழே பார்க்கக் குனிந்தான். தீப்பொறிகளைக் கைகளால் தூர விலக்கியபடியே அதைப் பலமுறை திரும்பத் திரும்பச் செய்து, "அங்கே இருக்கிறது" என்று உரக்கச் சொன்னதிலிருந்து அவன் எதைத் தேடிக்கொண் டிருந்தானோ அதைக் கண்டுபிடித்து விட்டாற்போலத் தோன்றியது.

டயானாவும் கீழே குனிந்தாள், பெரும்பாலான நாட்டுப்புறக் கணப்படுப்புகளில்போலவே கரிப்புகைக் கருப்புடன் அடுப்பிற்கு மேலே தொங்கிக்கொண்டிருந்த பானைக் கொக்கியின் முனையைக் கண்டாள். பெஸ்ஸியன் வாளியை மேலே தூக்கி, ஒரு கையைக் கணப்படுப்பின் கட்டுமானத்தின்மேல் வைத்துத் தன்னை நிலைநிறுத்திக்கொண்டபடி பானைக் கொக்கியின் வடுவில் அதைத் தொங்கவிடுவதற்கு முயன்றான்.

"பார்த்து" என்றாள் டயானா, "சுட்டுக்கொள்ளப் போகிறாய்."

ஆனால் அதற்குள் வாளி அதன் இடத்தில் பொருத்தப்பட்டு விட்டது. பெஸ்ஸியன் மகிழ்ச்சியோடு லேசாகச் சிவந்திருந்த தன் கைகளை ஊதிக்கொண்டிருந்தான்.

"சுட்டுக்கொண்டாயா?"

"ஓ, இது ஒன்றுமில்லை."

யாரோ படிகளில் ஏறி வந்தார்கள். வண்டியோட்டி அவர்களுடைய பைகளைக் கொண்டுவந்திருந்தார். ஓர் ஒட்டாத சிரிப்புடன் அவரைக் கவனித்துக்கொண்டே பெஸ்ஸியன், படிகளில் வந்துகொண்டும் போய்க்கொண்டும், விறகையோ அல்லது அவர்களுடைய சாமான்களையோ கொண்டுவந்துகொண் டிருந்த அந்த மனிதர்கள் தான் சந்தோஷப்படுவோமென்றுதான் விஷயங்களை ஒழுங்குபடுத்திக்கொண்டிருக்கிறார்கள் என்பதாக யோசித்துக்கொண்டிருந்தான். அதற்குமேலும் அவனால் சும்மாயிருக்க முடியவில்லை.

"அறையும் தண்ணீரும் கதகதப்பாக ஆவதற்குள் நாம் காபி சாப்பிடக் கீழ்த்தளத்திற்குப் போய்வந்தாலென்ன?"

"காபி? நீ விரும்பினால். ஆனால் அதைவிட ஒரு நடை நடந்துவிட்டு வந்தால் நன்றாக இருக்கும். நான் இன்னுமே சற்றுப் பயணக் களைப்பில்தான் இருக்கிறேன்."

ஒரு நிமிடத்திற்குப் பிறகு அவர்கள் தங்கள் காலணிகளினடியில் கிறீச்சிட்ட படிகளில் கீழிறங்கிச் சென்றார்கள். பெஸ்ஸியன் விடுதிக்காரரிடம் தாங்கள் ஒரு நடை நடந்துவரப் போய்க்கொண்டிருப்பதால் அடுப்பைக் கவனித்துக்கொள்ளும்படி சொன்னான்.

"அருகில் அழகான இடம் ஏதாவது இருக்கிறதா என்று உங்களால் சொல்ல முடியுமா, நிஜமாகவே போய்ப் பார்க்கத் தகுதியானதாக ஏதாவது இடம்?"

"பார்க்கத் தகுதியானதாக அருகில் ஏதாவதா?" அவர் தலையசைத்தார். "இல்லை அய்யா, இந்தப் பகுதிகள் மிக அதிகமாகப் பொட்டல் காடுகள்தான்."

"உண்மையாகவா?"

"ஆமாம், ஒன்றைத் தவிர... கொஞ்சம் இருங்கள். உங்களிடம் வண்டி இருக்கிறதுதானே? அப்படியானால் அது வேறு மாதிரி. உங்கள் குதிரைகள் களைத்துப்போயிருக்கவில்லையென்றால் அரை மணிநேரம், அதிகம்போனால் முக்கால் மணிநேரம், ஆல்பைன் ஏரிகளைப் பார்ப்பதற்கு நீங்கள் அப்பர் ஒயிட் வாட்டரைப்* பிடித்துவிடலாம்."

"அரை மணிநேர வண்டிச் சவாரியில்தான் அப்பர் ஒயிட் வாட்டர் இருக்கிறதா" பெஸ்ஸியன் வியப்புடன் கேட்டான்.

"ஆமாம், அய்யா. அரை மணிநேரம் அல்லது அதிகம் போனால் முக்கால் மணிநேரம். இந்த வழியாக வருகிற வெளிநாட்டுப் பயணிகள் அங்கே போகிற வாய்ப்பைத் தவறவிடவே மாட்டார்கள்."

"நீ என்ன நினைக்கிறாய்?" பெஸ்ஸியன் மனைவியின் பக்கம் திரும்பிக் கேட்டான். "வண்டியில் சவாரி செய்ததில் நாம் களைத்துப்போயிருக்கிறோமென்பது உண்மைதான், ஆனாலும் உண்மையாகவே அந்தக் கிராமம் பார்க்கத் தகுதியானது. குறிப்பாக அதனுடைய புகழ்பெற்ற ஏரிகளுக்காக."

புவியியல் வகுப்பில் நாங்கள் அதைப் படித்திருக்கிறோம்" அவள் சொன்னாள்.

---
* ஓர் அருவி.

முறிந்த ஏப்ரல்

"அங்கே உயரத்தில் காற்றுப் பிரமாதமாக இருக்கும். மேற்கொண்டு அதற்குள்ளாக நம் அறையும் கதகதப்பாக ஆக்கப்பட்டுவிடும்..." அவன் திடீரெனப் பேச்சை நிறுத்திக் கொண்டு அவளைப் பொருள் பொதிந்த பார்வை பார்த்தான்.

"நல்லது, நாம் போகலாம்."

விடுதிக்காரர் வண்டியோட்டியை அழைப்பதற்காக வெளியே போனார். சில நிமிடங்கள் கழித்து அவர் உள்ளே வந்தார். அதிக உற்சாகமில்லாதவராகத் தென்பட்டார். அவர் மீண்டும் ஒருதரம் குதிரைகளுக்குச் சேணத்தைப் பூட்ட வேண்டும். ஆனால் அதற்கு எதிராக எதையும் சொல்லிவிடாமல் கவனமாக இருந்துகொண்டார். வண்டியில் ஏறிக்கொண்டே பெஸ்ஸியன் இன்னொரு தரம் விடுதிக்காரரிடம் அடுப்பைப் பார்த்துக்கொள்ளும்படி சொன்னான். கடைசி நேரத்தில் –ஒரே ஒருகணம் –சிரமமெடுத்து நாடிப் பெற்ற அந்த விடுதி அறையை அத்தனை எளிதாகப் பின்னால் விட்டுவிட்டுக் கிளம்புவதில் தான் ஏதும் தவறு செய்துவிடவில்லையே என்று குழம்பினான். ஆனால் மகிழ்ச்சியான சிறு பயணத்திற்குப் பிறகு டயானா எல்லா விதத்திலும் அதிக நிறைவாக உணர்வாள் என்கிற நினைப்பில் நம்பிக்கையை மீட்டுக்கொண்டான்.

புல்லும் முட்செடிகளும் நிறைந்த தரிசு நிலத்தின்மேல் பிற்பகல் கதிரவன் மிதமாக ஒளிர்ந்துகொண்டிருந்தது. வெளிப்படையான தோற்றுவாய் இன்றிச் செந்நிறச் சாயல் காற்றில் கதகதப்பின் தொடுகையை இட்டிருந்தது.

"நாட்கள் நெடிதாக இருக்கின்றன" பெஸ்ஸியன் சொன்னான், மேலும், பேசுவதற்கு அதிக சுவாரஸ்யமான விஷயங்களை நான் கண்டுபிடிக்கக் கூடாதா என்று நினைத்துக்கொண்டான். காலநிலை இன்னும் நன்றாகவே இருந்தது. நாட்கள் நீண்டவையாக இருந்தன.

இவையெல்லாம் ஒருவருக்கொருவர் சொல்லிக்கொள்வதற்கு ஏதோன்றையும் கொண்டிராத மனிதர்கள் தங்கள் உரையாடல்களின் வெறுமையை இட்டு நிரப்புவதற்காக எடுத்து ஒட்டிக்கொள்ளும் விஷயங்கள். இம்மாதிரியான சொற்றொடர்களில் புகலிடம் தேட வேண்டிய அளவிற்கு அவர்கள் ஒருவருக்கொருவர் அந்நியர்களாகிவிட்டிருந்தார்களா? போதும் என்று அவன் நினைத்துக்கொண்டான், வருத்தத்திற்குரிய ஏதோ ஒன்றை நிராகரிப்பவனைப்போல. இது ஏற்கெனவே முடிந்தாயிற்று.

அரை மணிநேரத்திற்குப் பிறகு அப்பர் ஒயிட் வாட்டர் ஒருவழியாகப் பார்வையில் புலப்பட்டது. தொலைவில் சிகரங்கள்

இஸ்மாயில் கதாரே

பார்ப்பதற்குப் பாசியால் சூழப்பட்டவைபோல இருந்தன. சில இடங்களில் பனி இன்னும் உருகாதிருந்தது. வெறும் நிலத்தின் திட்டுக்கள் பார்ப்பதற்கு முழு இருட்டாக இருந்தன.

வண்டி கிராமத்தின் விளிம்பினூடாக ஏரிகளை நோக்கிய சாலையைப் பின்பற்றியது. கீழே இறங்கியபோது தேவாலயத்தின் மணிகள் ஒலிப்பதை அவர்கள் கேட்டார்கள். முதலில் டயானாதான் நின்றாள். ஒலிகள் எங்கிருந்து வருகின்றன என்பதைக் கண்டுபிடிப்பதற்காகத் திரும்பினாள், ஆனால் மணிக்கூண்டைக் காணவில்லை. அவளால் பார்க்க முடிந்த தெல்லாம் ஒன்றுவிட்டு ஒன்றாகப் பனித் தகடுகளையடுத்து இருந்த வழுக்கும் கருப்பு மண்திட்டுக்களைத்தான். அவள் அவற்றிலிருந்து திரும்பி கணவனுடைய கரத்தின்மேல் சாய்ந்துகொண்டாள். ஏரிகளில் ஒன்றை நோக்கி அவர்கள் நடந்துகொண்டிருந்தார்கள்.

“எத்தனை இருக்கிறது அங்கே?” டயானா கேட்டாள்.

“ஆறு என்று நினைக்கிறேன்.”

பணக்கார நோயால் துன்புறுவதைப்போல, இங்குமங்குமாகச் செறிவுடன் அழுகியிருந்த, இலைச் செத்தைகளின் அடுக்கடுக்கான படிவுகளால் வடிவமைக்கப்பட்டிருந்த, அடர்ந்து இருண்ட பழுப்பு விரிப்பின்மேல் அவர்கள் அருகருகாக நடந்தார்கள். பெஸ்ஸியன் தன் மனைவி தன்னிடம் எதையோ சொல்லுவதற்குத் தயாராகிக்கொண்டிருக்கிறாள் என்பதாக உணர்ந்தான். அவள் அமைதியிழந்தவளாகத் தோன்றினாள். ஆனால் காலடியில் இலைகளின் சத்தம் அவளைப் பாதி ஆசுவாசப்படுத்தியதைப்போலத் தோன்றியது.

“அங்கே இன்னொரு ஏரி இருக்கிறது” ஃபிர் மரங்களினூடே கரையெல்லையைக் கண்டதும் அவள் திடீரென்று சொன்னாள். அவன் அந்தத் திக்கில் தலையைத் திருப்பியபோது, தொடர்ந்து சொன்னாள்: “பெஸ்ஸியன், நீ நிச்சயமாக இந்த மலைகளைப்பற்றி மற்றவர்களைவிடச் சிறப்பாக எதையாவது எழுதுவாய்.” தன்னை எதுவோ பின்னால் கொட்டியதைப்போல அவன் திரும்பினான். “என்ன?” என்று கிட்டத்தட்டக் கேட்டுவிட்டான், ஆனால் கடைசி வினாடியில் அந்தக் கூக்குரலை வெளிப்படுத்தாமல் அடக்கினான். அந்த யோசனையைத் திரும்பவும் கேட்காமலிருப்பதே நல்லது. யாரோ தன் நெற்றியில் பழுக்கக் காய்ச்சிய குதிரை லாடத்தை வைத்து அழுத்துவதைப்போல உணர்ந்தான் அவன்.

“இந்தப் பயணத்திற்குப் பிறகு” அவள் மெல்லச் சொன்னாள், “அது மற்றவற்றைக்காட்டிலும் உண்மையானதாயும் இயற்கையாயும் இருக்கும், ஒன்று மட்டும்...”

"ஆம், சரிதான், சரிதான்."

ஒளிரும் குதிரை லாடம் இன்னமும் அவன் நெற்றியை அழுத்திக்கொண்டிருந்தது. மர்மத்தில் பாதி துலங்கிவிட்டது. அவள் மௌனத்தின் மர்மம். உண்மையில் அது ஒருபோதும் இல்லவே இல்லை. தங்களுடைய புரிந்துகொள்ளலின், தங்களுடைய விட்டுக்கொடுத்தலின் விலையாக, இந்தப் புதிய காதலின் முதலிரவிற்குமுன், அவள் அந்த வார்த்தைகளைச் சொல்லிவிடுவதற்காக, அது கிட்டத்தட்ட உறுதிப்பட்டுவிட்ட ஒன்று என்பதுபோல அவன் காத்திருந்தான்.

"புரிகிறது டயானா" வழக்கமற்ற சலிப்புடனிருந்த குரலில் அவன் சொன்னான், "சந்தேகமில்லாமல் இது எனக்குக் கஷ்டம்தான், ஆனாலும் எனக்குப் புரிகிறது."

அவள் அவனைக் குறுக்கிட்டாள், "நிஜமாகவே இது அருமையான இடம். நாம் இங்கே வந்தது எவ்வளவு சரியாகப் போய்விட்டது."

பெஸ்ஸியன் தொடர்ந்து நடந்தான். அவன் சிந்தனைகள் எங்கோ இருந்தன. அப்படியே அவர்கள் இரண்டாவது ஏரிக்கு வந்தார்கள். பிறகு தங்கள் காலடிகளைப் பின்பற்றித் திரும்பத் தொடங்கினார்கள். வழியில் அவன் தன்னைக் கட்டுப்படுத்திக் கொண்டான்; விடுதியில், அனைத்தும் கதகதப்பாகத் தங்களுக்காகக் காத்துக்கொண்டிருக்கும் கணப்படுப்புடன் கூடிய அறையைப்பற்றிச் சிந்தித்துக்கொண்டிருந்தான்.

தங்களுடைய வண்டியை விட்டு வந்திருந்த இடத்திற்கு வந்தார்கள், ஆனால் உள்ளே ஏறுவதற்குப் பதிலாகக் கிராமத்தை நோக்கித் திரும்பினார்கள். வண்டியோட்டி அவர்களைப் பின்தொடர்ந்தார்.

வழியில் அவர்கள் சந்தித்த முதல் மனிதர்கள், தலையில் தண்ணீர் மிடாக்களைச் சுமந்துகொண்டிருந்த இரண்டு பெண்கள், ஒரு நிமிடம் தங்கள் காலடிகளை மெதுவாக்கி அவர்களைப் பார்த்தார்கள். நாட்டுப்புறப் பகுதியின் அழகுக்கு நேரெதிராக, கோபுரங்கள், மிக அருகில், தனிப் பண்புகொண்டவையாக, இருளார்ந்து தோன்றின. கிராமத்துத் தெருக்கள், சிறப்பாகத் தேவாலயத்தின் முன்பிருந்த சிறிய சதுக்கம் ஆகியவை மக்களால் நிரம்பியிருந்தன. கனத்த, பால் வண்ணக் கம்பளித்துணியினாலான, மின்கலத்தின்மேல் வரையப்பட்டிருக்கும் மின்னழுத்தக் குறியையொத்த வினோதமான கருப்புநிற நீள்கோடுகள் இரண்டு பக்கங்களிலும் கீழிறங்கிய, இறுக்கமான காற்சட்டைகள்,

அவர்களுடைய நடத்தை குறித்த குழப்பம் மொத்தத்தையும் சொல்லாமல் சொல்லிக்கொண்டிருந்தன.

"கண்டிப்பாக என்னவோ நடந்திருக்கிறது" பெஸ்ஸியன் சொன்னான்.

ஒரு நிமிடம் அவர்கள் மக்களைக் கவனித்து என்ன நடந்திருக்கக் கூடும் என்பதைக் கற்பனை செய்ய முயன்று கொண்டிருந்தார்கள். ஆனால், என்ன நடந்திருந்ததோ, அது அமைதி நிரம்பியதாயும் மதிப்பு மிக்கதாயும் உள்ள ஏதோவொன்றாகவே இருந்திருக்க வேண்டும் என்பது எளிதாக உணரத்தக்கதாய் இருந்தது.

"அடைக்கலக் கோபுரம் என்பது அந்தக் கோபுரம்தானா?" டயானா கேட்டாள்.

"இருக்கலாம். அதுபோலத்தான் தெரிகிறது."

பிறவற்றிலிருந்து தனித்து உயர்ந்திருந்த அந்தக் கோபுரத்தைப் பார்ப்பதற்காக டயானா தன் நடையைச் சுருக்கினாள்.

"நாம் பார்த்த, சண்டை நிறுத்தம் கொடுக்கப்பட்ட அந்த மலைவாசி – உங்களுக்குத் தெரியும், இன்று நாம் அவனைப்பற்றிப் பேசிக்கொண்டிருந்தோம் – அவனுடைய அந்தச் சண்டை நிறுத்தம் கடந்த சில நாட்களில் முடிந்திருந்தால், அவன் கண்டிப்பாக இதைப்போன்ற கோபுரத்தில்தான் அடைக்கலமாகியிருப்பான், இல்லையா?"

"ஓ, கண்டிப்பாக" பெஸ்ஸியன் இன்னமும் கூட்டத்தைப் பார்த்துக்கொண்டே சொன்னான்.

"மேற்கொண்டு, சண்டைநிறுத்தம் காலாவதியாகும் நேரத்தில், கொலையாளி தன்னுடைய கிராமத்திலிருந்து தொலைவாக, நெடுஞ்சாலையிலேயே இருந்தானென்றால், அந்த அடைக்கலக் கோபுரங்கள் ஏதாவதொன்றிலேயே தஞ்சம் புகுந்துகொள்ள அவனால் முடியும்தானே?"

"அப்படித்தான் நினைக்கிறேன். இரவு கடந்துவிட்ட பயணிகள் சாலையில் தாங்கள் பார்க்கும் முதல் விடுதிக்குள் நுழைந்துகொள்வதைப் போன்றதுதான் இது."

"அப்படியென்றால் அவன் வசதியாக இதே கோபுரத்தி லேயேகூட அடைக்கலம் தேடியிருக்க முடியும்?"

பெஸ்ஸியன் புன்னகைத்தான்.

"வாய்ப்பிருக்கிறதுதான். ஆனால் நான் அப்படி நினைக்க வில்லை. நிறையக் கோபுரங்கள் இருக்கின்றன, தவிரவும் நாம் அந்த மனிதனைப் பார்த்தது இங்கிருந்து மிகத் தொலைவில்."

டயானா மேலும் ஒருமுறை தலையைக் குல்லாவை நோக்கித் திருப்பினாள். அவளுடைய வெறிப்பின் ஆழத்திலும் கண்களின் விளிம்புகளிலும் தணிந்த ஏக்கமொன்றைத் தான் நுணுகிக் கண்டுவிட்டதாக பெஸ்ஸியன் நினைத்தான். ஆனால் அந்தக் கணத்தில் கூட்டத்தில் யாரோ ஒருவர் தன்னை நோக்கிக் கையசைப்பதைக் கண்டான். கட்டம் போட்ட ஜாக்கெட், சில பரிச்சயமான முகங்கள்.

"அங்கே பாரேன் யாரென்று" என்றான் பெஸ்ஸியன் அவர்களிருந்த திக்கில் தலையசைப்புடன்.

"அட, அலி பினாக்" திருப்தியையோ எரிச்சலையோ வெளிப்படுத்தாத அடங்கிய குரலில் டயானா சொன்னாள்.

சதுக்கத்தின் மத்தியில் அவர்கள் சந்தித்துக்கொண்டார்கள். நில அளவையாளர்கூட இந்தமுறை அளவுக்கதிகமாகக் குடித்திருக்கிறவர்போலக் காணப்பட்டார். மருத்துவருடைய வெளுத்துப்போன கண்கள், கண்கள் மட்டுமல்லாமல் அவர் முகத்தின் நொய்மையான தோல் முழுவதும் கவலை தோய்ந்தவையாக இருந்தன. அலி பினாக்கைப் பொறுத்தவரை – பார்த்தவுடனேயே ஒருவர் தெரிந்துகொள்ளும்படியாக – அவருடைய வழக்கமான இறுக்கத்திற்கப்பால் ஓர் இரங்கத்தக்க களைப்பு. வல்லுனர் குழு மலைவாசிகளின் சிறிய குழுவால் கவனிக்கப்பட்டுக்கொண்டிருந்தது.

"உங்கள் பயணத்தில் அப்படியே உயர்ந்த மேட்டுநிலம் வழியாகப் போய்க்கொண்டிருக்கிறீர்களோ?" அலி பினாக் அவருடைய உரத்த குரலில் வினவினார்.

"ஆமாம்" என்றான் பெஸ்ஸியன். "இந்த மாவட்டத்தில் இன்னும் சில நாட்கள் இருப்போம்."

"நாட்களெல்லாம் இப்போது நீண்டவையாக ஆகிக்கொண் டிருக்கின்றன."

"ஆமாம், நாம் ஏப்ரல் மத்தியில் இருக்கிறோம். பிறகு நீங்கள், இந்தப் பக்கங்களில் நீங்கள் என்ன செய்துகொண்டிருக்கிறீர்கள்?"

"நாங்கள் என்ன செய்துகொண்டிருக்கிறோம்?" நில அளவையாளர் சொன்னார். "வழக்கம்போலத்தான், ஒரு கிராமத்திலிருந்து மற்றொன்றுக்கு, ஒரு கொடிக்கட்டிலிருந்து

மற்றொன்றுக்கு ஓடிக்கொண்டிருக்கிறோம். இரத்தக் கறையுடன் கூடிய ஒரு குழுவின் உருவப் படம்...”

“என்ன?”

“ஓஹ், நான் சும்மா ஒரு படிமத்தைப் பயன்படுத்திப் பார்க்கலாமேயென்று ஆசைப்பட்டேன் – எப்படிச் சொல்வது அதை – நல்லது, ஓர் ஓவியத்திலிருந்து அதைக் கடன் வாங்கினேன்.”

பேசியவர்மேல் அலி பினாக் ஆர்வமற்ற பார்வையை வீசினார்.

“நீங்கள் நடுவராயிருந்து தீர்க்க வேண்டிய தகராறு எதுவும் இங்கே இருக்கிறதா?” என்று பெஸ்ஸியன் அலி பினாக்கை வினவினான்.

பின்னவர் தலையசைத்தார்.

“என்ன மாதிரி ஒரு வழக்கு தெரியுமா?” நில அளவையாளர் மீண்டும் குறுக்கிட்டார்.

“இன்றைக்கு” அலி பினாக்கைக் குறிக்கும் கைச்சொடுக்குடன் சொன்னார், “இவர் தீர்ப்புச் சொல்லியிருக்கும் விதம் இருக்கிறதே அது வரலாற்றில் பதிவாகப் போகிறது.”

“மிகைப்படுத்திப் பேசக் கூடாது” என்றார் அலி பினாக்.

“இது மிகைப்படுத்தலே இல்லை” நில அளவையாளர் சொன்னார், “மேலும், இந்தக் கனவான் ஓர் எழுத்தாளர், இப்போது நீங்கள் தீர்த்துவைத்த வழக்கை உண்மையில் நாம் இவரிடம் விளக்கமாகச் சொல்லியாக வேண்டும்.”

சில நிமிடங்களில், அலி பினாக்கும் அவருடைய உதவியாளர்களும் எந்த வழக்கிற்காகக் கிராமத்திற்கு அழைக்கப்பட்டிருந்தார்களோ அது ஒரே சமயத்தில் பல பேச்சாளர்களால் எடுத்துரைக்கப்பட்டுவிட்டிருந்தது, அவர்கள் குறுக்கிட்டுக் கொண்டார்கள், ஒலிபெருக்கினார்கள், அல்லது ஒருவரை ஒருவர் சரிசெய்துகொண்டார்கள். ஒருவழியாக விஷயங்கள் இந்த வகையில் நடந்திருப்பதாகத் தெரியவந்தது:

ஒரு வாரத்திற்கு முன் ஒரு குறிப்பிட்ட குடும்பத்தின் உறுப்பினர்கள் அவர்களுடைய பெண்களில் ஒருத்தியைச் சாகடித்திருந்தார்கள். அவள் கருவுற்றிருந்தாள். அவளை மயக்கிய பையனையும் அவர்கள் தவறாமல் கொன்றுவிடுவார்கள் என்பதில் சந்தேகமில்லை. இதற்கிடையில் அந்த இளம்பெண்ணால் உலகத்திற்குள் கொண்டுவர முடியாமல்போன குழந்தை ஓர் ஆண் மகவு என்று பையனுடைய குடும்பம் கேள்விப்பட்டது.

அந்தக் குடும்பம் அவர்களுடைய எதிரிகளை முந்திக்கொண்டு, இளம்பெண்ணுடனான குருதிக் கலப்போடு தொடர்புடைய வகையில் தாங்களே பாதிக்கப்பட்ட தரப்பு என்று அறிவித்தது. மேலும் அந்த இளைஞன் பலியானவளோடு திருமணத்தின் வழியே இணையவில்லையாதலால் அந்த ஆண் குழந்தை அவனுக்குச் சொந்தமானது என்றும் வாதிட்டது. இப்படிச் செய்ததன்மூலம் பையனுடைய குடும்பம் தாங்கள்தான் பழிவாங்குவதற்கான பழிச்செயலை ஏற்றிருக்கிறோம் என்றும், மேலும் அதன்படி இளம்பெண்ணின் குடும்ப உறுப்பினர்களில் ஒருவரைக் கொல்வது தங்கள் முறை என்றும் உரிமை கோரியது. அந்த வழியில் அவர்கள் குற்றம் செய்த தங்கள் பையனை அவனுக்காகக் காத்திருந்த தண்டனையிலிருந்து காப்பாற்றிக்கொண்டதோடல்லாமல் – எதிர்த்தரப்பின் கைகளைக் கட்டிப்போட்டதன்மூலம் – புனிதச் சட்டப்படி ஏற்கப்படாத அமைதியை நடப்பில் தங்கள் வசதிப்படி நீட்டித்துக்கொண்டனர். இன்னொரு குடும்பம் வழக்கின் இந்தப் பார்வைக் கோணத்தைத் திடமாக எதிர்த்தது என்று சொல்லத் தேவையில்லை. செய்தி கிராமத்து மூத்தோர் மன்றத்தின்முன் கொண்டுவரப்பட்டது. அவர்கள் அந்த வழக்கை விடுவிக்க மிகக் கடினமானதாய்க் கண்டார்கள். துரதிர்ஷ்டத்தால் பாழாய்ப்போன அந்த இளம்பெண்ணின் பெற்றோர், விதிகளின் படியே தங்கள் மகளுக்குச் சாவைக் கொண்டுவந்தவன், அந்த வீட்டுப் பையனாக இருக்க, தாங்கள் ஒரு பலியைத் தங்கள் எதிரிகளுக்குத்தரக் கடன்பட்டிருப்பதாகச் சொல்லும் வாதத்தால் ஆத்திரமடைந்தார்கள் என்பது புரிந்துகொள்ளக்கூடியதுதான். அவர்கள் இன்னொரு தீர்வு கண்டுபிடிக்கப்பட்டேயாக வேண்டும் என்று வற்புறுத்தினார்கள். மேலும் நிலைமையை இன்னும் சிக்கலாக ஆக்கியது எதுவென்றால், *கானூ*ன்படி ஆண் குழந்தை ஒன்று கருவான கணத்திலிருந்து பையனுடைய குடும்பத்திற்குச் சொந்தமானது, ஒருவர் மற்றொரு மனிதனைப் பழிவாங்கும் அதே விதிப்படி பழிகொள்ள வேண்டியது. சந்தேகப்பாட்டைத் தீர்ப்பதற்குத் தங்களால் ஆகவில்லை என்று அறிவித்துவிட்ட மூத்தோர் மன்றம் *கானூ*னின் ஆகச் சிறந்த வல்லுநருக்கு மனுச் செய்தது: அலி பினாக்.

ஒரு மணிநேரத்திற்கு முன்னால்தான் வழக்கு ஆழ்ந்து ஆராயப்பட்டது (சரியாக நாங்கள் ஏரிக்கரைகளில் நடந்து கொண்டிருந்தபோது என்று பெஸ்ஸியன் நினைத்துக்கொண்டான்). தீர்ப்பு, *கானூ*னிலிருந்து எழுந்த எல்லா விஷயங்களிலும்போலவே, காலம் தாழ்த்தாமல் வழங்கப்பட்டுவிட்டது. பையனுடைய குடும்பத்திற்காகப் பேசியவர் அலி பினாக்கிடம் சொல்லியிருந்தார், “அவர்கள் ஏன் என் ‘மா’வைச் சிந்தினார்களென்று (கருக்கொள்ளப்

பட்டிருந்த குழந்தை என்று பொருள்) நான் தெரிந்துகொள்ள ஆசைப்படுகிறேன்." அலி பினாக் உடனே அவருக்கு விடையிறுத்தார்: "வேறு யாரோ ஒருவருடைய மாவுச் சாக்கில் உன் மாவு எதைத் தேடிக்கொண்டிருந்ததாம் (வேற்று இளம்பெண்ணின் கருப்பை, முறைப்படி திருமணத்தால் பிணைக்கப்படாதது என்று பொருள்)." ஆக, இரண்டு தரப்புகளும் வழக்குத் தீர்ந்தவை ஆயின, இரண்டுமே பழியற்றவையாயும் பழிதீர்க்கும் தேடலில் பிணைக்கப்படாதவையாயும் ஆயின.

கிளர்ச்சியுறாமல், அவருடைய வெளிறிய முகத்தின் ஒரு தசைகூட ஒருபோதும் துடிக்காமல், பேசவே பேசாமல், அலி பினாக் அவர் எப்படித் தீர்ப்புச் சொல்லியிருந்தார் என்பது குறித்த அவர்களுடைய இரைச்சலான விவரிப்பைக் கேட்டார்.

"இதைத் தவிர வேறு வழியே இல்லை – நீங்கள் ஒரு அதிசயம்" என்றார் நில அளவையாளர், அவர் கண்கள் குடிபோதையிலும் வியப்பிலும் கலங்கின.

அவர்கள் சதுக்கத்தைச் சுற்றி இலக்கின்றி நடக்கத் தொடங்கினார்கள்.

"யாவற்றையும் கணக்கிலெடுத்துக்கொண்டு அதைப்பற்றி அமைதியாக அமர்ந்து நீங்கள் யோசித்தீர்களென்றால், இதெல்லாம் மிக எளிமையான விஷயங்கள்தான்" பெஸ்ஸியன், டயானா ஆகியோருடன் நடந்துகொண்டிருந்த மருத்துவர் சொன்னார், "மிக நாடகீயமாகத் தோன்றும் இந்தக் கடைசி வழக்கேகூட, உண்மையில், கடனாளிக்குக் கடனாளரோடான உறவு பற்றிய கேள்விதான்."

அவர் பேசிக்கொண்டே போனார். ஆனால் பெஸ்ஸியன் அதில் அக்கறை கொள்ளவில்லை. அவனுக்கு வேறு கவலை இருந்தது. முன்பும் இந்த வகையிலான ஒரு விவாதம் டயானாமேல் மோசமான பாதிப்பை உண்டாக்கும்படி ஆயிற்று இல்லையா? கடந்த இரண்டு நாட்களாகத்தான் அவர்கள் சிறிதளவு இம்மாதிரியான விஷயங்களைப் புறந்தள்ளியிருந்தார்கள், அவளுடைய முகமும் ஒருவழியாகக் கலக்கம் குறைந்ததாகத் தோன்றத் தொடங்கியிருந்தது.

"சரி, உங்களைப்பற்றிச் சொல்லுங்கள், எப்படி உயர்ந்த மேட்டு நிலங்களில் நீங்கள் குடியேறும்படி ஆனது?" பேச்சை மாற்றும் பொருட்டாக பெஸ்ஸியன் கேட்டான். "நீங்கள் மருத்துவராக இருக்கிறீர்கள், இல்லையா?"

மருத்துவர் கசந்த குறுநகையுடன் சொன்னார், "இருந்தேன், இப்போது வேறு ஏதோவாக இருக்கிறேன்."

அவர் கண்கள் ஆழ்ந்த வேதனையைக் காண்பித்தன, அந்த வெளிர் நிறக் கண்களால், அந்த, முதல் பார்வைக்கு ஏறக்குறைய நிறமற்றவையாகவே தோன்றக்கூடிய கண்களால்கூட, பிற வகைக் கண்களைவிட அதிக முழுமையாக உள்வலியைப் பிரதிபலிக்க முடியும்போல என்று பெஸ்ஸியன் நினைத்துக்கொண்டான்.

"நான் ஆஸ்திரியாவில் அறுவை சிகிச்சை மருத்துவம் படித்தேன்" அவர் சொன்னார், "முடியரசால் உதவித்தொகை பெறும் மாணவர்களாக அங்கே அனுப்பப்பட்ட முதலும் கடைசியுமான குழுவில் ஒருவனாக நான் இருந்தேன். அந்த மாணவர்களில் பெரும்பாலானவர்கள் வெளிநாட்டிலிருந்து இங்கே திரும்பி வந்தபோது என்னவாக ஆனார்களென்று நீங்கள் கேள்விப்பட்டிருக்கலாம். நல்லது, அவர்களில் நானும் ஒருவன். முழுமுற்றான ஏமாற்றம், மருத்துவமனைப் பயிற்சியே கிடைக்கவில்லை. என்னுடைய தொழிலில் வேலை செய்ய வாய்ப்பே இல்லை. சிறிது காலம் வேலை இல்லாமல் இருந்தேன். பிறகு, தற்செயலாக டிரானாவில் ஒரு கஃபேயில் அந்த மனிதரைப் பார்த்தேன்" – அவர் தன் தலையை நில அளவையாளரை நோக்கி அசைத்தார் – "அவர்தான் இந்த வினோதமான வாணிகத்தை எடுத்துக்கொள்ளச் சொல்லி எனக்கு யோசனை சொன்னார்."

"இரத்தக் கறையுடன்கூடிய ஒரு குழுவின் உருவப்படம்..." அப்போதுதான் அவர்களிடம் வந்து அவர்களுடைய உரையாடலைப் பின்தொடர்ந்துகொண்டிருந்த நில அளவையாளர் சொன்னார், "எங்கெல்லாம் இரத்தம் இருக்கிறதோ அங்கெல்லாம் எப்போதும் எங்களை நீங்கள் பார்க்கிறீர்கள்."

மருத்துவர் அந்த வார்த்தைகளைச் சட்டை செய்யவில்லை.

"அலி பினாக்கிற்கு நீங்கள் மருத்துவராகத்தான் உதவி செய்கிறீர்களா?" பெஸ்ஸியன் கேட்டான்.

"சந்தேகமில்லாமல். இல்லையென்றால் அவர் என்னைத் தன்னுடன் அழைத்துக்கொள்ள மாட்டார்."

பெஸ்ஸியன் அவரை வியப்புடன் நோக்கினான்.

"இதில் ஆச்சரியப்படுவதற்கு ஒன்றுமில்லை. புனிதச் சட்டம் சொல்வதோடு பொருந்திப்போகிறாற்போல் அமைந்த தீர்ப்புகளில், குறிப்பாக அது இரத்தம் சிந்துவது குறித்ததாய் இருக்கிறபோது, அவற்றில் பெரும்பான்மையும் காயங்கள் பற்றிய விஷயங்களாய் இருக்கிறபோது, மருத்துவத்தில் ஆரம்பநிலை அறிவைக் கொண்டிருக்கிற ஒருவர் எப்போதுமே தேவை. பொதுவாக, அறுவைச் சிகிச்சை நிபுணருடைய உதவி தேவைப்படாது. இன்னும் தெளிவாகக்கூடச் சொல்லுவேன்,

என்னுடைய நிலைமையில் இருக்கும் வேடிக்கை என்னவென்றால், நான் செய்துகொண்டிருக்கும் வேலையைச் செய்ய மனித உடலை அறுத்துப் பார்ப்பதில் அடிப்படை அறிவுள்ள யாரும் தேவையில்லை; இளநிலைத் தாதி மாதிரியான ஒருவராலேயே மிகச் சிறப்பாகச் செய்யக்கூடிய வேலைதான் அது."

"அடிப்படை அறிவு? அது போதுமாயென்ன?"

மருத்துவர் அதே கசந்த சிரிப்பைச் சிரித்தார்.

"பிரச்சினை என்னவென்றால், இங்கே என்னுடைய வேலை காயங்களுக்குக் கட்டுப்போடுவதும் குணப்படுத்துவதும்தானென்று நீங்கள் முடிவுசெய்துவிட்டீர்கள், அப்படித்தானே?"

"ஆமாம், சந்தேகமில்லாமல். நீங்கள் சொன்ன காரணங்களுக்காக நீங்கள் உங்கள் அறுவைச் சிகிச்சைத் தொழிலை விட்டுக்கொடுத்துவிட்டீர்களென்பதை என்னால் புரிந்து கொள்ள முடிகிறது—ஆனால் உங்களால் இன்னும் காயங்களுக்கு மருத்துவம் அளிக்க முடியும்தானே?"

"முடியாது" என்றார் மருத்துவர். "அதில் ஏதோ சிறிது ஊதியம் இருக்கும்தான். ஆனால் அம்மாதிரியான விஷயங்களில் நான் செய்வதற்கென்று ஒன்றும் இருப்பதில்லை. புரிகிறதா? ஒன்றுமே இருப்பதில்லை. மலைவாசிகள் எப்போதுமே அவர்களுடைய காயங்களை அவர்களேதான் கவனித்துக்கொள்கிறார்கள். அதை இன்றுவரையில் செய்து கொண்டிருக்கிறார்கள். சாராயம், புகையிலை இவற்றைக்கொண்டு, ஆகக் காட்டுமிராண்டித் தனமான பழக்கங்களோடு பொருந்திப்போகின்றார்போல. எடுத்துக்காட்டாக, ஒரு தோட்டாவை இன்னொரு தோட்டாவால் வெளியில் எடுப்பது, இதைப்போல இன்னும். அதனால் அவர்கள் ஒருபோதும் மருத்துவரை அவருடைய சேவைகளுக்காக அழைக்கவே மாட்டார்கள். நானோ இங்கே முற்றிலும் வேறுமாதிரியான வேலைகளை முடிப்பதற்காக இருக்கிறேன். புரிந்துகொள்கிறீர்களா? நான் இங்கே மருத்துவனாக இல்லை, நீதிபதிக்கு உதவியாளனாகத்தான் இருக்கிறேன். உங்களுக்கு இது வினோதமாகத் தோன்றவில்லை?"

"முழுதாக இல்லை" பெஸ்ஸியன் சொன்னான். "எனக்கே கானூன் பற்றிய அறிவு சிறிது இருக்கிறது, நீங்கள் கையாண்டுகொண்டிருப்பது என்னவென்பதை என்னால் கற்பனை செய்துபார்க்க முடிகிறது."

"நான் காயங்களை எண்ணுகிறேன், அவற்றை வகைப்படுத்துகிறேன், அதற்குமேல் எதுவும் கிடையாது."

மருத்துவர் எரிச்சலடைந்துகொண்டிருக்கிறாரென்கிற உணர்வை முதல்முறையாக பெஸ்ஸியன் அடைந்தான். டயானாவுக்காகத் திரும்பினான். ஆனால் அவர்கள் கண்கள் சந்திக்கவில்லை. இந்த விவாதம் அவளிடத்தில் நல்ல மனப்பதிவை ஏற்படுத்தப்போவதில்லையென்பதில் மாற்றுக் கருத்தே இல்லை, அவன் தனக்குச் சொல்லிக்கொண்டான், ரொம்ப மோசம்; எத்தனை விரைவாக முடியுமோ அத்தனை விரைவாக இது ஒரு நிறுத்தத்திற்கு வந்துவிட்டால் போதும், நாங்கள் இங்கிருந்து விலகிச் சென்றுவிடலாம்.

“ஒருவேளை உங்களுக்குத் தெரிந்திருக்கலாம், கானூன் சொல்கிறபடி உண்டாக்கப்பட்ட காயங்கள் அபராதப் பணத்தினால் செலுத்தப்பட்டுவிடுகின்றன. ஒவ்வொரு காயத்திற்கும் தனித்தனியாக அபராதம் செலுத்தப்படுகிறது. உடம்பின் எந்தப் பகுதியில் காயம் உண்டாக்கப்படுகிறதோ அதைப் பொறுத்து விலை அமைகிறது. எடுத்துக்காட்டாக, தலைக் காயங்களுக்கான நஷ்டஈடு உடம்பின் மத்தியில் ஆன காயத்தைவிட இரண்டு மடங்கு அதிகம். பின்னது, காயம் இடுப்புக்கு மேலா, கீழா என்பதைப் பொறுத்து மேற்கொண்டு இரண்டு வகையினமாகப் பிரிக்கப்படுகிறது. அதற்குப் பிறகும் வேறுபாடுகள் உண்டு. ஓர் உதவியாளனாக என்னுடைய வேலை இதை மட்டும் உள்ளடக்கியதுதான் – காயங்களின் எண்ணிக்கையையும் அவை எங்கே ஏற்பட்டிருக்கின்றன என்பதையும் உறுதிசெய்வது.”

அவர் பெஸ்ஸியனையும் பிறகு அவன் மனைவியையும் பார்த்தார், தன் வார்த்தைகளின் பாதிப்பை உறுதி செய்துகொள்ள விரும்புகிறவரைப்போல.

“காயங்கள் தீர்ப்புக் கொடுப்பதற்காக வருகிறபோதுதான் பிரச்சினைகளை – சொல்லப்போனால் நேருக்குநேரான கொலையைக்காட்டிலும் அதிகமான பிரச்சினைகளை – உண்டாக்குகின்றன. அபராதப் பணம் செலுத்தி நேர்செய்யப் படாத காயம் – கானூன் விதிகளின்படி – ஒரு மனிதனுடைய பாதி இரத்தத்திற்குச் சமமாகக் கருதப்படும் என்பதை நீங்கள் தெரிந்துகொள்ள வேண்டும். அதற்கேற்றாற்போல் காயம்பட்ட மனிதன் அரைப்பிணமாக நிழலைப் போலத்தான் கருதப்படுவான். சுருக்கமாக, யாராவது ஒருவர் குடும்பத்திலுள்ள இரண்டு பேரைக் காயப்படுத்திவிட்டால், அல்லது ஒரே நபரை இரண்டு முறை காயப்படுத்திவிட்டால் – இரண்டு காயங்களையும் தனித்தனியானதாகக் கருதி அதற்கான நஷ்ட ஈட்டை அவர் கொடுத்திருக்கவில்லையென்றால் – கேள்விகளுக்கு அப்பாற்பட்ட

விதிகளின்படி—முழு மனிதனுடைய இரத்த அளவிற்குக் கடனாளி ஆகிவிடுகிறார், அதாவது முழு மனித உயிருக்கு என்று சொல்ல வேண்டும்."

அவர்கள் தன் வார்த்தைகளின் பொருளை உள்வாங்கிக் கொள்வதற்கு நேரம் கொடுக்கும் பொருட்டு மருத்துவர் ஒரு நிமிடம் மௌனமாக இருந்தார்.

மேலே தொடர்ந்தார், "இதெல்லாம் தீவிரச் சிக்கலான பிரச்சினைகளைக் கிளப்பிவிட்டுவிடுகின்றன, பிரதானமாகப் பொருளாதாரப் பிரச்சினைகளை. ஆச்சரியப்படுவதைப்போல நீங்கள் என்னைப் பார்த்துக்கொண்டிருக்கிறீர்களல்லவா? இரண்டு காயங்களுக்கு நஷ்டஈடு கொடுக்க முடியாத குடும்பங்கள் இருக்கின்றன, அவர்கள் ஒரு மனித உயிரை எடுத்துக் கடனைக் கழித்துக்கொள்வதைத் தேர்ந்துகொள்கிறார்கள். இன்னும் சில குடும்பங்கள் அவர்களுடைய பலியாள் நன்றாகத் தேறி வந்தவுடன், அவனைக் கொல்கிற உரிமையத் தக்கவைத்துக்கொள்வதற்காக அந்தப் பலியாளால் வாங்கப்பட்ட இருபது காயங்கள்வரை அபராதம் கொடுக்கும் பொருட்டாகத் தங்களை அழித்துக்கொள்ள ஆயத்தமாக இருக்கின்றன. வினோதம்தான், இல்லையா? ஆனால் இங்கே ஏதோ ஒன்று இவை அனைத்தையும் திரைபோட்டு மறைத்துவைத்திருக்கிறது. கருப்புக் கணவாய்கள் பகுதியில் எனக்கு ஒரு ஆளைத் தெரியும், தன்னுடைய எதிரிகள் ஏற்றிவிடும் காயத்திற்காகத் தான் வாங்குகிற அபராதப் பணத்தைக் கொண்டே ஆண்டுக்கணக்காகத் தன் குடும்பத்தைப் பராமரித்துக் கொண்டிருக்கிறான். சாவிலிருந்து பல தடவைகள் அவன் தப்பி யிருக்கிறான். இதில் கிடைத்த பயிற்சியைக்கொண்டு எந்தமாதிரித் தோட்டாவால் சாவதிலிருந்தும் தன்னால் தப்பித்துவிட முடியுமென்றும் நம்புகிறான். ஓர் அர்த்தத்தில், சந்தேகமில்லாமல், உலகிலேயே — காயங்களால் உயிர் பிழைப்பதென்கிற — இந்தப் புதுவகை வாணிகத்தை உருவாக்கிய முதல் ஆள் அவன்."

"பயங்கரம்" பெஸ்ஸியன் முணுமுணுத்தான். டயானாவைப் பார்த்தான். அவள் கூடக்கொஞ்சம் வெளிறிப்போனவளா தோன்றினாள். இந்த உரையாடல் எவ்வளவு சீக்கிரம் முடியுமோ அவ்வளவு சீக்கிரம் முடிந்தாக வேண்டும் என்று நினைத்துக் கொண்டான். விடுதியறை, கணப்படுப்பு, பாரந்தூக்கியில் தொங்கிக்கொண்டிருக்கும் சுடுநீர்க் கொதிகெண்டி ஆகியவை இப்போது வெகு தொலைவில் இருப்பவையாகத் தோன்றின. நாங்கள் இங்கிருந்து தொலைவாகப் போய்விட வேண்டும் என்று தனக்குள் சொல்லிக்கொண்டான். இப்பொழுதே இங்கிருந்து தொலைவாகப் போய்விட வேண்டும்.

முறிந்த ஏப்ரல்

சதுக்கத்து மக்கள் இரண்டு சிறிய குழுக்களுக்குள் பிரிந்துவிட்டிருந்தார்கள், டயானாவும் பெஸ்ஸியனும் மருத்துவருடன் தனியே இருந்தார்கள்.

"ஒருவேளை உங்களுக்குத் தெரிந்திருக்கும்" மருத்துவர் மேலே தொடர்ந்தார் – பெஸ்ஸியன் அவரைக் குறுக்கிட்டு, 'எனக்குத் தெரியாது, தெரிந்துகொள்ள நான் விரும்பவும் இல்லை' என்று சொல்லும் விளிம்பில் இருந்தான் – "கானூன் சொல்கிறபடி, இரண்டு மனிதர்கள் ஒருவரையொருவர் நேருக்கு நேராகச் சுட்டுக்கொள்கிறபோது ஒருவன் இறந்துபோய் மற்றவன் வெறுமே காயம் மட்டும் பட்டுவிட்டானென்றால், காயம்பட்டவன் மீதத் தொகையைக் கொடுத்துவிடுகிறான், அது உபரி இரத்தத்திற்கானது மாதிரி. வேறு வார்த்தைகளில், நான் உங்களுக்கு முதலிலேயே சொன்னதைப்போல, இந்த அரைத் தொன்மத் திரையலங்காரங்களுக்குப் பின்னாலிருக்கும் பொருளாதாரக் கூறுகளை நீங்கள் பார்க்க வேண்டும். குற்றம் கண்டுபிடிக்கிறவனாக இருக்கிறேனென்று ஒருவேளை நீங்கள் என்னைப் பழிக்கலாம், ஆனால் நம் காலத்தில், மற்ற ஒவ்வொன்றோடும் சேர்ந்து இரத்தமும் வணிகச் சரக்காக உருமாறியிருக்கிறது."

"ஓ, அப்படியில்லை" பெஸ்ஸியன் சொன்னான். "விஷயங்களை ஓரளவு எளிமைப்படுத்திப் பார்க்கிற வழி இது. நிறைய விஷயங்களில் பொருளாதாரம் பங்கு வகிக்கிறதுதான், இல்லையென்று சொல்லவில்லை. ஆனால் அது அந்தத் திக்கிலேயே அதிகத் தொலைவு போகும்படி ஆவதில்லை. மேற்கொண்டு இந்த விஷயத்தில் நான் உங்களை ஒன்று கேட்க வேண்டுமென்று விரும்புகிறேன், அரண்மனைத் தணிக்கைக் குழுவால் தடைசெய்யப்பட்ட இரத்தப் பகை பற்றிய கட்டுரையை எழுதிய மனிதர் நீங்கள்தானா?"

"இல்லை" என்றார் மருத்துவர் சட்டென்று. "தரவுகளை ஏற்பாடு செய்து கொடுத்தேன், ஆனால் ஆசிரியர் நான் இல்லை."

"இதே சொல்நடையை அந்தக் கட்டுரையில் படித்த நினைவு எனக்கு இருக்கிறதென்று தோன்றுகிறது – 'இரத்தம் வாணிகச் சரக்காக மாறிப்போயிருக்கிறது.'"

"அதுவொரு மறுக்க முடியாத உண்மை."

"நீங்கள் மார்க்ஸைப் படித்திருக்கிறீர்களா?"

மருத்துவர் பதில் சொல்லவில்லை. வெறுமே பெஸ்ஸியனை, 'இந்தக் கேள்வியை என்னிடம் கேட்டுக்கொண்டிருக்கிற நீ அவரைப் படித்திருக்கிறாயா' என்று கேட்பதைப்போலப் பார்த்தார்.

பெஸ்ஸியன் டயானாவை வேகப்பார்வை பார்த்தான். அவள் தனக்கெதிரே பார்த்துக்கொண்டிருந்தாள். அவனுக்கு மருத்துவருடன் வாதிட்டேயாக வேண்டுமென்று தோன்றியது.

“என் எண்ணப்படி, நீங்கள் இன்றைக்குத் தீர்ப்புக் கொடுத்த கொலைமீதான உங்களுடைய விளக்கமேகூட மிக எளிமைப்படுத்தப்பட்டதுதான்” என்றான் அவன், தன்னால் முரண்பட முடிகிற எதையாவது கண்டுபிடித்துவிடும் நம்பிக்கையில்.

“கிடையவே கிடையாது. நான் சொல்லிவிட்டேன், அதையே திரும்பவும் சொல்கிறேன். இன்று விவாதிக்கப்பட்ட நிகழ்வுகளினுடைய ஒவ்வொரு பார்வைக் கோணத்திலும், சுத்தமாகக் கடனை அடைப்பதுபற்றிய கேள்விதான் இருந்தது.”

“ஆமாம், கடன்தான், கண்டிப்பாக. ஆனால் இரத்தக் கடன் இல்லை.”

“இரத்தம், மதிப்புமிக்க கற்கள், துணிமணி என்றெல்லாம் வேறுபாடு இல்லை. என்னைப் பொறுத்தவரை அது கடன் சார்பானது, அவ்வளவுதான்.”

“அது ஒரே விஷயம் இல்லை.”

“அப்படியே ஒரே விஷயம்தான்.”

மருத்துவரின் தொனி கடுமையானதாக மாறியிருந்தது. அவருடைய நொய்மையான தோல் எரிந்துகொண்டிருப்பதைப்போலச் சிவந்தது. பெஸ்ஸியன் ஆழமாகப் புண்பட்டுவிட்ட உணர்வை அடைந்தான்.

“அது அதிகமும் பலவீனமான விளக்கம், சொல்லத் தேவையின்றி ஒரு இழிவான பார்வையும்கூட” என்றான்.

மருத்துவரின் கண்கள் நடுக்கம் தருபவையாக மாறின.

“நீங்கள்தான் பலவீனமானவர், பலவீனமானவர், அதேசமயத்தில் மனிதப் பண்பு இல்லாதவர் – நீங்களும் உங்கள் கலையும்.”

“நீங்கள் குரலை உயர்த்த வேண்டியதில்லையே” என்றான் பெஸ்ஸியன்.

“தலைதெறிக்கக் கத்துவேன், என் விருப்பம்” என்றார் மருத்துவர். இருந்தாலும் அதேசமயத்தில் தன் குரலைக் குறைத்துக்கொண்டார். ஆனால் சீழ்க்கையடிப்பதுபோல அவருடைய உதடுகளின் வழியே வெளிவந்துகொண்டிருந்த குரலென்னவோ கூடுதல் அச்சம் கொடுப்பதாகவே ஒலித்தது.

"உங்கள் புத்தகங்கள், உங்கள் கலை, எல்லாமே கொலை வாடை யடிக்கின்றன. இந்தத் துரதிர்ஷ்டம் பிடித்த மலைவாசிகளுக்கு ஏதாவது செய்வதற்குப் பதிலாகச் சாகத்தான் உதவுகிறீர்கள். நீங்கள் செறிவான கதைக் கருக்களைத் தேடுகிறீர்கள். நீங்கள் உங்கள் கலையைப் பேணுவதற்கான அழகை இங்கே தேடுகிறீர்கள். நீங்கள் நிச்சயம் பொருட்படுத்தியேயிராத ஓர் இளம் எழுத்தாளர் சொன்னதைப்போல, இந்த அழகு ஒரு கொலைகார அழகு என்பதை நீங்கள் கண்டுகொள்வதில்லை. ரஷ்ய மேட்டுக் குடிகளினுடைய அரண்மனைகளில் கட்டப்பட்டிருக்கும் கலையரங்கங்கள்தான் எனக்கு நினைவிற்கு வருகிறது. அங்கே மேடை நூறு நடிகர்கள் கொள்கிற அளவிற்குப் பெரிதாக இருக்கும். பிரதான அறையோ இளவரசருடைய குடும்பத்தையே உள்ளடக்க முடியாமல் இருக்கும். அதுதான். நீங்கள் எனக்கு நினைவு படுத்துவது அந்த மேட்டுக் குடிகளைத்தான். நாடு முழுவதையும் ரத்த நாடகத்தில் நடிக்கச் சொல்லி ஊக்குவிக்கிறீர்கள், அந்தக் காணத்தக்கக் காட்சியை நீங்களும் உங்கள் சீமாட்டிகளும் கூண்டு அறைக்குள் அமர்ந்து கவனிக்கிறீர்கள்."

அந்தக் கணத்தில் பெஸ்ஸியன் டயானாவின் இன்மையைக் கவனித்தான். அவள் தனக்கு முன்னால் எங்கோதான் இருந்தாக வேண்டும், ஒருவேளை அவளுடனேயே நெருக்கமாக ஒட்டிக்கொண்டு திரியும் அந்த நில அளவையாளருடன் என்று நினைத்துக்கொண்டான், பாதி மனக் கலக்கத்துடன்.

"ஆனால் நீங்கள்" என்றான், "தனிப்பட உங்களைச் சொல்கிறேன் நான். மருத்துவரான நீங்கள் விஷயங்களைச் சரியான வழியில் புரிந்துகொள்வதாகத் தன்னைச் சொல்லிக் கொள்கிறவர், நீங்கள் ஏன் இந்த ஏமாற்று வேலையில் பங்கெடுத்துக் கொள்கிறீர்கள்? அதை எப்படிப் பார்ப்பது? உங்கள் வாழ்தலுக்கான பொருளீட்டலுக்கு இந்தச் சூழலை நீங்கள் ஏன் பயன்படுத்திக்கொள்கிறீர்கள்?"

"நான் என்ன செய்கிறேனென்கிற புள்ளிக்கு இது வருகிறபோது நீங்கள் சொல்வது மிகவும் சரிதான். நான் ஒரு தோல்விதான். ஆனால் குறைந்தபட்சம் நான் நான் யார் என்பதைப் புரிந்துவைத்திருக்கிறேன், மேலும் என்னுடைய புத்தகங்களால் நான் இந்த உலகத்தை நச்சுப்படுத்துவதில்லை."

பெஸ்ஸியன் டயானாவைத் தேடிக்கொண்டிருந்தான், ஆனால் அவளைக் காணவில்லை. ஒருவகையில் பார்த்தால் அவள் இந்தக் கோளாறான அபிப்பிராயங்களைச் செவியுறாமலிருப்பதே நல்லதுதான். அந்த மனிதர் பேசிக்கொண்டேயிருக்க, பெஸ்ஸியன் கவனிக்க முயற்சித்தான். ஆனால் அவனே பேச இருந்தபோது

இஸ்மாயில் கதாரே

மருத்துவருக்குப் பதில் சொல்வதற்குப் பதிலாகத் தனக்குள்ளேயே பேசிக்கொண்டிருக்கிறவனைப்போல அவன் சொன்னான், "என் மனைவி எங்கே?"

அவன் இன்னும் தேவாலயச் சதுக்கத்தில் போவதும் வருவதுமாய் மந்தகதியில் நடந்துகொண்டிருந்த மக்களுக்கிடையில் அவளைத் தேடினான்.

"டயானா" அவளுக்குக் கேட்டுவிடும் என்கிற எண்ணத்துடன் அவன் கூப்பிட்டான்.

நிறையப்பேர் அவனை நோக்கித் திரும்பினார்கள்.

"அவர் ஆர்வ மிகுதியில் தேவாலயத்திற்குள் போயிருப்பார், அல்லது கழிப்பறைக்குப் போவதற்காக ஏதாவதொரு வீட்டிற்குள் போயிருப்பார்."

"வாய்ப்பிருக்கிறது."

அவர்கள் தொடர்ந்து நடந்துகொண்டிருந்தார்கள். ஆனால் பெஸ்ஸியன் அமைதியற்றவனாய் இருந்தான். விடுதியைவிட்டு நான் வந்திருக்கக் கூடாது என்று நினைத்துக்கொண்டான்.

"மன்னித்துக்கொள்ளுங்கள்" மருத்துவர் மென்மையான குரலில் சொன்னார். "ஒருவேளை நான் வரம்புமீறிப் பேசியிருக்கலாம்."

"அதெல்லாம் ஒன்றுமில்லை. எங்கே போயிருக்க முடியும் அவள்?"

"கவலைப்படாதீர்கள். அவர் அக்கம்பக்கத்தில்தான் இருந்தாக வேண்டும். உங்களுக்கு உடம்பு சரியில்லையா? மிகவும் வெளுத்துப்போயிருக்கிறீர்களே."

"இல்லை, இல்லை. நான் நன்றாகத்தான் இருக்கிறேன்."

மருத்துவருடைய கை தன்னுடைய கரத்தைப் பற்றிக் கொள்வதை பெஸ்ஸியன் உணர்ந்தான். விலகிச் சென்றுவிட விரும்பினான். ஆனால் அதைச் செய்வதற்கு மறந்துபோனான். மிக அண்மையிலிருந்த கும்பலைச் சில குழந்தைகள் நெருங்கிக் கவனித்துக்கொண்டிருந்தார்கள். அலி பினாக்கையும் நில அளவையாளரையும் உள்ளடக்கிய ஒன்றாய் இருந்தது அது. வாய் கசந்துபோவதை பெஸ்ஸியன் உணர்ந்தான். ஒருகணம் ஏரிகள் அவன் நினைவிற்கு வந்தன. பொன்னையொத்த நிறத்தால் முழுவதும் போர்த்தப்பட்ட, அந்த இலைகளின் பழமையான தரைவிரிப்பு, மீட்கவியலாத அழுகல்.

அலி பினாக்கைச் சுற்றியிருந்த கும்பலை நோக்கி அவன் சட்டென்று தாவி நடந்தான். அவர்களிடமிருந்து சிறிது தொலைவிலிருந்தபோது அவள் ஏரியில் விழுந்து மூழ்கிவிட்டாளோ என்கிற நினைப்பில் கலக்கமுற்றான். ஆனால் அவர்களுடைய முகங்கள் உணர்ச்சியற்றிருந்தன. அவனுக்கு நம்பிக்கையளிக்கக் கூடிய எதுவுமே அவர்களுடைய உணர்வு வெளிப்பாடுகளில் இல்லாதிருந்தது.

"என்ன இது?" எனத் திகிலிலும் தன்னுணர்வின்றியும் வினவினான் அவன், ஒருவேளை அந்த முகங்களின் உணர்வு வெளிப்பாட்டின் காரணமாகவோ என்னவோ, "என்ன ஆனது அவளுக்கு?" என்று கேட்பதற்குப் பதிலாக, "என்ன செய்தாள் அவள்?" என்றான்.

கருணையற்ற விதத்தில் இறுகிக்கொண்டிருந்த தாடைகளிலிருந்து ஆகக் கடுமையுடன் வெளிப்பட்டது பதில். அவன் உள்வாங்கிக்கொள்வதற்குள் அவர்கள் அதைப் பலமுறை அவனுக்குத் திரும்பத் திரும்பச் சொல்ல வேண்டியிருந்தது: டயானா அடைக்கலக் கோபுரத்தின் உள்ளே போய்விட்டிருந்தாள்.

என்ன நடந்திருந்தது? அந்தக் கணத்திலல்ல, அதற்குப் பிறகும் அல்ல, தாங்கள் கண்டது என்ன என்பதைச் சாட்சிகள் விவரிக்கத் தொடங்கியபோது (யதார்த்தக் கூறையும் அதே சமயத்தில் இயல்பு வாழ்க்கையிலிருந்து தன்னைப் பிரிக்கும் மூடுபனிக் கூறையும் கொண்டிருந்த அந்த நிகழ்வு தொல்கதை பண்புள்ள ஒன்று என்பதாயும், எனவே அது தானே தன்னை அந்த வகைமைக்குள் பொருத்திக்கொண்டுவிட்டது என்பதாயும் மக்கள் உடனே உணர்ந்தார்கள்), அந்தச் சமயத்தில் அல்ல, அதன் பின்னரும், வெளியாட்கள் ஒருபோதும் காலடி எடுத்துவைத்திராத கோபுரத்தின் உள்ளே போவதைத் தலைநகரத்திலிருந்து வந்த அந்த இளம்பெண் எப்படிச் செயற்படுத்தியிருந்தாள் என்பதை ஒருவராலும் தெளிவாக நிறுவ இயலவில்லை. அவள் அங்கே நுழைந்திருந்தாள் என்கிற உண்மையைக்காட்டிலும் அசாத்தியமான ஒன்று என்னவென்றால், அதை யாரும் கவனிக்கவில்லை என்பது, அல்லது அவள் கூட்டத்திலிருந்து விலகிச்சென்றதையோ அக்கம்பக்கத்தில் சுற்றிக்கொண்டிருந்ததையோ ஓரளவுக்கு யாரோ ஒருவர் நினைவில் வைத்திருந்தால், சில குழந்தைகளைத் தவிர வேறு யாரும் அவள்மேல் ஒரு கண் வைத்திருக்கப் போதுமான அக்கறை எடுத்திருந்திருக்கவில்லை என்பது. மேலும் ஒருவேளை அத்தனை தொலைவு சாலையில் இறங்கிச்சென்று இறுதியில் கோபுரத்திற்குள் நுழைவதைச் சாதித்திருந்த விதம்பற்றி அவளிடம் வினவப்பட்டால் அவளுக்கே அதை விளக்கமாகச் சொல்லத் தெரியுமா? உயர்ந்த மேட்டு நிலத்தின்மேல் அவள் விட்டு

வந்திருந்த சில வார்த்தைகளால் இதை மதிப்பிடுவதானால் அந்தக் கணத்தில் ஒருமாதிரி எல்லாவற்றிலிருந்தும் தான் துண்டிக்கப்பட்டுவிட்டதைப்போல அவள் உணர்ந்திருக்கக்கூடும் – ஒருமாதிரி ஈர்ப்புவிசை இழப்பைப்போல – அது அவளைக் கோபுரத்தில் நுழையவேண்டுமென்று எண்ணுமளவிற்கு மட்டுமல்லாமல் கதவுவரை நெடுக நடந்துபோகுமளவிற்கும் எடையற்றவளாய் ஆக்கியிருந்திருக்கும். மேலும் அதே சூழல் விதிவசப்பட்ட அடியை அவள் எடுத்துவைக்கும் முகமாக மக்களுடைய கவனத்தை அவளிடமிருந்து திருப்ப உதவியிருக்கும் என்பதையும் ஒதுக்கிவிட முடியாது. உண்மையில், சில ஆட்கள் பிற்பாடு நினைவுகூர்ந்தபடி, சதுக்கத்தில் மக்களிடமிருந்து விலகிச்சென்ற அவள் கோபுரத்தையும் விளக்கையும் நோக்கிப் படபடக்கும் விட்டிலைப்போன்ற எடையின்மையுடன்தான் அணுகினாள். ஒருவகையில் அவள் பறந்துகொண்டிருந்தாள். அப்படியே காற்றில் ஒரு இலையைப்போல எடுத்துச்செல்லப்பட்டு உள்ளே போய்விட்டிருந்தாள் – அல்லது இன்னும் சரியாகச் சொன்னால் நுழைவாயிலைக் கடந்து விழுந்திருந்தாள்.

பெஸ்ஸியனின் முகம் சாம்பல் பூத்துவிட்டிருந்தது. ஒருவழியாக என்ன நடந்திருந்தது என்பதை விளங்கிக் கொண்டுவிட்டான். அவன் முதல் வேலையாகத் தன் மனைவியை அந்த இடத்திலிருந்து கொண்டுசென்றுவிட வேண்டுமென்று பாய்ந்தான். ஆனால் வலுவான கைகள் அவனுடைய இரண்டு கரங்களையும் வளைத்திருந்தன.

“போகவிடுங்கள் என்னை!” கம்மிய குரலில் அவன் கத்தினான்.

அவர்களுடைய முகங்கள் அவனுடையதைச் சுற்றி வரிசையிட்டன. சுவர்க் கற்களைப்போல அசைவற்றிருந்தன. அவற்றினிடையே அலி பினாக்கின் உணர்ச்சியற்ற முகம்.

“என்னைப் போகவிடுங்கள்!” தன்னைத் தடுத்துக்கொண்டிருந்தவர்களில் ஒருவராக அலி பினாக் இல்லையென்றாலும் பெஸ்ஸியன் அவரிடமே கூறினான்.

“உங்களை அமைதிப்படுத்திக்கொள்ளுங்கள் அய்யா” என்றார் அலி பினாக். “நீங்கள் அங்கே போக முடியாது, மதகுருமார்களைத் தவிர வேறு யாருமே அங்கே நுழைய முடியாது.”

“ஆனால் என் மனைவி அங்கே உள்ளே இருக்கிறாள்” பெஸ்ஸியன் இரைந்தான். “அந்த ஆண்களுக்கு நடுவில் தனியாக.”

“மிகச் சரிதான் நீங்கள் சொல்வது. ஏதாவது செய்துதான் ஆக வேண்டும், ஆனால் நீங்கள் போக வேண்டாம். பாருங்கள், அவர்களால் உங்களைச் சுட முடியும். கொன்றுவிடவும் முடியும்.”

"அப்படியானால் மதகுருவிற்குச் சொல்லியனுப்ப யாரையாவது பிடியுங்கள், அல்லது உள்ளே போகக் கூடிய இழவெடுத்த யாருக்காவது சொல்லிவிடுங்கள்."

"மதகுருவுக்கு ஏற்கெனவே தெரியப்படுத்தியாயிற்று" என்றார் அலி பினாக்.

"அவர் வந்துகொண்டேயிருக்கிறார்! இதோ வந்துவிட்டார்!" பல குரல்கள் பேசின.

அவர்களைச் சுற்றிச் சிறு கும்பல் சேர்ந்திருந்தது. பெஸ்ஸியன் தன்னிடமிருந்து உத்தரவை எதிர்பார்த்தபடி குழிக்குள்ளிருந்து தெறித்துவெளியே விழுந்துவிடுபவைபோலத்தோன்றிய கண்களால் தன்னைப் பார்த்துக்கொண்டிருந்த தன் வண்டியோட்டியை அடையாளம் கண்டான். ஆனால் பார்வையை வேறு பக்கம் திருப்பிக்கொண்டான்.

"விலகிப் போங்கள்!" அலி பினாக் ஆணையிடும் தொனியில் சொன்னார். கொஞ்சம்பேர் சில அடிகள் மட்டும் எடுத்துவைத்து விட்டுப் பிறகு நிறுத்திக்கொண்டார்கள்.

மதகுரு மூச்சுவாங்க வந்துசேர்ந்தார். கண்களின்கீழே கனத்த பைகளுடன் கூடிய அவருடைய சுருக்கங்கள் விழுந்த முகம் பயங்கரமாகக் கிலியடித்துக் கிடந்தது.

"எவ்வளவு நேரமாக அவர் உள்ளே இருக்கிறார்" என்று அவர் கேட்டார்.

அலி பினாக் வினாக் குறிப்புடன் சுற்றிலும் பார்த்தார். நிறையப்பேர் ஒரே நேரத்தில் பேசினார்கள். ஒருவர் அரை மணிநேரம் என்றார், இன்னொருவர் ஒரு மணிநேரம், வேறு யாரோ ஒருவர் கால் மணிநேரம். குழுமியிருந்தவர்களில் பெரும்பாலானோர் தோள்களைக் குலுக்கிக்கொண்டனர்.

"அது முக்கியமில்லை" என்றார் அலி பினாக். "செயல்படுவதுதான் தேவை."

மதகுருவும் அலி பினாக்கும் ஒருவரோடொருவர் கலந்து பேசிக்கொண்டார்கள்.

அப்படியானால் நான் உங்களுடன் வருகிறேன் என்று அலி பினாக் சொல்வதை பெஸ்ஸியன் செவியுற்றான், அதிலிருந்து துணிவை வரவழைத்துக்கொண்டான். கூட்டத்தில், "மதகுரு அலி பினாக்குடன் சேர்ந்து அங்கே செல்கிறார்" என்கிற வார்த்தை களைக் கேட்க முடிந்தது.

அலி பினாக் பின்தொடர மதகுரு திடீரென்று புறப்பட்டார். சில அடிகள் எடுத்துவைத்தபின் அலி பினாக் சுழன்று திரும்பிக் கூட்டத்திடம் சொன்னார், "அசையாமல் இங்கேயே இருங்கள், அவர்கள் சுடக் கூடும்."

பெஸ்ஸியன் கரங்களைப் பிடித்துத் தான் நிறுத்தப்பட்டிருப்பதை உணர்ந்தான். என்ன நடந்து கொண்டிருக்கிறது எனக்கு? உள்வயமாக உறுமிக்கொண்டான் அவன். மொத்த உலகமும் காலியாகிவிட்டதைப்போல அவனுக்குத் தோன்றியது; எஞ்சியிருந்ததெல்லாம் இரண்டு அசையும் உருவங்கள்தான், மதகுருவும் அலிபினாக்கும், அப்புறம் அவர்கள் சென்றுகொண்டிருந்த அடைக்கலக் கோபுரம்.

அவன் தன்னைச் சுற்றிலும் குரல்களைக் கேட்டான், வேறு உலகத்திலிருந்து வந்துகொண்டிருக்கும் காற்றின் தொலைவான சீழ்க்கையொலியைப்போல. "மதகுரு கானூனால் பாதுகாக்கப்பட்டிருப்பதால் அவர்களால் அவரைச் சுட முடியாது, ஆனால் அலி பினாக்கைச் சுடுவதிலிருந்து அவர்களை எதனாலும் தடுத்து நிறுத்த முடியாது." "இல்லை, அவர்கள் அலி பினாக்மீதும் சுடுவார்களென்று நான் நினைக்கவில்லை, அவர் யார் என்பது ஒவ்வொருவருக்கும் தெரியும்."

இரண்டுபேரும் பாதித் தொலைவில் இருந்தபோது, திடீரென்று, கோபுரத்தின் வாயிற்கதவில் டயானா தோன்றினாள். அந்தக் கணத்தில் என்ன நடந்தது என்பதை பெஸ்ஸியனால் தெளிவாக நினைவுகூர ஒருபோதுமே இயலவில்லை. தன்னுடைய முழு வலுவுடன் தான் அவளிடம் போகக் கடுமுயற்சி செய்ததையும், தன்னுடைய கரங்கள் வலுவாகப் பற்றப்பட்டிருந்ததையும், இன்னும் சிறிது தொலைவாக அவர் வரும்வரை, வந்து வெள்ளைக் கற்களை அடையும்வரை பொறுத்திருங்கள் என்று குரல்கள் சொன்னதையும் மட்டுமே அவன் நினைவில் இருத்தியிருந்தான். பிறகு, மீண்டும், கண்ணிமைக்கும் நொடியில் மருத்துவரைப் பார்த்தான்; அவர் தன்னை விடுவித்துக்கொள்ளும் மற்றொரு முயற்சியை மேற்கொண்டிருந்தார், தன்னை அமைதிப்படுத்தும் அதே குரல்களைக் கேட்டுக்கொண்டிருந்தார்.

கடைசியில் டயானா வெள்ளைக் கற்களை அடைந்துவிட்டாள், பெஸ்ஸியனைப் பிடித்திருந்த ஆட்கள் அவனைப் போகவிட்டனர். இருந்தாலும் அவர்களில் ஒருவர் சொன்னார், "அவரைப் போகவிடாதீர்கள் – அந்தப் பெண்மணியைக் கொன்றுவிடப் போகிறார்." டயானாவின் முகம் காகிதத்தைப் போல வெளுத்துக் கிடந்தது. கிலியின் அடையாளமெதுவும் அதில் இல்லை, வலியின், இழிவின் அடையாளங்களும் இல்லை–

இருந்தது ஓர் அச்சமூட்டும் வெறுமை மட்டுமே, குறிப்பாக அவளுடைய கண்களில். பரபரப்புடன் பெஸ்ஸியன் அவள் உடைகளில் ஒரு கிழிசலை, அவள் உதடுகளின்மீதோ கழுத்தின் மேலோ ஒரு நீலம்பாரித்த கறையைத் தேடினான். ஆனால் அந்த மாதிரி எதையும் அவன் காணவில்லை. பிறகு பெருமூச்சொன்றை வெளியிட்டான். ஒருவேளை அவள் கண்களில் அந்த வெறுமை இருந்திராவிட்டால் அவன் கவலை தணிந்ததாக உணர்ந்திருப்பானாயிருக்கும்.

கடுமையற்ற, ஆனால் மென்மையாயும் இல்லாத அசைவில் அவன் தன் மனைவியின் கரத்தை இறுகப் பற்றினான். அவளுக்கு முன்பாக நடந்தபடி அவளை வண்டியை நோக்கி இழுத்தான். வார்த்தையே இல்லாமலும் ஒருவருக்கும் சின்னக் கையசைப்புக்கூடச் செய்யாமலும் அவர்கள் ஒருவர்பின் ஒருவராக உள்ளே நுழைந்தனர்.

வண்டி நெடுஞ்சாலையின்மேல் சடுதியில் உருண்டு சென்றது. எத்தனைக் காலம் அவர்கள் அவ்விதமாகவே பயணித்துக் கொண்டிருந்தார்கள் – ஒரு நிமிடம்? ஒரு நூற்றாண்டு? இறுதியில் பெஸ்ஸியன் மனைவியிடம் திரும்பினான்.

"ஏதாவது பேசு. என்ன நடந்ததென்று என்னிடம் சொல்."

அவள் வேறெங்கோ இருந்தவளைப்போல – நேர் எதிரே பார்த்தபடி – அசைவற்றவளாய் இருக்கையில் அமர்ந்திருந்தாள். அவன் அவள் முழங்கையை வன்மையாக – முரட்டுத்தனமாக – இறுகப் பற்றினான்.

"சொல், என்ன செய்தாய் அங்கே?"

அவள் பதிலளிக்கவில்லை, குறடைப்போல அவன் திருகிக்கொண்டிருந்த தன் கரத்தை இழுத்துக்கொள்ளவும் முயலவில்லை.

ஏன் அங்கே போனாய் என்று அவன் தனக்குள் உரத்துக் கூக்குரலிட்டான். துன்பியல் நாடகத்தின் அத்தனை பயங்கரங் களையும் உன் சொந்தக் கண்களால் காண வேண்டுமென்றா? அல்லது அந்த மலைவாசியைத் தேடுவதற்கா, அந்த ஜார்க்கை... ஜார்க், நான் உன்னை ஒவ்வொரு கோபுரத்திலும் தேடுவேன் என்றா?

அவன் அந்தக் கேள்விகளைத் திரும்பவும் சத்தமாகக் கேட்டான். அதே ஒழுங்கில்தானென்றாலும் வேறு வார்த்தைகளில். ஆனால் பதிலில்லை. மேலும் அந்த அத்தனைக் காரணங்களுமே

அந்தச் செயலுக்குப் பொருத்தமானவை என்பதில் அவன் உறுதியாகவும் இருந்தான். திடீரென்று தான் ஒருபோதும் அறிந்திராத அப்படியொரு சலிப்பை உணர்ந்தான்.

வெளியே, இரவு கவிந்துகொண்டிருந்தது. அந்தி மூடுபனியுடன் சாலை நெடுக விரைந்து பரவியது. ஒரு தடவை சன்னலுக்கப்பால் மனிதர் ஒருவர் கோவேறு கழுதையில் சவாரி செய்துகொண்டிருந்ததைத் தான் கண்ணுற்றதாக அவன் எண்ணினான். வண்டியைக் கொஞ்சநேரம் பின்தொடர்ந்த, சோகை படிந்த முகத்துடன் கூடிய அந்தப் பயணியைத் தான் அடையாளம் கண்டுகொண்டதாயும் நினைத்தான். இருட்டில் இந்த இரத்தக் காப்பாளர் எங்கே போய்க்கொண்டிருக்கிறார் என்று வியந்துகொண்டான்.

'சரி, நீ, நீ எங்கே போய்க்கொண்டிருக்கிறாய்?' ஒரு நிமிடத்திற்குப்பின் அவன் தன்னிடமே அந்தக் கேள்வியைக் கேட்டுக்கொண்டான். 'தனியே இந்த அந்நிய மேட்டு நிலங்களில், பேயுருக்களுடன் குழுமிய அந்திமாலை வேளையில், எங்கே போய்க்கொண்டிருக்கிறாய் நீ?'

அரை மணிநேரத்திற்குப் பிறகு வண்டி விடுதியின்முன் நின்றது. ஒருவர்பின் ஒருவராக மரப்படிகளில் ஏறி அவர்கள் அறையினுள் சென்றார்கள். நெருப்பு இன்னும் சுடர்ந்தேயிருந்தது. தண்ணீர் வாளி, அதை விடுதிக்காரர் கண்டிப்பாக மறுபடி நிரப்பியிருக்க வேண்டும், இன்னும் அங்கே இருந்தது கரிப்புகைக் கருப்புடன். ஒரு எண்ணெய் விளக்கு தடுமாற்றமான ஒளியை வெளியிட்டது. நெருப்புக்கோ வாளிக்கோ பிரச்சினை இல்லை. டயானா உடைகளை அவிழ்த்துவிட்டுப் படுத்துக்கொண்டாள். மல்லாந்து படுத்தபடி ஒரு கரத்தைக் கண்களின்மேல் விளக்கொளியைத் தடுத்துக்கொள்வதற்காக வைத்துக்கொண்டாள். அவன் சன்னலினருகே நின்றான். கண்கள் சன்னல் கண்ணாடிப் பாளத்தின்மேல் இருந்தன. ஒரேயொரு கணம் மட்டும் அவள் தோளிலிருந்து நழுவியிருந்த பட்டு ரிப்பனுடன் கூடிய அவள் முகத்தின் மேல்பகுதியை மூடிக்கொண்டிருந்த அந்த அழகுக் கரத்தைப் பார்ப்பதற்காகத் திரும்பின. அவளை என்ன செய்தார்கள் அவர்கள்? அந்த அரைக்குருட்டு ஒற்றை நெற்றிக்கண் அரக்கக் கொலைகாரர்கள், அந்தக் கோபுரத்தில்? அந்தக் கேள்வி மனித வாழ்க்கை முழுவதையும் நிரப்பிவிடக் கூடும் என்பதாயும் அவன் உணர்ந்தான்.

அந்த இரவும் மறுநாள் முழுவதும் அவர்கள் அறையை விட்டு வெளியேறாமலேயே விடுதியில் தங்கினார்கள். விடுதிக்காரர்

முறிந்த ஏப்ரல் 221

அவர்களுடைய உணவைக் கொண்டுவந்தார். கணப்படுப்பில் நெருப்பு மூட்டிவைத்திருக்கும்படி கேட்காதது குறித்து வியந்து கொண்டார்.

தொடர்ந்துவந்த நாளின் காலையில் (அது ஏப்ரல் பதினேழு) வண்டியோட்டி அவர்களுடைய பைகளை வண்டியில் வைத்தார். இருவரும் விடுதிக்காரருக்குப் பணம் கொடுத்துக்கொண்டே உணர்ச்சியற்றுப் பிரியாவிடை சொல்லிக்கொண்டு புறப்பட்டார்கள்.

அவர்கள் உயர்ந்த மேட்டு நிலத்தைப் பிரிந்துகொண்டிருந்தார்கள்.

# 7

ஏப்ரல் பதினேழாம் தேதி காலை, ஜார்க் ப்ரெஷ்வ்டோட்டுக்கு இட்டுச்செல்லும் சாலையின் மேல் இருந்தான். புலர்விலிருந்தே நிற்காமல் நடந்து கொண்டிருந்தானென்றாலும் ப்ரெஷ்வ்டோட்டுக்குப் போய்ச்சேரக் குறைந்தது இன்னொரு நாள் பிடிக்கும் என்று கணக்கிட்டான். அவனுடைய பெஸ்ஸாவோ இன்று நண்பகலில் முடிவிற்கு வருகிறது.

கதிரவனைக் கண்டுபிடிக்கும் முகமாக அவன் தன் தலையை உயர்த்தினான். உயரே வானில் மேகங்கள் அதை மறைத்திருந்தன. ஆனாலும் ஒருவரால் பொழுதைச் சொல்லிவிட முடியும். நண்பகலுக்கு அருகில் இருக்கிறது என்று நினைத்துக்கொண்டான், பிறகு மீண்டும் கண்களைச் சாலைக்குத் திருப்பினான். தலைக்கு மேலிருந்த வெய்யிலால் இன்னும் உணர்வு மழுங்கியேதான் இருந்தான். சாலையில் செந்நிற மினுக்கங்கள் சிதறிக் கிடப்பதாகத் தோன்றியது. நடக்கும்போதே, பெஸ்ஸாமாலையில் நிறைவடைந்தால் மிக விரைந்து நடப்பதன்மூலம் நடுயிரவு வாக்கில் வீட்டை அடைந்துவிடத் தன்னால் இயலுமாயிருக்கும் என்று நினைத்துக்கொண்டான். ஆனால், வழங்கப்பட்ட பெரும்பாலான பெஸ்ஸாக்களைப்போலவே இந்த ஒன்றும் நண்பகலில்தான் முடிகிறது. பெஸ்ஸாவால் பாதுகாக்கப்பட்ட மனிதர் ஒருவர் அது காலாவதி யாகும் நாளன்றே கொல்லப்பட்டாரென்றால், இறந்த மனிதருடைய தலையின் நிழல் எந்தத் திக்கில் விழுகிறது என்பதை மக்கள் ஆய்ந்து பார்ப்பார்கள் என்பது நன்கு புரிந்துகொள்ளப்பட்டிருந்தது. நிழல் கிழக்கு நோக்கி இருந்தால், அவர் நண்பகலுக்குப் பிறகு, சண்டை நிறுத்தம் இனிமேலும் நடப்பில் இல்லாத பொழுதில் கொல்லப்பட்டிருந்தார் என்பதை அது குறிக்கிறது. அதற்கு மாறாக நிழல் மேற்கு நோக்கி இருக்குமேயானால் சண்டை நிறுத்தம் காலாவதி ஆவதற்கு முன்பாகவே அவர் கொல்லப்பட்டுவிட் டிருந்தாரென்பதை அது காட்டுகிறது, கோழைத்தனமான செயல்.

முறிந்த ஏப்ரல்     223

ஜார்க் மீண்டும் தலையை உயர்த்தினான். அவனுடைய இந்த நாள்மீதான செயல்பாடு வானத்தோடும் கதிரவனின் நகர்வோடும் இணைக்கப்பட்டிருந்தது. பிறகு முன்பு போலவே கண்களைச் சாலைக்குத் தாழ்த்தினான். சாலை வெய்யிலில் மூழ்கிக்கொண்டிருப்பதுபோலத் தோன்றியது. தலையைத் திருப்பி இடையூறுகளற்ற அந்த மினுக்கம் எல்லாயிடங்களிலும் பரந்திருப்பதைக் கண்டான். மூன்று வாரங்களாக உயர்ந்த மேட்டுநிலத்தின் அனைத்துச் சாலைகளின்மேலும் அவன் வீணாகத்தேடிக்கொண்டிருந்த அந்தக் கருப்பு வண்டி சுதந்திரமான மனிதனாக அவனுடைய வாழ்வின் இந்தக் கடைசிக் காலையிலும் தென்படப்போவதில்லை என்பது வெளிப்படை. எத்தனை முறை அது தன்முன் தெளிவற்றுத் தோற்றம்கொள்வதைத் தான் கண்டதாக அவன் எண்ணியிருக்கிறான் – ஆனால் ஒவ்வொரு தறுவாயிலும் வண்டி மென்காற்றில் மறைந்துவிட்டதாகவே தோன்றியது. யாராவது அதை நிழற்சாலையின்மேல் பார்த்திருந்தார்கள். ஷாலாவின் பண்ணை வீடுகளில், கொடிக்கட்டுப் பெருஞ்சாலைகளில், ஆனால் என்ன முயற்சி செய்தும் அதைக் கண்டுபிடிக்க அவனால் முடியவில்லை. மக்கள் அதைப் பார்த்ததாய்ச் சொன்ன இடத்திற்கு அவன் வந்த உடனேயே அதுவும் அப்போதே புறப்பட்டுப்போயிருந்தது. அதிர்ஷ்டவசமாக ஏதாவது சந்திப்பில் அது போகக் கூடிய சாலையில் அதைக் குறுக்கிட்டுவிடலாம் என்று நடையைத் திரும்பத் துவக்கும்போது வேறொரு எதிர்பாராத திசையைத் தேர்ந்தெடுப்பதன் வழியே அது மறுபடியும் அவனிடமிருந்து நழுவிச் சென்று விடுவதாக இருந்தது.

கணப்பொழுது அவன் அதைப்பற்றி மறந்திருப்பான், திரும்பக் கண்டுபிடிக்கும் நம்பிக்கையை முற்றாக அல்லது ஏறக்குறைய இழந்துவிட்டிருந்தானானாலும் சாலை அவனுக்கு அதை நினைவுபடுத்திவிடும். உண்மையில் அந்த வண்டி எக்காலத்திலும் உயர்ந்த மேட்டு நிலத்தினூடே அலைந்துகொண்டிருந்தால்கூட, அவன் என்னவோ தன்னை மிக விரைவிலேயே அடைக்கலக் கோபுரத்தில் சிறையிட்டுக்கொண்டுவிடுவான். பிறகு அதைக் காண்பது அவனுக்குச் சாத்தியமாகப் போவதில்லை; மேலும் பிறகு, அப்படியே அந்த அசாத்தியமும் கடந்துபோவதாக ஆகி அவன் ஒருநாள் வெளியே வந்தாலும் மேகங்களின் பின்னணியில் கதிரவன் இன்று வரைந்து காட்டிய நெருக்கமான ரோஜாக்களின் செண்டைப்போல மங்கிய புள்ளி என்பதற்குமேல் அதைப் பார்க்கவியலாதபடி அவனுடைய பார்வை மிகவும் மங்கிப் போய்விட்டிருக்கும்.

ஜார்க் அந்தப் படிமத்தை மனதிலிருந்து அகற்றிவிட்டுத் தன் குடும்பத்தை நினைக்கத் தொடங்கினான். அவர்கள் அவனுக்காக முற்பகலில் பதற்றத்துடன் காத்துக்கொண்டிருப்பார்கள். ஆனால் அவனால் அங்கே நேரத்திற்குப் போய்ச்சேர முடியாது. நண்பகல் வாக்கில் அவன் தன் பயணத்தை நிறுத்தி ஓய்வெடுத்துக்கொண்டு இரவாவதற்காக எங்கேயாவது ஒளிந்திருக்கப் போகிறான். இப்போது அவன் இரத்தக் கறை படிந்த மனிதன். இரவில் மட்டும்தான் அவனால் பயணிக்க முடியும். மேலும் ஒருபோதும் முக்கியச் சாலைகளில் பயணிக்கக் கூடாது. கானூரன் அந்த முன்னெச்சரிக்கை நடவடிக்கையைப் பொறுத்தவரை அது அச்சத்தின் அடையாளம் என்பதற்கு மாறாக, அறிவுநுட்பம், துணிச்சல் ஆகியவற்றின் அடையாளங்களாகவே முன்னிறுத்தியது. கொலையாளியின் வாழ்வைப் பாதுகாப்பதால் மட்டுமன்று, அவனுடைய நடமாட்டம் அதிக வரம்புகளற்றிருப்பதையும், அது பலியானவர் குடும்பத்தைக் கொலைவெறி கொள்ளச் செய்வதையும் கட்டுப்படுத்துகிறது. தன் கடமையை நிறைவேற்றிவிட்டோமென்கிற மனநிறைவை உணர்ந்து கொண்டிருக்கும்போதே, கொலை செய்தவருக்கு உலகத்தார் முன் கண்டிப்பாக குற்றவுணர்வும் உண்டாக வேண்டும். எதுவானாலும் சரி, இரவாகும்வரை தான் பதுங்கிக்கொள்ள ஓர் ஒளிவிடத்தைப் பகலில் அவன் கண்டுபிடித்தாக வேண்டும். இந்தக் கடைசி நாட்களில் இரவைச் செலவழிப்பதற்காகத் தான் தாமதித்திருந்த விடுதிகளில் –ஒரு தடவைக்கும் மேலாக –க்ரியேச்சூச்சே குடும்பத்து உறுப்பினர் ஒருவரின் சடுதியில் தோன்றி மறையும் வடிவத்தைக் கண்டதான உணர்வை அவன் அடைந்திருந்தான். ஒருவேளை அது காட்சிமயக்கமாக இருக்கலாம். ஆனால் ஒருவேளை அவன் சரியாகவும் பார்த்திருக்கலாம். யாரோ ஓர் ஆள் பெஸ்ஸா முடிந்த கையோடு –தன்னைப் பாதுகாத்துக்கொள்ள வேண்டுமென்கிற விழிப்புணர்வு முழுவதுமாய் அவனுக்கு வந்திராதபோது – அவனைக் கொன்றுவிடும் பொருட்டாக அவனை நெருக்கமாகப் பின்தொடர்ந்துகொண்டிருக்கலாம்.

என்ன செய்தாலும் எச்சரிக்கையாக இருந்துகொள்ள வேண்டும் என்று நினைத்துக்கொண்டான். பிறகு மூன்றாவது தடவையாக வானத்தை நோக்கித் தன் கண்களை உயர்த்தினான். அதே கணத்தில் தொலைவில் ஓர் ஒலியைத் தான் செவியுறுவதாக அவனுக்குத் தோன்றியது. நின்று, அது எங்கிருந்து வருகிறது என்பதைக் கண்டுபிடிக்க முயன்றான். ஆனால் முடியவில்லை. மேலே நடந்தான். மீண்டும் அந்தச் சத்தத்தைக் கேட்டான். மாறி மாறி எழுவதும் அடங்குவதுமான ஓர் உள்ளடங்கிய இரைச்சலாக

இருந்தது அது. கண்டிப்பாக அருவியின் ஒலியாகத்தான் அது இருக்க வேண்டும் என்று நினைத்துக்கொண்டான். உண்மையில் அது அருவியின் ஒலிதான். அவன் நெருங்கி வந்து நின்றான். அதன் கவர்ச்சிக்கு ஆட்பட்டான். தன் மொத்த வாழ்க்கையிலும் அதைவிட வியக்கத்தக்கதான அருவியொன்றை அவன் ஒருபோதும் கண்டதில்லை. அவன் அதுவரை பார்த்திருந்த யாவற்றிலிருந்தும் வேறுபட்டதாய் இருந்தது அது. நுரையை எறிதலோ அல்லது பீறியடித்தலோ இன்றி, அடர்ந்து செழித்த கற்றைக் கூந்தலைப்போல, கரும்பச்சைப் பாறை நெடுகிலும் சீராக வழிந்துகொண்டிருந்தது. அது ஜார்க்குக்குத் தலைநகரத்திலிருந்து வந்த அழகிய பயணியின் கூந்தலை நினைவுபடுத்தியது. கதிரவனின் கிரணங்களினடியில் ஒருவர் எளிதாகவே அதற்கு இதைத் தவறாகக் கருதிவிட முடியும்.

பாறையிலிருந்து விழுந்திருந்த தண்ணீர் தொடர்ந்து அடியில் ஒழுகிக்கொண்டிருந்த சிறிய மரப் பாலத்தின்மேல் அவன் சிறிதுநேரம் தாமதித்தான். ஆனால் நீரோட்டம் இங்கே செப்பமிழந்ததாயும் அமைதியற்றும் இருந்தது. ஜார்க்கின் கண்கள் அருவியின்மேல் நிலைத்தன. ஒரு வாரத்திற்கு முன்னால் அவன் தன் இரவைக் கழித்திருந்த விடுதியில் அருவிகளிலிருந்து மின்சார ஒளியை வெளிக்கொணர்ந்த சில நாடுகள் உலகத்தில் இருக்கின்றன என்று யாரோ ஒருவன் சொல்வதைக் கேட்டிருந்தான். வேறு யாரோ ஒருவரிடமிருந்து அதைக் கேள்விப்பட்டிருந்த ஒரு ஆளால் தனக்குச் சொல்லப்பட்டதாக இரண்டு விருந்தாளிகளுக்கு ஒரு இளம் மலைவாசி அதைச் சொன்னான். அவன் சொல்வதைக் கேட்ட விருந்தாளிகள் திரும்பத் திரும்பச் சொன்னார்கள், "தண்ணீரிலிருந்து ஒளி உண்டாக்குவதா? சுத்த மடத்தனமாகப் பேசுகிறாயே, நண்பா. அதை வைத்து ஒளி உண்டாக்கத் தண்ணீர் பாறையெண்ணெய் இல்லை, உனக்கே தெரியும். தண்ணீரென்பது நெருப்பில் அணைவதென்றால், அது எப்படி நெருப்பைத் தூண்டிவிட முடியும்?" ஆனால் மலைவாசி பிடிவாதமாக இருந்தான். அவன் தனக்கு விளக்கப்பட்டதைக் கேட்டது கேட்டபடியேதான் அவர்களுக்குச் சொன்னான். எதையும் இட்டுக்கட்டிக்கொண்டிருக்கவில்லை. அவர்கள் தண்ணீரைப் பயன்படுத்தி ஒளியை உண்டாக்குகிறார்கள்தான். ஆனால் சும்மா ஏதாவது பழைய நீரைக்கொண்டு அல்ல, ஏனென்றால் தண்ணீர் மனிதர்களைப் போலவே தனித்தன்மை வாய்ந்தது. நீங்கள் அருவிகளின் கறைபடாத நீரைக் கொண்டுதான் அதைச் செய்ய முடியும். "உனக்கு இதைச் சொன்ன ஆட்கள் சுத்தப் பைத்தியக்காரர்கள் அவர்கள்மேல் நம்பிக்கை வைத்திருக்கிற நீ கூடுதல் பைத்தியக்காரன்" என்றார்கள் விருந்தாளிகள். ஆனால் அப்படி அது நடக்குமானால், அப்படி உயர்ந்த மேட்டுநிலத்தில் அது நடந்துவிடுமானால், பிறகு கானூரன்

சற்றே கூடுதல் கனிவு கொண்டதாக மாறிவிடும். *ராஃவ்ஷ்* அதனூடாகப் பெருகும் சாவிலிருந்து சிறிதளவு கழுவப்பட்டுவிடும், நச்சுப்பட்ட வயல்கள் பண்படுத்தப்படும்போது தங்கள் காடிச்சேர்மத்திடமிருந்து விடுபடுவதைப்போல. "முட்டாள், நீ முட்டாள்" என்றார்கள் விருந்தாளிகள். ஆனால் ஜார்க் அந்த அறியப்படாத முதல் ஆள் சொல்லியிருந்ததை நம்பினான், ஏனென்பதைக் கடவுளே அறிவார்.

மனமில்லாமல் அவன் அருவிக்கு முதுகைக் காட்டி நடந்தான். சாலை கிட்டத்தட்ட நேர்கோட்டில் முடிவற்று நீண்டு சென்றது. அதன் தொலைவெல்லை மெலிதாக ஊதா வண்ணச் சாயலுற்றிருந்தது.

அவன் மீண்டும் உயரே வானத்தை நோக்கினான். இன்னும் சற்று நேரத்தில் அவனுடைய *பெஸ்ஸா* முடிந்துவிடும். *கானூனின்* காலத்தைவிட்டு அவன் தானாகவே வெளியேறிவிடுவான். "காலத்தைவிட்டு வெளியேறுதல்" அவன் தனக்குத்தானே சொல்லிக்கொண்டான். ஒருவர் தன் காலத்தைவிட்டு வெளியேற முடியும் என்பதே வினோதமாகத் தோன்றியது. இன்னும் கொஞ்ச நேரம்தான் என்று சொல்லிக்கொண்டே வானத்தைப் பார்த்தான். மேகங்களுக்கு அப்பால் நெருக்கப்பட்ட ரோஜாக்கள் இப்போது சிறிது இருட்சாயலுக்கு வளர்ந்திருந்தன. ஜார்க் கசப்புடன் சிரித்துக்கொண்டான், அதற்கொன்றும் செய்ய முடியாது என்று சொல்வதைப்போல.

இதற்கிடையில், உயர்ந்த மேட்டு நிலத்தை உழுசாலிட்டிருந்த அத்தனைச் சாலைகளிலும் பார்க்க அதிக நீளமுடையதான கொடிக்கட்டுப் பெருஞ்சாலையின் வழியே பெஸ்ஸியனையும் டயானாவையும் சுமந்திருந்த வண்டி உருண்டுகொண்டிருந்தது. பனியால் பாதி வெளுப்பிலிருந்த சிகரங்கள் மேலும் மேலும் பின்னோக்கி நழுவின. அவற்றைப் பார்த்துக்கொண்டிருந்த பெஸ்ஸியன் ஒருவழியாக அவர்கள் சாவின் சாம்ராஜ்ஜியத்திலிருந்து வெளியேறிக்கொண்டிருப்பதைச் சிந்தித்துக்கொண்டிருந்தான். வலக்கண் ஓரத்தின் வழியே சில சமயங்களில் அவனால் தன் மனைவியின் முகத்தைப் பக்கவாட்டுத்தோற்றத்தில் பார்வைக்கு அகப்படுத்த முடிந்தது. வெளுத்து –வண்டியின் குலுங்கலால் குறைவதற்கு மாறாக கூடுகிற வகையில் கடுமை கொண்டு –அவள் அவனுக்கு அச்சுறுத்துகிறவளாக இருந்தாள். அவள் அவனுக்கு வினோதமானவளாகத் தோன்றினாள். பித்துப் பிடித்தவளாய் மேட்டு நாட்டுப்புறத்திலேயே தன் ஆன்மாவை விட்டுவிட்டிருந்த ஓர் உடலமாய் தெரிந்தாள்.

என்ன இழவெடுத்த நினைப்பில் அந்தச் சபிக்கப்பட்ட உயர்ந்த மேட்டு நிலத்திற்கு இவளை அழைத்துச்செல்லவேண்டுமென்று என்று நான் முடிவெடுத்தேன்? நூறாவது தடவையாக அவன் சொல்லிக்கொண்டான். உயர்ந்த மேட்டு நிலத்தோடு அவளுக்கு ஒரேயொரு மெல்லிய உரசல்தான் உண்டாகியிருந்தது, அவனிட மிருந்து அவளை அப்பால் விலக்க அதுவே போதுமானதாய் ஆகிவிட்டிருந்தது. அரக்கத்தனமான எந்திரவியல் கிட்டத்தட்ட அவளைத் தீண்டிவிடுவதற்கு, அவளைத் தன்வயமிழக்கச் செய்து பறித்துக்கொண்டு போவதற்கு, அவளைச் சிறைப்படுத்துவதற்கு, அல்லது எல்லாவற்றிலும் சிறப்பாக, அவளை ஒரு மலைக் கொல்லிப்பாவையாக ஆக்குவதற்கு அந்த உரசலே போதுமானதாய் ஆகிவிட்டிருந்தது.

வண்டிச் சக்கரங்களின் கிறீச்சிடல் அவனுடைய சந்தேகங்கள், அனுமானங்கள், கழிவிரக்கம் ஆகியவற்றுக்கான பொருத்தமான இசையாக இருந்தது. தன்னுடைய மகிழ்ச்சிக்குத் தான் தகுதி உடையவன்தானா என்பதைக் கண்டுபிடிக்க விரும்பியவனைப் போல அவன் அதை ஆய்விற்கு உட்படுத்திவிட்டான். எளிதில் முறிந்துவிடும் இயல்பினதான அந்த மகிழ்ச்சியை அது மலரும் பருவத்திலிருந்த போதே நரகத்தின் வாசலுக்குத் திருப்பிவிட்டு விட்டான். அஃதால் அந்த ஆராய்ச்சியை தாக்குப் பிடிக்க முடியாமல் போய்விட்டது.

சில சமயங்களில் தன்னை அமைதியுற்றவனாக அவன் உணரும்போது, வேறு எந்தப் பிணைப்பும், எந்த மூன்றாவது மனிதரும் தன்மீதான டயானாவின் நேசத்தை மெலிதாகக்கூட மாற்றிவிடும் ஆற்றலுள்ளவராய் இருந்துவிட முடியாது என்று தனக்குத்தானே சொல்லிக்கொண்டான். அப்படி அது உண்மையிலேயே நிகழ்ந்திருந்தால் (கடவுளே, எத்தனை கசப்பானவை அந்த வார்த்தைகள்: உண்மையிலேயே நிகழ்ந்திருப்பது), அது பேருருக்கொண்டதும் நடுங்கச்செய்வதுமான அந்த ஏதோவொன்று குறுக்கிட்டிருந்ததனாலேயேயன்றி, மூன்றாம் மனிதருடன் அதற்கு எந்தத் தொடர்பும் இருக்காது. அந்த இருண்ட ஏதோ ஒன்று, நூற்றாண்டுகளாகப் பெரும்பாலான ஆன்மாக்களைக் கடுமையாகச் சோதிக்கும் முறைமையுடன் தொடர்புகொண்டிருக்கிறது, அந்தக் காரணத்தினாலேயே பழுதுபார்க்கவியலாததாய்த் தோன்றுவதாயும் இருக்கிறது. ஒரு வண்ணத்துப்பூச்சி கருநிற இரயில்வண்டியொன்றினால் தொடப்பட்டதைப்போல உயர்ந்த மேட்டு நிலத்தின் கடுஞ் சோதனை முறைமையினால் அவள் தாக்கப்பட்டுவிட்டாள், வெல்லப்பட்டுவிட்டாள்.

அவளுடைய அந்த அமைதி அவனை வெருட்டியபோது, ஒருவேளை உயர்ந்த மேட்டு நிலத்திற்குத் தான் அந்தக் காணிக்கையைக் கொடுத்தேயாகி விட்டதோ என்று அவன் நினைத்துக்கொண்டான். அவனுடைய எழுத்துக்களின் காரணமாக, அவற்றில் அவன் விவரித்திருந்த தேவதைகளுக்கும் மலைக் கொல்லிப்பாவைகளுக்குமான மொத்த மக்களும் இரத்தத்தில் மூழ்கிய நடிகர்களாயிருந்த நாடகத்தை அவன் அமர்ந்து கவனித்துக்கொண்டிருந்த கூண்டு அறைக்கான காணிக்கை.

ஆனால் அந்தத் தண்டனை அவனை எங்கேயிருந்தாலும் தேடியிருந்திருக்கும்; டிரானாவில்கூட என்று தேற்றிக்கொள்ளும் விதமாக நினைத்துக்கொண்டான். உயர்ந்த மேட்டுநிலம் தன் அதிர்வுகளைத் தொலைவுகளுக்கும் அனுப்பிவைத்தது; நாடு முழுவதற்கும், காலம் முழுவதற்கும்.

அவன் தன் மேற்சட்டையின் கையை மடக்கிக் கடிகாரத்தைப் பார்த்தான். அது நண்பகலாக இருந்தது.

ஜார்க் தலையை உயர்த்தி விரிந்த மேகப் பரப்பிற்கு மேலே கதிரவன் உண்டாக்கிய வண்ணக் கறையைத் தேடினான். இப்போதுதான் நண்பகலாகியிருக்கிறது என்று எண்ணிக்கொண்டான். அவனுடைய *பெஸ்ஸா* முடிவில் இருந்தது.

நெடுஞ்சாலையை எல்லையிட்டிருந்த தரிசு நிலங்களின்மீது அவன் விரைவாகத் தாவினான். இரவின் தொடக்கத்திற்காக காத்திருக்கத் தோதான, பாதுகாப்பான இடத்தை இப்போது அவன் கண்டுபிடித்தாக வேண்டும். சாலையின் இரண்டு புறங்களிலும் நாட்டுப்புறம் பாலையாகவே இருந்தது. ஆனால் நெடுஞ்சாலையில் தொடர்ந்து நடந்துகொண்டிருக்க அவனால் முடியவில்லை. அது *கானூ*னை மீறுவது என்று அவனுக்குத் தோன்றியிருக்கலாம்.

அவனைச் சுற்றிலும் தட்டைப் பரப்பு ஒன்று விரிந்து கொண்டே சென்றது. தொலைவில் பண்படுத்தப்பட்ட வயல்களும் சில மரங்களும் இருந்தன. ஆனால் அவனால் தனக்கு ஏதாவது மறைப்பைக் கொடுக்கக் கூடிய சின்னஞ்சிறிய பள்ளத்தையோ கொஞ்சம் புதரையோகூடக் காணமுடியவில்லை. என்னை நானே ஆபத்தில் வைத்துக்கொண்டிருக்கிறேனென்றால் அதற்குக் காரணம் நான் வேண்டுமென்றே முட்டாள்தனமாக நடந்துகொண்டிருக்கிறேன் என்பதல்ல, மாறாகப் புகலிடம் எதுவும் கண்ணில் படவில்லை என்பதுதான் என்று தன்னைத்தானே

தேற்றிக்கொள்ள விரும்பியவனைப்போல, ஒளிவிடத்தை என்னால் கண்டுபிடிக்க முடிந்தவுடனேயே நான் பாதுகாப்பாகிவிடுவேன் என்று எண்ணிக்கொண்டான்.

தொடுவானம்வரை பொட்டல்வெளி விரிந்திருப்பதாய்த் தோன்றியது. தலைக்குள் வினோதமான அமைதியை அல்லது சற்றே மந்தமான வெறுமையை அவன் உணர்ந்தான். கதிரவனின் அழுத்தம் சற்றே மேற்கு நோக்கிச் சாய்ந்ததுபோலத் தோன்றிய வானத்தின் கீழே முழுமுற்றான தனிமை. அவனைச் சுற்றிப் பகல் அப்படியேதான் இருந்தது. அதே காற்றில் குளித்தபடி – அதே ஊதா மினுக்கத்தில் –என்றாலும் சண்டை நிறுத்தம் நிறைவடைந்து அவன் இன்னொரு காலத்திற்குள் நுழைந்துவிட்டிருந்தான். அவன் கண்கள் உணர்ச்சியின்றிச் சுற்றிலும் சுழன்றன. அது அப்படித்தான் தெரிந்ததா, பெஸ்ஸாவுக்கு அப்பாலான காலம்? முடிவிலியான காலம், இனிமேலும் அவனுடையதல்லாதது, நாட்களின்றி, பருவங்களின்றி, ஆண்டுகளின்றி, எதிர்காலமின்றி, கருத்துருவான காலம், அஃதோடு அவன் எந்த வகையான பிணைப்புகளையும் கொண்டிருக்க முடியாது. முழுக்க அன்னியமான அது இனி அவனுக்கு எந்தச் சமிக்ஞையையும், எந்த நினைவூட்டலையும் கொடுக்கப்போவதில்லை, எந்த நாளில் அவன் தன் தண்டனையைச் சந்திப்பான் என்பதுபற்றிக்கூட. அது அங்கேதானெங்கேயோ அவன் முன்னால் இருந்தது. அறியப்படாதவொரு தேதியில், ஒரு இடத்தில், மேலும் அதே அளவிற்கு அறியப்படாத ஒரு கை வழியே அது அவனை வந்தடையும்.

நினைவுகளில் அவன் ஆழ்ந்திருந்தபோது தொலைவில் சில மங்கலான கட்டிடங்களைக் கண்டான். அவற்றை அடையாளம் கண்டுகொள்ள முடிவதாய்த் தோன்றியது. சிறிது யோசித்து, 'பார், அது ரேஜ்ஜின் பண்ணை வீடுகள்' என்று தனக்குள் கூறிக்கொண்டான். அந்த வீடுகளிலிருந்து ஓர் ஓடைவரை – அதன் பெயரை அவன் மறந்துவிட்டான் –சாலை பெஸ்ஸாவின் கீழ் இருந்தது என்று அவன் நம்பினான். பெஸ்ஸாவால் பாதுகாக்கப்பட்ட சாலைகள் அறிவிப்புப் பலகைகளையோ ஏதேனும் சிறப்புக் குறிகளையோ கொண்டிருப்பதில்லை. ஆயினும்கூட ஒவ்வொருவருக்கும் அவற்றைத் தெரியும். செய்ய வேண்டியதெல்லாம் அவன் சந்திக்கும் முதல் ஆளிடம் உசாவ வேண்டியது மட்டுமே.

ஜார்க், பொட்டல் வெளியில் நடந்துகொண்டிருந்தவன், அடியை எட்டிப் போட்டான். மனம் உறக்கச் சடைவை உதறிவிட்டிருந்தது. பெஸ்ஸாவால் பாதுகாக்கப்பட்ட சாலையை அவன் அடைவான். அதன் மேலேயே நெடுக மாலைவரையில் புதருக்குள் பதுங்கிக் கிடக்க அவசியமின்றிச் சுற்றித் திரிவான்.

இதற்கிடையே... யார் கண்டது, வெல்வெட்டால் உட்புறம் நிரப்பப்பட்ட வண்டி அந்த வழியே வந்தாலும் வரலாம். ஆட்கள் அவனிடம் சொல்லியிருந்தார்கள், ஒருமுறை ஷாலா பண்ணை வீடுகளின் பக்கம் அது தென்பட்டதாக.

ஆமாம், ஆமாம், அதைத்தான் அவன் செய்வான். அவன் தன் கண்களை இடப்பக்கம், பிறகு வலப்பக்கம் திருப்பினான். பொட்டலைப் போன்ற சாலை காலியாக இருக்கிறது என்பதை உறுதிசெய்துகொண்டான். பைய அடியெடுத்தான். சில நிமிடங்களில் நெடுஞ்சாலையை அடைந்து பிறகு அதன் வழியே நடக்கத் தொடங்கினான். அந்தச் சுருக்குவழியை பெஸ்ஸாவின்கீழ் வரும் சாலையைப் பிடிக்கும் பொருட்டாகத் தேர்ந்திருந்தான். அது தவறினால் அதைப் பிடிப்பதற்கு ஒரு மணிநேர நடையாக ஆகிவிடும்.

எச்சரிக்கை, அவன் தனக்குள் சொல்லிக்கொண்டான். இப்போது அவன் தலையால் வீழ்த்தப்பட்ட நிழல் கிழக்கே விழுந்தது. ஆனால் நெடுஞ்சாலை இன்னும் காலியாகவே கிடந்தது. அவன் எதையும் நினைக்காமல் விரைவாக நடந்தான். எதிரே தொலைவாக அசையாமலிருந்த கருப்பு உருவங்களைக் கண்டான். நெருங்கி வந்தபோது அவர்கள் இரண்டு மலைவாசிகளும் குதிரைச் சவாரி செய்துகொண்டிருந்த பெண்ணொருத்தியுமாக இருந்தார்கள்.

"அதோ, அந்தச் சாலை, அது பெஸ்ஸாவின்கீழ் வருகிறதா ?" ஜார்க் வினவினான்.

"ஓ, ஆமாம் இளைஞனே." இருந்தவர்களில் வயதானவர் பதிலளித்தார். இப்போது நூறு ஆண்டுகளாக, ரெஜ் பண்ணைகளிலிருந்து கொல்லிப்பாவை ஓடைவரை ஓடும் சாலை பெஸ்ஸாவால் பாதுகாக்கப்பட்டிருக்கிறது."

"நன்றி."

"பரவாயில்லை பையா." ஜார்க்கின் கரத்தின்மேலிருந்த கருப்புப் பட்டையைத் திருட்டுத்தனமாக நோட்டமிட்டுக் கொண்டே அந்த முதிய மனிதர் சொன்னார். "பாதுகாப்பான பயணம் அமையட்டும்."

சாலையில் விரைந்து இறங்கி முன்னேறிக்கொண்டிருக்கையில் ஜார்க் வியந்துகொண்டான். உயர்ந்த மேட்டு நிலமெங்கிலும் சண்டை நிறுத்தத்தின் முடிவால் முந்தப்படும் கொலைகாரர்கள், பெஸ்ஸாவின் கீழ் வரும் அந்தச் சாலைகளோ, தங்களைத் தேடுபவர்களிடமிருந்து தாங்கள் புகல்கொள்ளும் அடைக்கலத் தலங்களோ இல்லாவிட்டால் என்ன செய்வார்கள்.

பெஸ்ஸாவால் பாதுகாக்கப்பட்ட சாலைப்பகுதி சாலையின் பிற பகுதியிலிருந்து எந்தவிதத்திலும் வேறுபட்டிருக்கவில்லை. அதே பழமையான தளம், குதிரைகளின் குளம்படிகளாலும் ஒழுகிக்கொண்டிருக்கும் தண்ணீராலும் பலயிடங்களில் பழுதுற்றதாக, மேற்பரப்பில் அதே பள்ளங்களுடனும் மருங்குகளில் அதே புதர்க் காடுகளுடனும் இருந்தது. ஆனால் பொன்னிறத் தூசியில் ஆறுதலான ஏதோ ஒன்று இருந்ததாக ஜார்க் உணர்ந்தான். ஆழ்ந்து மூச்செடுத்துக்கொண்டான். அடிவைப்பை மெதுவாக்கினான். இரவின் தொடக்கத்திற்காக நான் காத்திருக்கப்போவது இங்கேதான் என்று எண்ணிக்கொண்டான். அவன் கல்மேல் உட்கார்ந்து ஓய்வெடுப்பான். அது புதர்க் காட்டில் ஒளிந்துகொண்டிருப்பதைவிடச் சிறந்ததாய் இருக்கும். தவிரவும் வண்டி இந்த வழியாக வந்தாலும் வரலாம். தான் அவளைப் பார்க்கக் கூடும் என்கிற மங்கலான நம்பிக்கையை அவன் இன்னும் கொண்டிருந்தான். மேலும் அவனுடைய எண்ணவோட்டம் அதையும் தாண்டிப் போனது: அதில் அவன் வண்டி நிற்பதையும் அதிலிருந்த ஆட்கள், "ஓ, மலைவாசி, நீ களைப்பாய் இருந்தாயென்றால் எங்கள் வண்டியில் ஏறிக்கொள், எங்கள் வழிகளில் எங்களுடன் சவாரி வா" என்று சொல்வதையும் பார்த்தான்.

அவ்வப்போது ஜார்க் நிமிர்ந்து வானத்தைப் பார்த்துக்கொண்டான். அதிகம் போனால் இன்னும் மூன்று மணிநேரங்களில் இரவு தொடங்கிவிடும். மலைவாசிகள் கால்நடையாகவும் குதிரைகளின் முதுகுமேலும், தனியாக அல்லது சிறிய குழுவாகக் கடந்து போய்க்கொண்டிருந்தார்கள். தொலைவில் இரண்டு அல்லது மூன்று அசைவற்ற புள்ளிகளை அவனால் பார்க்க முடிந்தது. அவர்களும் கண்டிப்பாக தன்னைப்போன்றே தொடர்ந்து பயணிக்கத் தோதாக இரவுக்குக் காத்துக்கொண்டிருக்கும் கொலைகாரர்களாய்த்தான் இருக்க வேண்டும். அவர்களுக்காக வீட்டிலிருப்பவர்கள் கவலைப்பட்டுக்கொண்டிருக்க வேண்டும் என்று நினைத்துக்கொண்டான்.

வழியில் மலைவாசி ஒருவர், மெதுவாக நடந்தவாறே முழுக்கக் கருப்புநிறமாக இருந்த எருதொன்றைத் தனக்கு முன்னால் ஓட்டிக்கொண்டு வந்தார்.

மலைவாசியையும் அவருடைய எருதையும்விட மெதுவாக ஜார்க் நடந்துகொண்டிருந்தான், அவர்கள் அவனுடன் வந்து சேர்ந்துகொண்டார்கள்.

முகமன் சொன்னார் அந்த மனிதர்.

ஜார்க்கும் முகமன் சொன்னான்.

அந்த மனிதர் வானத்தைப் பார்த்துத் தன் தலையால் சைகை செய்தார்.

“நேரம் தாண்டிப்போகவே மாட்டேனென்கிறதே” என்றார்.

அவர் செந்நிறமான மீசை வைத்திருந்தார், அது அவருடைய குறுநகையை ஒளிர்த்தியதுபோலத் தோன்றியது.

“உன் பெஸ்ஸா முடிந்ததா?”

“ஆம், இன்றைக்கு நண்பகலிலிருந்து.”

“என்னுடையது மூன்று நாட்களுக்கு முன்பே முடிந்துவிட்டது, ஆனால் என்ன செய்தும் இன்னும் இந்தக் காளையை விற்க முடியவில்லை.”

ஜார்க் அவரைத் திகைத்துப்போய்ப் பார்த்தான்.

“இரண்டு வாரங்களாக நானும் இவனுடன் சாலைகளில் சுற்றியலைந்துகொண்டிருக்கிறேன். என்னால் இவனை விற்பதற்கு எதுவும் செய்ய முடியவில்லை. நல்ல சாதி விலங்கு இவன். என் மக்களெல்லாம் இவன் பிரிவதைப் பார்த்தபோது அழுதுவிட்டார்கள். என்னாலோ இவனை வாங்கக்கூடிய ஒரு ஆளைக்கூடக் கண்டுபிடிக்க முடியவில்லை.”

ஜார்க்குக்கு என்ன சொல்வது என்று தெரியவில்லை. கால்நடை விற்பனையுடன் ஒருபோதும் அவனுக்குத் தொடர்பு இருந்ததில்லை.

“கோபுரத்தில் என்னை அடைத்துக்கொள்ளும்முன் இவனை விற்றுவிட வேண்டுமென்று விரும்புகிறேன்” மலைவாசி மேற்கொண்டு பேசினார். “குடும்பம் மோசமான நிலைமையில் இருக்கிறது நண்பா, நானே இவனை விற்கவில்லையென்றால் வீட்டில் வேறு யாரும் இவனை விற்பதற்கு இருக்க மாட்டார்கள். ஆனால் இனி எனக்கு அதிக நம்பிக்கை இல்லை. இரண்டு வாரங்கள் சுதந்திரமாக இருந்தபோதே என்னால் விற்க முடியவில்லையென்றால், இப்போது இரவுப் பொழுதில் மட்டுமே நடந்துபோக முடியுமென்கிறபோது எப்படி இவனை விற்கப் போகிறேன்? நீ என்ன நினைக்கிறாய்?”

“நீங்கள் சொல்வது சரிதான்” என்றான் ஜார்க், “அது அவ்வளவு எளிதானது இல்லைதான்.”

ஓரக் கண்ணால் பார்த்துக்கொண்டே அமைதியாக அசைபோட்டுக்கொண்டிருந்த கருப்பு எருதை அவன் கவனித்தான். நாட்டை விட்டுத் தொலைவாக இறந்துபோன சிப்பாயைப்பற்றிய பழைய நாடகப் பாடலின் வார்த்தைகள் அவனை வந்தடைந்தன:

"அம்மாவுக்கு என் அன்பைக் கொடு, கருப்பு எருதை விற்கும்படி அவளிடம் சொல்."

"எங்கிருந்து வருகிறாய்?" மலைவாசி கேட்டார்.

"ப்ரெஷ்வ்டோட்டிலிருந்து."

"அது இங்கிருந்து அதிகத் தொலைவு இல்லை, இப்படியே நீள நடந்தால் இரவுப் பொழுதிற்கு நீ வீட்டில் இருக்கலாம்."

"நீங்கள்?" ஜார்க் கேட்டான்.

"ஓஹ், நான் இங்கிருந்து மிகத் தொலைவிலிருந்து வருகிறேன், க்ராஸ்னிக் கொடிக்கட்டிலிருந்து."

ஜார்க் சீழ்க்கையடித்தான். "ஆமாம், அது நிஜமாவே தொலைவுதான். வீட்டை அடையுமுன் கண்டிப்பாக உங்கள் காளையை நீங்கள் விற்றிருப்பீர்கள்."

"நான் அப்படி நினைக்கவில்லை. இப்போது இவனை விற்க எனக்கு முடியக் கூடிய இடங்களென்றால் அது பெஸ்ஸாவின்கீழ் இருக்கிற சாலைகள் மட்டும்தான், அதெல்லாம் போதாது."

ஜார்க் தலையை ஆட்டினான்.

"பார், பெஸ்ஸாவின்கீழ் இருக்கிற இந்தச் சாலை கொடிக்கட்டுப் பெருஞ்சாலைச் சந்திப்புவரை போயிற்றென்றால் கண்டிப்பாக இவனை என்னால் விற்றுவிட முடியும். ஆனால் இது அதற்கு முன்பாகவே முடிந்துவிடுகிறதே."

"கொடிக்கட்டுச் சாலை அருகிலா இருக்கிறது?"

"அதிகத் தொலைவு இல்லை. சாலையென்றால் அது சாலை. அதைக் கடந்து போகிறபோதுதான் என்னவெல்லாம் பார்க்கக் கிடைக்கிறது!"

"உண்மைதான், எவ்வளவோ விநோதமான விஷயங்களைச் சாலைகள்மேல் நீங்கள் பார்க்கத்தான் செய்கிறீர்கள். ஒருதடவை வண்டி ஒன்றை நான் பார்க்க நேர்ந்தது..."

"கருப்பு நிற வண்டி, உள்ளே அழகான பெண்ணோடு" மற்றொரு மனிதர் குறுக்கிட்டார்.

"உங்களுக்கு எப்படித் தெரியும்?" ஜார்க் அலறிவிட்டான்.

"சிலுவை விடுதியில் நேற்று அவளைப் பார்த்தேனே நான்."

"அங்கே என்ன செய்துகொண்டிருந்தார் அவர்?"

"என்ன செய்துகொண்டிருந்தாள்? ஒன்றுமில்லை. வண்டி நுகத்தில் குதிரைகளை வைத்திருக்கவில்லை, அது வெறுமே விடுதியின்முன் இருந்தது. அதற்குள் வண்டியோட்டி காப்பி குடித்துக்கொண்டிருந்தார்."

"அந்தப் பெண்மணி?"

மலைவாசி சிரித்தார். "அவர்கள் விடுதிக்குள் இருந்தார்கள். அங்கேயே இரண்டு பகல் இரண்டு இரவு அறையைவிட்டு வெளியில் வராமல் கிடந்தார்கள். அப்படித்தான் விடுதிக்காரர் சொன்னார். பையா, அந்தப் பெண் தேவதையைப்போல அழகு. அவள் கண்கள் உன்னைக் குத்திக் கிழித்து உள்ளே இறங்கிவிடும். நான் நேற்று இரவுதான் அவர்களைவிட்டுக் கிளம்பிவந்தேன். அவர்கள் கண்டிப்பாக இன்றைக்குக் கிளம்பியிருக்க வேண்டும்."

"உங்களுக்கு எப்படித் தெரியும்?"

"விடுதிக்காரர் சொன்னார். அவர்கள் மறுநாள் கிளம்புவதாக இருந்தார்களாம். வண்டிக்காரர் அவருக்குச் சொன்னாராம்."

ஜார்க் சில கணங்கள் திகைத்து நின்றான். கல் பாவிய சாலைப் பரப்பை வெறித்தான்.

"அங்கே போக எந்தச் சாலையைப் பிடிக்க வேண்டும்" திடீரென்று கேட்டான்.

மற்றவர் அந்தத் திக்கைச் சுட்டிக்காட்டினார்.

"இங்கேயிருந்து ஒரு மணிநேர நடை. நாம் நின்று கொண்டிருக்கும் சாலை கொடிக்கட்டுச் சாலைக்குக் குறுக்கே போகிறது. அவர்கள் ஏற்கெனவே கடந்திருக்கவில்லையென்றால் இப்போது அதைக் கடந்தேயாக வேண்டும், வேறு சாலை கிடையாது."

ஜார்க் அவனுடைய கூட்டாளி சுட்டிக்காட்டிய திக்கை வெறித்துப் பார்த்துக்கொண்டிருந்தான். இப்போது அந்த மனிதர் அவனை வியப்புடன் பார்த்தார்.

"பார்க்கவே பரிதாபமாக இருக்கிறாயே, என்ன விஷயம்?"

ஜார்க் பதிலளிக்கவில்லை. இங்கிருந்து ஒரு மணிநேர நடை என்று தனக்குள் சொல்லிக்கொண்டான். மேகங்களுக்குப் பின்னால் கதிரவனின் செல்வழியைப் பார்ப்பதற்காகத் தலையை நிமிர்த்தினான். இன்னும் இரண்டு மணிநேரப் பகலொளி இருக்கிறது என்று கணக்கிட்டான். அவள் ஒருபோதும் இவ்வளவு அருகில் இருந்ததில்லை. அவனால் அவனுடைய தேவதையைப் பார்த்துவிட இயலும்.

முறிந்த ஏப்ரல் 235

மேற்கொண்டு சிந்திக்காமல் –தன் சக வழிகாட்டியிடம் விடைகூடச் சொல்லிக்கொள்ளாமல் –கருப்பு எருதுடன் வந்த மனிதர் சொன்னபடி குறுக்குச் சாலைகள் அமைந்த திக்கில் பித்துப் பிடித்தவனைப்போலச் சென்று மறைந்தான்.

வோர்ப்ஸிகளுடைய வண்டி உயர்ந்த மேட்டு நிலத்தைப் பின்னால் விட்டு நல்ல தொலைவிற்கு வந்துகொண்டிருந்தது. சிறுநகரத்தின் சாலைகளும், பள்ளிவாசல் ஸ்தூபிகளின் உச்சிகளும், ஒரே தேவாலயத்தின் மணிக்கூண்டும் தொலைவில் புலப்பட்டபோது பகல் முடிந்துகொண்டிருந்தது.

வண்டிச் சன்னலை நோக்கி பெஸ்ஸியன் சாய்ந்தான்; அமைதிக்கான நீதியரசருக்கு ஆவணங்களை எடுத்துச்செல்லும் சாராட்சியர் பணிமனையின் பணியாளர்களுடனும் கடைகளுடனும் உறங்கிவழியும் பணியிடங்களுடனும் பெரும்பாலும் கொட்டாவிகளால் பொத்தலிடப்பட்ட சலிப்பூட்டும் பேச்சு தொடர்ந்துகொண்டிருக்கும் வழியாக இருந்த, நகரில் அங்கே மட்டுமே காணக் கிடைக்கும் நான்கைந்து பழங்கலைப்பொருள் தொலைபேசிகளுடனும் அந்தச் சிறிய நகரத்தின் கட்டிடங்களுக்கு இடையிலான நெருக்கமான தெருக்களை உடனே தன் கற்பனையில் நிரப்பிக்கொண்டான். அவை யாவற்றையும் நினைத்துக் கொண்டவுடனேயே, தலைநகரத்தில் அவனுக்காகக் காத்திருந்த உலகம், அவன் அப்போதுதான் நீங்கிவந்திருந்த உலகத்துடன் ஒப்பிடுகையில் மட்டுமீறிய விதத்தில் ஒளிமழுங்கிப்போனதாயும் கவர்ச்சியற்றதாயும் தோன்றியது.

இருப்பினும், தான் அந்த ஒளி மழுங்கிய உலகத்தைச் சேர்ந்தவன் என்றும், விஷயம் அவ்விதமாயிருக்கையில் தான் உயர்ந்த மேட்டு நிலத்திற்கு மேலேறிச் சென்றிருக்கவே கூடாது என்றும் வருத்தத்துடன் எண்ணிக்கொண்டான். அது சாகக் கூடிய அற்பமான மனிதர்களுக்காக உருவாக்கப்பட்டதில்லை, மாறாக மீமனித உயிர்களுக்கானது.

சின்னஞ்சிறிய நகரத்திலிருந்து எழுந்த புகை அடர்த்தியில் அதிகரித்தது. டயானா –இருக்கையின் பின்னால் அவள் தலை ஓய்ந்திருந்தது –வண்டியில் அவர்கள் ஏறியபோது இருந்ததைப் போலவே அசைவற்றவளாய் இருந்தாள். பெஸ்ஸியன் தன் மனைவியின் புறத்தோற்றத்தை மட்டுமே தான் வீட்டிற்குக்கொண்டு வந்துகொண்டிருப்பதாயும், பெண்ணியல்பு கொண்டவளை மலைகளிலேயே எங்கேயோ விட்டுவிட்டதாயும் உணர்ந்தான்.

இப்போது அவர்கள் ஒரு மாதத்திற்கு முன் எங்கே அவர்களுடைய இன்பச் சுற்றுலா தொடங்கியதோ அந்த வெட்டவெளிப் பொட்டல் புதர்க் காட்டின்மீது போய்க்கொண் டிருந்தார்கள். இறுதிமுறையாக ராஃவ்ஷைப் பார்ப்பதற்காகப் போல அவன் மறுபடி தன் தலையைத் திருப்பினான். மலைகள் ஆக மெதுவாகப் பின்னோக்கி நகர்ந்து தனிமைக்குள் அமிழ்ந்து கொண்டிருந்தன. வெண்ணிறமான, மர்மமிகு மூடுபனி அவர்கள் மீது வந்து இறங்கியது, இப்போதுதான் முடிந்த நாடகமொன்றின் மேல் திரை தாழ்வதைப்போல.

ஜார்க் அந்தக் கணத்தில் ஒரு மணிநேரத்திற்கு முன்னால் அவன் வந்துசேர்ந்திருந்த கொடிக்கட்டுச் சாலையின்மேல் நீளடி எடுத்துவைத்து நடந்துகொண்டிருந்தான். அதன் ஒதுக்குப் புறத்திலிருந்து சுருக்கமான சில வார்த்தைகளை அவன் செவியுற்ற போது காற்று அந்தியின் முதல் நடுக்கத்துடன் சலசலத்துக் கொண்டிருந்தது:

"ஜார்க், என் வணக்கங்களைச் சொல்லிவிடு ஜெரியஃப் க்ரியே..."

அவன் கரம் திடீர் அசைவில் அவன் தோளிலிருந்து துப்பாக்கியை நெகிழ்த்த முயன்றது. ஆனால் அந்த அசைவு, அவனுடைய எச்சரிக்கையுணர்வைக் குழப்பிவிட்ட, அந்த வெறுக்கத்தக்க பெயரின் இறுதிப் பாதியான "ச்சூச்சேயிடம்..." என்கிற உச்சரிப்பால் தோல்வியுற்றுவிட்டது. ஜார்க் தரை சுழல்வதையும், பிறகு அவன் முகத்தை மோதும் வண்ணம் வேகமாக உயர்ந்தெழுவதையும் கண்டான். அவன் தளர்ந்து விழுந்திருந்தான்.

ஒரு நிமிடம் உலகம் முற்றிலுமாக அமைதியாகிப் போய்விட்டிருப்பதுபோலத் தோன்றியது; பிறகு அந்தக் காதடைப்பினூடே காலடிகளைச் செவியுற்றான். இரண்டு கைகள் தன் உடம்பை நகர்த்துவதை உணர்ந்தான். அவன் என்னை மல்லாக்கப் படுக்க வைக்கிறான் என்று நினைத்துக்கொண்டான். ஆனால் அந்தக் கணத்தில் – சில்லென்ற ஏதோவொன்று – ஒருவேளை அவனுடைய துப்பாக்கியின் குழல் அவனுடைய வலது கன்னத்தைத் தொட்டது. கடவுளே, விதிகள் சொன்னபடியே நடக்கிறது! அவன் தன் கண்களைத் திறக்க முயன்றான். அவை திறந்தனவா இல்லையா என்று அவனால் சொல்ல முடியவில்லை. தன்னுடைய கொலையாளிக்குப் பதிலாக இன்னும் உருகாதிருந்த சில வெண்பனித் திட்டுக்களைக் கண்டான். மேலும் அந்தத்

திட்டுக்களின் நடுவே இன்னும் விற்கப்படாதிருந்த கருப்பு எருதை யும். சரிதான் என்று நினைத்துக்கொண்டான். நிஜமாகவே முழு சமாச்சாரமும் நீண்ட காலமாகவே நடந்துகொண்டிருந்திருக்கிறது.

மீண்டும் காலடிகளைக் கேட்டான். முன்னால் நகர்ந்துகொண் டிருந்தன அந்தக் காலடிகள். பலமுறை வியந்துகொண்டான், யாருடைய காலடிகள் அவை? அவற்றைப் பழக்கப்பட்டவையாக உணர்ந்தான். ஆம், அவற்றை அவன் அறிவான்; தன்னை மல்லாக்கப் புரட்டியிருந்த கைகளையும் அறிவான். அவை என்னுடையவைதான்! மார்ச் பதினேழாம் தேதி, ப்ரெஷ்வ்டோட்டை நெருங்கிய சாலை... ஒருகணம் அவன் தன் சுயநினைவை இழந்தான். பிறகு மீண்டும் காலடிகளைச் செவியுற்றான். மீண்டும் அவை தன்னுடையவையாக, தான் அப்போதுதான் கீழே வீழ்த்தியிருந்த, சாலையின்மேல் பரத்திக்கொண்டு கிடந்த,தன்னுடைய சொந்த உடலைப் பின்னால் விட்டுவிட்டு இப்போது ஓடிக்கொண்டிருப்பது தன்னைத் தவிர வேறு யாருமில்லை என்பதாக அவனுக்குத் தோன்றியது.

டிசம்பர் 1978

காலச்சுவடு பப்ளிகேஷன்ஸ் (பி) லிட்.
Published by Kalachuvadu Publications (Pvt. Ltd.),
669, K.P. Road, Nagercoil 629001, India
Phone: 91-4652-278525
e-mail: publications@kalachuvadu.com

09/2024/S.No. 1094, kcp 5308, 18.6 (3) uss